D1763746

2020ஆம் ஆண்டுக்கான
சாகித்ய அகாடமி பரிசு பெற்ற நாவல்

செல்லாத பணம்

இமையம்

க்ரியா

Sellaatha Panam, *a Novel in Tamil by **Imaiyam***

© *Imaiyam*

First Edition: January 2018

Reprint: March 2021, July 2022, March 2023
           May 2024, October 2025

Published by:
Cre-A:
No 58, TNHB Colony,
Sanatorium, Tambaram,
Chennai - 600 047.
Phone: 72999 05950
Email: crea@crea.in,
       creapublishers@gmail.com
Website: www.crea.in

Printed at:
Sudarsan Graphics Pvt. Ltd.,
Chennai - 600 041.

ISBN: *978-81-992737-9-5*

Price: *Rs.390*

பகுதி ஒன்று

1

ரேவதியின் அறைக்குள் வேகமாக வந்த அமராவதிக்கு உடல் லேசாக நடுங்கிக் கொண்டிருந்தது. பல்லைக் கடித்தாள். நெருப்பை வைத்து எரித்துவிடுவதுபோல் ரேவதியைப் பார்த்தாள். கண்கள் கலங்க, "ஓங்கப்பா சொல்றது நிஜமாடி?" என்று கேட்டாள். பொய் என்றோ ஆமாம் என்றோ அவள் சொல்லாததிலிருந்தே நடேசன் சொன்னது உண்மை என்பது அவளுக்குப் புரிந்துவிட்டது. அதனால், முன்பு இருந்ததைவிட இப்போது கூடுதலாக ஆத்திரம் உண்டாயிற்று.

"எம் பொண்ணா நீ?" கோபத்தில் கத்தினாள்.

அமராவதிக்குப் பதில் சொல்ல வேண்டும் என்பதைவிட அப்பாவுக்கு விஷயத்தை யார் சொல்லியிருப்பார்கள் என்று யோசிப்பதில்தான் ரேவதியின் கவனம் இருந்தது.

"யாருடி அவன்? ஊருக்கெல்லாம் தெரிஞ்சிருக்கே."

ரேவதி வாயைத் திறக்கவில்லை.

"என்ன ஊரு?" என்று பலமுறை கேட்ட பிறகுதான் வாயைத் திறந்தாள், "பர்மா."

"பர்மாவுல வேல பாக்குறானா?"

". . . . ."

"என்ன சாதி?"

"அகதி."

"அகதியா?" என்று கேட்ட அமராவதியின் குரலில் அவ்வளவு இளக்காரம் இருந்தது. 'நீயெல்லாம் செத்தா என்ன?' என்று கேட்பதுபோல் ரேவதியை முறைத்துப் பார்த்தாள். அப்போதுதான் நினைவுக்கு வந்த மாதிரி வெறுப்பும் கசப்புமாகக் கேட்டாள்: "அகதிங்கிறது சாதியா?"

அமராவதிக்கு நிற்க முடியவில்லை. கோபத்தில் உடல் நடுங்கியது. அதனால், ரேவதி உட்கார்ந்திருந்த கட்டிலின் மீது ஒரு ஓரத்தில் உட்கார்ந்தாள்.

"தமிழ் ஆளுங்கதான?"

"ம்."

"தமிழ் நாட்டுலயிருந்து போயி, அகதியா திரும்பி வந்தவங்களா?"

"ம்."

''அப்பிடின்னா சாதி இல்லாம எப்பிடி இருக்கும்?''

''. . . . .''

''முஸ்லீமா?''

''இல்ல.''

''கிறிஸ்டீனா?''

''இல்ல.''

''பேரு என்னா?''

''ரவி.''

''நல்ல பேருதான்'' என்று சொன்ன அமராவதி அசிங்கமான ஒரு பொருளைப் பார்ப்பதுபோல ரேவதியைப் பார்த்தாள். பிறகு அவளைச் சீண்டுவதுபோலக் கேட்டாள்.

''சாரு என்னாப் படிச்சிருக்காரு?''

''. . . . .''

''சாரு என்னா வேல செய்றாரு?''

''ஆட்டோ ஓட்டுறாரு.''

''என்னாது? ஆட்டோ ஓட்டுறானா?'' சத்தமாகக் கேட்டாள். ''தூ'' என்று காறித் துப்பினாள். அடக்க முடியாத ஆத்திரம் இருந்தாலும் நிதானமாகச் சொன்னாள், ''நாட்டுலியே பெரிய வேலதான். நல்ல மாப்ளதான் புடிச்சிருக்க. இந்த மாதிரி மாப்ள கெடைக்கிறது அதிசியம்தான். ஊரு மெச்சிடும்.''

சிறிது நேரம் எதுவும் பேசாமல் உட்கார்ந்திருந்தாள். ரேவதியைப் பார்க்கப் பிடிக்காத மாதிரி எதிரிலிருந்த சுவரையே பார்த்தவாறு இருந்தாள். அவள் பேசவில்லையே தவிர, அவளுடைய கண்கள் அழுதுகொண்டுதான் இருந்தன. ''ஒரு மணி நேரமா ஒங்கப்பா எங்கிட்ட என்னாக் கேட்டாரு தெரியுமா?''

ரேவதி வாயைத் திறக்கவில்லை. அமராவதியைப் பார்க்கவில்லை. கல் சிலை மாதிரி உட்கார்ந்திருந்தாள்.

அமராவதிக்கும் நடேசனுக்கும் கல்யாணமாகி இருபத்தியாறு ஆண்டுகள் முடிந்துவிட்டன. இத்தனை ஆண்டுகளில் அவளிடம் அவர் அதிகமாகக் கோபப்பட்டுப் பேசியதோ, திட்டியதோ, எடுத்தெறிந்து பேசியதோ, நெட்டித் தள்ளியதோ, 'என் முகத்தில் விழிக்காதே' என்று சொன்னதோ கிடையாது. எல்லாவற்றையும் ஒரு மணி நேரத்தில் செய்துவிட்டார்.

அவருடைய பேச்சு, செயல்தான் அதிர்ச்சி என்றால் அதைவிடப் பெரிய அதிர்ச்சியாக இருந்தது ரேவதி சொன்னது. ''நீயாடி இப்பிடி செஞ்ச? ஒனக்கெப்படி இந்தத் துணிச்சல் வந்துச்சி? எப்பயிலிருந்து பொய் சொல்லப் பழகின? ஒனக்கு வெக்கமா இல்லெ?''

ரேவதி வாயைத் திறக்கவில்லை.

''அவன எங்க பாத்த, எப்பிடிப் பழக்கம்?'' என்று வரிசையாகக் கேள்விகளாகக் கேட்டாள். அமராவதி ஒவ்வொரு கேள்வியைக் கேட்கும்போதும் 'சார்' என்ற

வார்த்தையை வேண்டுமென்றே பயன்படுத்தினாள். 'சார்' என்ற வார்த்தையை எவ்வளவு கீழ்த்தரமாகச் சொல்ல முடியுமோ அவ்வளவு கீழ்த்தரமாகத்தான் பயன் படுத்தினாள்.

எதற்கும் வாயைத் திறக்காத ரேவதியைப் பார்த்து, "இதொண்ணும் ஒலக அதிசய மில்ல. எங்க வீட்டுல ஒத்துக்க மாட்டாங்குறாங்கன்னு அந்தப் பையன்கிட்ட சொல் லிடு. பிரச்சன முடிஞ்சிடும். சொல்றியா?" என்று அமராவதி கேட்டாள். ரேவதியிட மிருந்து சிறு சத்தம்கூட வெளியே வரவில்லை.

"நான் அந்த மாதிரி பொண்ணு இல்ல. எனக்கு இது ஒத்து வராது. விசயம் தெரிஞ்சா எங்கப்பா, எங்கம்மா செத்திடுவாங்கன்னு சொல்லிடு. சொல்றியா?" என்று அமராவதி கேட்டாள். ரேவதியின் வாய் அசையவே இல்லை.

"பெத்த தாய் கேக்குறன். நான் சொன்னதச் சொல்றியா?" என்று அமராவதி கேட் கும்போது விடியற்காலை மணி ஐந்து. அப்போதும் ரேவதியினுடைய வாயிலிருந்து ஒரு வார்த்தைகூட வரவில்லை.

"நான் கல்லப் பெத்திருக்கனே" என்று சொல்லி அமராவதி அழ ஆரம்பித்தாள்.

2

பள்ளிக்கூடத்துக்குக் கிளம்பிய நடேசனுக்கு என்ன தோன்றியதோ, கூடத்தில் கிடந்த நாற்காலியில் உட்கார்ந்தார். கடிகாரத்தைப் பார்த்தார். பிறகு எதிரே சுவரில் மாட்டியிருந்த போட்டோக்களைப் பார்த்தார். தன்னுடைய அப்பா, அம்மா போட் டோவையும், தன்னுடைய கல்யாண போட்டோவையும், தான் டிகிரி வாங்கியபோது எடுத்திருந்த போட்டோவையும் பார்த்தார். முருகனுடைய போட்டோவையும், ரேவதியின் போட்டோவையும் பார்த்தார். ரேவதி பிறந்து ஒரு வருஷத்தில் எடுத்த போட்டோ, பிறந்த முடி எடுத்து மொட்டைபோட்டபோது, காது குத்தியபோது, மஞ்சள் நீராட்டு விழாவின்போது எடுத்த போட்டோ என்று வரிசையாகப் பார்த் தார். என்ன காரணத்தினாலோ அவளுடைய போட்டோக்களை மட்டும் திரும்பத் திரும்பப் பார்த்தார். போட்டோக்களைப் பார்த்ததே பெரிய களைப்பை உண்டாக் கியதுபோல் பெருமூச்சு விட்டார். பிறகு, ரேவதியிடம் பேசலாமா என்று யோசித் தார். கோபத்தில் அவளிடம் ஒரு வாரமாகப் பேசாமல் இருந்துவிட்டார். பேசாமல் இருந்தால் பிரச்சினை எப்படித் தீரும்? அவளிடம் பேசிப் பிரச்சினையை ஒரு முடி வுக்குக் கொண்டுவருவதுதான் நல்லது என்று நினைத்தார். அதனால், சமையலறையில் காப்பி போட்டுக்கொண்டிருந்த அமராவதியைக் கூப்பிட்டார். அவள் வந்ததும், "ரேவ தியக் கூப்புடு" என்று சொன்னார். உடனே அவளுடைய முகம் மாறியது. ரேவ தியைக் கூப்பிடுவதா, வேண்டாமா என்ற குழப்பமும், என்ன கலவரம் நடக்கப் போகிறதோ என்று அச்சமும் உண்டாயிற்று. அதனால் எதுவும் பேசாமல் நின்று கொண்டிருந்தாள். அவளுடைய தயக்கத்தைப் புரிந்துகொண்டது மாதிரி, "நான் பேசிப்பாக்குறன். என் வார்த்தைக்கு மதிப்பு கொடுக்கும்" என்று நடேசன் சொன் னார்.

''பள்ளிக்கூடத்துக்கு நேரமாவலியா?'' அடங்கின குரலில் அமராவதி கேட்டாள். விஷயத்தை மாற்றப்பார்க்கிறாள் என்பது தெரிந்ததும் ரேவதியின் அறையைப் பார்த்து, ''ரேவதி'' என்று கூப்பிட்டார். அவர் கூப்பிட்டது அவளுக்குக் கேட்கவில்லை. அதனால் அவள் வெளியே வரவில்லை. நடேசன் கூப்பிட்டு ரேவதி வெளியே வராதது அமராவதிக்குக் கூடுதலான பதற்றத்தை ஏற்படுத்தியது. என்ன செய்வது என்று தெரியாமல் தவித்துப்போய் நின்றுகொண்டிருந்த அமராவதியிடம், ''கூப்புடு'' என்று சொன்னார். இனி மாற்றிப் பேசுவதற்கு வழி இல்லை என்று தெரிந்ததும் ரேவதியின் அறைக்குப் போய் அவளை அழைத்துக்கொண்டு வந்தாள்.

''நீ போ'' என்று நடேசன் அமராவதியிடம் சொன்னார். அவள் போகவில்லை, நடேசனையும், ரேவதியையும் மாறிமாறிப் பார்த்தாள். அவர் என்ன கேட்பாரோ, அவள் என்ன சொல்வாளோ என்ற கவலையில் அவளுக்கு வியர்த்தது. கண்கள் கலங்கின. அவளைப் பொருட்படுத்தாமல், ''ஒக்காரும்மா'' என்று சொன்னார். அவர் சொன்ன இடத்தில் உட்காராமல் போட்டோக்கள் தொங்கிக்கொண்டிருந்த இடத்தில் சுவரை ஒட்டி நின்றுகொண்டாள் ரேவதி. அமராவதி சமையலறைக்குப் போனாள்.

''ஒக்காரும்மா'' என்று மீண்டும் சொன்னார். அவள் உட்காரவில்லை. நடேசனைப் பார்க்கவில்லை. தரையை மட்டுமே பார்த்தவாறு நின்றுகொண்டிருந்தாள்.

கைக்கடிகாரத்தைப் பார்த்துவிட்டு, ''நான் கேள்விப்பட்டதெல்லாம் உண்மயா?'' என்று கேட்டார்.

''. . . . .''

''உண்ம பொய்யின்னு தெரிஞ்சாதான நான் அடுத்த முடிவ எடுக்க முடியும்?''

''. . . . .''

''உண்மயா இருந்தாக்கூடப் பரவாயில்ல. எங்க வீட்டுல பிரச்சனயாவுது. எனக்கு வேற மாப்ள பாத்திட்டாங்கன்னு நல்லத்தனமா சொல்லிடு. பிரச்சன முடிஞ்சிடும். வாய்ப் பழக்கம், பேச்சுப் பழக்கம்தான இருக்கும்? இதுக்குப் போயி எதுக்குச் சாப்பிடாம, குளிக்காம, யார்கிட்டயும் முகம் கொடுத்துப் பேசாம, வெளிய போவாம, ரூம்லியே கெடக்குற?''

''. . . . .''

''ஒனக்குக் கஷ்டமின்னா நீ அவன்கிட்ட சொல்ல வாணாம். நான் சொல்லிக்கிறன். பக்குவமா சொன்னாதான் புரியும்.'' ரேவதி வாயைத் திறக்கவில்லை. குளிக்காமல், சாப்பிடாமல், தலை சீவாமல், துணியைக்கூட மாற்றாமல் ஒடுங்கிப்போய் அவள் நின்றுகொண்டிருந்த விதம் எரிச்சலை ஏற்படுத்தியது. நடேசனுக்குக் கோபம் இருந்தது, ஆத்திரம் இருந்தது. ஆனால், எதையும் அவர் வெளியே காட்டிக் கொள்ளவில்லை. ரொம்பவும் தன்மையான குரலில், ''பெரிய தப்பா நீ செஞ்சிருக்க மாட்டன்னு நம்புறன். ஏன்னா நீ எம் பொண்ணு'' என்று சொன்னார்.

''. . . . .''

''ஒங்கம்மா எவ்வளவு அழுவுறா தெரியுமா?''

''. . . . .''

''ஒங்கண்ணன் எவ்வளவு கோபப்படுறான் தெரியுமா?''

‘‘. . . . .’’

‘‘‘வீட்டுல அமைதி போயிடிச்சி தெரியுதா?’’

‘‘. . . . .’’

‘‘நான் ஒரு ஹெட்மாஸ்ட்டரு. எம் பொண்ணே இப்பிடி செய்யுதுன்னு தெரிஞ்சா மத்தவங்க என்னெ மதிப்பாங்களா? நீயே எம் பேச்சக் கேக்கல, மதிக்கலன்னா எங்கிட்ட வேல பாக்குற வாத்தியாருங்க, எங்கிட்ட படிக்கிற பசங்க எப்பிடி எம் பேச்சக் கேப்பாங்க? மதிப்பாங்க?’’

நடேசனுக்குப் பேச ஆரம்பிக்கும்போது இருந்த நிதானம் பேசப்பேசக் குறைந்து கொண்டேவந்தது. ‘‘நீ பேசாம இருக்கிறது நல்லதில்ல. இந்த விசயத்தில நீதான் பேச ணும். நானில்ல.’’

‘‘. . . . .’’

‘‘ஓம் மனசுல என்னா இருக்குன்னு சொல்லு. நீ எம் பொண்ணு. நான் சொல்றத நீ கேப்பன்னு நான் நம்புறன்.’’

‘‘. . . . .’’

‘‘நான் விசாரிச்ச வகயில அந்தப் பையன் ஒனக்கு ஒத்துவருவான்னு எனக்குத் தோணல. அவனப் பாத்தா நல்ல பையன் மாதிரியும் தெரியல. இத நான் விரோதத்தில சொல்லல.’’

‘‘. . . . .’’

‘‘ஒனக்கும் அந்தப் பையனுக்கும் நெறயா வித்தியாசம் இருக்கு. ஒரு வாரத்திலியே ஈகோ பிரச்சன வந்திடும். அப்பறம் அடிதடி, சண்ட சச்சரவுன்னு ஆயிடும். தாலி கட்டுறதுக்கு முன்னாடி எத வேணும்னாலும் செய்யலாம். அப்பறம் நீயே ஆசப்பட் டாலும் ஒண்ணும் செய்ய முடியாது. இது தமிழ்நாடு. வெளிநாடு இல்ல.’’

‘‘. . . . .’’

‘‘நீ பேசாம இருக்கிறதப் பாத்தா ஓம் முடிவுல நீ உறுதியா இருக்கிற மாதிரி தெரியுது. நீ நெனைக்கிறது, செய்யுறது மட்டும்தான் சரின்னு நெனைக்கிற? அப்பிடித் தான?’’

‘‘. . . . .’’

ரேவதி வாயைத் திறந்து பேசவில்லை; அசைந்துகூட நிற்கவில்லை. கால் மாற்றி, இடத்தை மாற்றிக்கூடப் பார்க்கவில்லை. நடேசனைத் தவறிக்கூடப் பார்க்கவில்லை.

‘‘ஒனக்கு எப்ப கல்யாணம் கட்டி வைக்கணுமின்னு எனக்குத் தெரியுமா, தெரி யாதா? இத்தன வருச வாத்தியார் வேலயில எத நான் கத்துக்கிட்டன்? பசங்களோட மனசப் புரிஞ்சிக்காத வாத்தியாரா நான்?’’

‘‘. . . . .’’

‘‘ஒரு கணக்கத் தப்பாப் போடுறது சகஜம். போட்ட கணக்குத் தப்பா சரியான்னு திரும்பி ஒரு முற பாக்குறதில்லியா? அந்த மாதிரி பாரு. தப்புன்னு தெரிஞ்சா கணக்க மாத்திப் போடணும். அதான முற? நீ பிளஸ் டூ பரீட்சயில ஒரு கணக்குல ஒரு ஸ்டெப்ப மாத்திப் போட்டுட்டன்னு சொல்லி வீட்டுக்கு வந்து எவ்வளவு

அழுத? அத மறந்திட்டியா? பிளஸ்டூவுல போட்ட கணக்கு பெரிசில்ல. இப்ப நீ போடுற கணக்குத்தான் பெருசு'' என்று சொன்ன நடேசன், சிறிது நேரம் பேசாமல் இருந்தார். கோபம் வந்த மாதிரி ரேவதியைப் பார்க்காமல் வேறு பக்கம் பார்த்தார். பிறகு லேசாக குரலை உயர்த்திக் கேட்டார்.

''போட்ட கணக்குத் தப்புன்னு தெரிஞ்சும், நான் போட்டன் அதனால அது சரின்னு நீ சொல்வியா? மனசு ஆசப்படுதுங்கறதுக்காக தப்பான கணக்கு எப்பிடி சரியான கணக்கா இருக்க முடியும்?''

''. . . . .''

''தெனம் நூறு புள்ளைங்களுக்குப் பாடம் சொல்லித்தர்றவன் நானு. ஒனக்கும் சொல்லிக்கொடுத்திருக்கன். இப்ப நான் சொல்றது கூட்டல் கழித்தல் கணக்கில்ல. மத்தவங்க மதிக்கும்படி எப்பிடி கௌரவமா இருக்கிறதுங்கிறதப் பத்தி, எப்பிடி உசுரோட இருக்கணும்ங்கிறதப் பத்தி; புரியுதா? நல்ல ஸ்கூல்ல படிச்சிருக்க. நல்ல காலேஜில படிச்சிருக்க. ஒனக்கு எல்லாம் புரியும். போ. போயி குளி, துணிய மாத்து, சாப்புடு, வேலக்கிப் போறதப் பத்தி யோசி. நான் கௌம்பறன். அப்பா அம்மா பேரக் காப்பாத்து'' என்று சொன்ன நடேசன், பையை எடுத்துக்கொண்டு படாரென்று கதவைச் சாத்திவிட்டு வெளியே போனார்.

3

ரேவதியைத் தன்னுடைய வழிக்குக் கொண்டுவருவதற்கு எத்தனையோ வழிகளை அமராவதி கையாண்டாள். அவளுடைய பேச்சை மட்டுமல்ல, நடேசனுடைய பேச்சையும் கேட்காமல் ரவியைத்தான் கல்யாணம் கட்டிக்கொள்வேன் என்பதில் அவள் உறுதியாக இருந்தாள். வேறு மாப்பிள்ளைகள் பார்ப்பதையும் அவள் ஏற்றுக்கொள்ளவில்லை. அவளுடைய மனதை மாற்றுவதற்கு என்ன வழி என்று யோசித்துப் பார்த்தபோது நேராகப் போய் ரவியின் வீட்டிலேயே பேசினால் என்ன என்று தோன்றியது. அந்த முடிவு ஓரளவுக்குப் பலன் தரும் என்று அவளுக்குத் தோன்றியது. அவனுடைய வீட்டுக்கு எப்படிப் போவது, என்ன பேசுவது, எப்படிச் சண்டை போடுவது என்று இரவு முழுவதும் யோசித்தபடியே படுத்திருந்தாள். காலையில் நடேசன் பள்ளிக்கூடத்துக்குக் கிளம்பிய சற்றைக்கெல்லாம் ரவியின் வீட்டுக்குப் புறப்பட்டாள்.

டிரைவர் குவார்ட்டர்ஸைத் தாண்டி பர்மா நகருக்கு வந்த அமராவதி, ஆட்டோ ஓட்டுகிற ரவியின் வீடு எது என்று பலரிடம் விசாரித்து வீட்டைக் கண்டுபிடித்தாள். வீட்டில் ரவியினுடைய அம்மா கோகிலா, அப்பா கணபதி, அக்கா பிரியங்கா என்று மூவருமே இருந்தனர். வீட்டுக்குள் வந்த அமராவதிக்கு முதல் பார்வையிலேயே வீடு பிடிக்காமல் போய்விட்டது. இரண்டே இரண்டு அறைதான் வீடு. எந்த ஒழுங்கும் இல்லாமல் இருந்தது. வீட்டின் சூழ்நிலையே அவளுக்குக் கோபத்தைக் கூடுதலாக்கியது. வீட்டுக்குள் வந்ததும் மற்றவர்கள் நீங்கள் யார், என்ன வேண்டும் என்று கேட்பதற்கு வாய்ப்பளிக்காமல் தானாகவே, ''நான் ரேவதியோட

அம்மா'' என்று அமராவதி சொன்னதும், கணபதி, கோகிலா, பிரியங்கா மூவரின் முகத்திலும் திகைப்பு ஏற்பட்டது. என்ன பேசுவது, எப்படிப் பேசுவது என்று தெரியாமல் குழப்பமடைந்தனர். ''ஒக்காருங்க'' என்று சொல்லக்கூட மறந்துவிட்டனர். கணபதியும், கோகிலாவும் வாயைத் திறக்கவில்லை. பிரியங்காதான் ஒரு ஸ்டூலைக் கொண்டு வந்து போட்டு, ''ஒக்காருங்க'' என்று சொன்னாள். ஸ்டூலை அருவருப்புடன் பார்த்த அமராவதி, ''நான் ஒக்காருறதுக்கு வல்ல'' என்று சொன்னாள்.

என்ன பேசுவது, எப்படிப் பேசுவது என்று நேற்றிரவு சிந்தித்து, யோசித்துவைத்திருந்ததெல்லாம் கோபத்தில் மறந்துபோயிற்று. ''ஒங்க பையன் செய்யுறது நல்லதா?'' என்று கேட்டுக் கத்த வேண்டும்போல இருந்தது. ஆத்திரத்தில் வியர்த்தது. நிற்கவும் சிரமப்பட்டாள். ஸ்டூலில் உட்கார்ந்தாள். எடுத்த எடுப்பில் வேகமாகப் பேசினால் வந்த காரியம் கெட்டுவிடும் என்று நினைத்துப் பொதுவான சில கேள்விகளைக் கேட்க ஆரம்பித்தாள்.

கணபதியும், கோகிலாவும் அமராவதி உட்கார்ந்திருந்த ஸ்டூலுக்குப் பக்கத்தில் தரையில் உட்கார்ந்தனர். பிரியங்கா மட்டும் சற்றுத் தள்ளி நின்றுகொண்டிருந்தாள்.

''நாங்க பொறந்ததெல்லாம் பர்மாவுலதான். டோன்ஸ்கிற எடத்தில இருந்தம்.''

''அது எங்க இருக்கு?''

''பாமோங்கிற மாவட்டத்தில இருக்கு.''

''அங்க என்னா செஞ்சிங்க?''

''பல வேல செஞ்சம்.''

''தமிழ் ஆளுங்க அதிகமா?''

''**1930** காலத்தில் ரங்கூனில தமிழவங்கதான் அதிகம்.''

''இங்க எதனால வந்திங்க?''

''**1938** காலத்தில வெள்ளக்காரனுக்கு எதிராக பர்மாக்காரங்க கலகம் செஞ்சாங்க. தமிழவங்க பர்மாக்காரன ஆதரிக்காம வெள்ளைக்காரன ஆதரிச்சாங்க. அதனால வந்த வெனதான் நாங்க இந்தியாவுக்கு வந்தது.''

''அதுக்கும் ஒங்களுக்கும் என்ன சம்மந்தம்?''

''**1960**ல வெள்ளக்காரன் ஆட்சி முடிஞ்சி, ராணுவ ஆட்சி வந்துச்சி. வெள்ளக்காரன ஆதரிச்ச தமிழவங்க நாட்டுல இருக்கக் கூடாதுன்னு சொல்லி பர்மாக்காரங்க கலவரம் செஞ்சாங்க. அடிச்சித் துரத்துனாங்க'' என்று கோகிலா சொன்னாள். அதுவரை பேசாமல் இருந்த கணபதி, ''ராணுவ ஆட்சி இல்ல. ராஜா ஆட்சி'' என்று சொன்னான். அவன் சொன்னதை அவள் காதில் வாங்கிக்கொள்ளவில்லை. அப்போதே அமராவதிக்குத் தெரிந்துவிட்டது, கோகிலா புருசனை மதிக்கக்கூடிய ஆளில்லை என்பது.

''பர்மாக்காரங்க நாட்ட வுட்டு வெளிய போன்னு சொல்லி அடிச்சித் துரத்தினதால தமிழவங்க எல்லாம் இந்தியாகிட்ட 'கப்பல் அனுப்பு. எங்க கண்ணீர நிறுத்து'ன்னு சொல்லி கேட்டாங்க. **1963**ல இந்தியா மூணு கப்பல அனுப்புச்சி.''

''அதுல வந்தவங்களா நீங்க?''

''ஆமாம்.''

''இந்த ஊருக்கு எப்படி வந்தீங்க?''

''பர்மாவுலயிருந்து வந்த அகதிகளுக்கு பொன்னேரி, செங்குன்றம், திருவள்ளூர்ல முகாம் வச்சிருந்தாங்க. நாங்க பொன்னேரி முகாம்ல இருந்தம். பர்மா பஜார்ல வியாபாரம் செஞ்சம்.''

''வியாபாரம் செஞ்சிங்களா?'' ஆச்சரியமாகக் கேட்டாள் அமராவதி.

''பர்மாவுலயிருந்து கொண்டுவந்த பொருள்கள பிளாட்பாரத்தில எங்கப்பா அம்மாலாம் அங்கதான் வச்சி வித்தாங்க. நாளடவில கப்பல்லயிருந்து வர்ற சனங்ககிட்டயிருந்து பொருள வாங்கி விக்க ஆரம்பிச்சாங்க. பர்மாக்காரங்க வியாபாரம் செஞ்சதாலதான் அந்த எடத்துக்கு 'பர்மா பஜார்'ன்னு பேராச்சி.''

''இந்த ஊருக்கு எதுக்கு வந்திங்க?''

''பர்மாவுலயிருந்து வந்தவங்களுக்குக் குடியுரிம தந்தாங்க. பல ஊருல எடம் ஒதுக்கித் தந்தாங்க. எங்களுக்குக் கல்யாணம் ஆனதால இந்த ஊர்ல எடம் ஒதுக்குனாங்க.''

''சொந்தக்காரங்க எல்லாம் எங்க இருக்காங்க?''

''சில பேரு பொன்னேரியில இருக்காங்க. ஒண்ணு ரெண்டு பேரு பர்மாவிலியே இருக்காங்க.''

கோகிலா நிறைய பேசக்கூடிய ஆளாக இருந்தாள். கேட்கிற கேள்விக்கும் கேட்காத கேள்விக்கும் பதில் சொல்கிற ஆளாக இருந்தாள். கோகிலாவினுடைய கண் அசைந்தால்தான் கணபதி பேசுவான்போல இருந்தது. நல்ல குண்டாக, நல்ல சிவப்பாக இருந்தாள் கோகிலா. ரேவதியின் பிரச்சினையை எப்படி ஆரம்பிப்பது என்று யோசித்துக்கொண்டிருந்தபோது பிரியங்கா தண்ணீர் கொண்டுவந்து கொடுத்தாள். தயவு தாட்சண்யமில்லாமல் ஒரே வார்த்தையாக, ''தேவயில்ல'' என்று அமராவதி சொன்னாள்.

''கல்யாணமாயிடிச்சா?'' பிரியங்காவிடம் கேட்டாள் அமராவதி. அவள் அதற்குப் பதில் சொல்லவில்லை. கோகிலாதான் பதில் சொன்னாள்.

''வயசாயிடிச்சி. மாப்ள ஒண்ணும் அமயல. பொன்னேரி, செங்குன்றம், திருவள்ளூர் முகாம்லதான் சொல்லிவச்சியிருக்கன். எல்லாரும் பர்மா பஜார்ல வேல செய்யுற பசங்களாகவே இருக்காங்க. அதான் சிக்கலா இருக்கு?''

''ஒங்க பையனுக்கு எப்ப கல்யாணம்?'' அமராவதி கேட்டதற்கு கோகிலா வாயைத் திறக்கவில்லை. அதுவரை அடக்கி வைத்திருந்த கோபத்தைக் காட்டினாள் அமராவதி.

''ஒங்கள பாத்தா நல்ல ஆளுங்களாத் தெரியுது. அதனால சொல்றன். ஒருத்தங்க ஊட்டுப் பொண்ணு மனசக் கெடுக்கிறது நல்லதில்லன்னு ஒங்க பையன்கிட்ட சொல்லுங்க. ஒங்களுக்கும் ஒரு பொண்ணு இருக்கு.''

''எங்க உயரம் எங்களுக்குத் தெரியும். அதுக்கேத்த மாதிரிதான் நாங்க வாழ்ந்துக்கிட்டிருக்கம்.''

''எங்க தெருப் பக்கம் வர்றது, வீட்டுப் பக்கம் வர்றது, தெரு முனயிலயே நிக்குறது எல்லாம் நல்ல குடும்பத்துப் பையன் செய்யுற காரியமா?'' என்று கேட்டாள் அமராவதி.

''என்னிக்கி ஆட்டோ ஓட்டறேன்னு போனானோ அதுலயிருந்துதான் எங்க பேச்சக் கேக்கறத வுட்டுட்டான்.''

''ஓங்க பையன் இனி எங்க வீட்டுப் பக்கம் வந்தா அப்பறம் நான் போலீசுக்குத் தான் போவன். பிரச்சன பெருசாயிடும். சொல்லிவைங்க'' கட்டளை மாதிரி அமராவதி சொன்னாள்.

கோகிலா, அமராவதியை நேருக்கு நேர் பார்த்து, ''ஓங்க பொண்ணுகிட்டயும் ஒரு வாத்த சொல்லிவைங்க'' என்று சொன்னதும், அமராவதிக்குத் தலைகால் புரியாத அளவுக்குக் கோபம் உண்டாயிற்று.

''எம் பொண்ணுதான் திமிர் எடுத்து அலயுறாளா?'' சத்தமாகக் கேட்டாள்.

''நான் அப்பிடி சொல்லல. பொட்டச்சி எடம் கொடுக்கலன்னா எந்த ஆம்பள தான் என்னா செய்ய முடியும்ன்னுதான் சொன்னன்.'' கோகிலாவின் சமாதானப் பேச்சை அமராவதி கேட்கவில்லை. முன்பைவிடச் சத்தமாகவும், கோபமாகவும் ஆத்திரம் பொங்கவும் சொன்னாள், ''ராவும் பகலும் ஓயாம தொந்தரவு செஞ்சா ஒரு பொண்ணு என்னதான் செய்வா? பொட்டச்சி மனசு எரக்கப்பட்ட மனசுதான? வளப்பு சரியா இருந்தா எல்லாம் சரியா இருக்கும்'' என்று அழுத்தமாகச் சொன்னாள்.

கோகிலாவுக்கும் லேசாகக் கோபம் வந்த மாதிரி தெரிந்தது. ''நாங்க பர்மாவுல எப்படியிருந்தம்ன்னு ஒங்களுக்குத் தெரியாது. இந்தியாவுக்குக் கப்பலேறுன அன்னிக் கித்தான் நாங்க பிச்சக்காரங்களா ஆயிட்டம். ஏண்டா இந்தியாவுக்கு வந்தம்ன்னு ஒவ்வொரு நாளும் வேதனப்படுறம்'' என்று சொன்னாள்.

''நான் ஓங்களோட பர்மா கதயக் கேக்கறதுக்கு வரலம்மா. ஒங்க பையன் செய் யுறது சரியான்னுதான் கேக்க வந்தன். ஒடம்பு பூராவும் எம் பொண்ணு பேரப் பச்ச குத்திக்கிட்டு எதுக்கு வந்து எங்க வீட்டு வாசல்ல நிக்குறான்? பிளேடால கையில கிழிச்சிக்கிட்டு நிக்குறான்?'' என்று கேட்கும்போதே அமராவதிக்கு நிதானம் குறைய ஆரம்பித்தது.

''எங்களுக்கே ஒரு மாசத்துக்கு முன்னாலதான் விஷயம் தெரிஞ்சிது. சண்ட போட் டுக்கிட்டுத்தான் இருக்கம்.''

''ஓங்க பையனோட நடவடிக்க பாக்குறதுக்கு அசிங்கமா இருக்கு. பொழப்பப் பாப்பானா பொட்டச்சி பின்னால சுத்துவானா?''

''பொட்டச்சி பல்லக் காட்டுலன்னா ஆம்பள எதுக்குப் பொட்டச்சி பின்னால போறான்?'' என்று கோகிலா பொதுவாகத்தான் சொன்னாள். ஆனால், அமராவ திக்குக் கோபம் சர்ரென்று ஏறிவிட்டது.

''இனி ஒங்க பையன் பிளேடால கையக் கிழிச்சிக்கிட்டு, பச்சகுத்திக்கிட்டு எங்க வீட்டுப் பக்கம் வந்தா வாயால பேசிக்கிட்டு இருக்க மாட்டன். இதே மாரி ஒங்க பொண்ணு பேர ஒடம்பு பூராவும் பச்சகுத்திக்கிட்டு, கையில, காலுல பிளேடால கிழிச் சிக்கிட்டு ஒங்க வீட்டு வாசல்ல ஒரு நாயி வந்து நின்னா நீங்க என்னா செய்வீங்க?''

''கோபப்படாதிங்க'' என்று அடங்கின குரலில் கணபதி சொன்னான். கோகிலா முகத்தைத் திருப்பிக்கொண்டாள். பிரியங்கா எதுவும் பேசவில்லை.

அமராவதி சட்டென்று ஸ்டூலை விட்டு எழுந்தாள். எச்சரிப்பது மாதிரி சொன்னாள், ''சொல்றத சொல்லிட்டன். மீறி என் வீட்டுப் பக்கம் ஆளப் பாத்தன். நானே செருப்பால அடிப்பன்.''

கோகிலா எதுவும் பேசவில்லை. கணபதி ஆடாமல் அசையாமல் உட்கார்ந்திருந்தான். அழுதுவிடுவது மாதிரி நின்றுகொண்டிருந்தாள் பிரியங்கா.

''ஒன்னெ இந்த மாதிரி ஒரு பொறுக்கிப் பய வந்து ராவும் பகலும் தொந்தரவு செஞ்சா நீ என்னா செய்வ?'' என்று பிரியங்காவிடம் அமராவதி கேட்டாள். அவள் எதுவும் பேசாமல் நின்றுகொண்டிருந்தாள். அவளுடைய முகம் செத்துப்போய் இருந்தது.

''இதான் கடசி. மீறி வந்தா ஜெயிலுக்கு அனுப்பிடுவன்'' என்று பிரியங்காவிடம் சொல்லிவிட்டுப் பட்டென்று வீட்டை விட்டு வெளியே வந்தாள். அப்போது, ''பொட்டச்சி பல்லக் காட்டுலன்னா ஆம்பள எதுக்கு அவ பின்னால போறான்?'' என்று கோகிலா சொன்னது அமராவதியின் காதில் விழுந்தது. உடனே திரும்பிப் போய் சண்டை போட வேண்டும் என்ற வெறி உண்டாயிற்று. அதே நேரத்தில் இன்னும் மோசமாகப் பேசினால் என்ன செய்வதென்று யோசித்தாள்.

''பெத்தத் தாய தல குனிய வைக்கிறவ எல்லாம் செத்தா என்னா?'' என்று சொல்லும்போதே அமராவதியின் கண்கள் கண்ணீரால் நிறைந்தன.

4

''ஒரு வரன் சொன்னாங்க. அதெ என்னான்னு விசாரிச்சிட்டு வர்றன்'' என்று சொல்லிவிட்டு நடேசன் வெளியே போன மறுநொடியே அறையிலிருந்து ரேவதி வேகமாக எழுந்து போனாள். அவள் போன விதம் பயத்தை உண்டாக்கியதால் கீரை உருவிக்கொண்டிருந்ததை அப்படியே போட்டுவிட்டுச் சமையலறைக்கு ஓடினாள் அமராவதி. அப்போது தீப்பெட்டியைக் கையில் வைத்துக்கொண்டு கேஸைத் திறந்துவிடுவதற்கு ரேவதி தயாராக இருந்தாள். அதைப் பார்த்ததும், போன வேகத்தில் தீப்பெட்டியைப் பிடுங்கி சன்னல் வழியாக வெளியே விட்டெறிந்தாள். உடல் நடுங்க, ''என்னடி காரியம் செய்யுற?'' என்று கேட்டாள்.

''எனக்கு மாப்ள பாக்கக் கூடாது'' ரேவதி இரும்புக் கம்பி மாதிரி விறைப்பாக நின்றுகொண்டிருந்தாள்.

''அதுக்காக நீ எதுக்கு சாவப்போற? நீ சாவக் கூடாது. ஒன்னெ பெத்தனில்ல, அதுக்காக நான் சாவுறன். நீ ஒன்னோட எண்ணத்த நெறவேத்திக்க.''

அமராவதியைப் பார்க்கக் கூடாது என்பதுபோல் ரேவதி ஜன்னல் பக்கமாகப் பார்த்துகொண்டிருந்தாள். அமராவதி அழுவதைப் பற்றித் தனக்கு அக்கறை இல்லாதது போல காட்டிக்கொண்டாள். விர்ரென்று சமையலறையை விட்டுத் தன்னுடைய அறைக்குள் போனாள். சிறிது நேரம்வரை அமராவதி சமையலறையிலேயே அழுதுகொண்டிருந்துவிட்டு ரேவதியின் அறைக்கு வந்து கட்டிலில் உட்கார்ந்தாள். ரேவதியைக் கூர்ந்து பார்த்தாள். நிதானமான குரலில் கேட்டாள்.

''வழியே போற ஒருத்தனுக்காகவா ஒன்னோட ஒடம்ப எரிச்சிக்கப்போற? நல்ல பொண்ணுதான்'' என்று சொல்லிவிட்டு முந்தானையால் கண்களைத் துடைத்துக் கொண்டாள்.

''நீ சொல்றது, செய்யுறது நல்லதா இருந்தா நாங்க எதுக்குத் தடுக்கப்போறம்?''

''. . . . .''

''ஒரு டாக்டரு, இஞ்சினியரு, இல்ல ஒரு வாத்தியாருக்காவது படிச்சிருக்கானா? தகரக் கொட்ட மாதிரி ஒரு வீடு. சொந்தபந்தம்ன்னு யாருமில்ல. சொத்துன்னு ஒரு எட்டணா இல்ல. ஆட்டோகூட சொந்தமா இல்ல. சேட்டுக்கிட்ட டியூவில வாங்கி யிருக்கான். அவன்தான் ஒனக்கு ஏத்தவன்ங்கிறதுக்கு ஒரே ஒரு காரணத்த மட்டும் எனக்குச் சொல்லு. அவனுக்கே ஒன்னெக் கட்டிவச்சிடுறன்.''

''சொல்லத் தெரியல'' என்று ரேவதி முணுமுணுத்தாள். என்ன காரணத்துக்காகத் தனக்கு ரவியைப் பிடித்திருக்கிறது என்று யோசித்தாள். கோயிலில் ஏழெட்டு முறைக்கு மேல் பார்த்திருக்கிறாள். தன்னுடைய பெயரை இரண்டு கைகளிலும், நெஞ்சிலும் பச்சைகுத்தியிருக்கிறான். இவள் எப்போது வருவாள் என்று கோயிலிலேயே உட் கார்ந்திருக்கிறான். ஒரு நாளைக்குக் குறைந்தது முப்பது நாற்பது முறைக்கு மேல் வீட்டு வாசல் வழியே போகிறான். வருகிறான். ஸ்டைலாக கிராப்பும், கிருதாவும், மீசையும் வைத்திருக்கிறான். ஆள் வாட்டசாட்டமாக இருக்கிறான். நல்ல நிறமாக இருக்கிறான். வடிவான முகம். பார்க்கும்போதெல்லாம் 'நீ இல்லன்னா நான் செத் திடுவன்' என்று சொல்வான். இவ்வளவுதான். இதில் எது தனக்குப் பிடித்திருக்கிறது? சட்டென்று அவளால் ஒரு பதிலையும் சொல்ல முடியவில்லை.

''அவனத் தெருவுல பாத்தியோ, கோயில்ல பாத்தியோ, ஒரு மாசம்தான் பாத் திருப்ப. அதுக்குள்ளார எம்மாம் பேசி, பழகியிருப்ப? ஒரு மாசத்திலியே அவனுக்காக நீ சாவப்போற?''

ரேவதி முகத்தைத் தொங்கப்போட்டுக்கொண்டு உட்கார்ந்திருந்தாள். அவள் பதில் சொல்லாவிட்டாலும் அமராவதி அழுவதையும் கேள்வி கேட்பதையும் நிறுத்தவில்லை.

கிரகக் கோளாறாக இருக்குமோ என்று அமராவதி சந்தேகப்பட்டாள். அப்படித் தான் இருக்க வேண்டும். காலேஜில் படித்துவிட்டு வரும்வரை தங்கம் என்று பெயர் எடுத்த பெண்ணுக்கு வீட்டில் தங்கியிருந்த ஒன்றிரண்டு மாதங்களில் புத்தி ஏன் தடுமாறிப்போயிற்று? கிரகக் கோளாறுதான் காரணம் என்றால் பரிகாரம் செய்து நிவர்த்தி செய்துவிடலாம்.

முன்பு ரேவதி தீக்குளிக்கப் போனதற்காக அழுதாள். இப்போது என் பெண்ணைக் கிரகக் கோளாறு வந்து பிடித்தாட்டுகிறதே என்று எண்ணி அழுதாள். ரேவதியின் மேல் இருந்த கோபம் லேசாகக் குறைந்தது. கிரகக் கோளாறுக்கு அவள் என்ன செய்வாள் என்ற எண்ணம் ஏற்பட்டது. அவளுடைய ஜாதகத்தை எடுத்துக்கொண்டு போய் ஜோசியக்காரனிடம் காட்டி விஷயம் என்னவென்று கேட்கலாமா என்ற எண்ணம் உண்டானது. அவளுடைய ஜாதக நோட்டு எங்கிருக்கும் என்று யோசித்தாள். வேக மாக எழுந்து போய் பீரோவைத் திறந்து ஜாதக நோட்டைத் தேட ஆரம்பித்தாள். ஒரு மணி நேரத்துக்கு மேல் தேடிய பிறகுதான் ஜாதக நோட்டு கிடைத்தது. ஜாதக

நோட்டு கிடைத்ததே பெரிய தங்கப் புதையல் கிடைத்ததுபோல சந்தோஷம் உண்டாயிற்று. ஜாதகத்தில் எந்தக் கோளாறு இருந்தாலும், அதற்குப் பரிகாரம் செய்து விடலாம் என்ற நம்பிக்கை உண்டாயிற்று. பக்கத்து வீடுகளுக்குப் போனாள். எதிர்த்த வீடுகளுக்குப் போனாள். எந்த ஊரில் நல்ல ஜோசியக்காரன் இருக்கிறான் என்று ஒவ்வொரு வீடாகச் சென்று விசாரித்தாள்.

'கழுதூர் சுந்தரமூர்த்திதான்' என்று தெருக்காரர்கள் சொன்னதை நம்பாமல் தனக் குத் தெரிந்தவர்களிடம் போன்போட்டு விசாரித்தாள். எந்த ஊர் ஜோசியக்காரன் நன்றாகப் பார்க்கிறான்? இதையேதான் அமராவதி எல்லோரிடமும் கேட்டாள். கடைசியில் கழுதூர் சுந்தரமூர்த்தியைப் பார்ப்பது என்று முடிவெடுத்தாள். கழுதூர் எங்கு இருக்கிறது, எத்தனை மணிக்கு பஸ், எவ்வளவு தூரம், எங்கே இறங்க வேண் டும், ஜோசியக்காரன் இருக்கும் தெருப் பெயர் என்ன என்பதையெல்லாம் தெளிவாக விசாரித்தாள். கழுதூர் ஜோசியக்காரனிடம் போவதென்று முடிவெடுத்த பிறகுதான் அவளால் ஒரு இடத்தில் உட்கார முடிந்தது.

அமராவதிக்கு வீட்டு வேலைகள் எதுவும் ஓடவில்லை. நடேசன் எப்போது வரு வார் என்று கடிகாரத்தைத் திரும்பத்திரும்பப் பார்த்தாள். அவரிடம் சொல்ல லாமா வேண்டாமா என்று யோசித்தாள். சொல்லிவிடுவதுதான் நல்லது. ஜாதகத்தில் கோளாறு இருந்து, அதற்காகப் பரிகாரம் செய்ய வேண்டும் என்றால் அவருக்குத் தெரியாமல் செய்ய முடியாது. ரேவதி விஷயத்தில் எது செய்தாலும் அவர் தடுக்க மாட் டார். எப்படியாவது நல்லது நடக்க வேண்டும். அவளுடைய குணம் மாற வேண்டும் என்ற ஆசை அவருடைய மனதிலும் இருக்கத்தானே செய்யும்? கடிகாரத்தைப் பார்த்தாள். நடேசன் வருகிற நேரம்தான். அப்போதுதான் மதியம் சாப்பிடவில்லை என்பது அவளுக்கு நினைவுக்கு வந்தது. ரேவதியிடம் சாப்பிடுகிறாயா என்று கேட் டாள். அவள் பதில் எதுவும் சொல்லவில்லை. அதனால், சமையலறைக்குச் சென்று காப்பி போட ஆரம்பித்தாள்.

நடேசன் வந்தார். முகம், கை கால்கூட அவர் கழுவவில்லை, மிகவும் முக்கியமான அதிசயத்தைக் கண்டுபிடித்ததுபோல ஜாதக நோட்டைப் பற்றி, கிரகக் கோளாறைப் பற்றி, கழுதூர் ஜோசியக்காரனைப் பற்றிச் சொன்னாள். எல்லாவற்றையும் பொறு மையாகக் கேட்டுவிட்டு, "புத்தி சரியா இருந்தா கிரகம் என்னா செய்யும்?" என்று மட்டும் கேட்டார்.

"போன விசயம் என்னாச்சி?" என்று கேட்டாள்.

"ஒன்னோட மவ விவகாரம்தான் ஊர் முழுக்க தெரிஞ்சி கெடக்கே" என்று சொல்லிவிட்டுத் தன்னுடைய அறைக்குள் போய்ப் படுத்துவிட்டார்.

ஜோசியக்காரனைப் பார்த்து கிரகக் கோளாறைத் தெரிந்துகொண்டு அதற்குரிய பரிகாரத்தைச் செய்துவிட்டால் ரேவதியின் பிடிவாத குணம் மாறிவிடும் என்று முழுமையாக அமராவதி நம்பினாள். எந்த இடத்தில் இருந்தாலும், எந்த வேலை செய்தாலும் ஜாதகம், கிரகக் கோளாறு பரிகாரம் என்ற சிந்தனையிலேயே இருந்தாள். இரவு எப்போது வரும், எப்போது விடியும், எப்போது கழுதூர் போவோம் என்ற எண்ணம்தான் அவளுடைய மனதில் ஓடிக்கொண்டிருந்தது. இரவு முழுவதும்

தூங்காமல் யோசித்துக்கொண்டிருந்தாள். என்ன தோஷம் இருக்கும்? அதற்கு என்ன பரிகாரம்?

மறுநாள் காலையில் பள்ளிக்கூடத்துக்கு நடேசன் புறப்பட்ட சற்றைக்கெல்லாம் ஜாதக நோட்டுடன் கழுதூருக்கு பஸ் ஏறினாள். ஜோசியக்காரன் வீட்டுக்கு வரும்போது பதினோரு மணி. ஏற்கெனவே ஒரு குடும்பத்தினருக்கு ஜாதகம் பார்த்துக் கொண்டிருந்தான் ஜோசியக்காரன். ஒரு ஜோசியம் சொல்வதற்கு ஒரு மணி நேரத்துக்கு மேல் எடுத்துக்கொண்டான். அதுவே மிகுந்த எரிச்சலை ஏற்படுத்தியது. நெற்றி முழுவதும் திருநீறு பூசியிருந்தான். உதடுகளில் வெற்றிலைக் கறை படிந்திருந்தது. நல்ல தடிமனாக இருந்தான். உலகத்துக் கறுப்பையெல்லாம் ஒன்றாக சேர்த்துச் செய்த பொம்மைபோல இருந்தான். தலை மயிர் மட்டும்தான் வெள்ளை. குரல் கோயில் மணிபோல இருந்தது. நேரம் போவது பொறுமையை இழக்கச்செய்தது. அப்போது அமராவதியின் மனதில் ரேவதியின் ஜாதகத்தில் என்ன குறை இருக்குமோ, கோளாறு இருக்குமோ என்ற கவலை நிறைந்திருந்தது. ஒரு ஆணும், ஒரு பெண்ணும் மோட்டார் பைக்கில் ஜோசியம் பார்ப்பதற்காக வந்தனர். சொல்லிக்கொண்டிருந்த ஜோசியத்தை முடித்துவிட்டு அடுத்து அமராவதியை, ‘‘வாங்கம்மா’’ என்று ஜோசியக்காரன் கூப்பிட்டான்.

இருநூறு ரூபாய் பணம், வெற்றிலைபாக்கு, ஜாதக நோட்டு என்று அமராவதி கொடுத்தாள். ஜாதக நோட்டை வாங்கிப் பக்கம் பக்கமாகப் படித்தான். பிறகு ஒரு வெள்ளைத் தாளை எடுத்துக் கணக்குப் போட்டான். கணக்குப் போட்டு முடித்ததும் விஷயம் என்னவென்று சொல்ல ஆரம்பித்தான்.

‘‘நல்ல வலுவான ஜாதகம் இது. இந்த ஜாதகரால அப்பா அம்மாவுக்கு, அண்ணன் தம்பிக்கு எந்தக் கெடுதலும் வராது. கல்வி ஸ்தானம் வலுபெத்திருக்கிறதால பெரிய படிப்பா படிச்சிருக்கணும். டாக்டரு, இஞ்சினியருன்னுகூட சொல்லலாம் வாக்கு ஸ்தானம் உச்சம் பெற்றிருக்கிற காரணத்தில அரசாங்க உத்தியோகத்துக்குப் போவுமின்னு அடிச்சிச் சொல்லலாம். புத்தி ஸ்தானத்திலேயும் கொற இல்ல. களத்திர ஸ்தானத்திலயும் கொறயா சொல்றதுக்கு எதுவும் இல்ல. செவ்வா தோசம் இல்ல. மாங்கல்ய தோசம் இல்ல. ஜாதகருக்கு வரக்கூடிய மாப்ள பொண்ணுக்கு ஏவல் ஆள் மாதிரிதான் இருப்பாரு. மாப்ள வசதியில, வாய்ப்புல கொஞ்சம் கை ஓங்கின ஆளாத்தான் இருப்பாரு. ஆனாலும், பொண்ணுக்கு அடங்குனவராத்தான் இருப்பாரு. குழந்த பாக்கியம்னு பாத்தா, மூணுன்னு சொல்லலாம். அதில ஆணு ஒண்ணு, பொண்ணு ரெண்டுன்னு சொல்ல ஜாதகத்தில இடமுண்டு. ஜென்ம சனி, வக்கிர சனின்னு ஒண்ணும் இல்ல. புதன் உச்சம் பெற்றிருக்கிற காரணத்தினால, தான் நெனைக்கிறது மட்டும்தான் ‘சரி’ன்னு நெனைக்கிற குணம் இருக்கும். அப்பா அம்மாவுக்கு மனக் கிலேசத்தத் தராது. பிணி, பீட, நோவு நொடின்னு எதுவும் இந்த ஜாதகரால உண்டாகாது. நல்ல சேமமா இருக்கும்’’ என்று சொல்லி முடித்த ஜோசியக்காரன் அடுத்தது என்ன என்பதுபோல அமராவதியைப் பார்த்தான்.

‘‘இந்தப் பொண்ணுக்குக் கல்யாணம் எப்பங்க நடக்கும்?’’ என்று ஆர்வத்துடன் கேட்டாள் அமராவதி.

‘‘செவ்வா எட்டாம் எடத்தில இருக்கிறதால இன்னும் மூணு வருசத்துக்கு ஆண்டவனே நெனச்சாலும் கல்யாணம் நடக்காது.’’

‘‘கல்யாணம் நல்லபடியா நடக்குமா?’’

‘‘புதன் உச்சம் பெத்திருக்கான், அதனால ‘ஓகோ’ன்னு நடக்கும்.’’

‘‘வேலக்கிப் போவாளா?’’

‘‘வாக்கு ஸ்தானாதிபதி ஸ்ட்ராங்கா இருக்கிற காரணத்தினால அரசாங்க உத்தியோகத்துக்கு நிச்சயமா போவும். புதன் ஏழாம் எடத்தில இருக்கான். அதனால அதிகாரத்தக் கொடுப்பான்.’’

‘‘ஆயுளு எப்பிடி இருக்கு?’’

‘‘எழுவது சொல்லலாம். அதுக்கு மேல இருக்கவும் ஜாதகத்தில அதிகாரம் இருக்கு. மூணு கிரகம் உச்சம் பெத்திருக்கு. சோரம்போன கிரகம்ன்னு ஜாதகத்தில எதுவுமில்ல. செவ்வா கெட்டவன்தான். ஆனா, இந்த ஜாதகத்தில கெடுதல் செய்யுற எடத்தில அவன் இல்ல.’’

‘‘தோசம் ஏதாச்சும் இருக்கா?’’

முன்பு கணக்குப் போட்டுப் பார்த்த பேப்பரை எடுத்துப் பார்த்தான். பிறகு, ‘‘தோசம்ன்னு ஒண்ணுமில்ல. நான் சொல்றத நம்பலன்னா, ஒங்களுக்கு மனசில ஏதாச்சும் கொற இருந்தா திருநள்ளாறு சனி பகவான் கோயிலுக்குப் போய் தீர்த்த குளத்தில தல முழுகிட்டு அர்ச்சன ஒண்ணு பண்ணிட்டு வாங்க. ஒரு கொறயும் வராது’’ என்று சொல்லிவிட்டு ஜாதக நோட்டை எடுத்துக்கொடுத்து, ‘‘போயிட்டு வாங்க’’ என்று சொன்னான்.

ஜாதகத்தில் குறை இல்லை, தோஷம் எதுவும் இல்லை, மூன்று வருஷத்துக்குக் கல்யாணம் நடக்காது என்று ஜோசியக்காரன் சொன்ன வார்த்தைகள் அமராவதிக்கு அவ்வளவு பெரிய நம்பிக்கையை, மன ஆறுதலைத் தந்தன. எல்லாம் சரியாகிவிடும் என்ற மன நிம்மதியோடு வீட்டுக்கு வந்தாள். வீட்டுக்கு வந்தாலும் கழுதூர் ஜோசியக்காரன் சொன்னதை மட்டும் நம்பிக்கொண்டிருக்காமல் அருகேரி, பொன்னேரி, நல்லூர் என்று அடுத்தடுத்த ஜோசியக்காரர்களைப் பார்ப்பதற்காக மூன்று நான்கு நாட்கள் அலைந்தாள். அது மட்டுமல்லாமல் கிளி ஜோசியக்காரனிடமும் ஜோசியம் கேட்டாள். சொல்லிவைத்தது மாதிரி கழுதூர் ஜோசியக்காரன் சொன்னதைப் போலத்தான் எல்லோரும் சொன்னார்கள்.

‘‘தோசம் இல்லை. கிரகக் கோளாறு இல்லை. எழுபது வயசு வர இருக்கும். அரசாங்க உத்தியோகத்துக்குப் போகும். நான் சொல்றது நடக்கலன்னா ஜோசியம் சொல்றதையே வுட்டுடுறன்.’’

திருநள்ளாறுக்குப் போகலாம் என்று அமராவதி கூப்பிட்டதற்கு, ‘‘எனக்கு செவ்வா தோஷம்ன்னு ஜோசியக்காரன் சொன்னானா?’’ என்று கேட்ட ரேவதி, அமராவதி என்ன பதில் சொல்கிறாள் என்பதற்காகக் காத்திருக்காமல், ‘‘பூமி கிரகத்துக்கும் செவ்வா கிரகத்துக்கும் எத்தன லட்சம் கிலோமீட்டர் தூரம் தெரியுமா? அந்த கிரகம் வந்து என்னெ எப்பிடிப் புடிக்கும்? எனக்கும் செவ்வா கிரகத்துக்கும் சண்டயா? அது வந்து என்னெ எதுக்குப் புடிக்கப்போவுது?’’ என்று சொல்லிவிட்டுச் சிரித்தாள்.

‘‘செவ்வா தோஷமெல்லாம் இல்லடி. சனி கிரகம் இருந்தா ஏதாச்சும் கோளாற உண்டாக்கும். போயிட்டு வந்திடலாம்.’’

‘‘எங்கியும் நான் வல்ல.’’

‘‘. . . . .’’

5

வாசலில் உட்கார்ந்து டீ குடித்துக்கொண்டிருந்தாள் கோகிலா. அவளுக்குப் பக்கத்தில் உட்கார்ந்து டீ குடித்துக்கொண்டிருந்தான் கணபதி. தன்னுடைய டீயை எடுத்துக்கொண்டு வீட்டுக்குள் போனாள் பிரியங்கா. வாசலுக்குச் சற்றுத் தள்ளி, தெருவில் வைத்து ஆட்டோவைக் கழுவிக்கொண்டிருந்த ரவியிடம், ‘‘வந்து டீயக் குடி’’ என்று கோகிலா சொன்னாள். அதற்கு அவன், ‘‘நான் கடயில குடிச்சிக்கிறன்’’ என்று சொன்னான். அவனுடைய கவனமெல்லாம் ஆட்டோவைக் கழுவுவதில் இருந்தது. அவன் எப்போது ஆட்டோவைக் கழுவினாலும் கழுவி முடிப்பதற்குக் குறைந்தது அரை மணி நேரமாவது ஆகும். அவனுக்கு ஆட்டோ சுத்தமாக இருக்க வேண்டும். ஆட்டோவில் செட் பண்ணியிருக்கிற டேப் ரிக்கார்டர் சத்தமாகப் பாட வேண்டும். எல்லாவற்றையும்விட முக்கியமானது ஹாரன், நன்றாகவும், சத்தமாகவும் அடிக்க வேண்டும். ஹாரனில் கை வைத்தாலே ரவியினுடைய ஆட்டோ வருகிறது என்று தெருவில் எல்லோருக்கும் தெரிய வேண்டும் என்பது அவனுடைய ஆசை. தன்னுடைய ஆசையை நிறைவேற்றுகிற விதமாகத்தான் ஆட்டோவில் ஹாரன் வைத்திருந்தான்.

‘‘வந்து டீயக் குடிச்சிட்டுப் போ’’ என்று கோகிலா மீண்டும் சொன்னாள். அவள் சொன்னதைக் காதில் போட்டுக்கொள்ளாமல் தன்னுடைய வேலையில் கவனமாக இருந்தான் ரவி. ‘நேற்றிரவு சண்டைபோட்டதற்காகத்தான் இப்போது டீ வேண்டாம் என்று சொல்கிறான்’ என்று நினைத்த கோகிலாவுக்குக் கோபம் உண்டாயிற்று.

‘‘நேத்து ராத்திரி நடந்த சண்டய மனசில வச்சிக்கிட்டு இப்ப டீ வேண்டாங்கிறியா?’’ என்று கேட்டாள். அதற்கு அவன் எந்தப் பதிலும் சொல்லவில்லை.

‘‘ஒனக்கு ரெண்டு வயசு மூத்தவ. அவளுக்கு ஒரு கல்யாணத்தப் பண்ணிவைக்க முடியல. பொட்ட புள்ளை வீட்டுல குந்தியிருக்கிறப்ப நீ வந்து காதலிக்கிறன், கல்யாணம் கட்டப்போறன்னு சொல்ற. வெக்கமா இல்லெ?’’ என்று கேட்டாள். ரவி வாயைத் திறக்கவில்லை. ஆட்டோவைக் கழுவுவதில் அக்கறையாக இருப்பதுபோலக் காட்டிக்கொண்டான்.

‘‘எம் பொண்ணுக்கு ஒரு வழிகாட்டிட்டு நீ எதனா செஞ்சிக்கிட்டுப் போ. நான் குறுக்க நிக்கல’’ என்று முன்பைவிடக் குரலை உயர்த்திச் சொன்னாள் கோகிலா. அவள் எப்போது பேசினாலும் பேசுகிற ஒவ்வொரு வார்த்தையும் விஷ ஊசி போடுவது போல்தான் இருக்கும். எந்த விஷ ஊசி போட்டாலும், எத்தனை விஷ ஊசி போட்டாலும் என்னை ஒன்றும் செய்யாது என்பது போலத்தான் ரவியினுடைய நடவடிக்கை இருந்தது.

‘‘பர்மா நகர்ல, டிரைவர் குவார்ட்டர்ஸில எம்மாம் பசங்க இருக்கானுவ. அதுல ஒருத்தனக்கூடமா இவளுக்குப் புடிக்கல? ஒரு பயலப் புடிச்சி இழுத்துக்கிட்டு ஓடியாச்சும் தொலயாம குந்தியிருக்கிறா’’ என்று கோகிலா சொன்னபோது சட்டென்று அவளைப் பார்த்தான் ரவி. அவனுக்குக் கோபம் தலைக்கு ஏறியதுபோல், ‘‘பெத்த அம்மா மாதிரியா பேசுற?’’ என்று கேட்டான்.

‘‘நீயும் ஒங்கப்பாவும் அவளுக்கு ஒரு கல்யாணத்தக் கட்டிவச்சா நான் எதுக்குப் பேசப்போறன்?’’ என்று கேட்டாள் கோகிலா.

‘‘செய்ய மாட்டமா?’’

‘‘எப்ப?’’

‘‘டைம் வரும்போது.’’

‘‘ஒங்களுக்கு டைம் அவ கிழவியான பிறகுதான் வரும்’’ அழுத்தம் திருத்தமாகச் சொன்னாள். அதைக் கேட்ட ரவி பல்லைக் கடித்துக்கொண்டே, ‘‘வாய மூடுறியா?’’ என்று கேட்டான்.

‘‘நான் வாய மூடிக்கிறன். நீ ஊர்ல இருக்கிறவ பின்னாடி சுத்து. தெருவே போறவயெல்லாம் வீடேறி வந்து என்னெத் திட்டிட்டுப் போவட்டும். எம் பொண்ண அசிங்கப்படுத்திட்டுப் போவட்டும். போன வாரம் அந்த பொம்பள வந்து என்னாப் பேசிட்டுப் போனான்னு ஒனக்குத் தெரியுமா?’’

அமராவதி வந்து திட்டிவிட்டுப் போனதை வைத்துச் சாடையாகப் பேசுகிறாள் என்பது தெரிந்ததும் தலையே வெடித்துப் போகிற அளவுக்கு அவனுக்குக் கோபம் உண்டாயிற்று. பல்லைக் கடித்தான். ஆட்டோவில் ஓங்கி ஒரு குத்துவிட்டான். ‘‘காலயிலியே வாசல்ல வந்து ஒக்காந்துகிட்டு என்னாப் பேசுற?’’ என்று கேட்டு கோகிலாவை முறைத்தான்.

‘‘ஒங்கக்கா வயசுக்கு வந்து எத்தினி வருசமாவுது? அவளுக்கு ஒரு வழிய செஞ்சிட்டு அப்பறமா நீ எந்தக் கழுதய வேணும்ன்னாலும் இழுத்தாந்து வச்சிக்க. அதுக்கு முன்னால காதல், கல்யாணம்ன்னு சொன்னா, பெத்த புள்ளைன்னுக்கூட பாக்க மாட்டன். வெசத்த வச்சிக் கொன்னுடுவன்.’’ ஆங்காரமாகச் சொன்னாள் கோகிலா.

‘‘முதல்ல அதச் செய்’’ என்று சொன்ன ரவி, ஆட்டோவை ஈரத் துணியால் துடைக்க ஆரம்பித்தான்.

கோகிலாவும் ரவியும் பேசிக்கொள்வதில் தனக்கு எந்த சம்பந்தமும் இல்லை என்பதுபோல் டீ தம்ளர்களை எடுத்துக்கொண்டு வீட்டுக்குள் போனான் கணபதி.

‘‘எங்களுக்கு ரேசன் கடயிலயாவது அரிசி வாங்கி சோறு போடப் பாரு. அப்பறமா கல்யாணம் பண்ணலாம். வர்றவளுக்கு எங்கிருந்து சோறு போடுவ?’’

‘‘ஒனக்கு வாய் அதிகம்ன்னு எனக்குத் தெரியும்’’ என்று சொன்னான் ரவி.

ஜவுளிக் கடைக்கு வேலைக்குப் போவதற்காகத் தயாராகி வெளியே வந்த பிரியங்காவைப் பார்த்ததும் கோகிலாவுக்கு என்ன தோன்றியதோ, ‘‘தெனம் துணிக்கடைக்கித்தான வேலக்கிப் போற? தெனம் அங்க எத்தன பேரு வருவானுவ? அதுல ஒருத்தன மடக்கிப்போட்டு இழுத்துக்கிட்டு போவ ஒனக்குத் துப்பில்ல?’’ என்று கேட்டதும் பிரியங்காவினுடைய கண்கள் கலங்கின. ஒன்றும் சொல்லாமல் விருட்டென்று நடக்க ஆரம்பித்த பிரியங்காவைப் பார்த்துவிட்டு, ‘‘நீ இப்பிடியே சாவுற

வரைக்கும் போவ வேண்டியதுதான். துணிக் கடக்காரன் கொடுக்கிற ரெண்டாயிரத் தயும் வாங்கித் தின்னுப்புட்டு ஒனக்கு ஒருத்தனும் ஒண்ணும் செய்யப் போறதில்ல'' என்று சொன்ன கோகிலாவுக்கு மனம் மாறியதுபோல, ''போற கழுத, தலயில ஒரு பூவ வச்சிக்கிட்டுப் போவக் கூடாது? அதுக்குக்கூட துப்பில்ல. இப்பிடிப் போனா எந்த நாயி திரும்பிப் பாக்கும்?'' என்று சொன்னாள்.

''என்னாப் பேசுற நீ? எங்கக்காவக் காதலிக்கிறன்னு சொல்லிக்கிட்டு எந்த நாயாவது இந்த வீட்டுக்கு வர முடியுமா? மீறி வந்தா உசுரோட இருக்க முடியாது'' என்று ரவி சத்தமாகச் சொன்னான்.

''நீங்களும் ஒரு கல்யாணத்த பண்ணிவைக்க மாட்டீங்க. அவளாவும் ஒருத்தனக் கட்டிக்கக் கூடாது. நீ மட்டும் கண்ட நாயி பின்னால சுத்துவ'' முகத்தைக் கோணிக் காட்டினாள் கோகிலா.

''நான் யார வேணுமின்னாலும் காதலிப்பன். ஆனா, இந்த ரவியோட அக்காவ எந்தத் தேவிடியாப் பயலும் காதலிக்க முடியாது'' வீறாப்பாகச் சொன்னான் ரவி.

''ஒன்னோட கோவத்தாலதான் நீ அழியப்போற?''

''அழிஞ்சாப்போறன்.''

''நீ இனிமே அந்தப் பொண்ணு வீட்டுப் பக்கம் போவக் கூடாது.''

''நான் பாத்துக்கிறன். எனக்கு எல்லாம் தெரியும்.''

''நான் எதுக்குச் சொல்றன்னா'' என்று கோகிலா பேச ஆரம்பித்ததும், ''ஓம் பாட்ட என்னால கேக்க முடியாது'' என்று சொல்லிவிட்டு விர்ரென்று ஆட்டோவை எடுத்துக்கொண்டு ஸ்டாண்டை நோக்கிப் போனான்.

''லாட்டரி சீட்டத் தடசெய்யாம இருந்திருந்தா இந்நேரம் எம் பொண்ணுக்குக் கல்யாணத்த முடிச்சியிருப்பன்'' என்று சொன்ன கோகிலா, லாட்டரி சீட்டைத் தடைசெய்ததற்காக அரசாங்கத்தைக் குறைசொல்லித் திட்ட ஆரம்பித்தாள். கோபத்தில் அவளுக்கு எப்போதும் நாக்கு நெருப்புபோல்தான் இருக்கும்.

6

காலேஜில் படிக்கும்போது ரேவதி வாயைத் திறந்தால் மூடவே மாட்டாள். எதைச் சொன்னாலும் தெளிவாகவும், அழுத்தம்திருத்தமாகவும்தான் சொல்வாள். குசுகுசு பேச்சே அவளுக்குப் பிடிக்காது. இப்போது எல்லாமே தலைகீழ். அவள் உட்கார்ந் திருக்கும் விதத்தைப் பார்த்த அருண்மொழி மனம் வெறுத்துப்போய், ''நீ செய்யுற தில ஏதாவது லாஜிக் இருக்கா? ஆளு சிகப்பா, வாட்டமா இருக்கான்ங்கிற ஒரே காரணத்துக்காக ஒருத்தனக் காதலிக்க முடியுமா, கல்யாணம் கட்டிக்க முடியுமா? நீ செய்யுறது நம்ப சாதிக்கே அசிங்கம்'' என்று சொன்னாள்.

''சாதி இங்க எங்க வந்துச்சி?''

''தமிழ்நாட்டுல சாதி இல்லாம எது இருக்கு? எது நடக்குது?''

ரேவதி பதில் பேசவில்லை.

''நல்லா படிக்கிறது, மார்க் எடுக்கிறது மட்டுமே புத்திசாலித்தனமில்ல. ஒன்னோட முகம் எப்பிடியிருக்குன்னு கண்ணாடியில பாத்தியா?''

ரேவதி பதில் பேசவில்லை.

''தமிழ் சினிமாவப் பாத்து கெட்டுப்போயிருக்க.''

''. . . . .''

''ஒண்ணுமே இல்லாத பயலுக்காக நீயும் சாவுற. மத்தவங்களயும் சாவடிக்கிற.''

''நல்லா பேசுற'' என்று சொன்ன ரேவதி, சிரிக்க முயன்றாள். சிரிப்பு வரவில்லை. சிரிக்க முடியவில்லை. அவளுக்கு என்ன தோன்றியதோ, ''எங்கம்மா புத்திசாலி'' என்று சொன்னாள்.

''எதுக்காக அப்பிடிச் சொல்ற?''

''போன் பண்ணி ஒன்னெ வரவழச்சிருக்கில்ல.''

''நீ இப்ப எதயெல்லாம் தொலச்சியிருக்கன்னு தெரியுமா?''

''ஒண்ணு சொல்லு பாக்கலாம்.''

''சிரிப்பில்ல. பேச்சில்ல. குறும்புத்தனம் இல்ல. மேக்கப் இல்ல. நீ நீயா இல்ல.'' ஒவ்வொன்றாக அருண்மொழி சொல்லச்சொல்ல, ரேவதியின் முகம் வாடிப்போயிற்று.

ரேவதிக்கு அருண்மொழியிடம் நிறையப் பேச வேண்டும் என்ற ஆசை இருந்தது. அதைவிடப் பெரிய ஆசையாக தன்னுடைய மனம் ஏன் இப்படி இருக்கிறது என்று கேட்டு, அழ வேண்டும்போல இருந்தது. அவளால் பேசவும் முடியவில்லை. அழவும் முடியவில்லை. அருண்மொழியிடம் பேசுவதற்கு, கேள்வி கேட்பதற்கு என்று எவ்வளவோ விஷயங்கள் மனதில் இருந்தன. எதைப் பேசுவது, எதைக் கேட்பது என்பது மட்டும் அவளுக்குத் தெரியவில்லை.

அமராவதி அழுவது, நடேசன் மனவருத்தத்துடன் இருப்பது, அருண்மொழி திட்டுவது, கேள்வி கேட்பது எதுவுமே ரேவதிக்கு வருத்தத்தை உண்டாக்கவில்லை. ரவி சம்பந்தமான விஷயத்தை அமராவதி சொன்னதும், ''இனிமே அவள நான் பாக்க மாட்டன். இந்த வீட்டுலயும் இருக்க மாட்டன்'' என்று சொல்லிவிட்டுப் பிடிவாதமாக முருகன் மெட்ராசுக்குப் போய்விட்டான். போனவன் மூன்று மாதமாக வீட்டுக்குத் திரும்பி வரவேயில்லை. பழைய மாதிரி நடேசனிடமோ, அமராவதியிடமோ அவன் போன் பேசுவதில்லை. பேசினாலும் கேட்டதற்கு மட்டும் பதில் சொல்லிவிட்டு 'டக்டக்'கென்று போனை வைத்துவிடுகிறான். சின்ன வயதிலிருந்தே ரேவதிதான் பிடிவாதக்காரியாக இருந்திருக்கிறாள். முருகன் எந்த விஷயமாக இருந்தாலும் விட்டுக்கொடுத்துப் போகக் கூடியவன்தான். ஆனால், ரவி விஷயத்தில் அவன் மனம் ஒரு நூல் அளவுகூட விட்டுக்கொடுக்காதது மட்டுமல்ல, 'ஏன் இப்படி செஞ்ச?' என்று ஒரு வார்த்தைகூட நேரில் வந்து கேட்கவில்லை. கோபப்பட்டுப் பேசவில்லை. முகத்தைக்கூடப் பார்க்காமல் போய்விட்டான். இந்த மூன்று மாதமாகத்தான் அவன் ரேவதியிடம் போனில்கூடப் பேசவில்லை. அவன் கோபப்பட்டுப் பேசியிருந்தால், திட்டியிருந்தால், அடித்திருந்தால்கூட சந்தோஷப்பட்டிருப்பாள். அவனுடைய நடவடிக்கைதான் அவளை நெருப்பு மாதிரிப் பொசுக்கிக்கொண்டிருக்கிறது. அந்தப் பொசுக்குதலிலிருந்து அவளால் ஒரு நொடிகூட விலகியிருக்க

முடியவில்லை. அவனிடம் சொல்லி என்னைத் திட்டச் சொல், கோபப்படச் சொல், நேரில் வந்து அடித்துவிட்டுப் போகச் சொல் என்று அருண்மொழியிடம் சொல்ல வேண்டும் என்று ஆசை வந்தது. முருகனும் அருண்மொழியும் காதலிக் கிறார்கள் என்பது தெரியும், அருண்மொழி சொன்னால் அவன் கேட்பான் என்பதும் தெரியும். ஆனாலும், ரேவதி அவளிடம் எதையும் கேட்கவில்லை.

''அவன் எப்பிடிப் பழக்கமானான்? நீ அவன்கிட்ட என்னாப் பேசின?''

''எதுவும் பேசல.''

''சத்தியமா?''

''சத்தியம்.''

''அப்பறம் எப்பிடி அவனத்தான் கட்டிப்பன்னு சொல்ற? நீ சொல்றதக் கேட்டா எல்லாரும் சிரிப்பாங்க. ஒனக்குக் கெடுதல் சொல்வனாடி?''

''இல்ல.''

''அப்பறம் ஏன் நான் சொல்றதக் கேக்க மாட்டங்குற, புரிஞ்சிக்க மாட்டங்குற?''

''அப்பா சொல்றத, அம்மா, சித்தி, நீ சொல்றதயெல்லாம் கேக்கணும்ன்னுதான் நெனைக்கிறன்.''

''அப்புறமென்ன? போடான்னு சொல்லிட வேண்டியதுதான?''

''முடியல.''

''ஏன்?''

''தெரியல.''

''நீ யாருன்னு ஒனக்குத் தெரியுதா? ஒன்னோட ஸ்டேட்டஸ் தெரியுதா?''

''ம்.''

''அவன் ஆட்டோ ஓட்டுறான்னு நம்ப பிரண்ட்ஸுங்களுக்குத் தெரிஞ்சா என்னா சொல்வாங்க? அவனோட ஸ்டேட்டஸ் தெரிஞ்சுமா நீ காதலிக்கிற?''

''ம்.''

''எப்பிடி?''

''புடிச்சிருக்கு.''

''எதனால?''

''தெரியல.''

''ஒலக அதிசயமானதுன்னு அவங்கிட்ட எத நீ பாத்த?''

''ஒண்ணுமே இல்ல.''

''நீ ஒரு முட்டாளுடி'' என்று சொன்ன அருண்மொழி ரேவதியிடம் பேசப் பிடிக் காத மாதிரி சிறிது நேரம் உட்கார்ந்திருந்தாள். பக்கத்தில் கிடந்த ஒரு புத்தகத்தை எடுத்துப் புரட்டினாள். திடீரென்று கோபம் வந்ததுபோல, ''நீ என்னா செஞ்சிக்கிட்டு இருக்க? அதனோட விளைவு என்னென்னு ஒனக்குத் தெரியுமா?'' என்று கேட்டாள்.

''யோசிச்சிக்கிட்டுத்தான் இருக்கன்.''

''அப்பறமென்ன?''

''நீங்க சொல்றதெல்லாம் மனசுல நிக்கல. அவன் சொன்னது மட்டும்தான் நிக்குது.''

ரேவதியை அருண்மொழி விநோதமாகப் பார்த்தாள். பிறகு கடுமையான குரலில் சொன்னாள், ''ஒன்னோட பிடிவாதத்தால நீயும் கஷ்டப்படபோற, மத்தவங்களயும் கஷ்டப்படுத்தப்போற. இது மட்டும் சத்தியம்.''

''நீயும் அப்பிடி நெனக்கிறியா?'' ரேவதி நிதானமான குரலில் கேட்டாள். அப்போது அவளுடைய தோற்றத்தைப் பார்த்தால் எந்த நிமிஷமும் அழுதுவிடுவாள் என்பது மாதிரி இருந்தது. ஐந்தாறு மாதங்களுக்கு முன்பு அவளுடைய கண்களிலிருந்த உயிர்ப்பு செத்துப்போயிருந்தது. முகத்தில் பிரகாசம் இல்லை. கன்னத்தில் மினுமினுப்பு இல்லை. சற்று முன்தான் அழுது முடித்தவளுடைய முகம் மாதிரி இருந்தது. பழைய பேச்சு, சிரிப்பு இல்லை. பேச்சிலும் பார்வையிலும் ரகசியம் நிறைந்திருந்தது. அவள் உட்கார்ந்திருப்பதே பெரிய சுமையைச் சுமந்துகொண்டு உட்கார்ந்திருப்பதுபோல இருந்தது. அவளைப் பார்ப்பதற்கே கஷ்டமாக இருந்தது. அதே நேரத்தில் சொல்வதைக் கேட்க மறுக்கிறாளே என்ற வருத்தமும் இருந்தது.

''நீ செய்யுற காரியம் நீ மட்டும் சம்பந்தப்பட்டது இல்ல. பொண்ணுங்க பின்னாடியே இந்த மாதிரி நெறயா பசங்க வருவாங்க. அதுக்காக அவனுங்களயெல்லாம் கட்டிக்க முடியுமா?'' என்று அருண்மொழி கோபமாகக் கேட்டாள். அவளுடைய கோபத்தைப் பொருட்படுத்தாமல் நிதானமாக, ''ஒன்னெப் பாத்ததும் திருவிழாக் கூட்டத்தில் கைப்புள்ளை தொலஞ்சிபோற மாதிரி எம் மனசு தொலஞ்சிபோச்சின்னு சொன்னானில்ல. அதான்'' என்று ரேவதி சொன்னாள்.

முன்பிருந்ததைவிட இப்போதுதான் அருண்மொழிக்கு அதிகக் கோபம் வந்தது.

''சீ. வாய மூடு. அது ஒரு வாத்த. அவ்வளவுதான்'' என்று கடுப்புடன் சொன்னாள்.

ரேவதி கடுப்பாகவில்லை. எரிச்சல்படவில்லை. மனப்பாடம் செய்து வைத்திருந்ததைச் சொல்வதுபோல், ''அப்பா, அம்மா, அண்ணன், அருண்மொழி, ரேவதிங்கிறதெல்லாம்கூட வாத்ததான்'' என்று சொன்னாள்.

''அப்ப ரவிங்கிறது?'' என்று அருண்மொழி கேட்டதும், இப்படியொரு கேள்வியை அருண்மொழி கேட்பாள் என்று ரேவதி எதிர்பார்க்கவில்லை. அதனால் வாயைத் திறக்கவில்லை.

''ஒனக்குப் பித்து புடிச்சியிருக்கு.''

''வாத்தியார் மாதிரி பேசுற'' என்று ரேவதி சொன்னதைக் காதில் வாங்காமல் கிளம்புவதுபோல எழுந்து நின்றாள். அவளை உட்கார் என்று சொல்லவில்லை. போக வேண்டாம் என்றும் சொல்லவில்லை. அதனால் அருண்மொழிக்குக் கூடுதலாகக் கோபம் வந்தது. வெறுப்புடன் ரேவதியைப் பார்த்தாள். அவள் உட்கார்ந்திருந்த விதம் அனாதைக் குழந்தை ஒன்று பிச்சை எடுப்பதற்காக உட்கார்ந்திருப்பதுபோல இருந்தது. அவளுடைய கண்கள் பொம்மையின் கண்களைப் போல இருந்தன. நன்றாக இளைத்துப்போயிருந்தாள். அவள் துணி கட்டியிருந்ததுகூடக் கடமைக்குக் கட்டியிருப்பதுபோல் இருந்தது. அவளைப் பார்க்கப்பார்க்க அருண்மொழியினுடைய கோபம் லேசாகக் குறைந்தது. பக்கத்தில் போனாள். அவளுடைய வலது கையை எடுத்துப் பிடித்துக்கொண்டு தான் சொல்ல வேண்டிய கடைசி வார்த்தை இதுதான் என்பதுபோலச் சொன்னாள், ''ஒலகத்தில ஒனக்குன்னு ஒருத்தன் இருப்பான். சத்தியமா அவனில்ல, இவன்.''

ரேவதி எதுவும் பேசவில்லை. ‘கல்யாணமானதும் அவன அழச்சிக்கிட்டு மெட்ராசுக்குப் போயிடுவன். ஏதாவது ஒரு கம்பனியில நான் வேலைக்கு சேந்திடுவன். நல்ல சம்பளம் கெடைக்கும். பெருசா பிரச்சன வராது. ஒரு கார வாங்கிக் கொடுத்து அவன ஓட்டச் சொல்லிடலாம்’ என்று தன்னுடைய திட்டத்தை அருண்மொழியிடம் சொல்ல வேண்டும் என்று நினைத்தாள். எதைச் சொன்னாலும் அப்பா, அம்மா, சித்தி மாதிரி புத்திமதி சொல்கிறவளிடம் சொன்னால் புரியுமா என்று நினைத்தாள். ‘அவன வுட்டுடு’ என்று எல்லோரும் எப்படி ஒரே மாதிரியாகச் சொல்கிறார்கள் என்பது அவளுக்கு ஆச்சரியமாக இருந்தது.

“எதுக்கெடுத்தாலும் ‘ஓ.கே. ஃபைன், ஓ.கே. ஃபைன்’னு சொல்வாளே அகிலா. அதாண்டி நம்ப பக்கத்து ரூம்காரி. கருப்பா குள்ளமா பொதபொதன்னு இருப்பாளே சேலத்துக்காரி. அவ ஐ.டி. கம்பனியில வேல பாக்குறவன் வேணாமின்னு ஆர்.டி.ஓ.வா இருக்கிற ஒரு பையன கரக்ட் பண்ணிட்டா தெரியுமா?”

“அப்பிடியா? அவளோட இப்ப எனக்கு காண்டாக்ட் இல்ல.”

“நீதான் இப்பப் பெரிய காண்டாக்ட்டில இருக்கியே, அப்புறமென்ன?” என்று அருண்மொழி சொன்னதும் ரேவதியின் முகம் செத்துப்போயிற்று.

கடைசி வார்த்தை இதுதான் என்பதுபோல் அருண்மொழி சொன்னாள், “ஒரு ராத்திரி, ஒரு பகல் முழுக்க ஒங்கிட்ட பேசிட்டன், இப்பவும் பேசிப்பாத்திட்டன். நீ திருந்துற மாதிரி தெரியல. நான் ஊருக்குப் போறன். நீ அவனக் கட்டிக்கிட்டா நான் ஒன்னோட கல்யாணத்துக்கு வர மாட்டன்.”

“நான் போறன். கிளம்பறன்” என்று அருண்மொழி சொன்னாளே தவிர, அறையை விட்டுக்கூடப் போகவில்லை. அவள் போக மாட்டாள் என்பது தெரிந்ததுபோல் ரேவதியும் போகாதே என்று சொல்லவுமில்லை. கெஞ்சவுமில்லை. எப்போதும் போல அசையாமல் உட்கார்ந்திருந்தாள். திடீரென்று நினைவுக்கு வந்ததுபோல், “காலேஜில ஒம் பின்னாடியே சுத்திச்சுத்தி வந்தானே டாக்டர் பையன். அவனயே நீ சூஸ் பண்ணியிருக்கலாம். பெட்டர் ஆப்ஷன்” என்று அருண்மொழி சொன்னதும். அடங்கின குரலில் ரேவதி சொன்னாள், “தோணல.”

“ஒலகத்திலியே பெட்டர் ஆப்ஷன் இவன்தான். இல்லியா?” என்று கேட்டு முறைத்தாள். அருண்மொழியினுடைய கோபம், கத்தல், எரிந்துவிழுவது எதுவும் ரேவதியை லேசாகக்கூட அசைத்த மாதிரி தெரியவில்லை.

7

“என்னெ மூட் அவுட் செய்யாதம்மா.”

“கொலகாரிதான். ஆனாலும் கூடப் பொறந்திட்டாளே தம்பி.”

“அதுக்காகப் பட வேண்டிய அவமானத்தயெல்லாம் பட்டாச்சு.”

“கிரகக் கோளாறா இருக்கணும். அதனாலதான் புத்தி கெட்டுப்போயி இருக்கிறா. இதுக்கு முன்னாடி இப்பிடி நம்பளக் கஷ்டப்படுத்தலியே.”

‘‘என்னெ கொஞ்சம் தனியா விடும்மா. தலய வலிக்கிற மாதிரி இருக்கு.’’

‘‘நீ செய்யுற மாதிரி, ஓங்கப்பா செய்யுற மாதிரி நானும் ஒதுங்கிப் போயிட்டா, ஒன்னோட, அப்பாவோட மானம் போற மாதிரி ஏதாச்சும் நடந்திடுமோன்னுதான் பயப்படுறன்’’ என்று சொல்லும்போதே அமராவதிக்கு அழுகை வந்துவிட்டது.

‘‘ஓடிப்போனா போவட்டும், சனியன் தொலயட்டும், கரும காரியம் செஞ்சிடலாம்’’ என்று பல்லைக் கடித்துக்கொண்டு சொன்னான் முருகன்.

‘‘நம்ப குடும்ப மானம் போயிடுமே.’’

‘‘அசிங்கமா இருக்கு’’ என்று சொல்லித் தலையில் அடித்துக்கொண்டான் முருகன்.

‘‘அசிங்கம்தான்’’ என்று அழுத்தமாகச் சொன்ன அமராவதி, முருகனைப் பார்க்காமல் தலையைக் கவிழ்த்துக்கொண்டு உட்கார்ந்திருந்தாள். முருகனுக்கு ரேவதியின் மேல் இவ்வளவு கோபம் இருக்கும் என்று அமராவதி கொஞ்சம்கூட எதிர்பார்க்கவில்லை. அவன் இதற்கு முன் இந்த அளவுக்கு அவளை வெறுத்துப் பேசியது கிடையாது. சாதாரணமாகப் பேசப்பேசக் கோபம் குறையும். ஆனால், அதற்கு நேர் மாறாக இருந்தது அவனுடைய பேச்சு.

‘‘அசிங்கம் ஒன்னோடவே, ஓம் பொண்ணோடவே இருக்கட்டும்’’ என்று சொல்லிவிட்டு முகத்தைத் திருப்பிக்கொண்டான்.

‘‘நொண்டிப் புள்ளை பொறந்திருந்தா என்னா செய்வம்?’’

‘‘அந்த மாதிரி இருந்தாதான் பரவாயில்லியே. இது பெரிய அசிங்கமால்ல இருக்கு. செத்தாலும் மாறாத அசிங்கம்’’ என்று சொல்லும்போது முருகனுடைய முகம் சுருங்கிப் போயிற்று. கொலைக் குற்றவாளியைப் பார்ப்பதுபோல் அமராவதியைப் பார்த்தான்.

‘‘நம்ப மரியாத போவாம இருக்கணுமின்னா நாலு பேருக்குத் தெரியுற மாதிரி ஒரு பத்திரிகய அடிச்சி, ஒரு மண்டபத்தில வச்சி அவளோட கரும காரியத்த முடிக்கணும் தம்பி.’’

‘‘எத வேணுமின்னாலும் செய். என்னெ வுட்டுடு’’ என்று அழுத்தம் திருத்தமாகச் சொன்னான். அவன் இந்த அளவுக்கு இறங்கி வந்ததே பெரிது என்று எண்ணிய அமராவதி அடுத்த கோரிக்கையை வைத்தாள்.

‘‘காதுல, மூக்குல, கழுத்தில, கையில ஒண்ணும் போடாம அனுப்புனா அப்பாவுக்கும் ஒனக்கும் கௌரவக் கொறச்சலாயிடும் தம்பி.’’

‘‘எந்த சனியனயாவது செஞ்சிட்டுப்போ. எனக்கும் அதுக்கும் சம்பந்தம் இல்ல. எதுக்கும் நான் வர மாட்டன்.’’

‘‘செத்தும் தொலைக்க மாட்டங்கிறா. குந்திக்கிட்டு என்னெ கொல வாங்குறா’’ என்று சொன்ன அமராவதிக்கு அழுகை பொங்கிக்கொண்டு வந்தது. அழுதுகொண்டே சொன்னாள், ‘‘கல்யாணம் கட்டிக்கிட்டு வந்ததுலருந்து ஒரு நாள்கூட இந்த வீட்டுல அழுவலன்னு எல்லார்கிட்டயும் பெருமயா சொல்லிக்கிட்டிருப்பன். ஒனக்கு எதுக்கு அந்தக் கொறன்னு இப்ப என்னெ தெனம்தெனம் அழவச்சிக்கிட்டிருக்கா.’’

‘‘நீ பேசுறதாலதான் இந்த விசயத்த நான் இதுவர கேட்டுக்கிட்டு இருக்கன்’’ என்று முருகன் சொல்லி முடிப்பதற்குள்ளாகவே, ‘‘அவ இந்த வீட்ட விட்டு வெளியே

போவட்டும். அதோட தலய முழுகிடுறன். செத்தாலும் அவ மூஞ்சியில முழிக்க மாட்டன்'' என்று சொல்லிவிட்டுச் சட்டென்று எழுந்து சமையலறைக்குப் போனாள்.

அமராவதி அழுத விதமும் எழுந்து போன விதமும் முருகனுக்கு அடக்க முடியாத கோபத்தை உண்டாக்கின. எழுந்து போய் ரேவதியினுடைய கன்னத்திலேயே அறைய வேண்டும் என்ற வெறி உண்டாயிற்று. கோபத்தில் தலை வெடித்துவிடும் போல் இருந்தது. வேகமாக எழுந்து வீட்டுக்குப் பின்புறத்தில் நின்றுகொண்டிருந்த நடேசனிடம் போய் அவசரஅவசரமாக, ''அம்மா என்ன சொல்லுதோ அத செஞ்சிட்டுப்போங்க. கரும காரியத்த முடிங்க. தலய முழுகிடலாம். எப்பிடியாச்சும் சனியன் வீட்ட விட்டுப் போனா சரி. நான் மெட்ராசுக்கு கிளம்பறன்'' என்று சொல்லிவிட்டு வீட்டுக்குள் வந்தான். அவனுக்குப் பின்னாலேயே வந்த நடேசன், ''காலயில தான வந்த? இரு, நாளைக்குப் போவலாம்'' என்று சொன்னார்.

''வேல இருக்கு'' என்று சொல்லிவிட்டுப் பையை எடுத்துக்கொண்டு ரேவதி இருந்த அறையைப் பார்த்தான். கதவு மூடியிருந்தது. ரேவதியின் மீது ஆத்திரம் உண்டாயிற்று. ஆத்திரத்தைக் கட்டுப்படுத்த முடியாமல் கூடத்துக்கு வந்தான். முருகன் ஊருக்குக் கிளம்பிவிட்டதைப் பார்த்த அமராவதி, ''சாயங்காலமாவது போயன்'' என்று கெஞ்சுவதுபோல் கேட்டாள்.

''இந்த வீட்டுல என்னால ஒரு நிமிஷம்கூட இருக்க முடியாது.''

''காப்பி போடுறன். குடிச்சிட்டாவது போயேன்.''

''வேல இருக்கு. வர்றன்'' என்று சொல்லிவிட்டு விடுவிடுவென்று முருகன் வெளியே போனான். அவனிடம் பேச வேண்டும் என்பதுபோல், அவனுக்குப் பின்னால் நடேசன் போனார்.

''இருப்பா இருப்பா'' என்று சொல்லிக்கொண்டே அமராவதி வெளியே வருவதற்குள் முருகனும் நடேசனும் சிறிது தூரம் போய்விட்டது தெரிந்தது. என்ன செய்வது என்று தெரியாமல் தெரு கேட்டைப் பிடித்துக்கொண்டு அழ ஆரம்பித்தாள். ''எல்லாரோட தலயிலயும் கொள்ளிய வச்சிட்டாளே'' என்று சொன்னாள்.

தெருவில் அப்போது நல்ல வெயில் இருந்தது. தெரு நாய் ஒன்று ஊளையிட்டது. ●

பகுதி இரண்டு

1

அமராவதியின் செல்போன் மணி அடித்தது. நாற்காலியில் உட்கார்ந்திருந்த நடேசன் போனை எடுத்துப் பார்த்தார். ரேவதி என்று பெயர் தெரிந்தது. உடனே அவருடைய முகம் சுருங்கிப்போயிற்று. வெறுப்புடன் போனை எடுத்துகொண்டு போய் அறைக்குள் படுத்திருந்த அமராவதியிடம், "ஒன் ஆச மவ கூப்புடுறா" என்று சொல்லிக் கொடுத்தார். பேசுவதா வேண்டாமா என்று தயங்கிய அமராவதி, நடேசனைப் பார்த்தாள். "பேசு பேசு" என்று கசப்புடன் சொல்லிவிட்டு முன்புபோல நாற்காலியில் போய் உட்கார்ந்துகொண்டார்.

"இந்த நேரத்தில எதுக்குக் கூப்புடுறா?" என்று சொல்லிக்கொண்டே, "ஹலோ" என்றாள். எதிர்முனையில் பேசுவது சரியாகக் கேட்காததால் மீண்டும், "ஹலோ" என்றாள். "ஹலோ யாரு பேசுறது? என்னா சொல்ற? எப்ப? எப்பிடியாச்சி? கால் மணி நேரத்துக்கு முன்னாலியா? இப்ப எங்க இருக்கா? ஜி.எச்.சில முடியாதுன்னுட்டாங்களா? கடலூர் போயிக்கிட்டு இருக்கிங்களா?" என்று கேட்ட அமராவதியின் கண்களில் கண்ணீர் கொட்ட ஆரம்பித்தது. போன் கையிலிருந்து நழுவிக் கீழே விழுந்தது.

தொலைக்காட்சியைப் பார்த்துக்கொண்டிருந்த நடேசன் அறையின் பக்கம் பார்த்து, "என்னா சொல்றா ஓம் மவ?" என்று கேட்டார். பதிலில்லை. அழுகிற சத்தம் கேட்டதால் எழுந்து வந்து, "என்னாச்சி?" என்று கேட்டார். அமராவதி தலையைக் கவிழ்த்துக்கொண்டு உட்கார்ந்திருந்தாள். மீண்டும், "என்னாச்சி?" என்று கேட்டார்.

"தீக்குளிச்சிட்டாளாம்."

"யாரு?"

"ரேவதி."

"எப்ப? யாரு சொன்னா? அவதான ஒன்னெக் கூப்புட்டா?"

"அவ போன்லயிருந்து அந்த நாயிதான் பேசுச்சி. ஜி.எச்.சில முடியாதுன்னு சொல்லிட்டாங்களாம். ஆம்புலன்ஸில கடலூர் போயிக்கிட்டிருக்காளாம்." அமராவதிக்கு நாக்கு வறண்டுவிட்டது. ஒரு நொடியில் உடம்பு குளிர்ந்துபோய்விட்டது. பிணத்தினுடைய உடம்பு மாதிரி அவ்வளவு குளுமை.

நடேசனுக்கு நிற்க முடியவில்லை. வியர்த்தது. வாய் உலர்ந்துபோயிற்று. கதவைப் பிடித்துக்கொண்டு நின்றார். என்ன பேசுவது? என்ன செய்வது? இருவருக்குமே தெரியவில்லை.

''கிளம்பு போவலாம்'' என்று சொல்வதற்கே நடேசனுடைய வாயில் ஈரமில்லை. பேண்ட், சட்டையைப் போடுவதற்கே சிரமப்பட்டார்.

''வீட்டப் பூட்டு. இருக்கிற பணத்த எடு. ஏ.டி.எம். கார்டுவுளயும் எடுத்துக்க.'' நடேசனுடைய குரல் வேறு யாருடைய குரல் போலவோ இருந்தது.

''ஒரு கார வரச் சொல்லுங்க'' அமராவதி முனகினாள். ஐஸ் கட்டியின் மேல் உட்கார்ந்திருப்பதுபோல அவளுக்கு நடுங்கிக்கொண்டிருந்தது.

நடேசன் வழக்கமாகத் தனக்கு கார் ஓட்டும் குமாருக்குப் போன் போட்டு, ''குமாரு நான் எச்.எம். பேசறன். எங்க இருக்க? வீட்டுலதான? சரி. அப்பிடின்னா வண்டிய எடுத்துக்கிட்டு ஒடனே எங்க வீட்டுக்கு வா. கடலூர் போவணும். லேட் பண்ணாத. கொஞ்சம் சீக்கிரம் வா. அவசரம்'' என்று சொல்லி போனை வைத்தார். ''காரு வந்துடும். நீ ரெடியாவு'' என்று அமராவதியிடம் சொன்னார். ஆறு வருஷமாக ரேவதியின் மேல் இருந்த கோபம், வெறுப்பு, கசப்பு எல்லாம் ஒரே நொடியில் அவரிடமிருந்து எப்படி மறைந்தன? நடேசனை அமராவதி விநோதமாகப் பார்த்தாள்.

''ரெடியாவுறதுக்கு என்னா இருக்கு? கல்யாணத்துக்கா போறம்? பின்னாடி கதவச் சாத்துங்க. வீட்டப் பூட்டுங்க. அப்பிடியே போவ வேண்டியதுதான்'' என்று சொன்னாள். படபடப்புடன் பீரோவைத் திறந்து பணம், ஏ.டி.எம். கார்டு என்று எடுத்துக்கொண்டு வாசலுக்குப் போனாள். பின்கதவு, அறைக் கதவு, முன்கதவு, கேட், தெருவிலுள்ள கேட் என்று ஒவ்வொன்றாகப் பூட்டிக்கொண்டே வந்து சாவியை அமராவதியிடம் நடேசன் கொடுத்தார்.

''முருகனுக்கு போன் போடுங்க.'' நிற்க முடியாததால் அமராவதி தெரு கேட்டைப் பிடித்துக்கொண்டு நின்றாள். அதுவும் முடியாததால் கேட்டில் தலையைச் சாய்த்துக்கொண்டாள். அப்போது தெருநாய் ஒன்று ஊளையிட்டது.

''ஹலோ தம்பி... நான் அப்பா பேசுறன். ரேவதி தீக்குளிச்சிட்டாளாம். கடலூருக்குப் போயிக்கிட்டிருக்கா. இப்பத்தான் தெரிஞ்சிது. அந்த நாயிதான் சொல்லிச்சி. போன்லதான். நாங்க கிளம்பிட்டம். காருக்காக நிக்குறம். நீ நேரா கடலூர் வர்றியா? சரி வா. அருண்மொழியா? வர வேணாம். நெலமயத் தெரிஞ்சிக்கிட்டு சொல்லிக்கலாம். சரி. வச்சிடு. காரு வந்துடுச்சி'' என்று சொல்லி போனை வைத்தார்.

கார் வந்து நின்றது. ''ஏறு ஏறு'' என்று சொல்லி அமராவதியை நடேசன் அவசரப்படுத்தினார். தானும் ஏறிக்கொண்டார். ''கடலூர் போ. வேகமாப் போ'' என்று நடேசன் படபடப்புடன் சொன்னார். குமார் காரை எடுத்தான்.

கார் கடலூர் சாலைக்கு வந்தபோது டேப் ரிக்கார்டரில் பாட்டுப் போட்டான். அதைச் சத்தமாகவும் வைத்தான். ''பாட்டு வேண்டாம்ப்பா'' என்று நடேசன் செத்துப் போன குரலில் சொன்னார்.

சினிமாப் பாட்டை நிறுத்திய குமார் அடுத்து பக்திப் பாட்டைப் போட்டான். முன்னைவிட இப்போதுதான் நடேசனுக்குக் கோபம் வந்தது. ''பாட்டு வேண்டாம் குமாரு'' என்று முனகினார்.

பாட்டின் சத்தத்தைக் குறைத்த குமார் தானாகவே, ''ஏதாச்சும் சத்தம் காதில விழுந்துகிட்டிருக்கணும் சார். அப்பிடியே பழகிடிச்சி. சவாரி வர்றவங்க காருல

ஏறுனதுமே பாட்டப் போடுன்னுதான் சொல்றாங்க. பழய பாட்டு, புதுப் பாட்டு, சாமி பாட்டுன்னு ரகம் ரகமாகக் கேக்குறாங்க. அதனால் எனக்கும் வண்டிய எடுத்த வுடனே பாட்டு கேக்கணுமின்னு தோணும்'' என்று சொன்னான். அவன் சொல்வதைக் கேட்கும் மனநிலை நடேசனுக்கு இல்லை. அமராவதி எந்த நினைவும் இல்லாமல் உட்கார்ந்திருந்தாள்.

''நீங்க பழய பாட்டுன்னா விரும்பிக் கேப்பிங்களே சார்'' என்று குமார் சொன் னான். 'நான் இருக்கிற நெலமயில பாட்டு ஒரு கேடா' என்று கேட்கத்தான் அவருக் குத் தோன்றியது. அந்தக் கேள்வியைக் கேட்கக்கூட அவருக்கு மனமில்லை. குமா ரிடம் பேச்சை வளர்க்க வேண்டாம் என்று நினைத்துக்கொண்டு வெளியே பார்த் தார். ரேவதி எப்படித் தீக்குளித்திருப்பாள், தானாகக் கொளுத்திக்கொண்டாளா, ரவி கொளுத்திவிட்டிருப்பானா, காயம் எவ்வளவு ஏற்பட்டிருக்கும், லேசான காயமாக இருக்குமா, உடம்பு முழுவதும் இருக்குமா, எத்தனை மணிக்கு நடந்திருக்கும், இப் போது எந்த இடத்தில் ஆம்புலன்ஸ் போய்க்கொண்டிருக்கும் என்று ஒவ்வொன்றாக நினைத்துக்கொண்டிருந்தார். இதையேதான் அமராவதியும் யோசித்துக்கொண்டிருந் தாள். அப்போது நடேசனுடைய செல்போன் மணி அடித்தது. எடுத்துப் பேசினார்.

''ஹலோ அருண்மொழியா? ஆமாம். போய்க்கிட்டிருக்கம். எப்பிடின்னு தெரியல. பர்சண்டுன்னா? புரியல. ஒடம்பு எவ்வளவு வெந்து இருக்குங்கிற அளவா? தெரிய லியே. நாங்க இன்னம் அவளப் பாக்கல. முப்பது நாப்பது பர்சண்டுக்கு மேல போனா பொழைக்காதா? டாக்டர் சொன்னாரா? நான் அந்தப் பொறுக்கி நாயிகிட்ட பேசல. பேசிட்டு சொல்றன், வை.''

'சுரீர்' என்று வயிற்றில் நெருப்பு சுட்டதுபோல இருந்தது. முன்பைவிடக் கூடுதல் பதற்றமும் படபடப்பும் ஏற்பட்டன. ரேவதிக்கு முப்பது பர்சண்டுக்கு மேல் உடம்பு வெந்திருக்கக் கூடாது என்று அவருடைய மனம் ஆசைப்பட்டது. கடவுளிடம் வேண் டிக்கொண்டது. அமராவதி பக்கம் பார்த்தார். அவள் அவரையே பார்த்துக்கொண் டிருப்பது தெரிந்தது. முகம் வெளிறிப்போயிருந்தது. கண்களில் கண்ணீர் நிறைந் திருந்தது. அவளிடம் 'அழுவாதே, கவலைப்படாதே, ஒன்றும் நடக்காது' என்று சொல்ல நினைத்தார். மனதிலிருந்த எதுவும் வார்த்தைகளாகவில்லை. உதடுகள் நடுங்க, ''அந்தக் கொலகாரன்கிட்ட எத்தன பர்சண்டுன்னு கேளுங்க'' என்று சொன் னாள்.

''அந்த நாயோட நெம்பரு எங்கிட்ட இல்லியே.''

''எம் போன்ல ரேவதின்னு போட்டிருக்கும் பாருங்க. அதுலதான் அவன் பேசு னான்.'' போனைக் கொடுத்தாள் அமராவதி. போனை வாங்கிய நடேசன் போன் போடுவதா, வேண்டாமா என்று யோசித்தார். ''இதுவர அந்தப் பொறுக்கிகிட்ட பேசுனதில்லியே'' என்று சொன்னார். அந்த வார்த்தையைக் கேட்டதும் அமராவதி யினுடைய முகம் மாறிவிட்டது. கண்ணீர் நின்றுவிட்டது. வெறித்துப் பார்த்தாள். பிடுங்குவதுபோல் போனை வாங்கினாள். மறு நொடியே போன் போட்டாள், ''ஹலோ, நான் ரேவதியோட அம்மா பேசுறன். எப்பிடி இருக்கா? என்னது? கட லூர்ல முடியாதுன்னுட்டாங்களா? பாண்டிச்சேரி ஜிப்மர் ஆஸ்பத்திரிக்கிப் போயிக் கிட்டிருக்கிங்களா? சரி, அவகிட்ட போனக் கொடு, என்னாது, பேச முடியாதா?

என்னாடா செஞ்ச எம் பொண்ண? பொறுக்கிப் பயல. கொன்னுப்புட்டியாடா?'' அமராவதியினுடைய கையிலிருந்து போன் நழுவிக் கீழே விழுந்தது. கீழே விழுந்த போனை அவள் தேடவுமில்லை. எடுக்கவுமில்லை. முன்சீட்டில் தலையைச் சாய்த்துக் கொண்டு கேவினாள். கீழே கிடந்த அமராவதியினுடைய செல்போனை நடேசன் தான் எடுத்தார். என்ன தோன்றியதோ, கண்களை மூடிக்கொண்டார். சிறிது நேரத் துக்கு மேல் கண்களை மூடிக்கொண்டு உட்கார்ந்திருக்க முடியவில்லை. காருக்கு வெளியே பார்த்தார். சைக்கிளில் ஒரு பெண் விறகுக் கட்டை வைத்து ஓட்டிக் கொண்டு போவது தெரிந்தது.

விருத்தாசலத்தில் முடியாது என்று சொல்லிவிட்டார்கள். கடலூரிலும் முடியாது என்று சொல்லி, பாண்டிச்சேரி ஜிப்மர் மருத்துவமனைக்கு அனுப்பினால் ரேவதி முழு மையாக வெந்திருக்க வேண்டும் என்று நினைத்தார். அதைச் சொல்ல வாயைத் திறந் தார். மறு நொடியே மூடிக்கொண்டார். உட்கார்ந்திருக்கவும் முடியவில்லை. பேசவும் முடியவில்லை. காருக்கு வெளியே பார்க்கவும் முடியவில்லை. அதனால் முருகனுக்கு போன் போட்டு, ''தம்பி, நான் அப்பா பேசுறன். கடலூர்ல முடியாதுன்னு சொல்லிட் டாங்களாம். பாண்டி ஜிப்மருக்குப் போகச் சொல்லிட்டாங்களாம். ஆமாம், அந்தப் பொறுக்கிதான் சொன்னான். அம்மாதான் பேசுனா. நாங்க போய்க்கிட்டுத்தான் இருக்கம். போய்ச் சேந்ததும் சொல்றன்'' என்று சொல்லி போனை வைத்தார். குமா ரைப் பார்த்து, ''வேகமாப் போப்பா. பாண்டி போ'' என்று சொன்னார். மனதை மாற்ற, காருக்கு வெளியே பார்த்தார். சாலையிலிருந்த புளிய மரங்கள், செடிகொடி கள் கண்ணில் பட்டன. எதுவும் மனதை மாற்றவில்லை.

''என்ன சார் ஆச்சி?''

''. . . . .''

''சார்?''

''எம் பொண்ணு தீக்குளிச்சிட்டா'' நடேசனுக்கு வாய் குழறியது. கண்ணீர் வழிந்தது.

''வடக்கு பெரியார் நகர் பர்மா நகர்ல இருந்தாங்களே அவங்களா?''

''ஆமாம்.''

''ஆட்டோ ஓட்டுறானே ரவி, அவன் பொண்டாட்டிதான சார்.''

''. . . . .''

''எப்பிடி சார் ஆச்சி?''

''தெரியல.''

''எப்ப சார்?''

''ஒனக்கு போன் போட்டப்பத்தான் எங்களுக்குத் தகவல் வந்துச்சி.''

''நானும் அவனும் பத்தாவதுவர ஒண்ணாதான் படிச்சம். குடிச்சிட்டா தெருவயே நாற அடிச்சிடுவான். அவனுக்கு எதுக்கு சார் ஒங்க பொண்ண போயி கொடுத்தீங்க?''

''. . . . .''

''பொழச்சிக்குமா சார்?''

''தெரியல. கொஞ்சம் வேகமாப் போ'' என்று சற்றுக் கோபமாகச் சொன்னார்.

''நூறுலதான் சார் போறன்'' குமாரினுடைய குரல் முற்றிலுமாக மாறிவிட்டது. ''ஒண்ணும் ஆவாது. கவலப்படாம வாங்க சார்.''

குமார் சொன்னது எதுவும் நடேசனுடைய காதில் விழவில்லை. அவருடைய மனம் ரேவதி, மருத்துவமனைக்குப் போயிருப்பாளா, அட்மிஷன் போட்டிருப்பார்களா, உடலில் எந்த இடத்தில் தீப்பற்றி இருக்கும், எந்த இடத்தில் வெந்திருக்கும், முகம், கை, கால்கள், வயிறு, உடம்பு முழுவதும் வெந்திருக்குமா என்று பலவாறு சிந்தித்துக் கொண்டிருந்தது. நல்ல காய்ச்சல் மாதிரி உடம்பு சூடாக இருந்தது. ஏ.சி. காரிலும் வியர்த்து ஒழுகிக்கொண்டிருந்தது.

அமராவதி வாய்விட்டு அழவில்லை. ஆனால், அவளுடைய கண்களிலிருந்து கண் ணீர் சரம்சரமாக இறங்கிக்கொண்டிருந்தது.

நடேசன் காருக்கு வெளியே பார்த்தார். கார், பஸ், ஆட்டோ, பைக் என்று ஓடிக் கொண்டிருந்தது தெரிந்தது. கார் கடலூர் வந்துவிட்டது தெரிந்தது. போன் மணி அடித் தது. எடுத்துப் பேசினார், ''சொல்லு தம்பி. கடலூரத் தாண்டிட்டம். வேகமாத்தான் போறம். அம்மா அழுதுகிட்டுத்தான் இருக்கா. அதுக்குப் பின்னால அந்தப் பொறுக்கி பேசல. கேசு கொடுக்கிறதா வாணாமான்னு பாப்பாகிட்ட கேட்டுட்டுத்தான் செய்ய ணும். போனதும் அவகிட்ட கேக்குறன். போயிசேர இன்னும் அர மணி நேரம் ஆவும். சரி. போயி சேந்ததும் கூப்புடுறன். நீ டென்ஷன் ஆவாம இரு. பஸ் ஏறிட்டியா? சரி வா.'' நடேசன் பின்சீட்டில் சாய்ந்து கண்களை மூடிக்கொண்டார்.

''பொழச்சிக்கும்ன்னா வுட்டுடுங்க சார். பொழக்காதின்னா வுடாதிங்க. கேசப் போட்டு அவனப் புடிச்சி உள்ளாரப் போடுங்க. அப்பத்தான் அவனுக்குப் புத்தி வரும். வரதட்சண கேசுல கொடுங்க. கேசு ஸ்ட்ராங்கா நிக்கும். நக கேட்டுத் தொந்தரவு கொடுத்தான். பணம் கேட்டுத் தொந்தரவு கொடுத்தான்னு கொடுங்க. போதும்.'' குமார் சொன்ன எதையும் நடேசன் காதுகொடுத்துக் கேட்கவில்லை. அவனிடம் பேச வேண்டும் என்றும் அவருக்குத் தோன்றவில்லை. அவருக்கு ரேவதியைப் பார்க்க வேண்டும் என்ற எண்ணம் மட்டும்தான் மனதில் இருந்தது. அவளுக்கு ஒன்றும் ஆகக் கூடாது என்ற கவலையும் இருந்தது.

''ஒரே பொண்ணா சார்?''

''ஆமாம்.''

''திருப்பதிக்கு வேண்டிக்குங்க சார். எம் பொண்ணுக்கு ஒண்ணும் ஆவக் கூடாது. குடும்பத்தோட வந்து மொட்டப்போடுறம்ன்னு வேண்டிக்கோங்க. நல்லது நடக் கும்.''

''கொஞ்சம் வேகமாப் போ, குமாரு.''

''இன்னும் பத்து நிமிஷத்தில போயிடலாம் சார்'' என்று சொன்ன குமார், ''ஒங்களால பேச முடியல. கொஞ்சம் தண்ணீ குடிங்க'' என்று தண்ணீர் பாட்டிலை எடுத்துக் கொடுத்தான். அரை பாட்டில் தண்ணீர் குடித்தும் நா வறட்சியும், வயிற்றிலிருந்த சூடும் குறைந்த மாதிரி தெரியவில்லை. ''தண்ணீ குடி'' என்று அம ராவதியிடம் பாட்டிலை நீட்டினார். முன்சீட்டில் கவிழ்ந்திருந்த தலையை நிமிர்த் தாமல் 'வேணாம்' என்பது மாதிரி இடது கையை மட்டும் காட்டினாள்.

‘‘ரவிக்கி போயி எதுக்கு சார் ஒங்க பொண்ணக் கொடுத்திங்க?’’ என்று கேட்ட குமாரின் கேள்விக்கு நடேசனால் பதில் சொல்ல முடியவில்லை. ரேவதியைக் குமாருக்குத் தெரியும் என்பதே அவருக்குக் கௌரவக் குறைச்சலாக இருந்தது. எல்லா விஷயமும் அவனுக்குத் தெரிந்திருப்பதே அவருக்கு அவமானமாக இருந்தது. குமாரைக் கூப்பிட்டது தவறு என்று நினைத்தார். பர்மா நகரில் தன்னுடைய மகள்தான் ரேவதி என்பது பலருக்குத் தெரிந்திருக்கிறது என்று நினைத்ததுமே அவருக்கு எரிச்சல் உண்டாயிற்று. கோபத்தில் முன்சீட்டில் தலையைக் கவிழ்த்துக்கொண்டார்.

சாலையில் பிணத்தைத் தூக்கிக்கொண்டு போவதைப் பார்த்த குமார் சொன்னான், ‘‘நல்ல சகுனம் சார். முக்கியமான காரியமா போவும்போது பொணம் எதிர்ல வந்தா போற காரியம் நல்லபடியா முடியும் சார்.’’

‘‘அப்படியா?’’ என்று ஒரே நேரத்தில் நடேசனும் அமராவதியும் கேட்டனர். இருவரும் காருக்கு வெளியே பார்த்தனர். பிண ஊர்வலம் ஒன்று சென்றுகொண்டிருந்தது தெரிந்தது.

‘‘பாட எதிர்ல வர்றது அவ்வளவு நல்ல சகுனம் சார்.’’

குமாரின் வார்த்தைகள் பெரிய நிம்மதியைத் தந்தன அவர்கள் இருவருக்கும்.

‘‘பொணத்துக்குப் போட்ட மாலய எல்லாம் உதுத்து எதுக்கு ரோட்டுல தூவிக்கிட்டே போறாங்க? அதனால எம்மாம் குப்பயாவுது?’’

‘‘எல்லாரும் இப்படித்தான் சார் செய்றாங்க.’’

‘‘சனங்க செத்தும் ரோட்டுல குப்பயப் போட்டுட்டுத்தான் போறாங்க.’’

நடேசனை முறைத்துப் பார்த்தாள் அமராவதி.

‘‘கோரிமேடு வந்துடுச்சு சார்.’’

‘‘எங்க இருக்காங்கன்னு தெரியல. போன் போடு.’’

‘‘எமர்ஜென்ஸி வார்டுக்குத்தான் போயிருப்பாங்க. நேரா அங்க போயி கேட்டா சொல்லிடுவாங்க.’’

‘‘ஒனக்கு எடம் தெரியுமா?’’

‘‘தெரியும் சார்.’’

‘‘நேரா அந்த எடத்துக்குப் போ.’’

ஜிப்மர் மருத்துவமனையின் பிரதான வாசலில் நுழைந்து நேராக அவசரச் சிகிச்சைப் பிரிவுக் கட்டடத்தின் முன் வந்து நின்றது கார். அமராவதியும் நடேசனும் காரை விட்டு இறங்கினர்.

‘‘உள்ளாரப் போயி கேளுங்க. சொல்லுவாங்க. காரக் கொண்டு போயி பார்க் பண்ணிட்டு வர்றன்’’ என்று சொல்லிவிட்டு காரை எடுத்துக்கொண்டு போனான் குமார்.

நடேசனும் அமராவதியும் அவசரப் பிரிவுக் கட்டடத்துக்குள் ஓடினார்கள். பெரிய ஹால். எங்கு பார்த்தாலும் திருவிழாக் கூட்டமாக இருந்தது. ஒரு இடத்தில் வரிசையாக மூன்று மருத்துவர்கள் உட்கார்ந்திருந்தனர். அவர்களை ஒட்டி ஏழெட்டு நர்சுகள் நின்றுகொண்டிருந்தனர். ஆட்கள் நாலா பக்கமும் போவதும் வருவதுமாக

இருந்தனர். பதற்றத்தில் யாரிடம் கேட்பது என்று தெரியவில்லை. வேகமாகப் போய் ஒரு நர்சிடம், ''ரேவதிங்கிற பொண்ணு கொஞ்ச நேரத்துக்கு முன்னாடி அட்மிஷன் ஆச்சா? எங்க இருக்கு?'' என்று நடேசன் கேட்டார்.

''என்னா கேசு? ஃபயரா, ஆக்சிடண்டா?''

''ஃபயர்.''

''அஞ்சாவது மாடிக்குப் போங்க'' என்று சொன்னாள் நர்சு.

''அந்த நாயிக்கு போன் போட்டுக் கேளு'' என்று நடேசன் சொன்னார்.

ரவிக்கு போன் போட்ட அமராவதி, ''நான் ரேவதியோட அம்மா பேசுறன். எங்க இருக்கா? நாங்க எமர்ஜென்ஸி கட்டடத்துக்குக் கீழ நிக்குறம். அஞ்சாவது மாடிலியா?'' உடனே போனை வைத்துவிட்டாள். ''அஞ்சாவது மாடியில இருக் காளாம்'' என்று சொல்லிவிட்டு மாடிக்குப் போகிற வழியைத் தேடினாள்.

படிக்கட்டுகளின் வழியாக ஐந்தாவது மாடிக்கு வந்தனர். உள்ளே நுழைய விடாமல் செக்யூரிட்டி மறித்தான். கதவுக்கு முன் நின்றுகொண்டிருந்த ரவி, ''இப்ப அட்மிசன் ஆன பொண்ணோட அப்பா, அம்மா'' என்று சொன்னான். செக்யூரிட்டி கதவைத் திறந்துவிட்டான். அமராவதியும், நடேசனும் ஹாலுக்குள் போனார்கள். ரவியும் உள்ளே வந்தான். நோயாளிகளின் உதவியாளர்கள் இரவில் படுத்துகொள் ளும் ஹாலுக்கு வந்ததும், ''எங்க இருக்கா?'' என்று அமராவதி கேட்டாள்.

''இதுக்குள்ளார கட்டுப்போட்டுக்கிட்டு இருக்காங்க'' என்று ரவி ஐ.சி.யு. அறைக் குப் பக்கத்திலிருந்த ஒரு அறையைக் காட்டினான். மூடியிருந்த அந்த அறையின் கதவை அமராவதியும் நடேசனும் பார்த்தனர். எதுவும் தெரியவில்லை. பிறகு ரவி யைப் பார்த்து, ''எம் பொண்ண என்னடா செஞ்ச? கொன்னுப்புட்டியாடா கொல காரப் பயல'' என்று கேட்டாள். அவன் பதில் சொல்லாததால் கோபத்தில் அம ராவதி அவனுடைய சட்டையைப் பிடித்து இழுத்து, ''என்னடா செஞ்ச? ஏண்டா நெருப்ப வச்சிக் கொளுத்துன? தெருப் பொறுக்கி நாய'' என்று கேட்டாள்.

''நான் கொளுத்தல.''

''பொய்ச் சொன்னா செருப்பால அடிப்பன் நாய'' என்று சொல்லி ரவியை நடே சன் நெட்டித்தள்ளினார். அவனை வெட்டிக் கொல்ல வேண்டும் என்ற ஆத்திரம் அவருக்குள் இருந்தது. அவன் முறைத்துக்கொண்டு நின்றதைப் பார்த்த அமராவதி, ''எம் பொண்ண நெருப்ப வச்சி எரிச்சிப்புட்டு மொறச்சிப் பாக்குறியாடா?'' என்று சொல்லி அவனுடைய கன்னத்தில் ஓங்கி அடித்தாள். சத்தம் கேட்டு ஓடி வந்த செக்யூரிட்டியும், இரண்டு நர்சுகளும், ''உங்க சண்டய வெளியில வச்சிக்குங்க'' என்று சொல்லிக் கத்தினார்கள். செக்யூரிட்டி மூன்று பேரையும் வெளியே அனுப்ப முயன்றான். ''எம் புள்ளயப் பாக்கணும்'' என்று அமராவதியும், நடேசனும் கெஞ்சி யதால், ''இனிமே கத்தக் கூடாது, சத்தம் வரக் கூடாது'' என்று சொல்லி எச்சரித் தனர். நர்சுகள் அறைக்குள் போய்விட்டனர். செக்யூரிட்டி மட்டும் ரவியின் பக்கத் திலேயே நின்றுகொண்டான்.

கட்டுப்போட்டு எப்போது முடிப்பார்கள்? கதவை எப்போது திறப்பார்கள் என்று அமராவதியும், நடேசனும் நின்றுகொண்டிருந்தனர். அதோடு அடிக்கடி கோபத்தோடு ரவியை முறைத்துப் பார்த்துக்கொண்டிருந்தனர்.

சிறிது நேரத்தில் கதவு திறக்கப்பட்டது. வீல் சேரில் ரேவதியை உட்காரவைத்து ஒரு நர்சு வெளியே தள்ளிக்கொண்டு வந்தாள். தலை மொட்டை அடிக்கப்பட்டிருந் தது. காலிலிருந்து கழுத்துவரை கட்டுப்போடப்பட்டிருந்தது. அவளைப் பார்த்த மறு நொடியே, ''ஐயோ கடவுளே'' என்று பதறி அழுதாள். ரேவதி, அமராவதியையும் நடேசனையும் பார்த்தாள். அவர்களைப் பார்த்ததற்கான அறிகுறி எதுவும் அவளு டைய முகத்தில் ஏற்படவில்லை. வீல் சேரில் உட்காரவைக்கப்பட்ட பிணம் மாதிரி உட்கார்ந்திருந்தாள். கட்டுப்போட்ட அறையிலிருந்து ஐ.சி.யு. அறைக்குள் வீல் சேரில் வைத்துத் தள்ளிக்கொண்டு போன அந்த ஒன்றிரண்டு நிமிஷங்கள்தான் அவளை அமராவதியும், நடேசனும் பார்த்தார்கள். ஐ.சி.யு. அறைக்குள் வீல் சேர் போனதும் கதவை மூடிவிட்டார்கள். ''என் தங்கத்துக்கு மொட்ட போட்டுட்டாங்களே'' முகத் தைக் கைகளால் மூடிக்கொண்டு அழ ஆரம்பித்தாள் அமராவதி. மறு கணமே மயக்க மாகிக் கீழே விழுந்தாள்.

ஹாலில் நின்றுகொண்டிருந்த ஒரு ஆள் அமராவதியைத் தூக்கி உட்காரவைத் தான். ஒரு பெண் அவளுடைய முகத்தில் தண்ணீரைத் தெளித்தாள். மற்றொரு பெண் அவளுடைய முகத்தைத் தன்னுடைய சீலையால் துடைத்துவிட்டாள். ஒரு பெண் தண்ணீரை வாயில் ஊற்றினாள். எல்லாவற்றையும் நடேசன் பார்த்தார். ஆனால், யார் என்ன செய்கிறார்கள், என்ன நடக்கிறது என்பது அவருடைய மூளையில் பதியவே இல்லை.

அமராவதிக்கு லேசாக மயக்கம் தெளிந்த மாதிரி இருந்தது. தன்னைச் சுற்றிலும் இருப்பவர்களைப் பார்த்தாள். ''எம் பொண்ணு எங்க?'' என்று கேட்டாள். திரும் பத்திரும்ப அதே கேள்வியைக் கேட்டுக்கொண்டிருந்தாள்.

''அட்டண்டர் மட்டும் உள்ளார இருங்க. மத்தவங்க எல்லாம் வெளிய போக லாம். மணி ஆயிடிச்சி'' என்று செக்யூரிட்டி சொன்னான். அவன் சொன்னதை யாரும் காதில் போட்டுக்கொண்டதுபோல் தெரியவில்லை. மருத்துவரைப் பார்க்க வேண் டும், நர்சைப் பார்க்க வேண்டும் என்று நின்றுகொண்டிருந்தார்கள். ஆனால், செக்யூ ரிட்டி, ''வெளியே போங்க'' என்று கட்டாயப்படுத்த ஆரம்பித்ததும், இடம் மாறி இடம் மாறி நின்றார்களே ஒழிய, யாரும் வெளியே போகவில்லை. செக்யூரிட்டி கடுமையாகக் கத்த ஆரம்பித்ததும், ஒவ்வொரு ஆளாக ஆண்கள் மட்டும் வெளியே போனார்கள். ''பாஸ் உள்ளவங்க மட்டும் உள்ளார இருங்க. மத்தவங்க வெளிய போங்க'' செக்யூரிட்டி திரும்பத்திரும்பச் சொல்லிக்கொண்டிருந்தான். ஒன்றிரண்டு பெண்கள் வெளியே போனார்கள். கதவைத் திறந்து வாசலில், படிக்கட்டில் நின்று கொண்டிருந்த, உட்கார்ந்திருந்தவர்களிடம், ''அட்டண்டரா இருந்தா உள்ளார வந்துடுங்க. கையில பாஸ் இருக்கணும்'' என்று கடுமையான குரலில் சொன்னான். பத்துக்கும் மேற்பட்ட பெண்கள் எழுந்து கதவருகே வந்தனர். ''பாஸக் காட்டு'' என்று ஒவ்வொரு ஆளாக உள்ளே அனுப்பினான். சாப்பிட்டுக்கொண்டிருந்த ஒரு பெண், ''சாப்புட்டு முடிச்சிட்டு வர்றன்'' என்று சொன்னாள். ''சரி'' என்பதுபோல செக்யூரிட்டி தலையை ஆட்டினான். அதோடு, ''அவ்வளவுதானா? கீழ யாராச்சும் போயிருக்காங்களா?'' என்று கேட்டுவிட்டுக் கதவை மூடிக்கொண்டான். நடேசனை யும் அமராவதியையும் பார்த்த செக்யூரிட்டி, ''நீங்க வெளிய போயிடுங்க'' என்று

அதிகாரத்தோடு சொன்னான். பக்கத்தில் நின்றுகொண்டிருந்த ரவி, ''அவுங்க அட்டண்டர்'' என்று சொன்னான்.

''ஆம்பளயா?'' என்று கேட்டான் செக்யூரிட்டி.

''இல்லெ, அவுங்க'' என்று அமராவதியைக் காட்டினான் ரவி.

''பாஸ் இருக்கா? பேசண்டு பேரு என்னா?''

''பாஸ் வாங்கல.''

''பாஸ் வாங்காம உள்ளார எப்பிடி இருக்க முடியும்? அட்மிசன் போடும்போதே தந்திருப்பாங்களே.''

''எனக்குத் தந்தாங்க. லேடீஸ்க்குக் கொடுக்கல.''

''முதல்ல அத வாங்கு. டாக்டர் ரூமுக்குப் போங்க.'' அதிகாரத்தோடு சொன்னான் செக்யூரிட்டி.

ஐ.சி.யு. அறையை ஒட்டி வடக்குப் பக்கமாக இருந்த மருத்துவர் அறைக்குள் போனான் ரவி. நான்கு ஐந்து நிமிஷம் கழித்து உதவியாளர் அட்டையை வாங்கிக் கொண்டு வந்து அமராவதியிடம் நீட்டினான். அப்போது அமராவதிக்கு எங்கிருந்து தான் அவ்வளவு ஆத்திரமும் வெறியும் வந்ததோ, ''எம் பொண்ண என்னடா செஞ்ச? சண்டாளப் பயல. யாண்டா நெருப்ப வச்சிக் கொளுத்துன?'' என்று கேட்டுக் கத்தினாள். அவன் ஒரு வார்த்தை கூட எதிர்த்துப் பேசவில்லை. தலையைக் குனிந்து கொண்டு நின்றவன்தான்.

நடேசன் கோபத்தில், ''வெளிய வாடா ஒன்னெ செருப்பாலியே அடிக்கிறன்'' என்று சொல்லித் திட்டினார்.

''இங்க சத்தம் போடக் கூடாது. நீங்க ரெண்டு பேரும் வெளிய போங்க'' என்று ரவியிடம் செக்யூரிட்டி சொன்னான்.

''எனக்கு பாஸ் இருக்கு'' என்று ரவி சொன்னான்.

''நைட்டுல இந்த ஹால்ல பொம்பளைங்க மட்டும்தான் தங்கலாம். நீ வேணுமின்னா வெளியில படிக்கட்டுல ஒக்காந்துக்க. ஒரு பேசண்டுக்கு ஒரு அட்டண்டர்தான்'' செக்யூரிட்டியின் குரலில் அவ்வளவு கடுமை இருந்தது. கோபம் வந்தது போல் சட்டென்று ரவி வெளியே போய்விட்டான்.

''சார், நீங்களும் போங்க.''

''இப்பத்தான் வந்தம். எங்கப் பொண்ணப் பாக்கல. டாக்டரப் பாத்துப் பேசல. என்னா ஏதுன்னு ஒண்ணும் விவரம் தெரியல.''

''இனிமே விடியக்காலயில நாலு அஞ்சு மணிக்குத்தான் பாக்க முடியும். அதுவும் அட்டண்டர மட்டும்தான் உள்ளார வுடுவாங்க. டாக்டரக் காலயில பாருங்க.''

''எங்களுக்கு ஒண்ணுமே தெரியல. அதப் பத்திக் கேக்கணும்.''

''அட்மிசன் போட்டாச்சி. ஐ.சி.யு.க்குள்ளார வச்சாச்சி. விசியம் அவ்வளவுதான். நீங்க அட்டண்டருக்குச் சாப்பாடு, தண்ணி வேணுமின்னா வாங்கியாந்து கொடுத்திட்டுக் கிளம்புங்க'' செக்யூரிட்டியின் குரலில் ஒரு துளி இரக்கமில்லை. சட்டைப் பையில் கையை விட்டதைப் பார்த்த செக்யூரிட்டி கடுமையான குரலில், ''அசிங்கம்

பண்ணாதிங்க சார். ஒரு கோடி கொடுத்தாலும் அட்டண்டரத் தவிர வேற ஆளு இருக்க முடியாது. நல்லத்தனமா சொல்றன். வெளிய போயிடுங்க. மணி எட்டரை.'' செக்யூரிட்டியின் குரல் தடித்துவிட்டது.

''நான் டாக்ட்டரப் பாக்கணும். எம் பொண்ணுகிட்டப் பேசணும்.''

நடேசனுக்குப் பதில் சொல்லாமல் ஹாலில் உட்கார்ந்திருந்த ஒவ்வொரு பெண்ணிடமும், ''பாஸ் இருக்கா? காட்டுங்க'' என்று பரிசோதிக்க ஆரம்பித்தான் செக்யூரிட்டி. நடேசன் கெஞ்சுவது மாதிரி செக்யூரிட்டியிடம், ''ஒரு அஞ்சு நிமிஷம் இவங்கள வெளிய அனுப்ப முடியுமா?'' என்று கேட்டார்.

''சீக்கிரம், லேட்டானா கதவ சாத்திப்புடுவன்.''

நடேசனும், அமராவதியும் கதவைத் திறந்துகொண்டு வெளியே வந்தனர்.

''என்ன செய்யுறது, யார்கிட்ட கேக்குறதுன்னே தெரியல'' சொல்லும்போதே நடேசனுக்குக் குரல் உடைந்துபோயிற்று.

''கொலவாங்கிப்புட்டானே. சண்டாளன்.''

''சரி நீ உள்ளாரப் போ. முடிஞ்சா டாக்டரப் பாரு. நர்சப் பாரு. பாப்பாவப் பாக்க முடிஞ்சா பாத்து அடுத்து என்னா செய்யணுமின்னு கேளு. நான் இங்க ஒக்காந்திருக்கன்.''

''ராத்திரி பூராவுமா?''

''வேற என்னா செய்ய முடியும்? அவகிட்ட ஒரு வாத்த பேசியிருந்தா அடுத்து என்னா செய்யுறதுன்னு தெரிஞ்சியிருக்கும்.''

''எதாயிருந்தாலும் டாக்டரப் பாத்த பின்னாலதான தெரியும். அதனால நீங்க வீட்டுக்குப் போயிட்டு காலயில வந்துடுங்க.''

''இப்ப மணி ஒம்போதுக்கு மேல ஆயிடிச்சி. போவ ரெண்டு மணி நேரம். திரும்பி வர ரெண்டு மணி நேரம் ஆவும். பேசாம இங்கியே இருந்துக்கிறன்.''

''டிரைவர் போவணுமில்ல?''

படிக்கட்டில் உட்கார்ந்திருந்த ஆள் தானாகவே சொன்னான், ''இங்க ஒக்காந்து இருக்கிறதில ஒண்ணும் புண்ணியமில்ல. விடியக்காலம் அஞ்சு மணிக்கு அட்டண்டர மட்டும்தான் உள்ளார வுடுவாங்க. அதுவும் அஞ்சு நிமிஷம் பத்து நிமிஷம். அதோட சரி. அப்பறம் மறு நாளு விடியக்காலம் அஞ்சு மணிக்குத்தான் உள்ளார வுடுவாங்க.''

நடேசனும் அமராவதியும் அந்த ஆளைப் பார்த்தனர். அப்போது கதவைத் திறந்து கொண்டு வெளியே வந்த செக்யூரிட்டி, ''யாராச்சும் அட்டண்டர் இருக்கீங்களா? இருந்தா வந்துடுங்க. கதவப் பூட்டப்போறன்'' என்று சொன்னான். என்ன பேசுவது என்று தெரியாமல் அமராவதியும் நடேசனும் ஒருவரையொருவர் பார்த்துக் கொண்டனர்.

''வாங்கம்மா'' என்று செக்யூரிட்டி கூப்பிட்டான்.

''நீ உள்ளாரப் போ. நான் போன்ல பேசுறன்'' நடேசன் சொன்னார்.

''முருகன் வருவானே?''

“நான் பாத்துக்கிறன். அவன் வரவவரையில நான் வெளியில வெயிட் பண்றன். அவன் வந்ததும் என்னா ஏதுன்னு ஒனக்கு போன்ல சொல்றன். சாப்பாடு தண்ணி வாங்கியாரட்டுமா?”

“தேவயில்ல. மெடிக்கல் லீவ் போட்டுடுங்க. கேசு கொடுக்கிறதான்னு அவ கிட்ட கேக்குறன்” என்று சொல்லிவிட்டுப் பணம் வைத்திருந்த பையைக் கொடுத்தாள். ஏ.டி.எம். கார்டுகளையும் கொடுத்தாள். அடுத்து என்ன பேசுவது? அமராவதிக்கும் தெரியவில்லை. நடேசனுக்கும் தெரியவில்லை. சுயநினைவு இல்லாதவர்கள் போல் வெறுமனே ஒருவரையொருவர் பார்த்துக்கொண்டிருந்தனர்.

“போதும் வாங்கம்மா. நேரமாச்சி” என்று செக்யூரிட்டி சொன்னான். அமராவதி உள்ளே போனாள். செக்யூரிட்டி கதவைப் பூட்டிக்கொண்டான்.

சாத்தப்பட்டிருந்த கதவையே வெறித்துப் பார்த்துகொண்டிருந்தார் நடேசன். கதவின் கண்ணாடி கறுப்பாக இருந்தது.

2

ஐ.சி.யு. கட்டடத்தை விட்டு வெளியே வந்த ரவி, தன்னுடைய அம்மாவும், அக்காவும் எந்த இடத்தில் நின்றுகொண்டிருக்கிறார்கள் என்று சுற்றுமுற்றும் பார்த்தான். அவர்கள் எங்கே இருக்கிறார்கள் என்பது தெரியாததால் பத்து இருபதடி தூரம் முன்னே வந்து பார்த்தான். பாக்கெட்டிலிருந்து செல்போனை எடுத்து தன்னுடைய அக்காவிற்கு போன் போட்டு, “எங்க நிக்குறீங்க?” என்று கேட்டான். “நான் ஐ.சி.யு. கட்டடத்துக்கு முன்னாலதான் நிக்குறன், வாங்க” என்று சொல்லிவிட்டு போனை நிறுத்தினான். தெற்குப் பக்கமிருந்து கோகிலாவும், பிரியங்காவும் வந்தனர். அவர்களைப் பார்த்ததும் ரவிக்கு அழுகை பொங்கிக்கொண்டு வந்தது. அவன் அழுவதைப் பார்த்து கோகிலாவும் பிரியங்காவும் அழுதனர். அழுதுகொண்டே கோகிலா கேட்டாள், “எப்படி இருக்கு? எங்க இருக்கா?”

“ஐ.சி.யு.வுல இருக்கா.”

“எப்படியிருக்கு?”

“தெரியல” என்று சொல்லும்போது ரவியினுடைய கண்களிலிருந்து கண்ணீர் வழிந்தது.

“என்னா நடந்துச்சி?” பிரியங்கா கேட்டாள்.

“ஓரமா வாங்க” என்று சொல்லி கோகிலாவையும், பிரியங்காவையும் அழைத்துக் கொண்டு சிறுநீரகப் பிரிவுக் கட்டடத்துக்கு முன் வந்தான்.

“டாக்ட்டரு என்னா சொன்னாங்க?”

“கொண்டாந்ததுமே மொட்ட போட்டுட்டு கட்டுப்போட்டு உள்ளாரக் கொண்டு கிட்டு போயிட்டாங்க.”

“எப்பிடி நடந்துச்சி?” கோகிலா கேட்டாள். ரவி பதில் சொல்லாமல் அழுதான். அவன் நின்றுகொண்டிருந்த விதமும் அழுத விதமும் கோகிலாவுக்கும் பிரியங்காவுக்கும்

பயத்தை உண்டாக்கின. 'ரேவதி பிழைத்துக்கொள்வாளா' என்று பயத்தால் திரும்பத்திரும்ப கேட்டனர். அதற்கு மட்டும் ரவி கடைசிவரை வாயைத் திறக்கவில்லை.

எவ்வளவு பெரிய கூட்டமாக இருந்தாலும், எத்தனை பேர் கூடியிருந்தாலும் தன்மேல் தவறு இருந்தாலும்கூட துணிந்து சண்டைக்குப் போவான். கத்தி ஊரைக் கூட்டுவான். கலாட்டா செய்வான். ஆர்ப்பாட்டம் செய்வான். தன்மேல் தவறே இல்லை என்று வாயடிப்பான். பயப்படவே மாட்டான். விட்டுக்கொடுத்துப் போக மாட்டான். எடுத்த எடுப்பில் அடிப்பதற்குப் பாய்வான். அழுதுகொண்டு மட்டும் நிற்க மாட்டான். அடங்கிப்போகிற பழக்கமே அவனிடம் கிடையாது. தொட்டதற்கும் சீறுவான். அப்படிப்பட்டவன் அழுகிறான் என்றால் ரேவதிக்கு உடம்பு முழுவதும் வெந்திருக்க வேண்டும் என்று கோகிலாவும் பிரியங்காவும் நினைத்தனர். அதனால் என்ன நடந்தது, எப்படி நடந்தது, ஏன் நடந்தது என்று இருவரும் மாறி மாறிக் கேள்விகளாகக் கேட்டனர். சில கேள்விகளுக்குப் பதில் சொன்னான். சில கேள்விகளுக்குப் பதில் சொல்லாமல் இருந்தான். பதற்றத்தில் இருந்ததால் அவனால் சரியாகப் பேசக்கூடப் முடியவில்லை.

''அப்ப நாங்க சொன்னதக் கேட்டியா? எல்லாத்துக்கும் 'எனக்குத் தெரியும்'ன்னு சொல்லி எங்க வாய அடச்ச. இப்ப எங்க வந்து எப்பிடி நிக்குற பாத்தியா?''

''எங்க வந்து என்னாப் பேசுற?'' என்று கேட்டு ரவி, கோகிலாவை முறைத்தான்.

''நாங்க பேசாம இருக்கிறம். எங்கள நீ ஜெயிலுக்கு அனுப்பிடு'' என்று அழுத்தம் திருத்தமாகக் கோகிலா சொன்னதும் ரவிக்குக் கோபம் தலைக்கு ஏறிவிட்டது.

''வாய மூடுறியா? ஒன்னெ இங்க வரச் சொன்னது யாரு?'' எரிச்சலோடு கேட்டான்.

''நீதான் தப்பு செஞ்ச. நீதான் வாய மூடணும்.''

''நீயே போயி போலீசுகிட்ட சொல்லி என்னெப் புடிச்சிக் கொடுத்திடு. ஒனக்குப் போயி புள்ளையா பொறந்தன் பாரு. எல்லாம் என் தலயெழுத்து'' என்று சொன்னதோடு தன்னுடைய தலையில் அடித்துக்கொண்டான்.

''நீ வந்து எங்களுக்குப் புள்ளையா பொறந்த பாரு, அதுதான் எங்க தல எழுத்து.'' கடுமையான கோபத்தோடு சொன்ன கோகிலா அவனைப் பார்க்கப் பிடிக்காத மாதிரி முகத்தை வேறு பக்கம் திருப்பிக்கொண்டாள். கோகிலா அளவுக்கு ரவிக்கும் அடக்க முடியாத அளவுக்குக் கோபம் உண்டாயிற்று. அதனால், ''என்னெ சாவடிக்கிறதுக்காக வந்தீங்களா?'' என்று பிரியங்காவிடம் கேட்டான். அவள் அழுதாளே தவிர, பதில் சொல்லவில்லை.

''நீ எதுக்கு இப்ப அழுதுகாட்டுற?'' என்று பிரியங்காவிடம் கேட்டான்.

''காயம் பெருசா? பிரச்சனயாவாதில்ல?''

''தெரியல.''

''பொட்டச்சியா இருக்கிறதா முக்கியம்? பொண்டாட்டியா இருக்கிறதுதான் முக்கியம். அது தெரியாதவ எல்லாம் இப்பிடித்தான் தானும் செத்து மத்தவங்களையும் சாவடிப்பாளுவோ.'' அழுதுகொண்டே கோகிலா சொன்னதும், ''ஒண்ணும் ஆவாது அழுவாம இரும்மா'' என்று சொன்ன பிரியங்காவும் அழுதாள். பிறகு ரவியிடம்

''கேசு ஆவுமா, போலீசு வருமா?'' என்று கேட்டாள். அதற்கு ரவி பதில் சொல்வதற்கு முன் முந்திக்கொண்டு கோகிலா சொன்னாள்.

''ஒன் தம்பி செஞ்சியிருக்கிற காரியத்துக்கு போலீசு வராம பூமாலயா வரும்?''

''எவன் என்னெப் புடிக்க வர்றான்னு நானும் பாக்குறன்'' என்று வீறாப்பாகச் சொன்னாலும், அவனுக்குள் பயம் நிறைந்திருந்ததை அவனுடைய குரலே காட்டிக் கொடுத்துவிட்டது.

''நான் அப்பவே சொன்னன், கேட்டியா? படிச்சியிருக்கா. ஆளு வாட்டமா இருக்கா. அவ அப்பன் வேலயில இருக்கான். சொந்தமா மெத்த வீடு இருக்கு. காசு உள்ள எடம். நம்பளுக்கு ஒத்துவர மாட்டானு எம்மாம் சொன்னன். ஒண்ணத்தயும் நீ கேக்கல. பொட்டச்சிக்கு மொக வாட்டம் ஒண்ணு நல்லா இருந்தா போதாதா? திமிரு கொண்டு அலயுறதுக்கு. யாரயும் மதிக்காம திரியுறதுக்கு.''

''கொஞ்சம் பேசாம இருக்கிறியா?'' கோபமாகக் கேட்டான் ரவி.

''பர்மா பஜார்ல இருக்கிற ஒருத்தன் வீட்டு பொண்ணக் கட்டியிருந்தா நம்பளுக்கு இந்த நெலம வந்திருக்குமா?''

''என்னெ சாவடிக்காம எட்ட போறியா? அடுத்து என்னா செய்யுறதின்னு தெரியாம நானே குழம்பிப்போயி நிக்குறன். இந்த நேரத்தில வந்து சனியன் என்னாப் பேசுது பாரன்'' என்று ரவி மனம் நொந்து சொன்னான். அவன் சொன்னதைக் காதில் வாங்காத கோகிலா, ''பர்மா பஜாருக்கு வேலக்கிப் போயிருந்தா ஊர் சனியனெல்லாம் நம்பள வந்து ஏன் புடிக்குது? மெட்ராசுக்குப் போவ மாட்டன், பர்மா பஜாருக்குப் போவ மாட்டன்னு அடம்புடிச்ச. இப்ப எங்க வந்து நிக்குற? நீ மட்டுமா நிக்குற? எங்களயும் கொண்டாந்து நிறுத்திப்புட்ட. தனக்கு மூத்தது, அதிலயும் பொட்டப் புள்ள கல்யாணத்துக்காக குந்தியிருக்குறாளேன்னு தெரியாம ஆட்டம் ஆடுன. இப்ப அனுபவிக்கிற'' என்று சொல்லிக் கண்களையும் மூக்கையும் முந்தானையால் துடைத்துக்கொண்டாள். என்ன தோன்றியதோ, ''எம் பொண்ணும்தான் செவப்பா இருக்கா. ஆளு வாட்டமா சினிமா நடிக மாதிரி தளதளன்னு இருக்கா. ஒரு கொறயுமில்ல. அப்பிடியும் கல்யாணம் கட்டிக்கிறன்னு ஒரு நாயும் வல்ல. காதலிக்கிறன்னு சொல்லிக் கூட என் வீட்டு வாசப்படியில ஒரு நாய் வந்து நிக்கல. வயசு முத்திப்போயி நிக்குறா. வயசுல கட்டிக்கொடுத்திருந்தா அவளும் ரெண்டு மூணு புள்ளைக்கித் தாயாயிருப்பா. எம் பொண்ணு ஒண்ணுமில்லாம நிக்குது. ஒரு பயல வளச்சிப்போட்டுக்கவும் எம் பொண்ணுக்குத் தெரியல. மண்ணாட்டம் கெடக்குது'' என்று சொல்லிவிட்டு மூக்கைச் சிந்தினாள்.

''எங்க வந்து அழுதுக்கிட்டு நிக்குற? நெலம தெரிய வாணாம்? ஊருக்குப் போயித் தொலயுங்க'' என்று ரவி சலிப்புடன் சொன்னான்.

''நாங்க பாக்க முடியுமா?'' பிரியங்கா கேட்டாள்.

''என்னயே வெளிய துரத்திட்டாங்க. எப்ப வுடுவாங்கின்னு தெரியல.''

''எப்ப பாக்க முடியும்?''

''நெலமயத் தெரிஞ்சிக்கிட்டு சொல்றன். ஊருக்குப் போயி நான் சொல்ற வக்கீல பாருங்க'' என்று சொன்னதோடு, வக்கீலின் பெயர், வீட்டு முகவரி, வக்கீல் வீட்டுக்கு

எப்படிப் போக வேண்டும் என்பதையெல்லாம் சொன்னான். வக்கீலினுடைய செல் போன் எண்களையும் தந்தான்.

''படிக்கவச்சன். படிக்காம ஊர் சுத்தப் போன. துணிக் கடைக்கு வேலக்கிப் போவச் சொன்னன். அப்பன்கூட சேந்துகிட்டு லாட்டரிச் சீட்டு விக்கப் போன. பர்மா பஜாருக்குப் போ, நாங்களும் வந்திடுறமின்னு சொன்னன். அதக் கேக்காம ஆட்டோதான் ஓட்டுவன்னு சொல்லி அடம் புடிச்ச. ஆட்டோ ஓட்ட போன எடத்தில, ஆட்டோ ஸ்டேண்டுல தெனம் நூறு சண்டயக் கொண்டாந்த. செஞ்ச தப்பெல்லாம் போதாதின்னு இந்தப் பொண்ணப் புடிச்ச. தனியா போவாதின்னன். மீறிப் போன. நான் என்ன பாவம் செஞ்சனோ தெரியல'' என்று சொல்லிவிட்டு கோகிலா அழ ஆரம்பித்தாள்.

''என்னாப் பேசுற நீ? பழய ஒப்பாரிய எல்லாம் எதுக்குப் பாடுற? என்னா நடக்கப் போவுதின்னே தெரியல. அவ பொழச்சிக்கிட்டா நான் தப்பிச்சன். இல்லன்னா ஜெயில்தான்'' என்று சொல்லும்போதே அவனுக்கு அழுகை வந்துவிட்டது. ரவி அழுவதைப் பார்த்து பிரியங்காவும் அழுதாள். அப்போது அவனுடைய செல்போன் மணி அடித்தது. எடுத்துப் பேசினான்.

''நர்சு கூப்பிடுறாங்க. ராத்திரி பத்து மணிக்கு எதுக்குக் கூப்புடுறாங்கனு தெரியலியே'' என்று சொல்லிவிட்டு ஐ.சி.யு. கட்டடத்தை நோக்கிப் பதற்றத்துடன் ஓடினான்.

அடுத்து என்ன செய்வது என்று தெரியாமல் திகைத்துப்போய் கோகிலாவும் பிரியங்காவும் நின்றுகொண்டிருந்தனர். அவர்களைச் சுற்றி முகம் தெரியாத அளவுக்கு இருட்டாக இருந்தது. வானத்திலிருந்த நிலவும் முழுமையாக ஒளிரவில்லை. அந்த இடத்தில் காற்றும் வீசவில்லை.

3

சிலர் படுத்திருந்தனர். சிலர் கால்களை நீட்டிப்போட்டு உட்கார்ந்திருந்தனர். ஹாலில் மங்கலான இரவு விளக்கு மட்டும் எரிந்துகொண்டிருந்தது. அரை வெளிச்சத்தில் யாருடைய முகமும் தெளிவாகத் தெரியவில்லை. உட்காருவதா, படுத்துக்கொள்வதா, ஐ.சி.யு. அறையைத் தட்டி நர்சைக் கூப்பிட்டு ரேவதி எப்படி இருக்கிறாள் என்று கேட்பதா? எதுவும் தெரியவில்லை. பத்து நிமிஷம் முன்னால் வந்திருந்தால், அட்மிஷன் ஆகும்போது இருந்திருந்தால் எல்லா விஷயத்தையும் மருத்துவரிடம் கேட்டிருக்க முடியும். ரவியிடம் கேட்டிருக்கலாம். கொலைகாரனிடம் என்ன பேசுவது என்று விட்டுவிட்டாள். நர்சிடம் கேட்டுப்பார்க்கலாமா என்ற எண்ணம் வந்தது. உடனே தெற்குப் புறச் சுவர் ஓரமாக நடந்து, லிப்ட் இருக்கும் இடத்தைத் தாண்டி ஐ.சி.யு. அறையின் கதவருகில் சென்றாள். கதவைத் தட்டலாமா வேண்டாமா என்று ஒரு கணம் தயங்கினாள். கை தானாகக் கதவைத் தட்டியது. கதவைத் திறந்து, ''என்ன?'' என்று நர்சு கேட்டாள்.

''எம் பொண்ணு ரேவதி உள்ளார இருக்கா. பாக்கணும்.''

''இப்பப் பாக்க முடியாது.''

''அட்மிசன் ஆனப்ப நான் இல்ல. உள்ளார அழச்சிக்கிட்டுப் போவும்போதுதான் வந்தன்.''

''இது ஐ.சி.யு. அதோட இது ஃபயர் வார்டு. நீங்க நெனைக்கிறப்பலாம் பாக்க முடியாது.''

''அவ முகத்த ஒரு தடவை பாத்தா போதும்மா.''

''டாக்டர் சொல்லாம நான் யாரயும் உள்ளார வுடக் கூடாது.''

''பொழச்சிக்குவாளா? உசுருக்கு ஒண்ணும் ஆபத்து இல்லியே?'' அமராவதியின் கண்களில் கண்ணீர் இறங்கியது.

''ஒண்ணும் ஆகாது. போயி படுங்க'' என்று சொன்னாள். பிறகு பொதுவாக ஹாலில் இருந்த பெண்களிடம், ''கண்டபடி யாரும் கதவத் தட்டக் கூடாது'' என்று கட்டளை மாதிரி சொல்லிவிட்டுக் கதவைச் சாத்திக்கொண்டாள்.

சாத்தப்பட்ட கதவின் முன்பு அனாதைக் குழந்தை நிற்பதுபோல அமராவதி நின்று கொண்டிருந்தாள். கண்களை இருட்டிக்கொண்டுவந்தது.

அவளுடைய மனம் பழனி முருகனிடம் வேண்டிக்கொண்டது. ரேவதிக்கு லேசான தீக்காயம் மட்டுமே ஏற்பட்டிருக்க வேண்டும். அந்தக் காயம்கூட ஒரு வாரம் பத்து நாளில் ஆறிவிட வேண்டும். முகத்தில் ஒரு பொட்டு அளவுகூடக் காயம் ஏற்பட்டிருக்கக் கூடாது. மார்பகங்களில், வயிற்றில் தீப்பட்டிருக்கக் கூடாது. கைகளில் கடுகு வெடிப்பில் ஏற்படும் காயம்கூட ஏற்பட்டிருக்கக் கூடாது. இனி ரவியோடு அனுப்பக் கூடாது. காவல் நிலையத்தில் புகார் மனு கொடுத்துப் பிரித்துவிட வேண்டும்.

ஐ.சி.யு. அறையின் முன் அமராவதி நின்றுகொண்டிருப்பதைத் தரையில் உட்கார்ந்திருந்த, படுத்திருந்த எல்லாப் பெண்களுமே பார்த்தனர். லிப்டுக்குப் பக்கத்தில் உட்கார்ந்திருந்த பெண் அமராவதிக்காக இரக்கப்பட்ட மாதிரி சொன்னாள், ''எம்மாம் நேரம் நின்னாலும் வுட மாட்டாங்க.''

அமராவதி அந்தப் பெண்ணைப் பார்த்தாள். ஆனால், பேசவில்லை. எதிரிலிருந்த மருத்துவர் அறையைப் பார்த்தாள். ஐந்தாறு அடி தூரம்தான், நேராக மருத்துவர் அறைக்குள் போனாள், நாற்காலியில் உட்கார்ந்திருந்த நர்சு கேட்டாள், ''என்னா வேணும்?''

''டாக்டரப் பாக்கணும்.''

''காலயில பாருங்க.''

''எம் பொண்ணு சாயங்காலம்தான் அட்மிசன் ஆச்சி. நெலம என்னான்னு தெரியில.''

''எல்லாத்தயும் நாங்க பாத்துக்குறம், நீங்க அமைதியா போயி படுங்க.''

''டாக்டரப் பாக்க முடியாதா?''

''காலயில பாருங்க. இப்ப டாக்டர் உள்ளார பிஸியா இருக்காரு, விடியக்காலம் கட்டுப்போடத் தேவையான துணி, ஆயின்மெண்ட், ஊசி, மருந்து மாத்திரன்னு தனித்தனியாக ஒவ்வொரு பேஷண்டுக்கும் எடுத்து வச்சிக்கிட்டிருக்காங்க. இப்பத் தொந்தரவு செய்ய முடியாது. காலயில டாக்டரக் கேளுங்க சொல்வாரு. இப்பப்

போய்ப் படுங்க.'' முகத்தில் அடிப்பது மாதிரி நர்சு சொன்னாள். அமராவதியினுடைய கண்கள் கலங்கின. கண்ணீர் எந்தச் சலுகையையும் பெற்றுத்தரவில்லை. இரண்டு நிமிடம் அப்படியே நின்றுகொண்டிருந்தாள். நர்சிடம் எந்த மாற்றமும் இல்லாததால் உள்ளே பார்த்தாள். இரண்டு மருத்துவர்கள், நான்கு நர்சுகள், கட்டுத் துணி, மருந்து, ஆயின்மெண்ட், ஊசி என்று ஒவ்வொரு ட்ரேயிலும் எடுத்து வைத்துக்கொண்டிருப்பது தெரிந்தது. நர்சு சொன்னாள், ''போய்ப் படுங்க''. அமராவதி மருத்துவரின் அறையிலிருந்து வெளியே வந்தாள்.

எங்கே உட்காருவது, எங்கே படுப்பது என்று ஹாலைப் பார்த்தாள். மேற்குப் புறச் சுவர் ஓரமாகச் சிறிது இடம் இருந்தது. அந்த இடத்தில் வந்து உட்கார்ந்தாள். பக்கத்தில் உட்கார்ந்திருந்த மலர் கேட்டாள், ''என்னம்மா சொன்னாங்க?''

அமராவதி பதில் சொல்லவில்லை.

''எம்மாம் கெஞ்சுனாலும் வுட மாட்டாங்க.''

அமராவதி இப்போதும் வாயைத் திறக்கவில்லை. ரேவதிக்கு உடம்பு எத்தனை சதவிகிதம் வெந்திருக்கிறது என்று தெரிந்திருந்தாலாவது அவளுக்குக் கொஞ்சம் தெம்பு வந்திருக்கும். பேசியிருப்பாள். போன் மணி அடித்தது. எடுத்துப் பேசினாள். ''சொல்லுங்க. நர்சக் கேட்டுப்பாத்தன், உள்ளார வுடல. எத்தன பர்சண்டுன்னு சொல்லவே மாட்டன்னுட்டா. இந்த ஆஸ்பத்திரி நல்லா இல்லெ. நாளைக்கே மாத்திடுங்க. வாயத் தொறந்து நெலம என்னான்னு சொல்ல மாட்டங்குறாங்க. முருகன் வந்துட்டானா? இன்னும் கால் மணி நேரத்தில வந்துடுவானா? எப்படித் தூங்குறது? சரி. முருகன் வந்ததும் பேசுங்க.'' போனை வைத்தாள்.

ஆம்புலன்ஸ் வருகிற சத்தம் கேட்டது. இரவு என்பதால் ஆம்புலன்ஸின் சத்தம் தெளிவாகக் கேட்டது. கிழக்குப் பக்கமாகத் திரும்பிப் பார்த்தாள். பெட்டிக்குள் தாறுமாறாக அள்ளிப் போட்ட பொருட்கள் மாதிரி பெண்கள் உட்கார்ந்துகொண்டும் படுத்துக்கொண்டும் கால்களை நீட்டிப்போட்டுக்கொண்டும் இருந்தனர். பார்ப்பதற்கு மாய உலகம்போல இருந்தது. ரேவதிக்கு என்ன ஆகும் என்று நினைத்தாள். அழுகை வந்தது. தலையைச் சுவரில் சாய்த்துக்கொண்டு அழுதாள்.

''விடியக்காலம் நாலு அஞ்சி மணிக்குக் கூப்புடுவாங்க'' என்று அமராவதிக்குப் பக்கத்தில் உட்கார்ந்திருந்த மலர் சொன்னாள். அமராவதி கேட்டாள், ''நாலு மணிக்கா?''

''நாலு மணியிலிருந்து ஒவ்வொரு ஆளா வரிசியா கூப்புடுவாங்க.''

''ஒங்களுக்கு எப்பிடித் தெரியும்?''

''இன்னியோட மூணு நாளாச்சு. இங்கதான் குந்தியிருக்கன்.''

''ஏன்?''

''எம் மவ நெருப்புல வெந்துப்போயிட்டா.''

''பொழச்சிக்குமா?''

''எம்பதுக்கு மேல தாண்டிப் போயிடிச்சி. அதனால பொழைக்காதுங்குறாங்க.''

''எரிஞ்சது ஒங்க பொண்ணா?'' என்று கேட்டாள்.

''ம்.''

அதற்கு மேல் அமராவதியால் கேள்வி கேட்க முடியவில்லை. ரேவதியினுடைய மொட்டைத் தலை நினைவுக்கு வந்தது. ரவியைச் சுட்டுப் பொசுக்க வேண்டும் என்ற வெறி உண்டாயிற்று, போலீஸில் பிடித்துக்கொடுக்க வேண்டும், வெளியில் வர முடியாத அளவுக்கு வழக்குப் போட வேண்டும். ஆத்திரத்தில் முணுமுணுப்பாக ரவியைத் திட்டினாள். பிறகு அவனுடைய அப்பா அம்மாவைத் திட்டினாள். அவனுடைய சாதி சனத்தையெல்லாம் திட்டினாள். எவ்வளவு திட்டியும் ஒரு துளிக்கூடக் கோபம் குறைந்தபாடில்லை.

ரேவதி பிழைத்துக்கொள்வாளா? எப்போதும்போல இருப்பாளா? முகம் கோரமாக இல்லாமல் இருக்குமா? முகம், கை, கால்கள் கோரமாக வெந்துபோய் வெளியே போக முடியாமல் வீட்டிலேயே இருக்க வேண்டுமா? பார்ப்பவர்கள் முகம் சுளிக்கும்படி இருக்குமா? ஆளைப் பார்த்ததும் ஒதுங்கிப்போகிற மாதிரி இருக்குமா? லேசான காயம் மட்டும்தான் ஏற்பட்டிருக்குமா? எதுவும் தெரியவில்லை. எத்தனை சதவிகிதம் வெந்திருக்கிறது என்று தெரிந்திருந்தாலாவது அவளுடைய மனக் கொதிப்பு கொஞ்சம் குறைந்திருக்கும்.

''படுக்குறீங்களா?'' என்று மலர் கேட்டாள். அதற்கு அமராவதி எந்தப் பதிலும் சொல்லவில்லை.

''எப்பிடியாச்சி?'' என்று கேட்டதற்கும் அமராவதி பதில் சொல்லவில்லை.

''எம் பொண்ணுக்கு நடந்த மாதிரி யாருக்கும் நடக்கக் கூடாது'' என்று மலர் சொன்னாள்.

''ஒங்கப் பொண்ணுக்கு எப்பிடி நடந்துச்சி?'' என்று அமராவதி கேட்டாள்.

''தெரியல.''

''தெரியிலியா?''

''நான் காட்டுல அன்னிக்கி ஆடு மேய்ச்சிக்கிட்டு இருந்தன், உச்சிப்பொழுது நேரத்துக்கு ஒரு பய ஓடியாந்து இப்பிடி ஆயிப்போச்சின்னு சொன்னான். காட்டுலயிருந்து நேரா ஓடியாந்தன். நான் வரதுக்குள்ளார உள்ளார வச்சிப் பூட்டிப்புட்டாங்க. பாக்க வுடல. மறுநாளு விடியக்காலம்பறதான் வுட்டாங்க. குழம்புல போட்ட கத்திரிக்கா மாதிரி வெந்துபோய்க் கெடந்தா. தூக்கி ஒக்காரவச்சி தொடச்சிவுட்டன். அப்ப கொஞ்சம் நெனவா பேசுனா. நேத்து விடியக்காலம்பற போனப்ப முந்தாநாளு பேசுன பேச்சு இல்ல. 'என்னத் தெரியுதா, என்னத் தெரியுதா'ன்னு கேட்டன். ஏதோ சொல்றா, ஆனா, புரிய மாட்டங்குது. பார்வ கொறஞ்சிபோச்சி, பேச்சும் கொறஞ்சிபோச்சி, நாளக்கிக் காலயில எப்பிடியோ, அடங்கிப்போவப்போவுதோ என்னமோ?'' மலர் பேச்சை நிறுத்திவிட்டாள். மூக்கை உறிஞ்சினாள். சளியைச் சீலையில் துடைத்துக்கொண்டாள்.

ரேவதிக்கு எண்பது சதவிகிதம் வெந்திருக்கக் கூடாது, பேச்சு குறைந்துபோகக் கூடாது, கண் பார்வை குறைந்துபோகக் கூடாது, சாதாரண காயம் மட்டுமே ஏற்பட்டிருக்க வேண்டும் என்று அமராவதியின் மனம் ஆசைப்பட்டது. தன்னுடைய ஆசையை நிறைவேற்ற வேண்டும் என்று தன்னுடைய இஷ்ட தெய்வமான பழனி முருகனிடம் வேண்டிக்கொண்டாள். அப்போது போன் மணி அடித்தது. வேண்டுதலின்போது மணி அடித்தால் நினைத்த காரியம் நடக்கும் என்று நம்பினாள்.

போனை எடுத்துப் பேசினாள், ''சொல்லுங்க, தம்பி வந்துட்டானா? கிளம்புறீங் களா? சரி. அவள என்னாக் கேக்குறது, கேசக் கொடுங்க. அந்தப் பொறுக்கி ஜெயிலுக் குப் போனாத்தான் எம் மனசு ஆறும். இனி அவன் வேணாங்க. நம்ப வீட்டோட இருந்திட்டுப்போறா. போயி என்னா மகாராணி வாழ்க்கயா வாழப்போறா? தெனம் சோத்துக்கு இல்லங்கிற அல்ல பட்ட வாழ்க்கத்தான வாழப்போறா. இன்னமட்டும் அவன் கெட்டுப்போவனுமின்னு நாம்ப நெனைக்கல. போனா போவுதின்னு வுட் டம். இப்ப அப்பிடி வுட முடியாது. ஒரு அடி அடிச்சாலும் சாவு அடியா அடிக்கணும். அவன் எம் பொண்ணு கழுத்தில தாலி கட்டல. பாம்பதான் கட்டிட்டான். பணம் காசுக்கு மடங்காத போலீசு ஒலகத்தில எங்க இருக்கு? போயிட்டுப் பேசுங்க'' என்று சொல்லிவிட்டு போனை வைத்தாள்.

தாகமாக இருந்தது. ''தண்ணி இருக்கா?'' என்று கேட்டாள். தண்ணீர் பாட்டிலை எடுத்துக்கொடுத்துவிட்டு, ''இந்தக் குளிர்ல ஒனக்குத் தண்ணி தாகம் எடுக்குதா?'' என்று மலர் கேட்டாள். பதில் பேசாமல் தண்ணீரைக் குடித்தாள் அமராவதி.

அமராவதியினுடைய செல்போன் மணி அடித்தது. எடுத்துப் பேசினாள், ''என்னா தம்பி? நான் இருக்கிற நெலமயில சாப்பாடா கேக்குது?'' என்று சொல்லி போனை வைத்தாள். உடனே அவளுக்கு ரவியின் மீது கோபம் வந்தது. ரேவதியை எப்படியெல்லாம் அடித்தான், உதைத்தான், சித்திரவதை செய்தான் என்பதையெல் லாம் நினைத்துப்பார்த்தாள். ஒவ்வொன்றாக நினைக்கநினைக்க மனப்பாரம் கூடியது. இப்போதே அவனை ஜெயிலுக்கு அனுப்ப வேண்டும் என்ற வெறி உண்டாயிற்று. அப்போது மலர் விசும்புகிற சத்தம் கேட்டது. 'அழுவாதம்மா' என்று சொல்லத்தான் நினைத்தாள். ஆனால், சொல்லவில்லை. மலர் தன் போக்கில் சொன்னாள்.

''மனுசப் பொறவி எதுல சேத்திக்க? ஆடு மாடுகூட சேந்திருக்கும். ஆணும் பொண்ணும் கூடி இருக்க முடியல.''

ஒரே நேரத்தில் மூன்று செல்போன்கள் மணி அடித்தன. மருத்துவர் அறையி லிருந்து வெளியே வந்த செக்யூரிட்டி, ''எல்லாரும் விடியவிடியப் பேசுவிங்களா? எத் தன முற சொல்றது? இங்க போன் பேசக் கூடாதின்னு?'' என்று சொல்லிவிட்டு மீண் டும் மருத்துவர் அறைக்குள் போய்விட்டான். ஒரு நிமிஷம்தான் பேச்சு மட்டுப்பட் டது. சிறிது நேரத்தில் சல்லடையிலிருந்து தண்ணீர் இறங்குவதுபோல் மீண்டும் பேச்சு ஆரம்பமாகிவிட்டது.

''சந்தக்கி சந்த ஒரு ஆட்டுக்குட்டிய வித்து அவ கையில கொடுப்பன். எம்மாம் ஆட்டுக்குட்டிவுள வித்திருப்பன்? ஒவ்வொரு ஆட்டுக்குட்டி பொறக்கும்போதும் தரயில வியயாம கையில ஏந்திக்குவன். ஒவ்வொன்னும் என் கையில வியிந்து, என் மடியிலதான் வளந்துச்சி. பொறந்ததிலிருந்து விக்கிறமட்டும் என் நிழலப் புடிச்சிக் கிட்டுத்தான் ஒவ்வொன்னும் ஓடியாரும். எங் கூடவே அலயுங்க. கழுதைங்க என்னெ வுட்டு செத்த பிரிஞ்சியிருக்காதுவோ. படுக்கிற செத்த நேரம்தான். கொட்டாயில கெடக்குங்க. மத்த நேரம் அடிச்சித் தொரத்துனாலும் எங்கியும் போவா துவோ. மீறி மேயப் போனாலும் நான் 'டுர்வோவ்'ன்னு சத்தம் கொடுத்தா போதும். எந்த எலாக்காவுல இருந்தாலும் ஓடியாந்துடுங்க. எங் குரலு அதுவுளுக்குத் தெரியும். ஒவ்வொரு எலயா, ஒவ்வொரு செடியாப் புடுங்கி வாயில வைப்பன். ஒவ்வொரு

கருவக்காயா பறிச்சி வாயில திணிச்சிவுடுவன். அப்பிடி வளத்த ஆடுவுளத்தான் வித்தன். பணம் கொடுத்த பய கவுத்த மாத்தி இயித்துக்கிட்டுப் போவயில 'போவ மாட்டன்'னு திலுப்பிக்கிட்டு எங்கிட்ட ஓடியாரும். காசக் கொடுத்தவன் சும்மா இருப்பானா? எம் மின்னாலியே எட்டிஎட்டி ஒதப்பான். அப்பியும் கவுத்த இயித்துக்கிட்டு எம் பக்கம் ஓடியாரப்பாக்கும். என்னியே பாத்துக் கத்தும். அப்ப நான் பணம் சரியா இருக்கான்னு எண்ணிக்கிட்டிருப்பன். நோட்டு கிழிஞ்சியிருக்கான்னு பாப்பன்.'' மலர் லேசாக வாய்விட்டு அழுதாள். சத்தம் கேட்டு ஹாலில் தூங்காமல் இருந்த பெண்கள் திரும்பிப் பார்த்தனர்.

அழுதுகொண்டே மலர் சொன்னாள், ''விலக்கி வாங்குனவன் புடிச்சியிருக்கிற கவுத்த இயித்துக்கிட்டு எங்கிட்ட ஒவ்வொரு ஆடும் ஓடியாந்தப்ப, என்னெப் பாத்து மாடு மாதிரி கத்துனப்ப, 'ஐயோ பாவம்'ன்னு எம் மனசுல படல. நான் வித்த ஒவ்வொரு ஆட்டுக்குட்டியும் என்னெப் பாத்துக் கத்திக்கிட்டுத்தான் போச்சி. ஒத வாங்கிக்கிட்டுத்தான் போச்சி. ஒவ்வொரு ஆடும் கதறுன கதறலு என்னெ சும்மா வுடுமா? அந்தப் பாவம்தான் எம் மவள எரிச்சிப்புடிச்சி.'' முந்தானையால் மூக்கில் வழிந்த சளியைத் துடைத்துக்கொண்டாள். கண்களைத் துடைத்துக்கொண்டாள்.

''ஆடுதான, போவட்டும் வுடும்மா'' என்று சொன்ன அமராவதியின் வார்த்தை மலரின் காதில் விழுந்ததுபோல் தெரியவில்லை. விட்ட இடத்திலிருந்து கதையைச் சொல்வதுபோல் பேச்சை நிறுத்திய இடத்திலிருந்து ஆரம்பித்தாள்.

''பணத்தக் காட்டி, பணத்தக் காட்டி ஒவ்வொரு ஆட்டுக்குட்டியயும் எங்கிட்டயிருந்து புடுங்கிக்கிட்டுப் போயிட்டானுவ. நானும் அடுத்த ஆடுதான் குட்டி போடப்போவுதேன்னு வித்துக்கிட்டே வந்துட்டன்.''

தீயில் வெந்துபோய்க் கிடக்கும் மகளுக்காக அழாமல் விற்ற ஆடுகளுக்காக அழுகிறாளே என்று ஆச்சரியப்பட்டாள் அமராவதி.

அழுதுகொண்டிருந்த மலரைப் பார்த்தாள். அவளுக்காவது அவளுடைய மகளின் நிலை என்னவென்று தெரியும். தனக்கு அதுவும் தெரியாதே என்று கவலைப்பட்டாள். இன்னும் எவ்வளவு நேரம் இருக்கும் என்று செல்போனில் நேரத்தைப் பார்த்தாள். இரண்டு மணி. இன்னும் இரண்டு மணி நேரம் எப்படிப் போகும்? ஒருநாளும் இல்லாமல் இரவு முடிவில்லாமல் வளர்ந்துகொண்டு போவதுபோல் அவளுக்குத் தோன்றியது.

''ஒங்க மருமவன் மேல கேசு கொடுத்திங்களா?''

''நான் பொம்பள. அவன் ஆம்பள, மணியாரா இருக்கான். காசும் வச்சிருக்கான். போலீசு அவன் சொல்றதக் கேக்குமா, நான் சொல்றதக் கேக்குமா? காசு உள்ளவனுக்குத்தான ஒலகம்? எம் மவ சாவப்போறாளேன்னு நான் அழுவுறதா? அவன் மேல கேசு கொடுத்திட்டு போலீஸுக்கு அலயுறதா?''

''அதுக்காக கொலகாரன சும்மா வுடுறதா?''

''கேசு கொடுத்தா அவன் முகத்தில நான் முழிக்கணுமில்ல?''

''எதனால சண்ட?''

''ஆம்பளயும் பொம்பளயும் சண்ட போடுறதுக்குக் காரணமா வேணும்? சோத்துல ஒரு கல்லு இருந்தா போதாதா, வெட்டிச் சாய்க்கிறதுக்கு?''

அப்போது ஆம்புலன்ஸ் ஒன்று வந்து நிற்கிற சத்தம் கேட்டது. ஒவ்வொரு ஆம்புலன்ஸ் வருகிறபோதும், போகிறபோதும் கேட்கிற சத்தத்தால் அமராவதிக்கு நெஞ்சுத் துடிப்பின் வேகம் கூடியது. யாருக்கு என்னவோ என்று மனம் பதைத்தது. இதற்கு முன் எத்தனையோ முறை அவள் ஆம்புலன்ஸ் போவதை நேரில் பார்த்திருக் கிறாள். அதனுடைய சத்தத்தைக் கேட்டிருக்கிறாள். அப்போதெல்லாம் அவளுக்கு நெஞ்சுத் துடிப்பின் வேகம் கூடியதில்லை. உடம்பு ஜில்லிட்டுக் குளிர்ந்துபோன தில்லை. அடுப்பு எரிவது மாதிரி வயிற்றில் சூடு இருந்ததில்லை.

மலரிடம் அமராவதி கேட்டாள், ''இங்க ஒதுங்குறதுக்கு எடம் இருக்கா?''

''காட்டுறன்'' என்று சொன்ன மலர் எழுந்து யார் மீதும் மிதித்துவிடாமல் நடந்து ரேவதிக்குக் கட்டுப்போட்ட அறைக்குப் பக்கத்திலிருந்த அறைக்குள் போனாள். வலது பக்கத்தில் கழிப்பறை இருந்தது.

மலரும் அமராவதியும் முன்பு உட்கார்ந்திருந்த இடத்துக்குத் திரும்பி வந்து உட்கார்ந்தனர்.

''நாலு மணிக்குத்தான் கூப்புடுவாங்களா?''

''ம்.''

''என்னா செய்யச் சொல்லுவாங்க?''

''தூக்கி ஒக்காரவைக்கச் சொல்லுவாங்க. வாய் கொப்பளிக்க வைக்கச் சொல் வாங்க. வேகவேகமா நர்சுங்க ஒடம்புல இருக்கிற துணிக் கட்ட அவுப்பாங்க. அவுத்த ஒடனே பஞ்சக் கொடுப்பாங்க. நாம்ப ஒடம்பு பூராவும் தொடச்சி வுடணும். ஆளத் தாங்கிப் புடிச்சிக்கணும். ஒடனே மருந்தத் தடவுவாங்க. திருப்பியும் கட்டுப்போட் டுப் படுக்க வச்சிடுவாங்க. வேல முடிஞ்சதும் 'வெளிய போ'ன்னு நம்பளத் துரத்தி வுட்டுடுவாங்க.''

''நர்சு தொடச்சிவுட மாட்டாங்களா?''

''வெந்து போன ஒடம்ப பெத்த தாயாலியே பாக்க முடியாது. தொட முடியாது. நர்சு என்னாப் பண்ணுங்க? நான் ரெண்டு நாளா கண்ண மூடிக்கிட்டுத்தான் தொடச் சன்.'' மலர் சொல்லச்சொல்ல அமராவதிக்கு ஆச்சரியமாக இருந்தது. நோயாளியை நர்சுகள்தானே சுத்தம் செய்ய வேண்டும் என்ற எண்ணம் வந்தது.

''எத்தன புள்ளைங்க?''

''வெந்துபோயி கெடக்குறாளே அவ ஒருத்திதான்.''

''ஒங்க வீட்டுக்காரரு எங்க?''

''அவர மண்ணு தின்னு முப்பது வருசமாச்சி.''

4

"ஆளப் பாத்தா பெரிய குடும்பமா இருப்பீங்கபோல இருக்கு, ஒங்க பொண்ணு எதுக்கு இந்தக் காரியத்தப் பண்ணிக்கிச்சி?'' என்று மலர் கேட்டதும் அமராவதிக்கு அழுகை பொங்கிக்கொண்டு வந்தது.

''படிச்ச பொண்ணா?''

''படிச்சா படிச்சா. புத்தி இல்லாத படிப்புப் படிச்சா.''

''ஓடிப்போயி கல்யாணம் கட்டிக்கிச்சா?''

''படிச்சிப்புட்டு வந்து வீட்டுல ஒரு மாசம் இருந்தப்ப கோயிலுக்குப் போறன்னு போனா. அந்த ஒரு மாசத்திலதான் எல்லா வம்பு சனியனும் ஆயிப்போச்சி. எங்க பாத்தானோ, பின்னாலியே ராவும் பகலும் சுத்திசுத்தி வந்து ஒடம்பு பூராவும் அவப் பேரப் பச்சகுத்திக்கிட்டான். நீ இல்லன்னா செத்திடுவன்னு சொல்லி பிளேடால கைகாலுல கிழிச்சிக்கிட்டு அவ மனச மாத்திப்புட்டான். விசயம் தெரிஞ்சதும் நான் சண்ட போட்டன். எங்க சார், எங்க பையன் எல்லாரும் சொன்னம். அவ கேக்கல. கட்டுனா அவனத்தான் கட்டுவன். இல்லன்னா கல்யாணம் வேண்டாம்ன்னு சொன்னா. வேலக்கி சேர ஆர்டர் வந்துச்சி. ஓடிப்போயிட்டா என்னாப் பண்றதுன்னு வேலைக்கி போவ வாணாமின்னுட்டம். ஒரு மாப்ளயப் பாத்து தேதி வைக்கலா மின்னு சொன்னப்ப மண்ணெண்ணெய ஊத்திக்கிட்டா. சரின்னு அந்தக் கல்யா ணத்த நிறுத்திட்டம். மூணு மாசம் கழிச்சி அடுத்த மாப்ளயப் பாத்து முடிவு செஞ்சம். தூக்குல தொங்கப் போயிட்டா. அப்பறம் ஒரு டாக்டர் மாப்ளயப் பாத்துப் பேசி முடிச்சம். அடுப்புல இருந்த கேசத் தொறந்து வுட்டுக்கிட்டு தீக்குச்சிய கையில வச்சிக் கிட்டு கொளுத்திக்கப் போனா. அதுக்குப் பின்னாலதான் ஆளு உசுரோட இருந்தா போதுமின்னு அந்தப் பொறுக்கிப் பயலுக்கே கட்டி வச்சம்.''

''பையன் என்னா செஞ்சிக்கிட்டு இருக்காரு?''

''ஆட்டோ ஓட்டுறான்.''

''சரிதான்.''

''அப்பா, அம்மா, அண்ணன், சொந்தம், சாதி வேண்டாம்ன்னு போற. இனிமே இங்க வரக் கூடாது. எங்களப் பாக்கக் கூடாதுன்னுதான் எங்க சார் கல்யாணத்த முடிச்சிவச்சாரு.''

''அப்பிடிக் கேட்டதுக்கு என்னா சொல்லிச்சி ஒங்க பொண்ணு?''

''சரின்னு சொல்லிட்டா.''

''ஒரு தடவ படுத்து எயிந்திரிச்சிருந்தா பித்தம் தெளிஞ்சிருக்கும்.''

''கல்யாணமானதும் வேலைக்கிப் போயிடலாம், ஊர வுட்டுப் போயிடலாமின்னு நெனச்சிக்கிட்டுத்தான் ஆடுனா ஆட்டம்.''

''பெரிய படிப்பா?''

''இஞ்சினியரிங் படிச்சவ.''

''நல்ல வழி இருந்தும் அதுல போவலியா?''

‘‘தாலி கட்டுன மறுநாளே வெளிய போவக் கூடாதுன்னுட்டான். அக்கம்பக்கம் பேசக் கூடாதுன்னுட்டான். தெருவுல நடக்கக் கூடாதுன்னுட்டான்.’’

‘‘அவனுக்கு சொத்து பத்து இருக்கா?’’

‘‘ஒரே ஒரு ஆட்டோதான். அதுவும் கடன்ல வாங்குனது.’’

‘‘சரிதான்.’’

‘‘கல்யாணமாயி முத ஏழெட்டு மாசம் பேச்சுவாத்த இல்ல. குழந்த உண்டான தும் ஆஸ்பத்திரி செலவ யாரு பாக்குறதுன்னு கேட்டு அடிச்சான். தகவலு தெரிஞ்சி நான்தான் போயி ஆஸ்பத்திரியில சேத்தன். புள்ளையோடதான் எங்க வீட்டுக்கு வந்தா. எங்க சார் பேசல. பத்து நாளு வச்சிருந்து அனுப்பிவுட்டன். ரெண்டாவது புள்ளைக்கும் துரத்திவுட்டுட்டான். நான்தான் ஆஸ்பத்திரிக்கு அழச்சிக்கிட்டுப் போனன். அப்ப வந்து ஒரு பத்து நாளு இருந்தா.’’

‘‘அப்பயும் ஒங்க ஊட்டு சனங்க பேசலியா?’’

‘‘இல்லெ.’’

‘‘சரிதான்.’’

‘‘அதுக்குப் பின்னால எப்பியாச்சும்தான் வருவா போவா. எப்ப வந்தாலும் சர்னு வீட்டுக்குள்ளாற வர மாட்டா. வாசல்லியே அப்பா இருக்காரா, அண்ணன் இருக்கா னான்னு பாத்துக்கிட்டு நிப்பா. நான்தான் எதுக்கு வாசல்லியே நிக்குறன்னு கேப்பன். அதுக்குப் பின்னாலதான் உள்ளார வருவா. வந்தாலும் ஒடனே ‘போறன் போறன்’னு தான் நிப்பா. ஒக்காந்து சாப்புடக்கூட வுட மாட்டான். கா மணி நேரம் ஆளக் காணு மின்னா ஒடனே ஆட்டோவத் தூக்கிக்கிட்டு வந்து வாசல்ல நிப்பான்.’’ அமராவதி பெருமூச்சுவிட்டாள்.

‘‘வாசல்ல நின்னாப் போச்சி. தெருவுல நின்னாப் போச்சி. ஒரு கடக்கிப் போனா போச்சி. அப்பிடி அடிச்சி நொறுக்குவான். இருபத்திநாலு மணி நேரமும் சந்தேகம் தான். பொறுக்கிப் பயலுக்கு.’’

‘‘அப்பிடிப்பட்டவனயா ஒங்க பொண்ணு புடிச்சிது?’’ சந்தேகத்துடன் கேட்டாள் மலர்.

‘‘எம் பொண்ணு, எதுத்துப் பேச மாட்டா. சண்டபோட மாட்டா. கெட்ட வாத்த பேச மாட்டா. அடிச்சத, ஒதச்சதக்கூட எங்கிட்ட சொல்ல மாட்டா. ‘ஒழுங்கா இரு. சிகரட் குடிக்காத, சாராயம் குடிக்காத’ன்னு சொல்லுவா. அதுக்குத்தான் அடியும் ஒதயும். எப்பிடித்தான் அம்மாம் அடியயும் ஒதயயும் வாங்குனாளோ பாவி. புள் ளையாப் பொறந்ததிலிருந்து நானோ, எங்க சாரோ அவள ஒரு நாளுகூட அடிச்ச தில்ல. அவ கண்ணுல தண்ணீ வந்து பாத்ததில்ல. இன்ன பொருளு இல்லன்னு அவ முகம் சுருங்கி நான் பாத்ததில்ல. பொண்ணுன்னா எங்க சாருக்கு உசுரு. குனிஞ்சி நிமிந்து ஒரு வேல செய்ய வுட மாட்டாரு. அடுப்பு கிட்ட போவ, பாத்தரம் கழுவ வுட மாட்டாரு. அவ துணியக்கூட அவ தொவச்சதில்ல. எல்லாத்தயும் சேத்துவச்சி அந்தப் பொறுக்கி நாயி கணக்குத் தீத்துப்புட்டான். நெறயா கத புஸ்தகம் படிப்பா. இங்கிலீஸ் கதயா படிப்பா. அவளுக்குன்னு அவ செஞ்சிக்கிற செலவு புஸ்தகம் வாங்குறதுதான். ‘குடும்பம் நடத்த வந்தியா, புக்கு படிக்க வந்தியா’ன்னு கேட்டு அடிப்பான்.’’

“பொட்டச்சிவுளும் லேசுப்பட்டவளுவோ இல்ல. சினம் புடிச்ச முண்டைவோ தான்.”

“எம் பொண்ணு அப்படியில்ல. அவளுக்குத் தெருவுலயும் சரி, எங்க சனத்துலயும் சரி ஒரு கெட்ட பேரு கெடையாது. சின்ன வயசுலயிருந்து அங்க நின்னா, இங்க நின்னாங்கிற பேரு கெடையாது. ஒழுங்காப் படிக்கலங்கிற பேரு இல்ல. எல்லாம் இருந்து என்னாப் பண்றது? தல எழுத்து சரியில்ல” என்று சொன்ன அமராவதி மூக்கைச் சிந்தினாள்.

“வீட்டுலயும் சரி, வெளியிலயும் சரி மரியாதக் கொறவா யார் கிட்டயும் பேச மாட்டா, நடக்க மாட்டா. தங்கமான பொண்ணுன்னுதான் பேரு எடுத்தா. என்னிக்கி அந்தப் பொறுக்கிப் பயலப் பாத்தாளோ அன்னிக்கே எல்லாம் போயிடிச்சி. இப்படியொரு காரியத்த செய்வான்னு நாங்க யாருமே நெனக்கல. சண்டாளி. ஒரே புடிவாதமா நின்னா. ‘நான் இழுத்துக்கிட்டு ஓட மாட்டன். நீங்களா கல்யாணம் கட்டிவச்சாத்தான் போவன். அவனத் தவிர வேற யாரயும் கட்டிக்க மாட்டன்’னு குரங்குப்புடியா புடிச்சிக்கிட்டு நின்னா, அவளால எங்க சார்கிட்டயும், எங்க பையன் கிட்டயும் எம்மாம் பேச்சு வாங்குனன்? இருபது பவுன் நக போட்டன். அவன் ஒன்னுத்தயும் வச்சி வாழல. ரெண்டு புள்ளைக்கும் ஒவ்வொரு பவுன் செயின் போட்டன். அதயும் வித்துத் தின்னுட்டான். அவ கழுத்தில கெடக்கிற தாலியத் தவிர மத்த எல்லாத்தயும் வித்துப் பொறுக்கித் தின்னுட்டான்.”

ஐ.சி.யு. அறையின் கதவு திறந்தது. ஐ.சி.யு.விலிருந்து வெளியே வந்த நர்சு மருத்துவரின் அறைக்குள் போனாள். சிறிது நேரத்திலேயே ஐந்து நர்சுகள், இரண்டு மருத்துவர்கள் ஐ.சி.யு. அறைக்குள் சென்றனர். அதைப் பார்த்ததும், படுத்திருந்த, உட்கார்ந்திருந்த பெண்கள் எழுந்து நின்றனர். ஒரு சிலர் கழிப்பறைக்குப் போய் விட்டு வந்தனர். மலர் எழுந்து நின்றாள். உடனே அமராவதியும் எழுந்து நின்று கொண்டு ஐ.சி.யு. அறையின் கதவையே பார்த்தாள். அந்த இடத்திலிருந்த எல்லாப் பெண்களுமே பதற்றமாகவும், பரபரப்பாகவும் இருந்தார்கள். ஐ.சி.யு. அறையிலிருந்த நர்சு, “கஸ்தூரியோட அட்டண்டர் வாங்க” என்று சொன்னாள். எழுந்து நின்றுகொண்டிருந்த பெண்களில் ஒருத்தி அரக்கப்பரக்க ஐ.சி.யு. அறைக்குள் போனாள்.

பத்து நிமிஷத்துக்கு, எட்டு நிமிஷத்துக்கு ஒரு உதவியாளர் என்று ஒவ்வொரு பெண்ணாக நர்சு கூப்பிட்டுக்கொண்டிருந்தாள். உள்ளே போன எல்லாப் பெண்களுமே அழுதபடி, கண் கலங்கியபடிதான் வெளியே வந்தனர், உள்ளே இன்னது செய்தோம், இப்படிச் செய்தோம் என்று யாருமே சொல்லவில்லை. நான்கு மணிக்கு முன்புவரை இருந்த பேச்சு இப்போது இல்லை. உள்ளே போய்விட்டு வெளியே வந்த பெண்களுடைய முகங்களைப் பார்த்த அமராவதிக்கு இன்னதென்று சொல்ல முடியாத பயமும் பீதியும் உண்டாயிற்று. ஒவ்வொரு ஆளாக நர்சு கூப்பிடக்கூப்பிட, அமராவதிக்குத் தன்னை எப்போது கூப்பிடுவார்கள், எப்போது ரேவதியைப் பார்ப்போம் என்று தவிப்பாக இருந்தது. மலையிலிருந்து பெரிய பள்ளத்தில் விழக் காத்திருப்பதுபோல, அவளுடைய உடல் நடுங்கிக்கொண்டிருந்தது.

5

‘‘ரேவதியோட அட்டண்டர் யாரு?’’

‘‘இந்தா இருக்கம்மா.’’

‘‘உள்ளார வாங்க.’’

ஐ.சி.யு. அறைக்குள் அமராவதி நுழைந்ததுமே நர்சு பச்சை நிற கவுன் ஒன்றைக் கொடுத்தாள். மூக்கில் வைத்துக் கட்டிக்கொள்ள மாஸ்க் கொடுத்தாள். இரண்டு கைகளிலும் மாட்டிக்கொள்ளக் கையுறைகளைக் கொடுத்தாள். ஒவ்வொன்றாக வாங்கிக் கையில் வைத்துக்கொண்டு, ‘‘இதெல்லாம் எதுக்கு?’’ என்று கேட்டாள். நர்சு, ‘‘கவுன மாட்டுங்க’’ என்று மட்டும் சொன்னாள். கையிலிருந்த பொருட்களைப் பார்த்ததுமே விபரீதமாகத் தோன்றியது அமராவதிக்கு. ஒரு நோயாளியைப் பார்ப்பதற்கு எதற்கு இதெல்லாம் என்று நினைத்தாள். ‘‘போட்டுக்கணுமா?’’ என்று கேட்டாள்.

‘‘கட்டாயம் போடணும். இல்லன்னா இன்பெக்ஷன் ஆயிடும். சீக்கிரம்’’ என்று நர்சு அவசரப்படுத்தினாள். அவளுடைய இரண்டு கைகளிலும் கையுறைகள் மாட்டப்பட்டிருந்தன. மூக்கையும் வாயையும் மூடியதுபோல் மாஸ்க்கை மாட்டியிருந்தாள்.

அமராவதி முன்பக்கமாகப் போடுவதற்குப் பதிலாகப் பின்பக்கமாக கவுனைப் போட்டாள். அதைப் பார்த்த நர்சு, ‘‘மாத்திப் போடுறிங்க, கழட்டிட்டுத் திருப்பிப் போடுங்க’’ என்று சொன்னாள். நர்சு சொன்ன மாதிரியே கவுனை மாட்டிக்கொண்டாள்.

‘‘மாஸ்க்க மாட்டிக்குங்க.’’

அமராவதி தடுமாறினாள். மாஸ்க்கை நர்சு மாட்டிவிட்டாள். அமராவதி கையுறைகளை மட்டும் தானே போட்டுக்கொண்டாள். கைகள் தடதடவென்று நடுங்கிக்கொண்டிருப்பதைப் பார்த்த நர்சு, ‘‘இப்பிடி பயந்திங்கின்னா பேஷண்ட எப்பிடி கிளீன் பண்ணுவிங்க?’’ என்று கேட்டாள். நர்சையும் அந்த இடத்தையும் அமராவதி பார்த்தாள். ஹாலில் இருந்த மாதிரியே அரை வெளிச்சமாக இருந்தது. ஐ.சி.யு. அறை வடக்கு தெற்காக இருந்தது. நடுவில் இடம் விட்டு ஹாலை இரண்டாகப் பிரித்துக் கண்ணாடியால் தடுத்திருந்தார்கள். மேற்குப் பகுதியில் நோயாளிகளின் படுக்கைகள் இருந்தன. கிழக்குப் பக்கத்தில் நோயாளியைச் சுத்தம்செய்து கட்டுப்போடுகிற அறையும் அதற்கடுத்து மருத்துவர் அறையும் அதற்கடுத்து டூட்டி நர்சுகள் உட்காருகிற அறையும் இருந்தன. கடைசி அறையில் மருந்துப் பொருட்கள் இருந்தன. இரண்டு கண்ணாடித் தடுப்புகளுக்கு இடையில் இருந்த நடைபாதையில் தெற்கு நோக்கி நர்சு நடக்க, அவளுக்குப் பின்னால் அமராவதி நடந்தாள். அந்த ஹாலின் கடைசிக்கு வந்து, மேற்குப் புறமாக இருந்த ஒரு கண்ணாடிக் கதவைத் திறந்துவிட்டு, ‘‘பதினெட்டாவது பெட், போயி தூக்கி ஒக்கார வைங்க. வர்றன்’’ என்று சொல்லிவிட்டு நர்சு மருந்துப் பொருட்கள் இருந்த அறைக்குள் போனாள்.

மேற்கில் ஒன்பது, கிழக்கில் ஒன்பது என்று பெரியபெரிய படுக்கைகள் வரிசையாக இருந்தன. ஒவ்வொரு படுக்கையிலும் வெள்ளைத் துணி மூட்டை மாதிரி

பெண்கள் படுக்க வைக்கப்பட்டிருந்தனர். அவர்களைப் பார்க்கும்போது பெண்களாகத் தெரியாமல் வெள்ளை நிற பூதங்கள் மாதிரி தெரிந்தனர். பதினெட்டாவது படுக்கை எண் எது என்று கண்டுபிடிப்பதற்குள்ளாகவே ஒரு மருத்துவரும் இரண்டு நர்சுகளும் உள்ளே வந்து ரேவதியின் படுக்கை அருகில் நின்ற பிறகுதான் அமராவதிக்கு அது ரேவதியினுடைய படுக்கை என்பதே தெரிந்தது.

''தூக்கி ஒக்கார வைங்க'' நர்சு சொன்னாள்.

படுக்கையின் அருகில் சென்றாள். ரேவதியின் முகம் மட்டும்தான் தெரிந்தது. மற்ற பகுதி துணிக்கட்டால் மூடப்பட்டிருந்தது. முகத்தை மட்டும்தான் பார்த்தாள். ''ஐயோ கடவுளே'' என்று முகத்தைத் திருப்பிக்கொண்டாள்.

''இங்க கத்தக் கூடாது'' கண்டிப்புடன் சொன்னாள் நர்சு. மீண்டும் ரேவதியின் முகத்தைப் பார்த்ததுமே அமராவதி. பார்த்த மறுநொடியே, ''ஐயோ சாமி'' என்று அலறினாள்.

''பயப்படுறவங்க எதுக்கு அட்டண்டரா வர்றிங்க?'' என்று நர்சு சொன்னாள். பதற்றத்தில், பயத்தில், உடல் நடுக்கத்தில், ரேவதியின் முக விகாரத்தில் அழாமலிருப்பதற்காக இரண்டு கைகளாலும் வாயை இறுக மூடிக்கொண்டாள் அமராவதி.

''தூக்கி ஒக்கார வைங்க.''

''ட்ரஸ்ஸிங் ரூம்க்கு அழச்சிக்கிட்டுப் போங்க'' நர்சு சொன்னது அமராவதியின் காதில் விழுந்த மாதிரி தெரியாததால் நர்சே அழைத்துக்கொண்டு போனாள். மற்றவர்களும் பின்னால் போனார்கள். பத்து இருபது அடி தூரம்தான் இருக்கும். நர்சு கட்டுத் துணிகளை உருவி எடுத்தாள். உடம்பு முழுவதும் வழண்டுபோய், தோலுரிக்கப்பட்ட கோழி மாதிரி இருந்தாள். சீலை என்று ஒரு நூல் அவளுடைய உடம்பில் இல்லை.

''இதா எம் பொண்ணு?''

''ரேவதிதான?''

''ம்.''

''அம்மா'' ரொம்ப தூரத்திலிருந்து கூப்பிட்டதுபோல் கேட்டது. நின்றுகொண்டிருந்த உடம்பு ரேவதி என்பதற்கு அந்தக் குரல் மட்டும்தான் சாட்சியாக இருந்தது.

''எம் பொண்ணே'' அமராவதி முகத்தை மூடிக்கொண்டாள்.

''என்னம்மா செய்றிங்க? இங்க அழக் கூடாது. மத்த பேஷண்டுகளப் பாதிக்கும்'' மருத்துவர் மெதுவாகச் சொன்னார்.

''இது எம் பொண்ணு இல்ல'' அமராவதி கதறினாள்.

''இப்பிடிப் பயப்படுறவங்க எதுக்கு அட்டண்டரா வர்றிங்க?'' முறைப்பதுபோல் நர்சு சொன்னாள். தோலுரித்த பாம்பு மாதிரி கொழகொழத்து இருந்த வெற்று உடலை முழுமையாகப் பார்த்ததுமே மரத்திலிருந்து இலை உதிர்வதுபோல் அமராவதி அப்படியே சரிந்து கீழே விழுந்தாள்.

''இவங்கள வெளிய அனுப்புங்க. வெளியில வேற ஆளு இருந்தா கூப்புடுங்க'' மருத்துவர் கடுகடுத்தார்.

அமராவதியை அழைத்துக்கொண்டுபோய் நர்சுகளின் அறையில் உட்காரவைத்து விட்டு, கதவைத் திறந்து, ''செக்யூரிட்டி'' என்று ஒரு நர்சு கூப்பிட்டாள். செக்யூரிட்டி வந்ததும், ''ரேவதிங்கிற பேஷண்டுகூட வந்த ஆளுங்க வேற யாராச்சும் வெளியில உட்கார்ந்திருக்காங்களா? கேளுங்க'' என்று சொன்னாள். மறுநொடியே கதவைச் சாத்திக்கொண்டாள்.

ஹாலிலிருந்த கதவைத் திறந்து படிக்கட்டுகளில் உட்கார்ந்திருந்த ஆட்களிடம், ''ரேவதிங்கிற பேஷண்டுக்கு வேண்டியான ஆளு யாராச்சும் இருக்கீங்களா?'' என்று செக்யூரிட்டி கேட்டான். ''நான் இருக்கன்'' என்று ரவி எழுந்து நின்றான்.

''உள்ளார வா.''

செக்யூரிட்டியுடன் ரவி, ஐ.சி.யு. அறையின் முன்வந்து நின்றான். கதவைத் தட்டி னான் செக்யூரிட்டி. இரண்டு மூன்று நிமிஷம் கழித்து கதவைத் திறந்த நர்சு, ''ஆள் இருக்கா?'' என்று கேட்டாள்.

''இவர்தான்'' என்று செக்யூரிட்டி ரவியைக் காட்டினான்.

''நீங்க பேஷண்டுக்கு என்னா வேணும்?''

''புருசன்.''

''ஆம்பளய உள்ளார விட முடியாது. இருங்க டாக்டரக் கேட்டுட்டு வர்றன்'' என்று சொல்லிவிட்டுக் கதவைச் சாத்திக்கொண்டாள். மருத்துவரிடம் கேட்டு விட்டு வந்து கதவைத் திறந்து, ''உள்ளார வாங்க'' என்று சொல்லி ரவியைக் கூப் பிட்டாள். ரவி, ஐ.சி.யு. அறைக்குள் நுழைந்ததும் கதவைச் சாத்திவிட்டு கவுன், மாஸ்க், கையுறை, காலுறை என்று ஒவ்வொன்றாகக் கொடுத்தாள். எல்லாவற்றை யும் போட்டுக்கொண்டதும், அவனை அழைத்துக்கொண்டு போய் ரேவதியைச் சுத் தம் செய்யச் சொன்னாள்.

கொஞ்சம் கொஞ்சமாக அமராவதிக்குத் தெளிவு ஏற்பட்டது. உட்கார்ந்திருந்த நர்சுகளுடைய அறையைப் பார்த்தாள். அவள் உட்கார்ந்திருந்த இடத்துக்கு நேர் மேற்கில் பத்தடி தூரம் தள்ளிதான் ரேவதி இருந்த படுக்கை இருந்தது. கதவு சாத்தி யிருந்தது. ட்ரஸ்ஸிங் அறையில் யாரோ ஒரு நோயாளிக்குச் சுத்தம் செய்து மருந்து, ஆயின்மெண்ட் போட்டுக் கட்டுப் போடும்போது வீறிட்டு அழுகிற சத்தம் லேசாகக் கேட்டது. ''அசயாம இரு, அசயாம இரு'' என்று சொல்கிற நர்சின் குரல் கேட்டது. வாயில் மாட்டியிருந்த மாஸ்க்கைக் கழற்றலாமா, உடம்பில் போட்டிருந்த கவுனை, கைகளில் மாட்டியிருந்த கையுறைகளை என்ன செய்வது என்று யோசித்தாள். கையுறை, மாஸ்க், கவுன் என்று போட்டிருந்த அவளுக்கு அவளே வினோதமாகத் தெரிந்தாள். அந்த இடம், கண்ணாடிக் கதவுகள், கண்ணாடித் தடுப்புகள், அதிக சத்தமில்லாதது, குசுகுசுவென்று பேசுவது, வெள்ளை பூதங்கள் மாதிரி நோயாளி கள் படுத்திருப்பது, அதிக வெளிச்சமில்லாமல் இருப்பது என்று எல்லாம் வினோதமாக இருந்தன. ரேவதியிடம் ஒரு வார்த்தைகூடப் பேசவில்லை. எப்படி இருக்கிறது என்று கேட்கவில்லை. யார் கொளுத்தியது, எப்படி நடந்தது, கேசு எப்படிக் கொடுப்பது என்று எதுவும் கேட்கவில்லை. மேசைமீது தலையைக் கவிழ்த் துக்கொண்டாள். பிழைத்துக்கொள்வாளா?

அறைக்குள் வந்த நர்சு, ''சரியா ஆயிடிச்சா?'' என்று அக்கறையுடன் கேட்டாள். அமராவதி தலையை மட்டுமே தூக்கிப் பார்த்தாள்.

''வெளிய போயிடுங்க.''

''எம் பொண்ணு?''

''ரேவதியோட ஹஸ்பண்டக் கூப்புட்டு கிளீன் பண்ணி கட்டுப்போட்டுப் படுக்க வச்சாச்சி. நீங்க எல்லாத்தயும் கழட்டிக் கொடுத்திட்டு வெளிய போயிடுங்க.''

''எம் பொண்ணு பொழச்சிக்குவாளாம்மா?''

''வெளிய போங்க. டைம் ஆயிடிச்சி'' என்று சொல்லிவிட்டு வெளியே போனாள் நர்சு. அப்போது, கட்டுப் போடுகிற இடத்திலிருந்து உதவியாளர் பெண் ஒருத்தி வெளியே போவது தெரிந்தது. அடுத்த சில நொடிகளிலேயே வெளியிலிருந்து ஒரு உதவியாளர் பெண் உள்ளே போவது தெரிந்தது. மருத்துவர் கட்டுப் போடுகிற இடத்திலிருந்து வெளியே வந்தது தெரிந்ததும் எழுந்து போய், ''எம் பொண்ணப் பாக்கணும்'' என்று சொன்னாள். ''பேஷண்டுக்கு நீங்க என்னா வேணும்?'' என்று கேட்டார்.

''அம்மா.''

''மாலதி'' என்று மருத்துவர் கூப்பிட்டார். ஒரு நர்சு வந்து நின்றாள்.

''இவங்கள ஒரு நிமிஷம் மட்டும் விடுங்க.''

''மயக்கம் போட்டுட்டவங்க சார் இவங்க.''

''இப்பக் கட்டுப் போட்டாச்சில்ல. ஒரு நிமிஷம் உள்ளார விடுங்க.''

''எஸ் சார்.''

மருத்துவர் போய்விட்டார்.

''வாங்கம்மா.'' மாலதி கூப்பிட்டாள். அமராவதி அவளுக்குப் பின்னால் போனாள். கதவைத் திறந்து உள்ளே விட்ட மாலதி, ''சத்தமாப் பேசக் கூடாது. பேஷண்டுகிட்ட அதயும் இதயும் பேசக் கூடாது.''

'சரி' என்பது மாதிரி அமராவதி தலையை மட்டும் ஆட்டினாள். மாலதி வெளியே போனாள். ரேவதியினுடைய படுக்கை அருகே அமராவதி வந்து நின்றாள். தனக்கு இனி எந்தக் கவலையும் இல்லை என்பதுபோல் அவளுடைய கண்கள் மூடியிருந்தன. அவளுடைய முகத்தைத் தவிர உடலில் வேறு எந்தப் பகுதியும் வெளியே தெரியவில்லை. உடல் முழுவதும் ஒரே கட்டாக இருந்தது. முகம் உப்பிப்போயிருந்தது. தலை, கருகிய துணியால் மூடியிருப்பது மாதிரி கறுப்பாக இருந்தது. ஒவ்வொன்றாகப் பார்க்கப்பார்க்க அமராவதிக்கு நீரின் மேல் நிற்பது மாதிரி இருந்தது. ''ரேவதி'' என்று கூப்பிட முயன்றாள். வாய் திறக்க மறுத்தது. உதடுகள் அசைய மறுத்தன. ''ஏன் இப்படி செஞ்சான்? ஒடம்புக்கு என்னா செய்யுது? எரியுதா? வலிக்குதா? என்னா நடந்துச்சி? நெருப்ப வச்சிக் கொளுத்துற அளவுக்கு அப்பிடி என்னா சண்ட? எண்ணெய ஊத்தி அவன் கொளுத்துறவர நீ என்னா செஞ்சிக்கிட்டிருந்த? தெருவுக்கு ஓடியாந்திருக்கக் கூடாதா?'' என்று நூறு ஆயிரம் கேள்விகள் மனதில் முளைத்து எழுந்தன. ஆனால், ஒரு கேள்விகூட வார்த்தையாகி வெளியே வரவில்லை. மண்ணுக்குள் கிடக்கும் புழுக்களாக எல்லாக் கேள்விகளும் மனதுக்குள்ளேயே கிடந்தன. தன்னை சுதாரித்துக் கொண்டு மெதுவாகக் கூப்பிட்டாள்.

''ரேவதி...''

ரேவதியினுடைய கண்கள் திறந்தன.

''ரேவதி...''

''அழுவாதம்மா, நான் சாவ மாட்டன்.''

''ஐயோ கடவுளே.''

''எம் முகம் முன்ன மாதிரி ஆயிடுமாம்மா?''

''ஒனக்கு ஒண்ணுமில்லடி.''

''அழுவாதம்மா.''

''நான் அழுவலடி.''

''நீ அழுவுறது எனக்குத் தெரியுது. என்னெப் பாக்குறதுக்கு அசிங்கமா இருக்கா? எம் முகத்தக் கண்ணாடியில பாக்கணும்போல இருக்கும்மா.''

''ஒனக்கு ஒண்ணுமில்ல. பேசாம இருடி.''

''முன்னாடி நீ ஏம்மா பயந்துகிட்டு ஓடிட்ட?''

''.....''

என்ன பேசுவது என்று தெரியாமல் அமராவதி தடுமாறினாள். அவளால் தொடர்ந்து ரேவதியினுடைய முகத்தைப் பார்க்க முடியவில்லை. நெஞ்சு வெடித்துவிடும் போல் இருந்தது. அந்த இடத்தை விட்டு ஓடிவிட்டால் போதும் என்று இருந்தது.

ரேவதியைத் தொட முயன்றாள். கைகள் துவண்டு போயின. முகத்தைப் பார்க்க முயன்றாள். கண்ணீர் மறைத்தது.

''அம்மா'' ரேவதி கூப்பிட்டாள். அவள் பேச விரும்பினாள். ஆனால், அமராவதிக்குத்தான் பேச முடியவில்லை. வாய் திறக்க மறுக்கிறது. நேற்றிரவு மனதில் நினைத்திருந்த கேள்விகளில் ஒன்றைக்கூட அவளால் கேட்க முடியவில்லை.

''அப்பா எங்கம்மா?''

''வெளியில இருக்காங்க.''

''அண்ணன் வந்திருக்கா?''

''அவனும் வெளியிலதான் இருக்கான்.''

''அருண்மொழி?''

''ராத்திரியே வந்துட்டா.''

''அப்பா அழுதாராம்மா?''

''என்னிக்கி நீ ஆட்டோக்காரன்தான் வேணுமின்னு சொன்னியோ அன்னியிலிருந்தேதான் அழுவுறாரு.''

''அத வுடும்மா.''

''வேற ஆஸ்பத்திரிக்கி போவலாமா?''

''வேண்டாம்மா.''

''நேத்துலயிருந்து ஒங்கப்பா பத்து லட்சத்தத் தூக்கிக்கிட்டு அலயுறாருடி.''

மாலதி உள்ளே வந்தாள். ''போதும், வெளிய வாங்க'' என்பது மாதிரி சைகை செய்தாள். சிறிது அதிர்ந்து பேசினால்கூடப் பெரிய ஆபத்தாகிவிடும் என்பதுபோல் தான் அவளுடைய சைகை இருந்தது.

''வெளிய போங்க.''

''பழநி மல முருகா நீ உசுரோட இருக்கியா? எம் புள்ளய இப்பிடியாக்கிட்டியே'' அமராவதி அழுதாள்.

''வெளிய போங்க. இங்க எத்தினி பேஷண்டு இருக்காங்க? நீங்க அழுவுறதப் பாத்து அவங்களும் அழுவாங்க. இதுக்காகத்தான் யாரயும் உள்ளார வுடுறதில்ல, போங்க'' என்று சொல்லி வெளியே அனுப்புவதற்காக அமராவதியினுடைய கையைப் பிடித்து இழுத்தாள் மாலதி. அப்போது, ''அம்மா'' என்று கூப்பிட்டாள் ரேவதி. அந்தக் குரல் அமராவதிக்கோ மாலதிக்கோ கேட்கவில்லை.

6

ரேவதிக்கு அமராவதியிடம் பேச வேண்டும் என்ற ஆசை இருந்தது. ஆனால், வாயைத் திறக்கவோ, அசைக்கவோ முடியவில்லை. கண், வாய், மூக்கு தவிர மற்ற எல்லா இடத்திலும் கட்டுப் போட்டிருந்தார்கள். மூக்கில் மாஸ்க் மாட்டியிருந்தார் கள். விடியற்காலையில் ஒரு வாளி அளவுக்கு ஆயின்மெண்டை உடல் முழுவதும் தடவிக் கட்டுப் போட்டார்கள். இரண்டு அங்குலத் தடிமனில் இருக்கும் கட்டு. அரை வாளி ஆயின்மெண்டைத் தடவியும்கூட நெருப்புக் குழிக்குள் படுத்திருப்பது மாதிரி தான் எரிந்துகொண்டிருந்தது. எரிச்சல் இல்லாத இடம் என்று உடலில் ஒரு பொட்டு அளவு இல்லை. குளுக்கோஸிலியே புண் ஆறுவதற்கான மருந்தையும், தூக்கம் வருவதற்கான மருந்தையும் செலுத்திவிடுகிறார்கள். எப்போதும் தூக்கம் வருவது மாதிரியும், தூங்கிக்கொண்டே இருக்க வேண்டும் என்பது மாதிரியும் இருந் தது. லேசாக மயக்கம் தெளியும்போது ஐந்து பத்து நிமிஷம்கூட எரிச்சலைத் தாங்க முடியாது. உயிர் போவது மாதிரி இருக்கும். எரிச்சலைத் தாங்க முடியாமல் 'எரியுது சிஸ்டர்' என்று கத்தியதும் வார்டிலிருக்கும் நர்சு வந்து ஏறிக்கொண் டிருக்கும் குளுக்கோஸில் தூக்கத்திற்கான மருந்தைச் செலுத்துவாள். அதற்கடுத்து ஒன்றிரண்டு நிமிஷங்களிலேயே அவளுக்கு ஆகாயத்தில் பறப்பது மாதிரியும், பூமிக் குள் புதைந்து போவது மாதிரியும், நீருக்குள் மூழ்கிப்போவது மாதிரியும் இருக்கும். அதுகூடக் கொஞ்ச நேரம்தான். அதன் பிறகு எந்த அசைவும், எந்த நினைவும் இருக் காது. கண்களைத் திறந்து பார்ப்பது, உடலை அசைப்பது என்பதெல்லாம் முடியாத காரியம்தான். அமராவதி வந்திருந்தபோது நர்சு முகத்தில் மாட்டியிருந்த மாஸ்க்கை நீக்கியிருந்தாள்.

''அம்மா. போயிடாத. இங்கியே இரு. நான் சாவ மாட்டன். அழுவாதம்மா. நான் சொல்றதக் கொஞ்சம் கேளு? ரவிகூட போன பிறகு ஒங்கிட்ட நான் உண்மயப் பேசவே இல்ல.

‘‘லாட்டரி சீட்டத் தட செய்யாம இருந்திருந்தா ரவி லாட்டரி சீட்டுதான் வித்துக் கிட்டிருந்திருப்பான். ஆட்டோ ஓட்ட வந்திருக்க மாட்டான். கோயிலுக்கு சனங்கள ஏத்திக்கிட்டு சவாரி வந்திருக்க மாட்டான்.

‘‘மூணு நாளுதான் அவன் என்னெப் பாத்திருப்பான். எப்பிடித்தான் எம் பேரு தெரிஞ்சிதோ, நாலாம் நாளே எம் பேர நெஞ்சிலயும், ரெண்டு கையிலயும் பச்ச குத்திக்கிட்டு வந்து எங்கிட்ட காட்டுறான், மூணு நாலு நாளே பாத்த ஒரு பொண் ணோட பேர நெஞ்சிலயும் ரெண்டு கையிலயும் ஒருத்தன் பச்சகுத்திக்குவானா? அதத்தான் ரவி செஞ்சான். அவன் கொஞ்சம் மெண்டலும்மா. நான் லூசு.

‘‘நான் சொல்றத கேக்குறியாம்மா?

‘‘அவனுக்கு என்னாத் தகுதியிருக்கு, எதனால அவன ஒனக்குப் புடிச்சியிருக் குன்னு எத்தன முற என்னெ நீ கேட்ட? அப்பலாம் ‘தெரியல’ன்னுதான் சொன் னன். இப்பவும் சொல்றன். தெரியல. நெஞ்சிலயும், ரெண்டு கையிலயும் பச்ச குத்திக்கிட்டு வந்து காட்டுனது, பாக்குறப்பலாம் ‘நீ என்னெக் கல்யாணம் கட்டிக்க லன்னா செத்திடுவன்’னு சொல்லிக் கைய பிளேடால கிழிச்சிக்கிட்டது காரணமா இருக்கும். நம்பவே மாட்ட, பட்டுபட்டுன்னு கைய பிளேடால கிழிச்சிக்குவான் தெரியுமா? அவன் எம் பேரப் பச்சகுத்திக்கிட்டு வந்து எங்கிட்ட காட்டுனப்ப மல யிலிருந்து குதிச்ச மாதிரி மனசு பதறிப்போச்சி. அந்த நொடியிலதான் என்னோட தல எழுத்து மாறிப்போயிடிச்சி. ஒவ்வொரு நாளும் என்னோட பேர அவன் ஒடம்புல வேறவேற எடத்தில பச்சகுத்திக்கிட்டு வந்து காட்டுவான். பிளேடால கிழிச்சிக்கிட் டதக் காட்டுவான். ‘ஐயோ பாவம்’ன்னு நெனச்சன். அவ்வளவுதான். அவன் கொக்கு இல்ல. தவள.

‘‘நீ ரவியப் பத்தி எம்மானோ கேள்வி கேட்டிருக்க. என்னால பதிலே சொல்ல முடியாது. அப்பலாம் ‘சீ வாணாம்’ன்னுதான் தோணும். நீ எட்ட போனதும் அவன் பச்சகுத்திக்கிட்டது, பிளேடால கிழிச்சிக்கிட்டது ஞாபகத்துக்கு வரும். சட்டுன்னு ஓடிப் போயி குப்பத்தொட்டியில விழுந்துடும் மனசு. ஒலகத்திலியே மனசு மாதிரி தரம் கெட்டது, வெக்கம் கெட்டது எதுவுமே இருக்காது.

‘‘அப்பா எவ்வளவோ சொன்னாங்க, அண்ணன் எங்கிட்ட பேசவே இல்லெ. அவன் கையக் கிழிச்சிக்கிட்டு, விஷ பாட்டுல தூக்கிட்டு வந்து நிக்குறான். நான் என்ன செய்ய முடியும்? இந்தப் பிரச்சன முடிவுக்கு வந்தாதான் நீயும் அப்பாவும் கஷ்டப்படாம இருப்பீங்க. அதனால, கல்யாணம் சீக்கிரம் நடக்கணும்ன்னு நெனச் சன். ஒரு ஈய விரட்டி விடுற மாதிரிதான் கல்யாணத்த முடிச்சிங்க. இருந்தாலும் அது பெருசுதான். கல்யாணத்தில நீங்க எவ்வளவு கூசிப்போயி நின்னீங்கன்னு எனக்குத் தெரியும். கல்யாணம் நடந்த அன்னிக்கி ரவியத் தவிர வேற யாருமே சந்தோஷமா இல்ல.

‘‘நான் நம்ப வீட்டுல இருக்கிறவரைக்கும் அவனோட ஞாபகமா இருந்துச்சி. அவன் வீட்டுக்குப் போன அன்னிக்கி ராத்திரிக்கே நம்ப வீட்டு ஞாபகமாயிடிச்சி. மனசப் பத்தி என்னாத்தச் சொல்றது? நம்ப வீட்டுல எப்பப் படுத்தாலும் தூக் கம் வந்துடும். ரவி வீட்டுல தூக்கமே வராது. தனியாப் படுக்கவும் அங்க எட மில்ல. கொசுத் தொல்ல வேற. தூக்கமே வராது. தூக்கம் வராததால ஒன்னெப்

பத்தி, அப்பாவ, அண்ணனப் பத்தி நெனச்சிக்கிட்டிருப்பன். நம்ப வீட்டுக்கும் அவன் வீட்டுக்கும் ஒரு கிலோமீட்டர் தூரம்தான் இருக்கும். ரெண்டு வீட்டுக்குமிடயில பெரிய கடல் இருக்குன்னு எனக்குத் தோணும்.

‘‘ரேவதி என்ன இன்னிக்கி இவ்வளவு பேசறான்னு நெனைக்கிறியாம்மா? ஒன்னெ நான் நெறயாவே அழவச்சிட்டன்.

‘‘ரொம்ப எரியுற மாதிரி இருக்கு. தாங்க முடியல. உயிர் போற மாதிரி இருக்கு. படுத்திருக்க முடியல. இந்த எரிச்சலத் தாங்குறதவிட செத்திடலாம். ஏன் எப்பவும் இந்த எடம் இருட்டாவே இருக்குன்னு தெரியல. பெரண்டு படுக்கணுமின்னு ஆசயா இருக்கு. ஆனா, அசய முடியல. நர்ச கூப்புட்டு எரியாம இருக்கிறதுக்கு ஊசி போடச் சொல்லு. உயிர்போவுது.

‘‘அம்மா...

‘‘போயிடாத. எங்கூடவே இரு... நான் சொல்றதெல்லாம் கேட்டுட்டு நீ அழுவக் கூடாது.

‘‘அழுவுறியாம்மா?

‘‘அப்பா எப்பக் கூப்புட்டாலும் ‘அம்மா அம்மா’ன்னுதான் கூப்புடுவாரு. ஒல கத்திலியே மகள ‘அம்மா’ன்னு கூப்புடுற பழக்கம் தமிழ்நாட்டுலதான் இருக்கு. ‘அம்மா’ன்னு அப்பா என்னெக் கூப்புட்டு எத்தன வருஷம் இருக்கும்? ரவி மாதிரி ஏன் அப்பாவால கோபப்பட முடியல, திட்ட முடியல? கெட்ட வாத்த பேச முடியல. நான் செத்தா திருவாசகம் படிப்பியாம்மா?

‘‘ஏம்மா பேசவே மாட்டங்கிற?

‘‘ஆஸ்பத்திரிய வுட்டு வந்ததும் ஒங்கூடவே வந்திடப்போறன். வேலக்கி போவப் போறன். எது நடந்தாலும் சரி. அண்ணன்கிட்ட சொல்லி அவன் கம்பனிலியே எனக்கு அப்ளிகேஷன் போடச்சொல்லு.

‘‘நான் இஞ்சினியரிங் படிக்கிறப்ப டி.சி.எஸ்.ஸிலதான் வேலக்கிப் போவன்னு சொன்னன். கேம்பஸ் இண்டர்வியுவில செலக்டானதுமே ‘ஆச நெறவேறிடிச்சி’ன்னு நெனச்சன். நொய்டாவுக்கு ட்ரெயினிங் போகச் சொல்லி ஆர்டர் வந்த அன்னிக் கித்தான் ரவி வந்து நம்ப வீட்டு வாசப்படியில நின்னுக்கிட்டு பிளேடால கையக் கிழிச்சிக்கிட்டான். நீ சத்தம்போட்டு அழுத. அதனால எனக்கு கோபம் வந்துச்சி. ஆர்டரக் கிழிச்சிப்போட்டுட்டன். நொய்டாவுக்கு நான் போயிருந்தா நெலம மாறி யிருக்கலாம். அன்னிக்கிப் பாத்து ரவி வந்து ஏன் நம்ப வீட்டுக்கு முன்னாடி நின்னுக்கிட்டு கையக் கிழிச்சிக்கிட்டான்?

‘‘அம்மா... நீ ஏன் எதுவும் பேச மாட்டங்குற?

‘‘என்னோட பேட்ச்மேட்டுல டி.சி.எஸ்.ஸுக்கு வேலக்கிப் போனதில நெறயா பேரு பிளாட்டு, காருன்னு இருக்காங்கதான். காதலிக்கிறப்ப பணம் வேணும், வீடு வேணும், சொந்தக்காரங்க வேணும்ன்னு தோண மாட்டங்குது. கல்யாணமான மறு நிமிஷமே வீடு, பணம், சொந்தம் வேணுமின்னு தோணுது. பணம்தான் எல்லாரயும் சேத்து வைக்குது. பிரிக்கவும் செய்யுது.

‘‘நான் பேசுறது கேக்குதா? சரியா கேக்கலன்னா பக்கத்தில வாம்மா...

''ரவி எம் பேச்சக் கேட்டிருந்தா, என்னெ வேலக்கி அனுப்பியிருந்தா எல்லாமே தலகீழாகியிருக்கும். நீ அழுவுறது கொஞ்சம் கொறஞ்சியிருக்கும். மெட்ராசுக்குப் போவணும், வேலக்கிப் போவணும்ங்கிற வார்த்தயச் சொன்னாப் போதும், அவ னுக்கு அப்படியொரு கோவம் வரும். நான் வேலக்கிப் போயிட்டா அவன வுட்டுடு வன்னு நெனச்சிக்கிட்டான். ஒரு பொம்பள அழகா இருக்கிறது எவ்வளவு கஷ்ட மானது தெரியுமா? அதனால அவ படுற கஷ்டத்த வெளியில சொல்ல முடியாது.

''நான் பேசுறதக் கேட்டுட்டு அழுவுறியா? கண்ணீரால எந்தக் காயமும் ஆறாது.

''ரவி குடிச்சிட்டு வந்து கெடக்குறப்ப, வாந்தி எடுத்திட்டு நெனவில்லாம கெடக் கிறப்ப எனக்கு எப்பிடித் தூக்கம் வரும்? ராத்திரி முழுக்க முழிச்சிக்கிட்டுப் படுத் திருப்பன். அப்ப நீயும், அப்பாவும் 'ரவியக் கல்யாணம் கட்டக் கூடாது'ன்னு சொன்னது, கெஞ்சுனது, அழுதது எல்லாம் ஞாபகத்துக்கு வரும். ஒவ்வொண்ணா நெனச்சிப்பாத்து அழுவன். அதயெல்லாம் ஒங்கிட்ட சொல்லணும்ன்னு தோணும். நேர்லதான் சொல்ல முடியல. பேப்பர்லியாச்சும் எழுதித் தரலாம்ன்னு தோணும். ஒடனே பேப்பர எடுத்து எழுதுவன். பக்கம்பக்கமா எழுதுவன். விடியுறவர எழுது வன். காலயில எழுந்திரிச்சி, ராத்திரி வாந்தி எடுத்திட்டு நெனவில்லாம கெடந்தத மறந்திட்டு அவன் ஆட்டோவ எடுத்துக்கிட்டுப் போனதும் ராத்திரி பூராவும் எழுதி னத எடுத்துப் படிச்சிப் பாப்பன். அத என்னாலியே படிக்க முடியாது. கண்ணீரா கொட்டும். அத நீ படிச்சா எவ்வளவு அழுவன்னு தோணும். ஒடனே கிழிச்சிப் போட்டுடுவன். எத்தினியோ ராத்திரி எத்தினியோ பக்கம் எழுதியிருக்கன். அதயெல் லாம் படிச்சியிருந்தா நீயும், அப்பாவும் உசுரோடவே இருக்க மாட்டீங்க. ஒவ் வொரு ராத்திரியயும் நான் பேப்பர்ல நிரப்புனன். அழுகயால. கண்ணீரால.

''போதயில இருக்குறப்பதான் பல பேருக்குப் பொண்டாட்டி நெனப்பு வருது. அதுக்குத்தான் எல்லா ஆர்ப்பாட்டமும்.

''கேக்குறியாம்மா?

''நடந்ததெல்லாம் ஆக்சிடண்டு. விட்டுத்தள்ளு. யாரயும் குத்தம் சொல்லாத. யாரையும் திட்டாத. நான் வீட்டுக்கு வந்ததும் வேலக்கிப் போவணும். அவ்வளவு தான். அதுதான் எனக்கு இப்ப ஆச.

''உயிரோட இருக்கிறதுக்கு அதிர்ஷ்டம் வேணும். ஒனக்கும் அப்பாவுக்கும் புள் ளையா பொறந்ததவிட எனக்கு வேற அதிர்ஷ்டம் இல்ல.

''அம்மா. பக்கத்திலதான இருக்கிற? கீழ போயிட்டியோன்னு நெனச்சன். சிஸ் டர்கிட்ட சொல்லிட்டு இங்கியே இரு. நீ கேக்காத. வுட மாட்டாங்க. நான் சிஸ் டர்கிட்ட சொல்றன். இரு. நான் சிஸ்டர கூப்புடுறன். ''சிஸ்டர் சிஸ்டர்...''

ரேவதி ஓயாமல் நர்சைக் கூப்பிட்டுக்கொண்டேயிருந்தாள். அவளுடைய குரல் வெளியே வரவில்லை. வாயும் அசையவில்லை.

7

ஐ.சி.யு. அறையை விட்டு வெளியே வந்ததுமே, ''டாக்டர் முன்னால துணி இல்லாம கெடக்குறாளே. எம் பொண்ண என்னாலியே பாக்க முடியலியே. முழுசா வேவ வச்சிட்டானே. ஒரு சாமிகூட அவனக் கேக்கலியே'' என்று சொல்லி அமராவதி வாய்விட்டு அழுதாள். அமராவதியின் அழுகுரல் கேட்டு மாடிப் படிக்கட்டுகளில் உட்கார்ந்திருந்த ஆண்களும் பெண்களும் அவசரமாக எழுந்து வந்து யார் அழுவது, யார் செத்துப்போனது என்று அறிந்துகொள்ள முயன்றனர். அந்தக் கூட்டத்திலிருந்து முருகனும், நடேசனும் அமராவதியின் குரல் கேட்டதால் பலமாகக் கதவைத் தட்டினார்கள். கதவைத் திறந்த செக்யூரிட்டி, ''என்ன?'' என்று கேட்டான்.

''எங்கம்மா அழுவுறாங்க. பாக்கணும் சார்'' பதற்றத்தோடு சொன்னான் முருகன்.

செக்யூரிட்டி கதவைத் திறந்துவிட்டான். வேகமாக ஹாலுக்குள் வந்த முருகனும் நடேசனும் அமராவதியிடம், ''என்னாச்சி?'' என்று கேட்டனர். முன்பு அழுததை விட முருகனையும், நடேசனையும் பார்த்த பிறகுதான் அமராவதிக்கு அதிகமாக அழுகை வந்தது. அழுதாளே தவிர, விஷயத்தைச் சொல்லவில்லை. அவளால் சொல்ல முடியவில்லை. முருகனும் நடேசனும் ரேவதி இறந்துவிட்டாள் என்றே நினைத்தனர், அப்படி நம்புகிற மாதிரிதான் இருந்தது அவளுடைய அழுகை.

''முதல்ல விசயத்த சொல்லும்மா.''

''பொணமாக் கெடக்குறாடா தம்பி, ஒன் தங்கச்சி.''

ஐ.சி.யு. அறையிலிருந்து ஒரு மருத்துவர் வெளியே வந்து, ''டியூட்டி டாக்டர்'' என்று போர்டு இருந்த அறைக்குள் போனதைப் பார்த்த முருகன், ''வாம்மா'' என்று சொல்லிவிட்டுப் போனான். படபடப்போடு, ''சார் ரேவதிங்கிற பேஷண்டு எப்பிடி இருக்காங்க?'' என்று கேட்டான்.

''நீங்க யாரு?''

''நான் பேஷண்டோட அண்ணன் சார்.'' அப்போது நடேசனும், அமராவதியும் மருத்துவரின் அறைக்குள் வந்தனர்.

''எந்த கேசு?'' என்று மருத்துவர் பக்கத்திலிருந்த மாலதியிடம் கேட்டார்.

''ரேவதி சார்.''

''எந்த பெட்?''

''பதினெட்டு சார். நேத்து சாயங்காலம் அட்மிஷன் ஆன கேசு சார்'' என்று மாலதி சொன்னாள்.

''ரிப்போர்ட் எங்க இருக்கு?''

''உள்ளார இருக்கு.''

''கொண்டுவாங்க.''

மாலதி வெளியே சென்று ஐ.சி.யு. அறைக்குள் நுழைந்து ரேவதியினுடைய ரிப்போர்ட்டை எடுத்துக் கொண்டுவந்து மருத்துவரிடம் கொடுத்தாள். ரிப்போர்ட்டைப் படிக்க ஆரம்பித்ததுமே மருத்துவருடைய முகம் மாறிவிட்டது.

''ட்ரீட்மண்டு போயிக்கிட்டிருக்கு'' என்று மட்டும் மருத்துவர் சொன்னார். அந்த ஒரு வார்த்தைகூட ஏதாவது சொல்ல வேண்டுமே என்பதற்காக சொன்னது போல் இருந்தது. அப்போது பைத்தியம்போல அமராவதி கையில் போட்டிருந்த வளையல்கள், கழுத்தில் போட்டிருந்த செயின் என்று ஒவ்வொன்றாகக் கழற்றி மருத்துவர் மேசைமீது வைத்து, இரண்டு கைகளையும் குவித்துக் கும்பிட்டு, பீறிட்ட அழுகையோடு சொன்னாள், ''ஒரு பெரிய வீடு இருக்கு. மூணு காலி மன இருக்கு. வீட்டுல முப்பது நாப்பது பவுன் நக இருக்கு. எல்லாத்தயும் வித்துத் தர்றன். எம் பொண்ண உசுரோட கொடுங்க சார்.''

அமராவதியினுடைய செய்கையைப் பார்த்ததும் கைப்பையில் வைத்திருந்த பணக் கட்டுகளை எடுத்து மருத்துவரின் மேசைமீது வைத்தார் நடேசன். அமராவதியையும் நடேசனையும் மாறிமாறிப் பார்த்த மருத்துவர் நிதானமாக, ''இது எல்லாத்தயும் எடுத்து உள்ள வைங்க. இதுக்கெல்லாம் இங்க அவசியமில்ல. காசுக்காக இங்க வைத்தியம் செய்றதில்ல. ட்ரீட்மண்டுல எந்தப் பிரச்சனையும் இருக்காது. ஆள் பாத்து வைத்தியம் செய்ய மாட்டாங்க'' என்று சொன்னார்.

''வெளியில கொண்டுகிட்டு போவலாமா சார்?'' என்று முருகன் கேட்டதும் மருத்துவருடைய முகம் மாறிவிட்டது. லேசாகக் கோபம் வந்த மாதிரி இருந்தது.

''பணம் வாங்காம நல்ல ட்ரீட்மண்டு தர மாட்டமா?''

''சாரி சார்.''

''எங்க போனாலும் ஒரே ட்ரீட்மண்டுதான். ஃபயர் கேசுக்கு இந்தப் பகுதியில ஜிப்மர்தான் பெஸ்ட்.''

''உயிருக்கு ஆபத்தில்லையே?''

''நேத்து சாயங்காலம்தான் அட்மிஷன் போட்டிருக்கு. இப்பத்தான் முத கட்டுப் பிரிச்சிருக்கு. பார்க்கலாம்'' என்று சொன்ன மருத்துவர் எழுந்து நின்றார்.

''எத்தன பர்சண்டு சார்? நாப்பது அம்பதுக்கு மேல போனா பொழைக்காதுன்னு சொல்றாங்க'' என்று முருகன் சொன்னான்.

''அட்மிஷன் ஆன உடனே ஒடம்பு சரியாகுமா? கொடுக்கிற மருந்தும் மாத்தரயும் வேல செய்யுறதுக்கு ஒரு டைம் வேணாமா?'' என்று சொன்ன மருத்துவர் மேசைமீது இருந்த பணம், நகைகளைப் பார்த்தார். பிறகு என்ன தோன்றியதோ தளர்வான குரலில், ''இந்த நிமிஷத்தில இதுக்கெல்லாம் எந்த அர்த்தமும் இல்ல. இப்ப இந்தப் பணம் செல்லாது'' என்று சொல்லிவிட்டு வெளியே சென்றுவிட்டார். நடேசன், முருகன், அமராவதி மூவரும் மருத்துவரின் அறையிலிருந்து ஹாலுக்கு வந்தனர்.

''வாம்மா. கீழ போவலாம். முகம் கழுவிக்கிட்டு டீ குடிச்சிட்டு வரலாம்'' என்று முருகன், அமராவதியைக் கூப்பிட்டான்.

''வேண்டாம்.''

அமராவதியால் நிற்கவோ அதிகம் பேசவோ முடியவில்லை. உடம்பிலிருந்த ரத்தமெல்லாம் வடிந்துபோய் வெறும் கூடாக நிற்பது மாதிரி இருந்தது. அவளுக்கு உடலில் சிறிதளவுகூடத் தெம்பு இல்லை.

''முகம் கழுவ வாண்டாமா? வாய் கொப்பளிக்க வாண்டாமா? வா, கீழ போயிட்டு மேல வரலாம்'' என்று முருகன் சொன்னான். ஒவ்வொரு படிக்கட்டிலும் இரண்டு மூன்று பேர் என்று அந்த இடத்தில் இருபது பேருக்கு மேல் இருந்தனர். அதுவே அவனுக்கு எரிச்சலாக இருந்தது. அதனால் அமராவதியைக் கட்டாயப்படுத்த ஆரம்பித்தான். எப்போதும் அந்த இடத்தில் இப்படித்தான் கசகசவென்று ஆட்கள் இருப்பார்கள் என்பது அவனுக்குத் தெரியாது. நடேசனும், ''வா, கீழ போயிட்டு வரலாம்'' என்று சொன்னார். ஒன்றும் சொல்லாமல் கீழே இறங்க ஆரம்பித்தாள் அமராவதி. அவளுக்குப் பின்னால் முருகனும் நடேசனும் இறங்கினார்கள்.

''அவன் கையில் கெடைக்கட்டும்; பொறுக்கிய செருப்பாலியே அடிக்கிறன்.''

பல்லைக் கடித்தான் முருகன்.

நோயாளிகளின் உதவியாளர்கள் குளிப்பதற்காக ஒதுக்கப்பட்டிருந்த இடத்தைக் கண்டுபிடித்து வந்தனர். முகம் கழுவி வாய் கொப்பளித்தாள் அமராவதி.

''வாம்மா'' என்று சொல்லிவிட்டு, முருகன் முன்னால் நடந்தான்.

அவசரப் பிரிவுக் கட்டடத்துக்கு தெற்கில் இருநூறு முந்நூறு அடி தூரத்திலிருந்த கேன்டீனுக்கு மூன்று பேரும் வந்தனர். வந்த வேகத்திலேயே கேன்டீனுக்கு முன்னால் போடப்பட்டிருந்த சிமெண்ட் பெஞ்சில் அமராவதி உட்கார்ந்தாள். நடேசனும் உட்கார்ந்துகொண்டார். அப்போது கிழக்கிலிருந்த பெரிய மரத்துக்குப் பின்னால் இருந்தது சூரியன்.

''ராத்திரி நீங்க வீட்டுக்கே போவலியா?''

''போனம். போன வேகத்திலியே குளிச்சிட்டு, துணிய மாத்திக்கிட்டு வந்துட்டம். ஒனக்கும் துணி எடுத்தாந்து இருக்கம். மாத்திக்குறதின்னா, மாத்திக்க'' நடேசன் சொன்னார்.

''துணிய மாத்திக்கிட்டு என்னா செய்யப்போறன்?''

''பாப்பாவப் பாத்தியா? என்னா சொன்னா? எப்பிடி இருக்கு?''

''ஒண்ணும் சொல்றதுக்கு இல்ல.''

''என்னா சொல்ற?''

அமராவதி முந்தானையால் முகத்தை மூடிக்கொண்டாள்.

முருகன் இரண்டு கப்களில் டீ வாங்கிக்கொண்டு வந்தான்.

''ஒரு நாலணாக் கயிறக் கட்டுனதுக்காக துடிக்கத்துடிக்க எரிச்சிட்டானே. அவனப் புடிச்சி உள்ளாரப் போடுடா தம்பி'' என்று சொன்னாள் அமராவதி.

''முதல்ல அழுவுறத நிறுத்து. எப்பிடி இருக்கா, என்னா சொன்னான்னு சொல்லு'' என்று கோபத்தோடு முருகன் கேட்டான்.

''ஒங்களத்தான் பாழும் முண்டச்சி தேடுறா. வேற வாத்த பேசல. வேற யாரயும் கேக்கல'' என்று சொன்னாள்.

''அழுவாம இரும்மா. ஒண்ணும் ஆவாது'' என்று சொல்லி ஆறுதல் படுத்தினான் முருகன்.

அமராவதி அவசரச் சிகிச்சைப் பிரிவுக் கட்டடத்தின் ஐந்தாவது மாடியைப் பார்த்தாள். கசப்பான குரலில் சொன்னாள்.

''நெருப்புல வேவும்போது எப்பிடி என் தங்கம் கத்துச்சோ.''

''அவன் எங்க இருக்கான்னு தெரியலியே'' முருகன் பல்லைக் கடித்தான்.

''எழுந்திரும்மா, மேல போவலாம். நான் ரேவதியப் பாக்கணும். அவகிட்ட கேட்டுட்டு கம்பளையிண்ட் கொடுக்கணும். நானா அவனான்னு பாத்துக்கிறன்.''

''நீ அவளப் பாக்காத தம்பி'' அமராவதி கட்டளை மாதிரி சொன்னாள்.

''என்னம்மா சொல்ற?''

''சுத்தமா வெந்துபோயிட்டாடா.''

''நீ எழுந்திரு. எதாயிருந்தாலும் நான் அவளப் பாக்கணும்'' என்று சொல்லிக் கட்டாயப்படுத்தி அமராவதியை அழைத்துக்கொண்டு நடந்தான் முருகன்.

சிமெண்ட் பெஞ்சிலிருந்த குடிக்காத மூன்று டீ கப்புகளிலும் ஈ மொய்த்துக் கொண்டிருந்தது.

அப்போது கிழக்கிலிருந்த சூரியன் மரத்தைத் தாண்டி வந்துவிட்டிருந்தது.

8

கதவைத் திறந்து, ''ரேவதியோட அட்டண்டர் யாரு?'' என்று செக்யூரிட்டி கேட்டான். முருகன், நடேசன், அமராவதி மூவரும் ஓடினார்கள்.

''ஒரு ஆள் மட்டும் உள்ளார வாங்க.''

செக்யூரிட்டியினுடைய பேச்சை மீறிக்கொண்டு மூன்று பேரும் உள்ளே ஓடினார்கள். வேகமாக ஹாலில் நடந்து வந்து ஐ.சி.யு. அறையின் முன் நின்றனர். கூடவே வந்த செக்யூரிட்டி ஐ.சி.யு. அறையின் கதவைத் தட்டினான். கதவைத் திறந்த நர்சு, ''என்னா?'' என்று கேட்டாள்.

''ரேவதியோட அட்டண்டரக் கூப்புடச் சொன்னிங்களே, இவங்கதான் அது.''

''இந்த சீட்டுல எழுதி இருக்கிற ஊசிய வாங்கிக்கிட்டு வாங்க'' நர்சு ஒரு சீட்டை நீட்டினாள். சீட்டை வாங்கிக்கொண்டு முருகன் ஓடினான். ஐ.சி.யு.வின் கதவைச் சாத்தப்போன நர்சிடம் அமராவதி கேட்டாள், ''எம் பொண்ணு அழுவுறாளா?''

''பேசண்டு பேரு என்னா?''

''ரேவதி.''

''நான் இப்பத்தான் டூட்டிக்கி வந்தன். பாத்திட்டு சொல்றன். நீங்க வெளிய போயி வெயிட் பண்ணுங்க'' என்று சொன்ன வேகத்திலேயே கதவைச் சாத்திக்கொண்டாள். அடுத்த நொடி, ''சார், வெளிய வெயிட் பண்ணுங்க'' நடேசனிடம் செக்யூரிட்டி சொன்னான்.

''டாக்டரப் பாக்க முடியுமா?'' நடேசன் கேட்டார்.

''தேவப்பட்டா அவங்களே ஒங்களக் கூப்புடுவாங்க.''

செக்யூரிட்டி கதவைத் திறந்துவிட நடேசனும் அமராவதியும் வெளியே வந்தனர்.

ஆறாவது மாடிக்குப் போகிற படிக்கட்டில் வந்து அமராவதி உட்கார்ந்தாள். அமராவதிக்குப் பக்கத்தில் நடேசன் உட்கார்ந்துகொண்டார். உட்கார்ந்ததுமே அமராவதி முட்டிக்காலில் முகத்தை வைத்துத் தலையைக் கவிழ்த்துக்கொண்டாள். ரேவதி தீக்குளித்த செய்தி கேட்டு, பதற்றத்தோடு வந்தது, இரவு முழுவதும் தூங்காமல் இருந்தது, ரேவதியின் வெந்துபோன உடலைப் பார்த்தது, சாப்பிடாதது என்று எல்லாம் சேர்ந்து அவளைக் களைப்படையச் செய்திருந்தன.

அமராவதி உட்கார்ந்திருந்த படிக்கட்டுக்குக் கீழ்ப் படிக்கட்டில் உட்கார்ந்திருந்த தங்கம்மாள் கேட்டாள், ''எரிஞ்சிபோச்சா?'' தலையைத் தூக்கிப் பார்த்த அமராவதி, ''என்னயவா கேக்குறிங்க?'' என்று கேட்டாள்.

''ஆமாம்மா.''

''நேத்து சாயங்காலம் இருட்டுறப்ப வந்த கேசா?''

''ஆமா.''

''நேத்து சாயங்காலம் ஆறு மணிக்கி ஆம்புலன்ஸிலேருந்து எறக்கும்போது பாத்தன், ஒடம்புல வெரலு தொடுற அளவுக்குக்கூட எடமில்ல. எல்லாம் வெந்துபோச்சி. பழிகார முண்டைவுளுக்கு மனசு எப்பிடித்தான் துணியுமோ, கொளுத்திக்கிறாளுவ. அப்பறம் 'காப்பாத்துங்க காப்பாத்துங்க'ன்னு கத்துறாளுவ. கடுவு தெறிச்சிக் கையில பட்டாலே உசுரு போறாப்ல எரியுது. ஊடு பத்தி எரியுற மாரி எரியுற நெருப்புல ஒருத்தி வெந்தான்னா அவ ஒடம்பு என்னாமா துடிதுடிக்கும்?''

''எம் பொண்ணு எப்பிடிம்மா இருந்தா? தூக்கியாரும்போது கத்துனாளா?''

''முழுசா வெந்துபோனா கத்தாம இருக்க முடியுமா? நெருப்புல காட்டுனா இரும்பே உருகிப்போவுது, மனுச ஒடம்பு எம்மாத்தரம்? தாடி வச்சிக்கிட்டிருந்த ஒரு பயதான்கூட இருந்தான். அந்தப் பயதான் ஒங்க மருமவனா?'' என்று கேட்டாள் தங்கம்மாள். அந்தக் கேள்விக்கு மட்டும் அமராவதி பதில் சொல்லவில்லை.

''ஒரு டீத் தண்ணி குடிச்சிட்டு வரலாமின்னு கீழ போனப்பப் பாத்தன். அப்பத்தான் வண்டியிலிருந்து எறக்குனாங்க.''

''ரொம்ப கத்துனாளா?''

''கத்தாம எப்பிடி இருக்க முடியும்? உசுரு போற மாரிதான் கத்துச்சி.''

''ஐயோ கடவுளே'' என்று சொன்ன அமராவதி கைகளால் முகத்தை மூடிக்கொண்டு விசும்பினாள்.

''சிவனே'' என்றார் நடேசன்.

''இந்த ஆம்பளப் பயலுவோ அம்மாம் சித்ரவத கட்டி அடிக்கிறானுவம்மா. அவனுவுளுக்குக் குஞ்சி தூக்குறப்பதான் பொட்டச்சி வேணும். மத்த நேரமெல்லாம் வாணாம். இந்தப் பொட்ட நாயிகளும் அதுக்குத்தான் அப்பன் வாணாம், அம்மா வாணாமின்னு ஓடுறாளுவ.''

''என்ன ஊரும்மா?''

''கருவேப்பிலங்குறிச்சி.''

''இங்க என்னா விசியமா வந்தீங்க?''

''எங்கண்ணன் மவ ஒருத்தி புருசன் பொண்டாட்டி சண்டயில நெருப்பவச்சிக் கொளுத்திக்கிட்டா. இன்னியோட எட்டு நாளாச்சி. பொழச்சான்னும் இல்ல. செத்தான்னும் இல்ல.''

''டாக்டரு என்னா சொன்னாரு?''

''உண்டுன்னும் சொல்லல. இல்லன்னும் சொல்லல. எப்பக் கேட்டாலும் 'பாக்க லாம்'ங்கிற வாத்தயத் தவுத்து அடுத்த வாத்தய சொன்னவங்க இல்லெ. மத்தவங்களக் கேட்டா அறுவது பர்சண்டு தப்பாது, பொழைக்காதின்னு சொல்றாங்க. இந்தக் கையிலதான் நான் அவளத் தூக்கி வளத்தன். எங் கையாலியே அவளுக்கு நான் மண் ணள்ளிப் போடப்போறன்'' என்று சொன்ன தங்கம்மாள், ''ஒங்க பொண்ணுக்கு எத்தன பர்சண்டு?'' என்று கேட்டாள்.

''தெரியில.''

''டாக்டரு சொல்லலியா?''

''இல்லம்மா.''

''டாக்டரு வாய தொறக்கலன்னா தப்பாது'' என்று தங்கம்மாள் சொன்னதும் அமராவதிக்கும் நடேசனுக்கும் சட்டென்று கோபம் வந்துவிட்டது.

''கொஞ்சம் பேசாம இரும்மா'' என்று நடேசன் சொன்னதும் தங்கம்மாள் வாயை மூடிக்கொண்டாள்.

''இத்தினி வருசத்தில ஒரு தடவயாவது அவனக் கூப்புட்டு 'ஒழுங்கா இரு டா'ன்னு சொல்லி மிரட்டியிருந்தா எம் பொண்ணு நெருப்புல வெந்திருக்க மாட்டா. அந்த நாயியும் அடங்கி இருந்திருக்கும். ஆட்டோ ஓட்டுற பய, குடி காரப் பய, மரியாத தெரியாத பயன்னு ஒதுங்கிஒதுங்கிப் போனிங்க. அதனாலதான் எரிச்சிப்புட்டான்'' என்று அமராவதி சொன்னதும், நடேசனுக்கு கோபம் வந்து விட்டது.

''எந்த எடத்தில எப்படி ஒக்காந்திருக்கம்ன்னு தெரியுதா?''

''என் நெஞ்சு வேவுறது ஒங்களுக்குத் தெரியுமா?''

''நான் ஒண்ணுமே செய்யாத மாதிரி பேசுற? ஆறு வருசமா தல குனிஞ்சி நடக்குறது எனக்குத்தான் தெரியும்.''

''காசக் கொடுத்திங்க. பொருளக் கொடுத்திங்க. நான் எதக் கொடுத்தாலும் எத செஞ்சாலும் ஏன்னு கேக்காம இருந்திங்க. எல்லாம் செஞ்சி என்னாத்துக்கு ஆச்சி? நேருல கூப்புட்டு அந்த நாய மெரட்டல. மெரட்டியிருந்தா அவனுக்கு பயம் வந்திருக் கும். அடங்கியிருப்பான். 'தெருப் பொறுக்கி நாய்க்கிட்ட என்னாப் பேசுறது'ன்னு இருந்திங்க. 'மானம் போயிடும் மானம் போயிடும்'ன்னு ஒதுங்கிஒதுங்கிப் போனிங்க.''

''நான் சாவுறவரைக்கும் எனக்குத் தலக்குனிவுதான்'' வெறுப்பும் கசப்புமாகச் சொன்னார் நடேசன்.

''நம்ப பொண்ணு படிப்புக்கு, தகுதிக்கு, தராதரத்துக்கு, சாதிக்கு அவன் தகுதி யான பயலோ, யோக்கியதயான பயலோ இல்லதான். ஆட்டோ ஓட்டுற நாயி. சோத்துக்கு இல்லாத நாயி, அந்த நாயிதான் வேணுமின்னு நீங்க பெத்த பொண்ணு தான போனா?''

''பேசாம இரு.''

''இனிமே யாரோட மானமும் போவாது. மரியாதயும் போவாது. இனிமே யாருமே பீ மேல கல்லப் போட வேண்டியதில்ல'' என்று வன்மத்தோடு சொன்னாள்.

''தெரிஞ்சிதான் பேசுறியா? உசுரோட இருக்கும்போதே எதுக்கு செத்துப் போன மாதிரி பேசிக்கிட்டிருக்க?'' என்று நடேசன் கேட்டதும் அமராவதி சிறிது நேரம் பேசாமல் இருந்தாள். அவளால் தொடர்ந்து அவ்வாறு இருக்க முடியவில்லை.

அமராவதி குற்றம் சொல்வதைப் பொறுத்துப்பொறுத்துப் பார்த்துவிட்டுக் கடைசி யில் சொன்னார்.

''நான் கேட்டா, கண்டிச்சா நம்ப பொண்ணப் போட்டு அடிப்பான், ஒதைப் பான்னுதான் கேக்கல. போலீசுக்கும் போவல. ஒரு முற பயம் போயிட்டா அடுத்த முற அவனுக்குப் பயம் தெளிஞ்சிடும். அப்பறம் பயப்பட மாட்டான். விலகி இருந்தா கொஞ்சம் பயத்தோட இருப்பான்னுதான் வுட்டு வச்சன். நான் இத்தினி வருசமா ஒதுங்கிப் போனதுக்குக் காரணம் எம் பொண்ணு தொந்தரவு இல்லாம இருக்கணும், உசுரோட இருக்கணும்னுதான். நான் ஒண்ணு சொல்ல, அவன் ஒண்ணு சொல்ல, பேச்சு முத்திப்போயி அசிங்கமாயிட்டா, ஒங்கிட்ட பேசுறதும் நின்னுபோயிடும். நீ கொடுக்கிற காசும் இல்லன்னா இன்னும் கஷ்டப்படுவான்னு தான் விலகிப் போனன். எனக்கும் அவனுக்கும் சண்டயாயிட்டா நம்ப அப்பாவ அசிங்கப்படுத்திட்டானேன்னு அவ பெரிய சண்டயாப் போட்டு, அதனால அவன் அதிகமா அடிப்பானேன்னு ஒதுங்கிப்போனன்'' என்று சொன்ன நடேசனுக்கு அதற்கு மேல் பேச முடியவில்லை. கண்களில் கண்ணீர் நிறைந்துவிட்டது. தலையைக் கவிழ்த்துக்கொண்டார்.

அமராவதி வினோதமாக நடேசனைப் பார்த்தாள். அவர் ஒருநாளும் இவ்வளவு வார்த்தைகளை அவளிடம் பேசியதே இல்லை. அதுவே அவளுக்குப் பெரிய ஆச் சரியமாக இருந்தது. எப்போது எதைக் கேட்டாலும் ஒரு வார்த்தை, இரண்டு வார்த்தைதான் பேசுவார். அதுகூட 'சரி' என்றோ, 'செய்யுறன்' என்றோ, 'பாக் கிறன்' என்றோ, 'நீ பாத்துக்க' என்றோதான் இருக்கும். ரொம்பவும் ஒடுங்கிப்போய் உட்கார்ந்திருந்தார். அவரைப் பார்ப்பதைத் தவிர்த்து முட்டிக்காலில் தலையைக் கவிழ்த்துக்கொண்டு கசந்துபோன குரலில், ''எம் பொண்ணு சுடுகாட்டுக்குப் போயி டுவா போல இருக்கே'' என்று சொன்னாள். அந்த வார்த்தையைக் கேட்டதும் அமராவதி பக்கம் திரும்பிப் பார்த்த தங்கம்மாள், ''ஒன் வாயால அப்பிடிச் சொல் லாதம்மா. பொழச்சி வந்தாலும் வந்துடும். மனசுல கடவுள நெனச்சிக்க. நல்லது நடக்கும்.''

அந்த இடத்தில் ஒரே புழுக்கமாக இருந்தது. சுத்தமாகக் காற்று இல்லை. அதனால் காலையிலேயே எல்லோருக்கும் வியர்க்க ஆரம்பித்தது.

நர்சு கேட்ட ஊசியை வாங்கிவந்து கொடுத்துவிட்டு அமராவதிக்கு வலது பக்கமாக வந்து முருகன் உட்கார்ந்தான்.

ஒரே குரலாக அமராவதியும் நடேசனும், ‘‘நர்சுகிட்ட ஏதாச்சும் கேட்டியா? என்னா சொன்னாங்க?’’ என்று கேட்டனர்.

‘‘கேட்டன். ‘வெளியில வெயிட் பண்ணுங்க’ன்னு சொல்லிட்டாங்க.’’

‘‘இப்பிடி நம்பள உட்கார வச்சிட்டானே பொறுக்கி நாயி’’ என்று முருகன் சொன்னான்.

‘‘உள்ளாரப் போனியே, என்னாதான் நடந்துச்சு? என்னதான் சொன்னா? கேசு கொடுக்க சொன்னாளா இல்லியா? தெளிவாப் பேசுனாளா? தனியாருக்கு அழச்சிக் கிட்டுப் போவட்டுமான்னு கேட்டியா?’’ என்று கேட்டான்.

‘‘எதயும் கேக்காத தம்பி.’’ பேச்சை வளர்க்க விரும்பாததுபோல வெட்டிச் சொன்னாள்.

அப்போது செக்யூரிட்டி, ‘‘கவிதாவோட அட்டண்டர் வாங்க’’ என்று கூப்பிட்டான். படிக்கட்டில் உட்கார்ந்திருந்த ஒரு பெண் அவசரமாக எழுந்து உள்ளே ஓடினாள்.

‘‘கேசு கொடுக்க வாணாமா?’’ முருகன் கேட்டான்.

‘‘ஒரு வாத்தியாரோட மச்சான் எஸ்.ஐ.யா மங்கலம்பேட்டயில இருக்காரு. அவர்கிட்ட கேக்கச் சொல்லியிருக்கன். அவரு ஸ்டேஷனில பேசிட்டு சொல்றன்னு சொல்லியிருக்காரு. விவரம் தெரிஞ்சிக்கிட்டு செய்யலாம்ன்னு இருக்கன்’’ என்று நடேசன் சொன்னார்.

‘‘ஒரு மணி நேரமாவது அந்த நாயப் புடிச்சி உள்ளார வைக்கணும்’’ என்று சொல்லி முருகன் பல்லைக் கடித்தான். அப்போது அவனுடைய போன் மணி அடித்தது. எடுத்துப் பேசினான்.

ஆறாவது மாடியிலிருந்து இறங்கி வந்த இரண்டு பெண்களுக்கு முருகன் எழுந்து நின்று வழிகொடுத்தான். அவர்கள் அடுத்த படியில் இறங்கியதுமே மீண்டும் உட்கார்ந்துகொண்டான். அப்போது நடேசனுடைய செல்போன் மணி அடித்தது. போனை எடுத்துக்கொண்டு ஆறாவது மாடிப் பக்கம் போனார்.

‘‘ரேவதி எப்பிடித்தான் இருக்காம்மா?’’ ரகசியம் மாதிரி முருகன் கேட்டான்.

‘‘பொணமாக் கெடக்குறா அவ்வளவுதான்.’’

ஹாலின் கதவைத் திறந்துகொண்டு வெளியே வந்த செக்யூரிட்டி, ‘‘எல்லாரும் கீழப் போங்க. இங்க ஒரு ஆளுகூட இருக்கக் கூடாது’’ என்று சொன்னான்.

‘‘அட்டண்டர்கூடவா?’’ ஒரு பெண் கேட்டாள்.

‘‘யாரா இருந்தாலும் கீழ எறங்கித்தான் ஆவணும். ஒரு மணி நேரம் கழிச்சி மேல வாங்க.’’

ஐ.சி.யு. அறையிலிருந்து பச்சை நிற உடை அணிந்திருந்த ஒரு பெண் மஞ்சள் நிறத்திலிருந்த பிளாஸ்டிக் பையை வெளியே கொண்டுவந்து படிக்கட்டின் மூலையில் வைத்திருந்த பெரிய பிளாஸ்டிக் டப்பாவில் போட்டுவிட்டுப் போனாள்.

அப்போது, ஹாலில் செக்யூரிட்டியிடம் ஒரு நர்சு, ‘‘எல்லாரயும் கீழ எறக்கிட்டு சொல்லுங்க. ஒரு ஆள்கூட இருக்கக் கூடாது’’ என்று சத்தமாகச் சொன்னாள்.

‘‘கீழ எறங்குங்க. கீழ எறங்குங்க’’ என்று சொல்லி செக்யூரிட்டி கத்த ஆரம்பித்தான். ஒருசிலருக்கு அவன் எதற்காக அப்படிச் சொல்கிறான் என்பது தெரிந்திருந்தது. ஒருசிலருக்கு மட்டும் புரியவில்லை. ‘‘நாங்க வெளியத்தான குந்தியிருக்கம்?’’ என்று செக்யூரிட்டியிடம் கேள்வி கேட்டனர். ஒருசிலர் ஆறாவது மாடிக்குப் போவது மாதிரி எழுந்து நடந்தனர். மேலே போவதா, கீழே போவதா என்று ஒரு சிலர் குழப்பமடைந்தனர். அதே குழப்பம் அமராவதிக்கும் இருந்தது. பாஸ் உள்ளவர்கள் தைரியமாக இருந்தனர். பாஸ் இல்லாதவர்கள்தான் என்ன செய்வது என்று தெரியாமல் திகைத்தனர். கீழே போனால் மேலே வருவது எளிய காரியம் அல்ல. பாஸ் உள்ளவர்கள் மட்டும்தான் எப்போது வேண்டுமானாலும் கீழே போக முடியும். எப்போது வேண்டுமானாலும் மேலே வர முடியும். பாஸ் இல்லாதவர்கள் சாயங்காலம் பார்வையாளர்கள் நேரமான ஐந்து மணிக்குத்தான் மேலே வர முடியும். மீறி யாராவது மேலே வர வேண்டும் என்றால் மேலே பாஸ் வைத்திருப்பவர் கீழேபோய் பாஸைத் தர வேண்டும். என்ன செய்வது என்று தெரியாமல் முருகனும், அமராவதியும் எழுந்து நின்றனர். அப்போது, போன் பேசி முடித்துவிட்டு நடேசன் வந்தார்.

‘‘இறங்குங்க, இறங்குங்க’’ என்று செக்யூரிட்டி ஒவ்வொரு ஆளாகக் கீழே இறக்கிக் கொண்டிருந்தான். கூட்டம் குறைந்தது, ‘‘பிருந்தாவோட அட்டண்டர் மட்டும் இருங்க’’ என்று செக்யூரிட்டி சொன்னான். நான்காவது மாடி படிக்கட்டில் உட்கார்ந்திருந்த மலரும், அவளோடு சேர்த்து இரண்டு பெண்களும் செக்யூரிட்டியிடம் வந்து, ‘‘விடியக்காலயில தொடச்சிவுடுறதுக்கு ஏன் கூப்புடல?’’ என்று கேட்டனர்.

‘‘உள்ளார வாங்க.’’

மலரோடு சேர்த்து மற்ற இரண்டு பெண்களும் ஹாலுக்குள் போனார்கள். அவர்கள் உள்ளே போய் ஒரு நிமிஷம்கூட இருக்காது. உயிர்போவதுபோல் மலர் அழுகிற சத்தம் கேட்டது.

கீழேயிருந்து மூன்று ஆண்கள் வேகமாக வந்து ஹாலின் கதவைத் தட்டினார்கள். கதவைத் திறந்த செக்யூரிட்டி, ‘‘என்னா?’’ என்று கேட்டான்.

‘‘இப்ப செத்துப்போச்சில்ல பிருந்தாங்கிற பொண்ணு, அதோட புருசன்’’ என்று ஒரு ஆள் சொன்னான்.

‘‘உள்ளார வாங்க’’ என்று சொல்லி மூன்று பேரையும் உள்ளே அனுப்பிய செக்யூரிட்டி, ‘‘இத்தன பேரு இங்க எதுக்கு நிக்குறிங்க? கீழ எறங்குங்க. மரியாதயா சொன்னாக் கேக்க மாட்டிங்களா?’’ என்று கேட்டு முறைத்தான். வேறு வழியின்றி ஒவ்வொரு ஆளாகக் கீழே இறங்க ஆரம்பித்தனர்.

9

‘‘நம்பள எதுக்காகத் தொரத்துறாங்க?’’ என்று தங்கம்மாளிடம் அமராவதி கேட்டாள்.

‘‘பொணத்த வெளிய கொண்டாருவாங்க. யாரு எப்ப செத்தாலும், பொணம் வெளிய போவறமுட்டும் இங்க யாரயும் நிக்க வுட மாட்டாங்க. நான் வந்த இந்த எட்டு நாளுல ஒரு நாளுகூட என்னெத் தொரத்தி வுடாம வுட்டதில்ல. நேத்து ரெண்டு வாட்டி தொரத்தி வுட்டுட்டாங்க. எட்டு நாளா பொணத்தோட மொகத்திலதான் முழிச்சிக்கிட்டிருக்கன்.’’

தரைத் தளத்துக்கு வந்தபோது பிரதான வாசலிலிருந்து ஆம்புலன்ஸ் ஒன்று அவசரப் பிரிவுக் கட்டடத்தின் முன் வந்து நின்றது. உடனே செக்யூரிட்டிகள் வராண்டாவில் நின்றுகொண்டிருந்தவர்களையும், அங்கே இங்கே என்று நடந்து கொண்டிருந்தவர்களையும் ஒதுங்கி நிற்க வைத்தனர். அமராவதியோடு மற்றவர்களும் கூட்டத்தோடு கூட்டமாகத் தரைத் தளத்தில் ஒதுங்கி நின்றனர். ஒரு ஆணும் இரண்டு பெண்களும் ஆம்புலன்ஸிலிருந்து இறங்கி ஓடி வந்து தரைத் தள ஹாலில் வரிசையாக உட்கார்ந்திருந்த நான்கு மருத்துவர்களிடம் ஏதோ சொன்னார்கள். உடனே மருத்துவர்கள் ஏதோ நர்சுகளிடம் சொன்னார்கள். காக்கி நிற உடையணிந்த ஒரு ஆள் ஸ்ட்ரெச்சரைத் தள்ளிக்கொண்டு வெளியே ஆம்புலன்ஸிடம் போனான். கூடவே வெள்ளை உடை அணிந்த இரண்டு ஆண்கள் ஓடினார்கள். ஆம்புலன்ஸிலிருந்து முற்றிலுமாக வெந்துபோன ஒரு பெண்ணினுடைய உடலை இறக்கி ஸ்ட்ரெச்சரில் வைத்துத் தள்ளிக்கொண்டு வந்து மருத்துவர்களின் முன் நிறுத்தினார்கள். உடனே கூட்டம் முண்டியடித்துக்கொண்டு வெந்துபோன பெண்ணைப் பார்ப்பதற்கு முயன்றது. நான்கு ஐந்து செக்யூரிட்டிகள், ‘‘தள்ளிப் போங்க, தள்ளிப் போங்க. கூட்டம் சேரக் கூடாது’’ என்று சொல்லிக் கூட்டத்தை ஒழுங்கு செய்தனர்.

ஸ்ட்ரெச்சரில் இருந்த பெண்ணைப் பார்த்ததும், ‘‘ஐயோ சாமி. இப்பிடி வெந்து போயிருக்கிறாளே’’ என்று அமராவதி சொன்னாள். அவள் மட்டுமல்ல, வாராண்டாவில் ஒதுங்கி நின்றுகொண்டிருந்த எல்லோருமே வெந்துபோய் ஸ்ட்ரெச்சரில் கிடந்த பெண்ணுக்காக வருத்தப்பட்டனர். பக்கத்திலிருந்த அறைக்குள் ஸ்ட்ரெச்சரைத் தள்ளிக்கொண்டு போனார்கள். மருத்துவர்களும் நர்சுகளும் உள்ளே ஓடினார்கள். அறைக்குள் ஸ்ட்ரெச்சர் போனதும் நின்றுகொண்டிருந்த கூட்டம் கலைய ஆரம்பித்தது. உள்ளே போகிறவர்கள் உள்ளேயும், வெளியே போகிறவர்கள் வெளியேயும் நடக்க ஆரம்பித்தனர்.

‘‘இப்பத்தான் ஒண்ணு செத்துச்சி. பொணம்கூட இன்னம் வெளியப் போவல. எடம் காலியா இருக்கக் கூடாதுன்னு அடுத்து ஒண்ணு வந்துடுச்சி’’ என்று சொன்ன தங்கம்மாளின் வாயைப் பார்த்தாள் அமராவதி.

‘‘வாங்க’’ என்று சொல்லிவிட்டு நடேசன் கேன்டீனை நோக்கி நடக்க ஆரம்பித்தார். மற்றவர்கள் அவருக்குப் பின்னால் நடந்தனர்.

முருகன் நான்கு டீ டோக்கன் வாங்கினான். முதலில் ஒரு டீயை வாங்கி வந்து தங்கம்மாளுக்குக் கொடுத்தான். அடுத்துப் போய் இரண்டு டீ வாங்கி வந்து நடேச னிடமும் அமராவதியிடமும் கொடுத்தான். இரண்டு பேருமே டீயைக் குடிக்காமல் பக்கத்திலிருந்த சிமெண்ட் பெஞ்சில் வைத்தனர்.

''பெஞ்சில எதுக்கு டீய வச்ச? ஈ மொய்க்குது பாரு'' என்று சொல்லி முருகன் டீயை எடுத்து, ''குடிம்மா'' என்று கொடுத்தான். டீயை வாங்கிய அமராவதி தங்கம்மா ளிடம் கொடுத்து, ''இதயும் குடிச்சிடுங்க'' என்று சொன்னாள்.

''ஒரு வா சுடு தண்ணீ குடிம்மா. கொஞ்சம் தெம்பா இருக்கும்'' என்று தங்கம்மாள் சொன்னாள்.

''எம் பொண்ணுக் கெடக்குறக் கெடயில என்னால எப்பிடிம்மா டீயக் குடிக்க முடியும்?'' என்று சொல்லும்போதே அமராவதிக்கு அழுகை வந்துவிட்டது.

டீயைக் குடித்து முடித்த தங்கம்மாள் சொன்னாள், ''குடிச்சித்தான் ஆவணும். வவுத்துக்குத் தெரியுமா இது சாவுச் சோறு, இது கல்யாணச் சோறுன்னு.''

தங்கம்மாளின் பேச்சு அமராவதிக்கு முகத்தில் அடித்தது மாதிரி இருந்தது.

நடேசன் கேன்டீனுக்கு வந்த ஆட்களையும், சாலையில் சென்றுகொண்டிருந்த ஆட்களையும், அங்கங்கே மரங்களுக்குக் கீழ் நின்றுகொண்டிருந்த, உட்கார்ந்திருந்த ஆட்களையும் பார்த்தார். சிமெண்ட் பெஞ்சின் மீது குடிக்கப்படாமல் இருந்த இரண்டு டீ கப்புகளில் மொய்த்துக்கொண்டிருந்த ஈக்களைப் பார்த்தார். என்ன தோன்றியதோ டீ கப்புகளை எடுத்துக்கொண்டுபோய்க் குப்பைத் தொட்டியில் போட்டார்.

தங்கம்மாள், ''வாங்களேன் அந்த மரத்துக்கிட்டப் போவம். எங்கியாச்சும் குந்தி யிருந்துதான பொழுதப் போக்கணும்'' என்று சொன்னாள்.

நடேசனுக்கும் அமராவதிக்கும் என்ன சொல்வது என்று தெரியவில்லை. ஒரு வருக்கொருவர் பார்த்துக்கொண்டனர். ''மேல போவ முடியாதில்லியா?'' என்று நடேசன் கேட்டார். அதற்கு அமராவதி எந்தப் பதிலும் சொல்லவில்லை.

''சரி, வா'' என்று சொல்லிவிட்டுத் தங்கம்மாளுடன் நடக்க ஆரம்பித்தார். முரு கன் செல்போனில் யாரிடமோ பேசிக்கொண்டிருந்தான்.

அவசரப் பிரிவுக் கட்டடத்துக்கு நேர் பின்னால் கிழக்கில் முன்னூறு நானூறு அடி தள்ளி வந்தனர். மருத்துவர்கள் கார் நிறுத்தும் இடத்தில் முப்பது நாற்பது கார்கள் வரிசையாக நிறுத்தப்பட்டிருந்தன. வரிசைவரிசையாக மரங்கள் இருந்தன. ஒவ் வொரு மரத்தின் கீழும் கூட்டம்கூட்டமாக ஆட்கள் உட்கார்ந்திருந்தனர். உட்காரு வதற்கு இடம் தேடினர். இரண்டு பெண்கள் மட்டுமே உட்கார்ந்திருந்த மரத்துக்கு வந்தனர். கொஞ்சம்கூட யோசிக்காமல் தங்கம்மாள் தரையில் உட்கார்ந்துவிட்டாள். 'உட்காரலாமா வேண்டாமா' என்று யோசிப்பது மாதிரி அமராவதியும் நடேசனும் நின்றுகொண்டிருந்தனர். முருகன் போன் பேசிக்கொண்டே வந்தான்.

''அவள எப்படியாவது உசுரோடக் கொண்டாடா தம்பி. பணம் போனாப் போவுது'' என்று அமராவதி சொன்னதும், ''என்னம்மா பேசுற? பாப்பாவவிட எனக் குப் பணம் பெருசா? நான் அப்பிடி நெனைக்கிறவனா? நேத்து சாயங்காலத்திலேருந்து இப்பவரைக்கும் எத்தன பேருக்கு எத்தன போன் போட்டிருப்பன்னு ஒனக்குத்

தெரியுமா? யாரக் கேட்டாலும் 'பர்சண்டேஜ் தெரிஞ்சாதான் சொல்ல முடியும்'ன்னு சொல்றாங்க. 'மத்த ஆஸ்பத்திரியவிட ஜிப்மர் பெட்டர்'ன்னுதான் சொல்றாங்க. கேன்டீனில நிக்கும்போதுதான் என் பிரண்டோட அப்பா போன் போட்டாரு. கால் மணி நேரத்தில வர்றன்னு சொல்லியிருக்காரு. அவர அழச்சிக்கிட்டுப் போயி டாக்டர்கிட்ட பேசலாம். அதுக்குப் பின்னால என்னா செய்யுறதின்னு முடிவு பண்ண லாம். இது தெரிஞ்ச பிறகுதான் நான் கேசு கொடுக்கப் போவணும். அவ உசுருக்கு ஒண்ணு ஆச்சின்னா அந்தப் பயல சும்மா வுட மாட்டன்.'' முருகன் பல்லைக் கடித் தான்.

''எம் பொண்ணக் கொன்னுட்டான். நம்பளக் கொண்டாந்து இந்த நெலமயில ஒக்காரவச்சிட்டான். அவனுக்கு நாம்ப என்னாப் பாவம் செஞ்சம்?'' என்று வெறுப் பாகச் சொன்ன அமராவதி நடேசனிடம் கேட்டாள், ''நீங்க போலீசுக்குப் பேசுறன் னிங்களே என்னாச்சி?''

''அந்த எஸ்.ஐ. நாம்ப மேல இருக்கும்போதே பேசுனாரு. ஃபயர் ஆகி ஜி.எச்.க்கு நேத்து போனதுமே ஸ்டேஷனுக்கு தகவல் வந்துச்சாம். நாம்ப கேசு கொடுக்கணு மின்னு அவசியம் இல்லியாம். தானாவே போலீசும், ஜட்ஜும் வந்து ரேவதிகிட்ட வாக்குமூலம் வாங்குவாங்களாம். அவ கொடுக்கிற ஸ்டேட்மண்ட் வச்சித்தான் கேசு ஆவுமாம். கவர்மண்டு கேசு ஆயிடிச்சின்னு சொன்னாரு. அலய வேண்டிய தில்லன்னு சொன்னாரு.''

''போலீசு வருமா?''

''வருமாம். கவுருமண்டு கேசு ஆயிடிச்சாம்.''

''என்னிக்கி வருமாம்?''

''அத நான் கேக்கல.''

''முதல்ல அதக் கேளுங்க. பணம் கொடுக்காட்டி, பெட்டிஷன் கொடுக்காட்டி போலீசு எப்பிடித் தானா வரும்? அந்தப் பொறுக்கி அவளாக் கொளுத்திக்கிட்டான்னு சொல்லிக் காசக் கொடுத்து கேச மாத்தி எழுத வச்சாலும் வப்பான்.''

கசப்பும் வெறுப்புமாக நடேசனைப் பார்த்தாள் அமராவதி. தானாக போலீஸ் வரும் என்று நம்புகிறாரே. போலீசுக்குப் போனால் சுட்டுவிடுவார்களா, எதற்குப் பயப்படுகிறார் என்று வேகம் உண்டாயிற்று. கோபத்தில் தங்கம்மாளுக்குப் பக்கத் தில் உட்கார்ந்தாள். மறுநொடியே, ''இந்தக் கொறயும் ஒனக்கு எதுக்குன்னு என்னெக் கொண்டாந்து இங்க ஒக்கார வச்சிட்டியாடி?'' என்று ரேவதியைத் திட்டினாள்.

போனில் பேசி முடித்த நடேசன் அமராவதியிடம் சொன்னார், ''ஏற்பாடு பண் ணிட்டாராம். எப்ப வேணுமின்னாலும் போலீசு வருமாம். இந்த ஆஸ்பத்திரியி லேருந்தும் போலீசு ஸ்டேஷனுக்குத் தகவல் போயிருக்காம். அவசரமின்னா வந்து ஒரு கார வச்சி போலீச அழச்சிக்கிட்டுப் போங்கன்னு அந்த எஸ்.ஐ. சொல்றாரு.''

''அப்பிடின்னா ஒடனே கார எடுத்துக்கிட்டு போயி அழச்சிக்கிட்டு வாங்களன். எம் பொண்ணு உசுரு போறதுக்குள்ளார அவன் ஜெயிலுக்குள்ளாரப் போவணும். அத எங் கண்ணாலப் பாக்கணும்'' என்று சொன்னாள். உடனே நடேசன் போன் போட் டார்.

“என்னிக்கி எம் பொண்ணு கழுத்தில தாலின்னு ஒரு கவுத்தக் கட்டுனானோ அன்னிக்குப் புடிச்ச திகிலுதான், இன்னம் வுடல. எப்ப என்னா சேதி வருமோ, எப்பிடி அடிப்பட்டுக் கெடக்குறாளோ, அடிக்குப் பயந்துகிட்டு எந்த வீட்டுல மறஞ்சிகிட்டுக் கெடக்குறாளோன்னு ஒவ்வொரு நிமிஷமும் திகிலுதான். ஒதறலு தான். அவ போனு வந்தாலே, பயத்தோடதான் எடுப்பன். ‘ஒண்ணும் இல்லம்மா சும்மாதான் போட்டன்’னு அவ சொன்ன பின்னாலதான் என் கொல பதறலு அடங் கும். கடக்கிப் போயிட்டு ஒரு நிமிஷம் லேட்டா வந்தாக்கூட அப்பிடிக் கத்துவான். அப்பிடி அடிப்பான். என்னிக்காச்சும் என்னெப் பாக்க வந்திட்டு கொஞ்சம் லேட் டாப் போனா, ‘அங்கியே இருக்க வேண்டியதுதான? இங்க எதுக்கு வந்த’ன்னு கேட்டு முகத்திலியே குத்துவான். முழுசாக் குந்தியிருக்கான். ஒரு உசுரக் கொன்னுட்டமேங் கிற கவல அவன் முகத்தில ரவகூட இல்ல” என்று தன் போக்கில் புலம்பிக்கொண் டிருந்த அமராவதியிடம் வந்த நடேசன், “ஸ்டேஷன்ல பேசிட்டு சொல்றன்னு சொல்லியிருக்காரு. முடிஞ்சா இன்னிக்கே அனுப்புறன்னு சொல்லிருக்காரு. காரு எடுத்துக்கிட்டு வரச் சொல்லுங்க. வாடகய நான் கொடுத்திடுறன்னு சொல்லியிருக் கன். நாம்ப பெட்டிஷன் கொடுக்கிறதா இருந்தா வர்ற போலீசுகிட்டியே கொடுத் திடலாமாம். ஆஸ்பத்திரியில வச்சே கொடுத்திடுங்க. அவன அங்க வச்சே அரஸ்டு பண்ணிடுவாங்கன்னு சொன்னாரு” என்று சொன்னார்.

“வர போலீசோட போன் நெம்பரக் கேட்டு வாங்குங்க. அவுங்கக்கிட்ட பணத்த அடிச்சி இங்கியே புடிக்கச் சொல்லுங்க. அப்பத்தான் எம் மனசு ஆறும். மேலதான் குந்தியிருக்குது அந்த நாயி” என்று சொன்னாள் அமராவதி. மீண்டும் போனில் பேச ஆரம்பித்தார் நடேசன்.

“இப்ப இம்மாம் சொல்லுறியே. அவன மின்னாடியே போலீசிலப் புடிச்சிக் கொடுத்திருந்தா என்னா?” என்று அக்கறையோடு கேட்டாள் தங்கம்மாள்.

“நேத்து நாலு மணிக்குத்தான் போன் வந்துச்சி. முதல்ல புள்ளையப் பாப்பமின் னுட்டு இங்க ஓடியாந்திட்டம். ராத்திரி புள்ளையப் பாக்க வுடல. விடியக்காலயில தான் பாத்தன்.”

நடேசன் போட்ட செல்போன் எண் கிடைக்கவில்லை. அதனால் அவருடைய முகம் கோணலாயிற்று.

“நான் இன்னம் எம் பொண்ணப் பாக்கல. அவகிட்ட பேசல. பேசிட்டா ஒரு முடிவு எடுத்திடுவன்” என்று நடேசன் தனக்குத் தானே விளக்கம் சொல்லுவது மாதிரி சொன்னார்.

அமராவதியைப் பார்த்து, “காசு பணம் உள்ள எடம் மாரிதான் இருக்கிங்க? பணத்த, காச அடிச்சி அவன மின்னாலியே உள்ளாரப் புடிச்சிப்போட வேண்டியது தான?” என்று தங்கம்மாள் கேட்டாள்.

“இது ஆறு ஏழு வருசத்துக் கதம்மா. ஒவ்வொரு முற சண்ட நடக்கும்போதும் ‘நீ வந்துடு நீ வந்துடு’ன்னுதான் நான் சொன்னன். அவளும் ரெண்டு முற வாணாமின்னுட்டு வந்துட்டா. ரெண்டு முறயும் குடிச்சிப்புட்டு வந்து வீட்டு வாசல்ல நின்னுக்கிட்டு அப்பிடிக் கத்துனான். போடான்னாலும் போவல. போலீசுக்குப்

போவன்னு போனப்ப பிளேடால கைக்காலலெல்லாம் கிழிச்சிக்கிட்டான். செவுத்தில மோதி மண்டய ஒடச்சிக்கிட்டான். சாவப்போறன்னு வெசத்த வாங்கிக் கிட்டு வந்து நின்னான். கால்ல விழுந்து அழுதான். சைக்கோப் பய. அசிங்கத்துக்குப் பயந்துகிட்டு ரெண்டு முறயும் அவள அனுப்பிவச்சன். ஆறு வருசத்தில ஒரு ராத் திரி அவள வெளிய தங்க வுட்டவனில்ல'' அமராவதியால் அதற்கு மேல் பேச முடியவில்லை.

''நானே என் வாயால அவ செத்தாதான் இந்தப் பிரச்சன தீரும்ன்னு சொல்லி யிருக்கன். ஓம் மகள சாவச் சொல்லுன்னு பல முற இவகிட்டயே சொல்லி யிருக்கன். அடிச்சிட்டான், அடிப்பட்டு கெடக்குறான்னு சொல்றப்பலாம் அவ செத்தாதான் எனக்கு நிம்மதின்னு பல முற சொல்லியிருக்கன்'' என்று சொல்லும் போதே நடேசனுக்குக் கண்கள் கலங்கின.

''பேசாம இருங்கப்பா'' என்று முருகன் சொன்னான்.

நடேசன் அழுததைப் பார்த்த முருகனுக்கும் கண்கள் கலங்கின. பொது இடத் தில் பேசுகிறார், பொது இடத்தில் அழுகிறார் என்பதை அமராவதியால் நம்ப முடிய வில்லை. அவரைச் சமாதானப் படுத்துவது போல் சொன்னாள், ''ஓங்க தகுதிக்கு எம்மானோ எறங்கித் தலய சாய்ச்சிக்கிட்டுத்தான் போனீங்க. அவளுக்குப் பித்துப் புடிச்சிப்போச்சி. அதனாலதான அவனே வேணுமின்னு நின்னா?''

''அவன் மட்டும் எம் பொண்ண அடிக்காம, இருந்திருந்தா எவ்வளவு பணம் கொடுத்து சப்போட் பண்ணியிருப்பன்? கிராமத்தில பெரிய வீடு இருக்கு. நிலம் இருக்கு. குத்தகைக்குத்தான் விட்டிருக்கன். அத மாத்திடுறன். அவளப் போயிக் கிராமத்தில இருக்கச் சொல்லுன்னு பல முற இவகிட்ட சொன்னன். அப்பிடிப் போயிருந்தாக்கூட பரவாயில்ல'' என்று சொன்ன நடேசன் அமராவதிக்குப் பக்கத்தில் உட்கார்ந்தார்.

முருகனைப் பார்த்து அமராவதி சொன்னாள், ''அவன வுடக் கூடாது தம்பி. அவன் ஜென்மத்துக்கும் வெளிய வரக் கூடாது.''

''நீ அழுவாம இரும்மா. இந்தத் தண்ணிய குடி. எல்லாத்தயும் நான் பாத்துக்கி றன். என் பிரண்டோட அப்பா வரட்டும். அவர் வந்து உண்மயத் தெரிஞ்சிக்கிட்டு சொல்லட்டும். நான் இதே இடத்தில அவன செருப்பால அடிக்கிறன். நானும் லோஃபராயிக் காட்டுறன்'' என்று ஆவேசத்துடன் முருகன் சொன்னான். அவன் கொடுத்த தண்ணீர் பாட்டிலை வாங்கித் தரையில் வைத்தாள் அமராவதி.

நடேசனிடம் சொல்லவில்லை. முருகனிடம் சொல்லவில்லை. பக்கத்திலிருந்த தங்கம்மாளிடம் சொல்லவில்லை. காற்றிடம் சொன்னாள் அமராவதி, ''எம் பொண்ணு கத முடிஞ்சிப்போச்சே.''

''ஓம் மவ வெளயாடுறதுக்கு ஒலகத்திலெ வேற பொருளே இல்லியா?'' என்று தங்கம்மாள் கேட்டாள்.

''எம் பொண்ணுக்குப் பைத்தியமா? அந்தக் கொலகாரப் பயதான் கொளுத்தி யிருக்கான்.''

''அப்பிடியா?''

''எம் பொண்ணப் பூட்டித்தான் வச்சியிருந்தன். மருந்து வச்சி மயக்கிப்புட்டான். ஒவ்வொரு முற அடி வாங்கி அழுவறப்பவும் 'நான் சாவ மாட்டம்மா'ன்னுதான் சொல்லுவா. நாலு நாளக்கி முன்னால வந்து ஆட்டோவுக்கு டியூ கட்டணுமின்னு நாப்பதாயிரத்த வாங்கிக்கிட்டுப் போனா. இருவது நாளக்கி முன்னாலதான் ரெண்டு புள்ளைக்கும் பீஸ் கட்டுனன். நாலு நாளக்கி முன்னால பணம் வாங்க வந்தப்ப 'சாப் புட்டுட்டுப் போ'ன்னு சொன்னப்ப பணம் கெடைச்ச சந்தோசத்தில வாண்டா மின்னுட்டு போயிட்டா. அன்னக்கி சாப்புட்டுட்டுப் போயிருந்தாக்கூட இப்ப எம் மனசு ஆறிப்போயிருக்கும். இந்த ஆறு வருசத்தில எங்க சாருக்குத் தெரியாம, பைய னுக்குத் தெரியாம ஆயிரம் ரெண்டாயிரம்னு எவ்வளவு கொடுத்திருக்கன்? எம்மாம் கொட்டுனாலும் ரொம்பாத பள்ளம் அவன்.''

''அந்தப் பையனுக்குப் பெத்தவங்க இருக்காங்களா? அவுங்கக்கிட்ட சொல்ல வேண்டியதுதான?'' தங்கம்மாள் கேட்டதும் அமராவதி எளக்காரமாகச் சொன் னாள், ''எல்லாம் இருக்குது. ஆனா சோத்துக்குத்தான் இல்ல.''

முருகன் பக்கம் திரும்பிப் பார்த்து பெரிய போலீஸ் அதிகாரி மாதிரி தங்கம்மாள் சொன்னாள், ''புள்ளைங்கள நீங்க வளக்குற மாரியிருந்தா அவன உள்ளாரப் புடிச்சிப் போடுங்க. இல்லன்னா வுட்டுடுங்க.''

''என்னம்மா சொல்ற நீ? கோபத்த உண்டாக்காத'' என்று சொல்லி முறைத்தாள் அமராவதி.

''புள்ளை உசுரோட இருக்குதின்னாக்கூட அலயலாம். செத்தப் பொணத்துக்காக எதுக்கு அலயணும்?''

''கொஞ்சம் பேசாம இருங்க'' என்று சொன்ன முருகனின் பேச்சைக் கேட்காத தங்கம்மாள் சொன்னாள், ''அவனப் புடிச்சி உள்ளாரப் போட்டுட்டா, புள் ளைங்கள யாரு பாக்குறது? பொணத்த யாரு வாங்குறது? பொணத்த வாங்குறது லேசில்ல. எட்டு நாளு பத்து நாளுன்னு பொணம் ஆஸ்பத்திரிலியே கெடக்கும். அப்பறம் 'செத்தும் நம்பள சாவடிக்கிறா பாரு'ன்னு பேச்சாயிப்பூடும்.''

''புள்ளை உசுரோட இருக்கும்போதே எதுக்கும்மா இந்த மாதிரி பேசுறிங்க?'' நடேசன், தங்கம்மாளை முறைத்தார்.

''என்னம்மா சொல்ற?'' என்று அமராவதி கேட்டாள்.

''பெத்தவங்களே அந்த வாத்தய சொல்லும்படி ஆயிடும்'' என்று தங்கம்மாள் சொன்னதும் ஒரே நேரத்தில் ஒரே வேகத்தில் ஓடிய மூன்று பந்தயக் குதிரைகள் சட்டென்று தடுக்கி விழுந்த மாதிரி அமராவதி மட்டுமல்ல, நடேசன், முருகன் மூவருமே தங்கம்மாளைப் பார்த்தனர்.

''எங்க ஊட்டுக்கு எதுத்த ஊட்டுல ருக்குமணின்னு ஒரு புள்ளை இருந்தா. பொறந்தது அரும்பாவூர், கல்யாணமான எட்டாம் மாசமே அவ தீக்குளிச்சிட்டு செத்துப்போயிட்டா. இதே ஆஸ்பத்திரியிலதான் நாலு நாளு கெடந்து செத்துப் போனா. அப்ப இந்த மாரி ஏ.சி. ரூம் இல்ல. தனித்தனியா தெரயப் போட்டு மூடி வைக்கல. வெறும் தரயிலதான் வாழ இலயிலக் கிடத்தியிருந்தாங்க. பக்கத்தில குந்தி

நாம்பதான் ராவும் பகலும் விசிறி வுட்டுக்கிட்டு இருக்கணும். புள்ளையப் பெத்த வங்க தீக்குளிச்ச அன்னிக்கே கேசக் கொடுத்திட்டாங்க. அவனப் போலீசும் புடிச்சிக் கிட்டுப் போயிடிச்சி. அந்தப் புள்ளை செத்துப்போனது தெரிஞ்சதும், 'பொணத் துக்கு ஓடயவன் நான்தான், அதனால, பொணத்த நாந்தான் எடுப்பன்'னு சொல்லிட் டான். அப்பறம் நாளாம் நாளே அவன போலீசு வுட்டுடுச்சி. அப்பறம் 'எட்டாம் துக்கம் படைக்கணும், கரும காரியம் செய்யணும்'ன்னு சொல்லியிருக்கான். அப்பயும் வெளிய வுட்டுட்டாங்க. அப்பறம் ஒரு பத்து நாளுதான் ஜெயில்ல இருந்தான். அப்பறம் வெளிய வந்துட்டான். மூணு வருசம் கேசு நடந்துச்சி. பணத்த அடிச்சிக் கேசத் தள்ளுபடி பண்ணிப்புட்டு வந்துட்டான். இப்ப ரெண்டாம் கல்யாணம் கட் டிக்கிட்டு இருக்கான்.''

தங்கம்மாள் சொல்வதெல்லாம் உண்மையா? அமராவதிக்கு மட்டுமல்ல, நடேச னுக்கும் புரியவில்லை. ''எல்லா கேசுலயும் அப்பிடி நடக்கும்ன்னு சொல்ல முடியாது'' என்று முருகன் சொன்னான்.

''போலீசு வரும். அப்ப ஒங்கப் பொண்ணு இன்னாருதான் என்னெக் கொளுத்து னாங்கன்னு சொல்லணும்.''

''சத்தியமா சொல்லுவா.'' ஒரே குரலாக ஒரே நேரத்தில் மூன்று பேரும் சொன் னார்கள்.

தங்கம்மாள் லேசாகச் சிரித்த மாதிரி இருந்தது.

கோபத்தோடு அமராவதி கேட்டாள், ''ஏம்மா சிரிக்கிற? எம் பொண்ணு சொல் லுவா. ஏன்னா அவனால அவ அம்மாம் பட்டிருக்கா. எங்களயும் படுத்தியிருக்கான்.''

''நூத்தில ஒருத்திதான் துணிஞ்சி உண்மய சொல்றா. மத்தப் பேரு எல்லாம் அப் பிடிச் சொல்றதில்ல. 'ஊட்டுல சண்டயெல்லாம் கெடயாது. தானாதான் நெருப்பு பத்திக்கிச்சி'ன்னுதான் சொல்றாளுவ. எங்க அண்ணன் மவளே அப்பிடித்தான் சொல் லிப்புட்டா, திருட்டு முண்டச்சி. அதனால என்னா ஏதுன்னுகூட அந்தக் கம்மனாட் டிப் பயலக் கேக்க முடியாமப் போச்சி.''

''எங்கப் பொண்ணு அப்பிடி சொல்ல மாட்டா. அவ ஆறு வருசமா அவங்கிட்ட பட்டது கொஞ்சம் நஞ்சமில்ல.''

''நாம்ப ஒண்ண நெனைக்கிறம். சாவப்போறவளுவோ வேற ஒண்ண நெனைக் கிறாளுவ. நாம்பளே சாவப்போறம், எதுக்குப் பெத்தவங்களுக்குத் தொல்லயக் கொடுத்திட்டுச் சாவணுமின்னு நெனைக்கிறாளுவ. அதனாலதான், 'தானா நடந்து போச்சி, சோறு ஆக்கும்போது சீலயில நெருப்புப் புடிச்சிக்கிச்சி'ன்னு போலீசுக் கிட்ட சொல்றாளுவ. நாம்ப செத்தும் நம்ப சனங்கள சாவடிக்கணுமான்னுதான் அப் பிடிச் சொல்றாளுவ'' என்று சொல்லும்போது தங்கம்மாளின் கண்கள் கலங்கின.

''ஒங்க அண்ணன் மவ தானா நடந்துபோச்சின்னா சொல்லிச்சி?'' என்று சந் தேகப்பட்டதுபோல அமராவதி கேட்டாள்.

''அவ வாயாலியே வாக்குமூலம் கொடுத்திட்டா. அதனால எங்க ஆளுங்க கொடுத்த பிராது செல்லாதுன்னு போலீசு சொல்லிடிச்சி.''

''பணத்த அடிச்சிப் பாக்க வேண்டியதுதான?''

''செத்துப்போனவளுக்காகப் பணத்த செலவு பண்ணணுமா? எல்லாத்துக்கும் மேல கையில காசு வேணுமில்ல.''

அமராவதி வாயைத் திறக்கவில்லை. முருகனும் பேசவில்லை. யாருமே பேசாததால், ''ஒரு டீத் தண்ணியாச்சும் குடிங்களேம்மா'' என்று தங்கம்மாள் சொன்னாள்.

''பச்சத் தண்ணீயக்கூட என்னால குடிக்க முடியாது'' என்று அமராவதி சொன்னாள்.

''மொத பஸ்ட்டு வந்தப்ப நானும் ரெண்டு நாளு வாயக் கொப்பளிக்காம, பச்சத் தண்ணீயக்கூட குடிக்காமத்தான் இருந்தன். என்னா செய்யுறது? நாம்ப தூங்குனாலும் வவுறு தூங்க மாட்டங்குதே'' என்று தங்கம்மாள் சொன்னாள்.

''இந்தக் காக்கா சனியன் ஓயாம எதுக்குத்தான் கத்துதோ, இந்தக் கட்டடத்தச் சுத்தியே பறக்குதுவா'' என்று அமராவதி சொன்னாள்.

காகம் உட்கார்ந்திருந்த மரத்தைப் பார்த்தார் நடேசன். பெரிய மரம். அதுபோல வரிசையாக இருபது முப்பது மரங்கள் இருந்தன. எல்லா மரங்களிலும் காகங்கள் இருந்தன. எத்தனை வருஷத்து மரங்களாக இருக்கும் என்று யோசித்தார்.

அப்போது, இருபது முப்பது அடி தூரத்தில் இருந்த வேப்ப மரத்தின் கீழ் உட்கார்ந்திருந்த ஐந்து பெண்களில் ஒருத்தி, ''என் நெஞ்சில நெருப்ப வாரிக் கொட்டிட்டாளே'' என்று சொல்லி அழுகிற சத்தம் கேட்டது. வாய்விட்டு அழுகிற பெண்ணையே எல்லோரும் பார்த்தனர்.

அப்போது, கேன்டீன் பக்கமாக ரவி வந்துகொண்டிருந்தது தெரிந்ததும் அவனை நோக்கி, ''இரு வர்றன்'' என்று சொல்லிவிட்டு முருகன் ஓட ஆரம்பித்தான்.

''என் தங்கச்சிய என்னாடா செஞ்ச?'' என்று கேட்டு ரவியை நெட்டித் தள்ளினான். திடீரென்று ஓடி வந்து முருகன் நெட்டித் தள்ளியதால் என்ன செய்வது என்று தெரியாமல் ரவி குழம்பினான். அவன் என்ன சொல்கிறான் என்பதைக் காதில் வாங்காமல் அவனை அடிப்பதிலேயே குறியாக இருந்தான் முருகன். ரவியை முருகன் அடிப்பதைப் பார்த்துப் பதறிப்போய் அமராவதியும் நடேசனும், ''பீ மேல கல்லப் போடாத'' என்று கத்திக்கொண்டே ஓடிவந்தனர்.

10

அவசரச் சிகிச்சைப் பிரிவுக் கட்டடத்துக்குள் நுழைகிற இடத்தில் நான்கு செக்யூரிட்டிகள் நின்றுகொண்டிருந்தனர். உள்ளே போக முயன்ற ஒவ்வொருவரிடமும், ''பாஸக் காட்டு'' என்று கேட்டனர். பாஸ் உள்ளவர்களை மட்டும் உள்ளே அனுப்பினர், பாஸ் இல்லாதவர்களை வெளியே துரத்திவிட்டனர். காலில் விழாதக் குறையாகக் கெஞ்சியது எதுவும் செக்யூரிட்டிகளின் காதில் விழவில்லை. பாஸ் இல்லாதவர்களுக்கு செக்யூரிட்டிகள் சொன்ன ஒரே பதில், ''சாயங்காலம் அஞ்சு மணிக்கு வாங்க. வழியில நிக்கக் கூடாது.''

அமராவதியோடு உள்ளே போக முயன்ற முருகனை செக்யூரிட்டிகள் தடுத்து விட்டனர். 'பிளீஸ் பிளீஸ்' என்ற முருகனுடைய ஆங்கிலம் ஜெயிக்கவில்லை. நடேச னும் கெஞ்சிப் பார்த்தார். ''பாஸ் இருந்தா உள்ளாரப் போங்க. இல்லன்னா வெளிய போங்க.'' செக்யூரிட்டிகள் கறாராக இருந்தனர்.

''நான் மேல போயிட்டுப் பேசுறன். போலீசு என்னாச்சி, டாக்டர் என்னாச்சின்னு பாருங்க'' என்று சொல்லிவிட்டு அமராவதி உள்ளே போனாள்.

நடேசனும் முருகனும் செக்யூரிட்டிகள்மீது ஏற்பட்ட கோபத்தில் வேகமாக அந்த இடத்தை விட்டுச் சற்றுத் தூரமாக வந்தனர். என்ன செய்வது, எங்கே போவது என்று இருவருக்கும் தெரியவில்லை. ஒருவர் முகத்தை ஒருவர் பார்த்துக்கொள்ள வும் முடியவில்லை. பேசிக்கொள்ளவும் முடியவில்லை. அதனால், இரண்டு பேரும் சாலைகளில் நடந்துகொண்டிருந்த ஆட்களையும், அங்கங்கே மரங்களுக்குக் கீழே யும், புல்வெளியிலும் உட்கார்ந்திருந்த ஆட்களையும் பார்த்தனர். நல்ல வெயில் இருந்தது. எங்கே ஒதுங்கி நிற்பது என்று தெரியவில்லை. என்ன செய்வது என்று தெரி யாததால் அமராவதிக்கு முருகன் போன் போட்டு, ''மேல போயிட்டியாம்மா? என்னா சேதி? கூப்புட்டாங்களா? ஒண்ணும் இல்லியா? சும்மாதான் ஒக்காந்திருக்கிறியா? சரி. வை, பேசுறன்'' என்று சொல்லிவிட்டு போனை வைத்த மறுநிமிஷமே அவனு டைய போன் மணி அடித்தது. எடுத்துப் பேசினான், ''ஆமாம் சார். வெளியில தான் நிக்குறன். எமர்ஜென்ஸி பில்டிங்கோட எண்ட்ரன்சுக்குக் கொஞ்சம் தள்ளித் தெக்கால. அடையாளமா சார்? கருப்பு ஜீன்ஸ் பேண்டும், மஞ்ச டீசர்ட்டும் போட்டிருக்கன். அதே இடத்தில நிக்குறன் சார். வாங்க. பிளீஸ்'' என்று போனில் சொன்னான். பிறகு நடேசன் பக்கம் பார்த்து, ''நான் சொன்னனில்ல என் ப்ரண் டோட அப்பா டாக்டரா இங்க இருக்கார்ன்னு. அவுரு வராரு'' என்று சொன் னான். மருத்துவர் வருகிறார் என்பதே அவனுக்குப் பெரிய நம்பிக்கையைத் தந்தது. ரேவதியைக் காப்பாற்றிவிட முடியும் என்ற எண்ணம் வந்தது. சாலையில் நடந்து போகிற ஆட்களில் யார் தணிகாசலம் என்று பார்க்க ஆரம்பித்தான். ரோட்டில் ஸ்கூட்டர், பைக், கார் என்று ஒரு நொடிகூட ஓய்வில்லாமல் ஓடிக்கொண்டிருந்தது. மருத்துவமனைக்குள் இவ்வளவு கார்களா என்று ஆச்சரியமாக இருந்தது.

மருத்துவர் தணிகாசலம் வந்தார்.

''வணக்கம் சார்'' என்று முருகன் சொன்னான்.

''வணக்கம் சார்'' நடேசன் சொன்னார்.

''பையன் ஓயாம போன் பண்ணிக்கிட்டே இருக்கான்'' என்று தணிகாசலம் சிரித்துக்கொண்டே சொன்னார்.

''இவரு எங்க அப்பா சார்'' என்று மருத்துவரிடம் நடேசனைக் காட்டினான் முருகன்.

''எப்பிடியாச்சி?''

''தெரியல சார்'' முருகனும் நடேசனும் ஒரே குரலாகச் சொன்னார்கள்.

''வார்டுல போயி பாத்தன்.''

''நீங்க பாத்திங்களா, சார்?'' ஆர்வமாகக் கேட்டான் முருகன்.

‘‘பொழைச்சிக்குவாளா சார்?’’ நடேசன் கேட்டார்.

‘‘முழுசா வெந்திருக்கு.’’

‘‘வெளியில அழைச்சிக்கிட்டு போவலாமா சார்?’’

‘‘நோ நோ. இந்த நெலமயில ஐ.சி.யு.வ விட்டு ஒரு மணி நேரம்கூட வெளியில வச்சிருக்கக் கூடாது.’’

‘‘பொழைக்க மாட்டாளா சார்?’’ என்று கேட்கும்போதே முருகனுக்கு அழுகை வந்துவிட்டது.

‘‘டூட்டி டாக்டர்கிட்ட, நர்சுங்ககிட்ட சொல்லியிருக்கன். பாத்துக்குவாங்க. ஒண்ணும் பிரச்சன இருக்காது.’’

‘‘எத்தன பர்சண்டு சார்?’’ நடேசன் கேட்டார்.

‘‘கொஞ்சம் அதிகம்தான்.’’

‘‘எவ்வளவு செலவானாலும் பரவாயில்ல சார். எந்த ஆஸ்பத்திரிக்கு அழச்சிக்கிட்டுப் போகச் சொல்றிங்களோ, அங்க அழைச்சிக்கிட்டுப் போறம். எம் பொண்ணு எனக்கு வேணும்’’ நடேசன் கண் கலங்கினார். தணிகாசலத்துக்குக் கையெடுத்துக் கும்பிடு போட்டார்.

‘‘ஒரு கட்டத்துக்கு மேல பணத்துக்கு அர்த்தம் இருக்காது.’’

‘‘அப்படின்னா எம் பொண்ணு பொழைக்க மாட்டாளா சார்?’’ நடேசனுக்கு அழுகையைக் கட்டுப்படுத்த முடியவில்லை.

‘‘மாத்தர மருந்தெல்லாம் ஒரு அளவுக்குத்தான் வேல செய்யும்.’’

‘‘பத்து லட்சத்துக்கு மேல கையில பணம் வச்சிருக்கன் சார். எங்க போனா பொழைக்க வைக்க முடியும்ன்னு சொல்லுங்க. அது போதும் எங்களுக்கு.’’

‘‘அங்க கொண்டுபோறன், இங்க கொண்டுபோறன்னு பேஷண்டுக்கு நரகத்த கொடுக்காதிங்க. அப்பிடியே விட்டுடுங்க. அதுதான் பேஷண்டுக்கும் நல்லது. ஒங்களுக்கும் நல்லது.’’

‘‘சார்’’ என்று ஒரே குரலாகச் சொன்னார்கள் முருகனும் நடேசனும். இருவருடைய கண்களிலும் கண்ணீர்.

‘‘ஒரே வழிதான் இருக்கு.’’

‘‘சொல்லுங்க சார். எதாயிருந்தாலும் பரவாயில்ல. எவ்வளவு செலவு ஆனாலும் பரவாயில்ல. ஆளு மட்டும் உசுரோட வேணும் சார். கோரமா அசிங்கமா இருந்தாலும் பரவாயில்ல. வீட்டோட வச்சுக்கிறோம்’’ முருகன் முடிந்தவரை அழுகையைக் கட்டுப்படுத்திக்கொண்டு சொன்னான்.

‘‘இப்ப அப்படிதான் தோணும். நடமுறையில சாத்தியமில்ல.’’

‘‘வேற வழி என்னதான் சார் இருக்கு?’’ அழுதுகொண்டே கேட்டான் முருகன்.

‘‘வென்டிலேட்டர் கொடுக்கலாம். எவ்வளவு நாள் கொடுக்கிறமோ அவ்வளவு நாள் உசுரோட வச்சிருக்கலாம்.’’

‘‘அவ்வளவு மோசமா இருக்கா சார்?’’ நடேசன் பதறிப் போனார். அவருக்கு உயிர் நின்றுவிடும் போலிருந்தது.

''பிளட் டியூப்ஸ் டேமேஜ் ஆயிருக்கு. ஃபயர் ஆயிருக்கு.''

''எத்தன பர்சண்டு சார்?''

''எம்பத்தொம்பது.''

''எம்பத்தொம்பது பொழைக்காதா சார்?''

''வாய்ப்பு கம்மி.''

''முருகா'' என்று சொல்லி முகத்தை மூடிக்கொண்டு நடேசன் அழுதார். முருகனும் கதறினான்.

''எம் பொண்ணப் பாக்கணும் சார். கொஞ்சம் ஒதவி பண்ணுங்க.'' இரண்டு கைகளையும் குவித்துத் தணிகாசலத்தைக் கும்பிட்டார் நடேசன்.

''ஃபயர் கேச அடிக்கடி பாக்க அலவ் பண்ண மாட்டாங்க, நான் டூட்டி டாக்டர்கிட்ட பேசிட்டு சொல்றன். நீங்க எனக்கு போன் பண்ணுங்க.''

''எப்படியாவது உதவி பண்ணுங்க சார்.''

''முப்பது நாப்பதுன்னா உத்தரவாதம் கொடுக்கலாம். முயற்சி பண்ணலாம். இது எம்பத்தொம்பதா இருக்கு. நாள் கணக்குத்தான். நான் சொல்லக் கூடாது. நீங்க அலயக் கூடாதுங்கிறதுக்காக சொல்றன்'' என்று சொல்லிவிட்டு குழந்தைகள் பிரிவுக் கட்டடத்தை நோக்கித் தணிகாசலம் நடக்க ஆரம்பித்தார்.

''என்னப்பா டாக்டர் இப்பிடிச் சொல்லிட்டுப் போறாரு?'' என்று கேட்டுவிட்டு நடேசன் அழ ஆரம்பித்தார். முருகன் முகத்தைத் திருப்பிக்கொண்டு அழுதான்.

''ரேவதி நம்பள வுட்டுட்டுப் போயிடுவாளா முருகா'' என்று கேட்கக்கூட நடேசனுக்கு தெம்பில்லாமல் போய்விட்டது.

முருகனுடைய செல்போன் மணி அடித்தது. அமராவதிதான் கூப்பிட்டாள். போனை எடுப்பதா வேண்டாமா என்று யோசித்தான். தணிகாசலம் என்ன சொன்னார் என்று கேட்டால் என்ன சொல்வது? மருத்துவர் சொன்னதை அப்படியே சொல்ல முடியுமா? என்ன சொல்லிச் சமாளிப்பது என்று தெரியாததால் போனை எடுக்காமல் இருந்தான். போன் தொடர்ந்து வந்துகொண்டிருந்ததால் வேறு வழியின்றி போனை எடுத்துப் பேசினான், ''என்னம்மா? இப்பத்தான் டாக்டர் வந்தாரு. ரேவதியப் பாத்தாராம். பாத்துக்கலாம்ன்னு சொன்னாரு. இத்தன பர்சண்டுன்னு சொல்லல. டூட்டி டாக்டர்கிட்ட, நர்சுங்ககிட்ட எல்லாம் சொந்தக் கேசுன்னு சொல்லியிருக்காறாம். ஒண்ணும் பிரச்சன இருக்காதுன்னு சொன்னாரு. வேல இல்லன்னா கீழ வந்துடு. மேலியே இருக்கியா? சரி. வச்சிடு. எதனா விசயம்ன்னா கூப்புடு.'' போனை வைத்தான் முருகன்.

ஜிப்மரின் பிரதான வாசலிலிருந்து வந்த ஆம்புலன்ஸ் ஒன்று அவசரச் சிகிச்சைப் பிரிவுக் கட்டடத்தின் முன் நின்றது, உடனே ஐந்தாறு செக்யூரிட்டிகள் விசில் அடித்து அங்குமிங்குமாகச் சிதறி நின்றுகொண்டிருந்தவர்களையும், குறுக்கும் நெடுக்குமாக நடந்துகொண்டிருந்தவர்களையும் விலகிப் போகுமாறு செய்தனர். ஆம்புலன்ஸிடம் கூட்டம் சேராமல் பார்த்துக்கொண்டிருந்தனர். ஆனாலும், ஆம்புலன்ஸிலிருந்து இறக்கப்படும் நோயாளியைப் பார்ப்பதற்காகக் கூட்டம் முண்டியடித்தது. கூட்டத்தில் நிற்கப் பிடிக்காமல், கூட்டத்தை விட்டு விலகி, கேன்சர்

வார்டு பக்கமாக முருகனும் நடேசனும் நடக்க ஆரம்பித்தனர். நடந்துகொண்டிருந்தாலும் ரேவதிக்கு என்ன ஆகுமோ என்ற கவலை அவர்களுடைய மனதை அலைக்கழித்துக்கொண்டிருந்தது.

முருகனுடைய செல்போன் மணி அடித்தது. எடுத்துப் பேசினான், ''எமர்ஜென்ஸி கட்டடத்துக்குத் தெக்கால கேன்சர் வார்டுக்குப் போற வழியில நிக்குறம். நீ எங்க இருக்க? டிரைவர அனுப்பட்டுமா? வேண்டாமா? மெயின் கேட்டிலிருந்து நேரா வந்தா எமர்ஜென்ஸி கட்டடம் வந்துடும். நான் வரட்டுமா? நீயே வந்துடுறியா?'' போனை வைத்துவிட்டு நடேசனிடம் தானாகவே முருகன் சொன்னான், ''அருண்மொழி வர்றா.''

முருகன் சொன்னதைக் கேட்காமல் எந்த உணர்ச்சியுமின்றி அவர் வானத்தைப் பார்த்தபடி இருந்தார்.

நடேசனும் முருகனும் ஒரே இடத்தில் இருந்தாலும் ஒருவருக்கொருவர் பார்த்துக் கொள்ளவில்லை. ஒருவருக்கொருவர் பேசிக்கொள்ளவில்லை. இருவருடைய பார்வைகளும் வேறுவேறு இடங்களில் இருந்தன. சாலையில் நடந்து போகும் ஆட்களையோ, ஸ்கூட்டர்களையோ, பைக்குகளையோ அவர்கள் பார்க்கவில்லை. வெயில் அடித்துக்கொண்டிருந்தது. அதையும் அவர்கள் பொருட்படுத்தவில்லை. எங்கு பார்த்தாலும் ஆட்களாகவே இருந்தனர். அதையும்கூட அவர்கள் கவனிக்கவில்லை. தங்களை மறந்து நின்றுகொண்டிருந்தனர். எதற்காக நின்றுகொண்டிருக்கிறோம் என்ற உணர்வுகூட அவர்களிடம் இல்லை.

அருண்மொழி வந்தாள். வந்த வேகத்திலேயே, ''என்னாச்சு?'' என்று கேட்டாள்.

''சரியாத் தெரியல'' என்று மொட்டையாகச் சொன்னான் முருகன். தணிகாசலம் சொன்னதைச் சொல்ல வேண்டும் என்ற எண்ணம் இருந்தது. ஆனால், சொல்லவில்லை.

''நீங்க பாத்திங்களா மாமா?'' என்று நடேசனிடம் கேட்டாள்.

''பாக்க வுட மாட்டங்குறாங்க. அட்டண்டர மட்டும்தான் விடியக்காலயில வுட்டாங்க. அதுவும் பத்து நிமிஷம். ஒங்க மாமி மட்டும்தான் பாத்தா.'' வறட்சியான குரலில் நடேசன் சொன்னார்.

''மாமி பேசுனாங்களா? ரேவதி என்னா சொன்னாளாம்? அவன்தான் கொளுத்துனானா?''

''ரேவதியப் பாத்ததும் ஒங்க மாமி மயக்கம் போட்டு வுழுந்திட்டாளாம்'' அதற்கு மேல் நடேசனுக்குப் பேச முடியவில்லை. கண்கள் கலங்கின. முகத்தை வேறு பக்கம் திருப்பிக்கொண்டார்.

''எதுக்கு வெளிய நிக்குறிங்க?''

''பாஸ் இருந்தாத்தான் உள்ளாரப் போக முடியும். உள்ளாரப் போனாலும் அவளப் பாக்க முடியாது. ஐ.சி.யு.க்குள்ளார யாரயும் விட மாட்டாங்குறாங்க.''

''எப்பத்தான் பாக்க முடியும்?''

''நாளக் காலயில.''

''என்னா சொல்றிங்க?'' ஆச்சரியத்துடன் கேட்டாள்.

‘‘பாக்க முடிஞ்சா எதுக்கு நாங்க வெளிய நிக்குறம்’’ என்று முறைப்பதுபோல முருகன் கேட்டான்.

‘‘ஓங்க பிரண்டோட அப்பா வந்தாரா? அவளப் பாத்தாரா? என்னா சொன்னாரு?’’

‘‘எம்பத்தொம்பது பர்சண்டாம்.’’

‘‘எம்பத்தொம்பதா?’’ என்று அதிர்ச்சியோடு கேட்ட அருண்மொழி வாயை மூடிக்கொண்டாள். அவளுடைய கண்கள் கலங்கின. கோபத்தோடு கேட்டாள், ‘‘அவன் எங்க இருக்கான்?’’

‘‘தெரியல.’’

‘‘யாண்டா இப்பிடி செஞ்சன்னு கேக்கலியா?’’

ரேவதி பற்றித் தணிகாசலம் சொன்னதைக் கேட்ட பிறகு நடேசனுக்கும் முருகனுக்கும் உடம்பில் உயிர் இல்லாத மாதிரி இருந்ததால் அருண்மொழி கேட்டதற்கு அவர்களால் பதில் பேச முடியவில்லை.

அருண்மொழிக்குக் கோபம் வந்துவிட்டது. பல்லைக் கடித்தாள். ‘‘ஒண்ணும் கேக்கலன்னா என்னா அர்த்தம்? நெருப்ப வச்சிக் கொளுத்தியிருக்கான். அவன செருப்பால அடிக்க வாணாம்? பொழைப்பான்னா பாருங்க. இல்லன்னா போலீசிலப் புடிச்சிக் கொடுங்க. பக்கத்திலதான் கடலூர். நேராப் போயி எஸ்.பி.கிட்ட பணம் கேட்டு, நக கேட்டு டார்ச்சர் செஞ்சான்னு எழுதிக்கொடுங்க. பொறுக்கி, கேடி, லூசுங்கிறதுக்காக எத்தன வருசம் பொறுத்துப்போறது?’’ படபடவென்று பொரிந்து தள்ளினாள்.

‘‘போலீசுகிட்ட பேசியிருக்கு. தானாவே கவர்மண்டு கேசு ஆயிடிச்சாம். அவங்களே வருவாங்களாம்’’ என்று நடேசன் சொன்னார்.

‘‘பொழைப்பாளா, மாட்டாளா?’’

‘‘தெரியல.’’

‘‘ஐயோ, கடவுளே’’ இரண்டு கையாலும் வாயை மூடிக்கொண்டாள்.

‘‘இப்பப் பாக்க முடியாதா?’’

‘‘வுடவே மாட்டங்குறாங்க.’’

‘‘நான் கேட்டுப்பாக்கட்டுமா?’’

‘‘வுட மாட்டாங்க. கொஞ்சம் பேசாம இரு, நானே நல்ல எரிச்சல்ல இருக்கன்.’’

‘‘எங்க வச்சிருக்காங்க?’’

‘‘அஞ்சாவது மாடி.’’

‘‘இருங்க, வர்றன்’’ என்று சொல்லிவிட்டு அவசரச் சிகிச்சைப் பிரிவுக் கட்டடத்தை நோக்கி அருண்மொழி வேகவேகமாக நடந்தாள்.

அவசரப் பிரிவுக் கட்டடத்தின் வாசலுக்குப் பத்தடி முன்பாக போகும்போதே வழியில் மறித்த ஒரு செக்யூரிட்டி, ‘‘பாஸ் இருக்கா?’’ என்று கேட்டான். அருண்மொழி, ‘‘எதுக்கு பாஸ்?’’ என்று கேட்டாள்.

செக்யூரிட்டி கடுமையான குரலில் சொன்னான், ‘‘பாஸ் இல்லன்னா உள்ளாரப் போவ முடியாது, தூரமாப் போயிடுங்க. வழியில நிக்கக் கூடாது.’’

''ரொம்ப அவசரம் சார், மெட்ராசிலேருந்து வந்திருக்கன். பாஸ் வாங்கணுமின்னு எனக்குத் தெரியாது. கொஞ்சம் விடுங்க பிளீஸ். என் பிரண்டு ஃபயர் பண்ணிக் கிட்டா.'' அழுதுகொண்டே கேட்டாள்.

''அஞ்சு மணிக்கு வாங்க. இப்ப எட்டப் போயிடுங்க.'' செக்யூரிட்டி ஒரு நூல் கூட இறங்கிவரவில்லை.

''கொஞ்சம் விடுங்கண்ணே'' என்று உறவு வைத்துக் கெஞ்சினாள்.

''இப்பிடி மணிக்கு நூறு பேரு வந்தா எப்பிடி உள்ளார வுடுறது? தயவுசெஞ்சி போயிடுங்க.''

வெறுத்துப்போய் அருண்மொழி திரும்பி வந்தாள். ரொம்பவும் கோபத்துடன், ''என்ன இப்பிடி செய்றாங்க?'' என்று கேட்டாள்.

''நான்தான் சொன்னனில்ல, வுட மாட்டாங்கன்னு.''

''உள்ளாரப் போறதுக்கு என்னதான் வழி?''

''அம்மாவ வரச் சொல்லி அவங்க வச்சிருக்கிற பாஸ எடுத்துக்கிட்டு நீ மேல போவலாம். அங்க போயும் புண்ணியமில்ல. ஐ.சி.யு.க்கு முன்னால பெரிய ஹால் இருக்கு. ஹாலையும் பூட்டிதான் வச்சிருப்பாங்க. ஹாலோட கதவுக்கு முன்னால இருக்கிற மாடிப் படிக்கட்டுலதான் குந்தியிருக்கலாம். இப்ப அம்மாவும் அங்கதான் ஒக்காந்திருக்காங்க. அங்க ஒரே கூட்டமா இருக்கும்.''

''நிஜமா பொழைக்க மாட்டாளா?'' என்று கேட்டாள் அருண்மொழி. முருகன் பதில் சொல்லவில்லை. கோபத்தில் இரண்டு மூன்று முறை தரையில் உதைத்தான். காற்றில் கைகளை விசிறியடித்தான்.

அவசரச் சிகிச்சைப் பிரிவுக் கட்டடத்தின் முன் ரவி யாரையோ தேடிக்கொண் டிருப்பதை அருண்மொழி பார்த்தாள். ''இருங்க வர்றன்'' என்று சொல்லிவிட்டு நேராக ரவியை நோக்கி நடக்க ஆரம்பித்தாள்.

''எதுக்கு அவள நெருப்ப வச்சிக் கொளுத்துன? பொறுக்கின்னு காட்டிப்புட்ட.''

ரவி எதிர்த்தும் பேசவில்லை விலகியும் போகவில்லை. குனிந்த தலை நிமிராமல் நின்றுகொண்டிருந்தான். பார்ப்பதற்குக் கஞ்சா போதையில் இருப்பவன் மாதிரி தெரிந்தான். அவனிடமிருந்து பிராந்தி நாற்றம் அடித்தது.

''குடிச்சிருக்கியா?'' கோபமாகக் கேட்டாள்.

ரவி வாயைத் திறக்கவில்லை.

''சீ. பொண்டாட்டி சாகக் கிடக்கும்போதும் குடிச்சிட்டு வந்து அதுவும் ஆஸ்பத் திரில நிக்குறியே. நீயெல்லாம் மனுஷனா? நீ கையில பச்சகுத்திக்கிட்டு யாருக்காகத் திரிஞ்சியோ அவளத்தான் இப்ப நெருப்ப வச்சி எரிச்சிருக்க. முன்னால நிக்காத போ. எட்டப் போ. ஒன்னெப் போலீசில புடிச்சிக் கொடுக்காம விட மாட்டன். ப்ளடி'' சத்தம் போட்டுத் திட்டினாள்.

ரவியின் செல்போன் மணி அடித்தது. எடுத்துப் பேசினான்.

''கீழ நிக்குறன் சார். அவங்ககிட்டதான் பேசிக்கிட்டு நிக்குறன். கூப்புட்டுக்கிட்டு வர்றன்.''

பல்லைக் கடித்துக்கொண்டே அருண்மொழி கேட்டாள், ''இந்த நேரத்தில எந்தப் பொறுக்கிக் கூப்புடுறான்?''

''போலீசு வந்திருக்கு. கூப்புடுறாங்க.''

''யார?''

''ரேவதியோட அப்பாவயும், அண்ணனயும்.''

''எங்க இருக்கு போலீஸ்?''

''ஐ.சி.யு. ரூம்கிட்ட, அஞ்சாவது மாடியில.''

''நீ போ. நான் அழைச்சிக்கிட்டு வர்றன். ஒன்னெப் போலீசில மாட்டி வுடாம இருக்க மாட்டன். நீ ஜெயில்ல இருக்க வேண்டிய கேசுதான்'' என்று சொல்லிவிட்டு முருகன் நின்றுகொண்டிருந்த இடத்துக்கு வந்து, ''போலீசு வந்திருக்காம். கூப்புடுறாங்க, வாங்க'' என்று சொன்னதும் முருகனும், நடேசனும் அவசரச் சிகிச்சைப் பிரிவுக் கட்டடத்தை நோக்கி ஓடினார்கள்.

செக்யூரிட்டிகள் மறித்ததும், ''ஃபயர் கேசு சார். போலீசு வந்திருக்கு. அஞ்சாவது மாடியில நிக்குறாங்க'' என்று அருண்மொழி சொன்னாள்.

''வாக்குமூலம் வாங்குறாங்களா?''

''ஆமாம்.''

''பேஷண்டுக்கு நீங்க என்னா வேணும்?''

''இவங்க அப்பா. இவங்க அண்ணன். நான் இவரோட ஒய்ஃப். அவசரம் சார், கொஞ்சம் உள்ளார விடுங்க.''

''பாஸ் இருக்கா?''

''பாஸ் உள்ளவங்க மேல இருக்காங்க. பேஷண்டோட அப்பாவயும், அண்ணனயும் கூப்பிடுறாங்க. நீங்க வேணுமின்னா போலீசிகிட்ட கேட்டுக்குங்க'' அருண்மொழி படபடத்தாள். படபடப்பில் அவளுக்கு வாய் குழறியது. போலீஸைப் பார்த்துவிட்டால் எல்லாப் பிரச்சினையும் தீர்ந்துவிடும் என்பதுபோல்தான் அவளுடைய செய்கை இருந்தது. முருகனும் நடேசனும்கூட அப்படித்தான் நம்பினார்கள்.

''போங்க.''

முருகன், நடேசன், அருண்மொழி என்று மூவரும் ஐந்தாவது மாடிக்கு வந்தனர். வந்த வேகத்திலேயே கதவைத் தட்டினான் முருகன். கதவைத் திறந்த செக்யூரிட்டி, ''என்னா?'' என்று கேட்டான்.

''போலீஸ் கூப்புடுறாங்க. உள்ளாரப் போவணும்.''

''பேஷண்டு பேரு என்ன?''

''ரேவதி.''

''ஒரு நிமிஷம் இருங்க'' என்று சொல்லிக் கதவைச் சாத்திக்கொண்டான் செக்யூரிட்டி. சிறிது நேரத்திலேயே கதவைத் திறந்து, ''உள்ளார வாங்க'' என்று கூப்பிட்டான்.

நடேசன், முருகன், அருண்மொழி, அமராவதி என்று வரிசையாக ஹாலுக்குள் பரபரப்புடன் போனார்கள். கடைசியாக ரவியும் போனான். அப்போது, ''ரேவதிக்கு

ஒண்ணு ஆச்சின்னா முதல்ல ஒன்னோட பொணம்தான் போவும்'' என்று சொல்லி ரவியை முருகன் திட்டினான்.

11

ஐ.சி.யு. அறையின் கதவுக்கு முன் ஏட்டு கணேசனும் கான்ஸ்டபிள் ஆனந்த குமாரும் நின்றுகொண்டிருந்தனர். அவர்களுக்கு நடேசனும் முருகனும் வணக்கம் சொன்னார்கள். ''நாங்க விருத்தாசலம் ஸ்டேஷன்லேருந்து வந்திருக்கோம். தீக்குளிச்ச பொண்ணுக்கிட்ட வாக்குமூலம் வாங்கணும். உள்ளார நீதிபதி இருக்காரு. அவுரு வாக்குமூலம் வாங்கி முடிச்ச பிறகுதான் நாங்க வாங்குவோம்'' ஏட்டு கணேசன் சொன்னார்.

''கண்ணன் எஸ்.ஐ. பேசுனாரா சார்?'' என்று நடேசன் கேட்டார்.

''பேசுனாரு.''

''நாங்க இதுவர ஸ்டேஷனில கம்ப்ளைண்டு கொடுக்கல சார்?''

''நீங்க கம்ப்ளையிண்டு கொடுக்கணுமின்னு அவசியமில்ல. ஜி.எச்.சிலேருந்து ஸ்டேஷனுக்கு போன் வந்துடுச்சி. இங்க ஜிப்மர்லயிருந்தும் தகவல் வந்துடுச்சி. இப்ப இது கவர்மண்டு கேசாயிடிச்சி.''

''நாங்களும் நீதிபதிகிட்ட வாக்குமூலம் கொடுக்கணுமா சார்?''

''நீதிபதி, சம்பந்தப்பட்ட பொண்ணுகிட்ட மட்டும்தான் வாங்குவாரு. போலீசு தான், பொண்ணுகிட்டயும், பொண்ணோட அப்பா அம்மாகிட்டயும் வாங்குவோம்.''

''எங்களுக்கு சந்தேகம் இருக்கு சார்'' முருகன் படபடத்தான்.

''அத ஒங்க வாக்குமூலத்தில சொல்லுங்க. பொண்ணு கொடுக்கிற வாக்குமூலம் தான் முக்கியமானது. நீதிபதி வாங்குறதும், போலீசு வாங்குறதும் ஒண்ணா இருக்கணும். ஒண்ணாயிருந்தா சம்பந்தப்பட்ட பார்ட்டிய அரஸ்டு பண்ண கோர்ட் உத்தரவு போட்டுடும்.''

''அவன அரஸ்டு பண்ணுங்க சார்'' ஒரே குரலாக அமராவதியும் அருண்மொழியும் சொன்னார்கள்.

''நாங்க கொடுக்கிற வாக்குமூலம் முக்கியமா, பொண்ணு கொடுக்கிற வாக்குமூலம் முக்கியமா சார்?'' முருகன் கேட்டான்.

''பொண்ணுக்கு நெனவு இல்லன்னாத்தான் நீங்க கொடுக்கிற வாக்குமூலம் செல்லும். சம்பந்தப்பட்ட பொண்ணே நேரடியா வாக்குமூலம் கொடுத்திட்டா ஒங்க வாக்குமூலத்துக்கு பவர் இல்ல. 'இன்னார்தான் எம் மேல எண்ணெய ஊத்திக் கொளுத்துனாங்க. கொளுத்திக்கிறதுக்குக் காரணமா இருந்தாங்க'ன்னு போலீசுகிட்ட சொல்றதவிட நீதிபதிகிட்ட சொல்லணும். நீதிபதி வாங்குற வாக்குமூலம்தான் செல்லும். போலீசு வாங்குற வாக்குமூலத்துக்கு அவ்வளவு பவர் இல்லெ. பணத்தக் கொடுத்து போலீச மாத்தி எழுத வச்சிட்டாங்கன்னு சொல்லிடுவாங்க. ஃபயர்

பண்ணிக்கிட்ட பொண்ணு நீதிபதிகிட்ட இவந்தான் என்னெக் கொளுத்திட்டான்னு ஒரு வாத்த சொல்லிட்டா போதும். வெளிய வந்ததுமே நீதிபதி ‘பார்ட்டிய அரஸ்டு பண்ணுங்க’ன்னு உத்தரவு கொடுத்துடுவாரு.''

''அவ சொல்லுவா சார். அவ பட்டத அவனும் படணும். முழுசா நிக்குறான். நெருப்புல வெந்தவ அவனயும் சேத்துப் புடிச்சிருக்கக் கூடாதா? ரவ காயம், ரவ புண்ணு, ரவ வலி இல்லாம நிக்குறானே'' என்று சொல்லிவிட்டு அமராவதி லேசாக அழுதாள். அவளுக்குப் பக்கத்தில் நின்றுகொண்டிருந்த அருண்மொழியும் கண் கலங்கினாள்.

''சம்பவம் எப்படி நடந்துச்சி?'' ஏட்டு கணேசன் கேட்டார்.

''தெரியல சார்.''

ஏட்டு கணேசன், ''பையன் யாரு?'' என்று கேட்டார்.

''அந்தா மூலையில நிக்குறானே அவன்தான் சார்'' என்று அருண்மொழி சொன்னாள். உடனே, ''இங்க வா'' என்று ஏட்டு கணேசன் கூப்பிட்டார். ரவி பக்கத்தில் வந்து நின்றதும் லேசாகவும், நக்கலாகவும் சிரித்த ஏட்டு, ''நீயா?'' என்று கேட்டார்.

ரவியினுடைய முகம் மாறிவிட்டது.

''போ. அப்புறமா உங்கிட்ட பேசுறன்'' என்று ஏட்டு சொன்னார்.

ரவி திரும்பிப் போய் முன்பு நின்றுகொண்டிருந்த இடத்தில் ஹாலின் மேற்கு மூலையில் நின்றுகொண்டான்.

கோபமடைந்த மாதிரி ஏட்டு சொன்னார். ''இவன் லோஃபர் பயலாச்சே. மாசத்துக்கு ஒரு முறையாவது ஸ்டேஷனில வந்து கையக் கட்டிக்கிட்டு நிக்காட்டி அவனுக்குத் தூக்கம் வராதே. இவனுக்குப் போயி ஓங்க பொண்ண எப்பிடிக் கொடுத்தீங்க?''

''விதி சார்'' அமராவதி அழுத்தம்திருத்தமாகச் சொன்னாள்.

''அவன் சாக்கடயாச்சே.''

ஏட்டுவின் வார்த்தை நடேசனுக்கும் முருகனுக்கும் செருப்பால் அடித்த மாதிரி இருந்தது. குன்றிப்போய் தலைகுனிந்து நின்றுகொண்டிருந்தனர்.

நடேசனிடம் ஏட்டு கேட்டார், ''நீங்க என்னாப் பண்றிங்க?''

''மங்கலம்பேட்ட ஹையர் செகண்ட்ரி ஸ்கூலோட எச்.எம். சார்.''

''அவன உள்ளாரப் புடிச்சிப் போடணும் சார்'' என்று அருண்மொழி சொன்னாள். அவளிடம் ஏட்டு கேட்டார், ''நீங்க என்னாப் பண்றிங்க?''

''மெட்ராஸில டி.சி.எஸ். கம்பனியில டீம் லீடரா இருக்கன்.''

''இவுரு என்னா செய்யுறாரு?'' என்று முருகனைப் பார்த்துக் கேட்டார் ஏட்டு. அதற்கு முருகன் பதில் சொல்லவில்லை. அருண்மொழிதான் பதில் சொன்னாள்.

''இவரும் டி.சி.எஸ்.லதான் வேலபாக்குறாரு, டீம் லீடராத்தான் இருக்காரு.''

''எல்லாரும் படிச்சிருக்கிங்க. நல்ல நெலமயில இருக்கிங்க. எல்லாம் இருந்தும் பொண்ண வுட்டுட்டிங்களே.''

''அவன எப்பிடியாச்சும் ஜெயில்ல புடிச்சிப் போடணும் சார்'' அருண்மொழி அழுத்தம்திருத்தமாகச் சொன்னாள்.

''பேஷண்டு கொடுக்கிற வாக்குமூலத்த வச்சித்தான் எதயும் செய்ய முடியும்'' என்று சொன்ன ஏட்டு நக்கலாகச் சிரித்துக்கொண்டே, ''அவன் உள்ளார இருக்க வேண்டிய கேசுதான்'' என்று சொன்னார்.

''எங்க பொண்ணு ஸ்ட்ராங்கா வாக்குமூலம் கொடுப்பா சார். அவ்வளவு கொடுமய அனுபவிச்சிருக்கா'' அமராவதி சொன்னாள்.

''சரி. நீங்க தூரமாப் போயி நில்லுங்க. நீதிபதி வெளிய வரும்போது நீங்க எங்க கூட நிக்குறதப் பாத்தா தப்பா நெனப்பாரு. அதோட பணத்தக் கொடுத்து கேச மாத்தி எழுத சொன்னீங்கன்னு அந்தப் பொறுக்கி நாயி பெட்டிசன் கொடுப்பான். அதுக்கு ரெண்டு பொறுக்கி 'ஆமா'ன்னு சாட்சி சொல்ல வரும். அதுக்குத் தொணக்கி நாலு வக்கீலு வருவானுங்க. நாலு ஆட்டோக்கார நாயிங்க சாலை மறியல்ன்னு நிக்குங்க'' என்று எரிச்சலோடு ஏட்டு சொன்னார். உடனே நான்கு பேரும் சற்றுத் தள்ளி ஒதுங்கி நின்றுகொண்டு ஐ.சி.யு. அறையின் கதவையே வெறித்துப் பார்த்துக் கொண்டிருந்தனர். அவரவருக்குப் பிடித்தமான கடவுளிடம், நீதிபதியிடம் ரேவதி சரியாக வாக்குமூலம் கொடுக்க வேண்டும் என்று வேண்டிக்கொள்ள ஆரம்பித்தனர். நான்கு பேருடைய பிரார்த்தனையும் ரவிக்குக் குறைந்தது பத்தாண்டுகளாவது ஜெயில் தண்டனை கிடைக்க வேண்டும் என்பதுதான்.

''ஆறு வருசமா பட்டாளே அதுகூடவா மறந்திடும்? எங்கிட்டவே காதுல கேக்க முடியாத வாத்தயெல்லாம் பேசியிருக்கான். அவ அப்பன, அண்ணன எம்மாம் மட்ட ரகமா பேசியிருக்கான்? அத மறந்திடுவாளா? 'என்னாலதான் அப்பாவும் அண்ணனும் அசிங்கப்பட்டுட்டாங்க. தலகுனிஞ்சிபோயிட்டாங்க'ன்னு எத்தன முற எங்கிட்டவே சொல்லியிருக்கா. அதகூடமா மறந்திடுவா? எத்தன முற அவள உள்ள வச்சி பூட்டிட்டு வெளிய போயிருக்கான். எத்தன முற அடி வாங்கிக்கிட்டு தெருவுல கெடந்திருக்கா, எத்தன முற அடுத்த வீட்டுல போயி ஒளிஞ்சிருக்கா, எத்தன முற மனசொடஞ்சிபோயி கோயிலுக்குப் போயி உட்கார்ந்திருக்கா, எத்தன முற எங்க போறதின்னு தெரியாம தெருத்தெருவா நடந்து நேரத்தப் போக்கிட்டு வீட்டுக்கு வந்திருக்கா. அதயெல்லாம் மறந்திடுவாளா?'' மனப்பாடம் செய்து வைத்திருந்ததை ஒப்பிப்பதுபோல அழுதுகொண்டே அமராவதி ஒவ்வொன்றாகச் சொன்னாள்.

அமராவதி சொல்வதெல்லாம் புதுத் தகவல்களாக இருந்தன. குடித்துவிட்டு வந்து அடிப்பான், தினம் சண்டை நடக்கும் என்ற அளவில்தான் முருகனுக்கும் நடேசனுக்கும் விஷயம் தெரியும். அதுவும் அமராவதி சொல்லித்தான் தெரியும். இப்போதுதான் தெரிந்தது, நூறில் பத்து சதவிகிதம்கூட அவள் சொல்லியிருக்கவில்லை என்பது. ஒவ்வொரு தகவலும், ஒவ்வொரு செய்தியும் முருகனையும், நடேசனையும் ஆத்திரம் கொள்ள வைத்தன.

''அப்பிடியா? அவ ஒண்ணக்கூட எங்கிட்ட சொல்லலியே'' என்று கேட்ட அருண்மொழிக்கு உடனே போய் ரவியின் கன்னத்தில் அறைய வேண்டும் போலிருந்தது. ''பெக்கர், பெக்கர்'' என்று சொல்லித் திட்டினாள்.

முருகனுடைய போன் மணி அடித்தது. எடுத்துப் பேசினான். வேகமாக வந்த செக்யூரிட்டி, ''இங்க போன் பேசக் கூடாது'' என்று அதிகாரத்தோடு சொன்னான். ''சரி, சார்'' என்று சொல்லி உடனே போனை நிறுத்தினான் முருகன்.

''ஒடம்பு பூராவும் வெந்துபோயி, ஒரு நூலு துணியில்லாம டாக்டர் முன்னால நின்னாளே அத மறந்திடுவாளா?'' என்று அமராவதி சொல்லும்போது ஐ.சி.யு. அறையிலிருந்து நீதிபதி வெளியே வந்தார். போலீஸ்காரர்களைப் பார்க்காமல் நேரே சென்று லிப்ட்டிடம் நின்றார். அவருக்குப் பின்னால் போய் இடைவெளி விட்டு உடல் விறைப்புக் குறையாமல் நின்றுகொண்டிருந்தனர் போலீஸ்காரர்கள். லிப்ட் வந்து நின்றது. நீதிபதி ஏறிக்கொண்டார். அடுத்து ஏட்டும் ஆனந்தகுமாரும் ஏறியதும் லிப்ட் கதவு மூடிக்கொண்டது.

சினிமாவில் பார்ப்பது மாதிரி இருந்தது. எல்லாவற்றையும் பார்த்த அருண்மொழியும் முருகனும் ஒருவரையொருவர் பார்த்துக்கொண்டனர். அமராவதியும் நடேசனும் பார்த்துக்கொண்டனர். ஆனால், யாரும் ஒரு வார்த்தை பேசிக்கொள்ளவில்லை. நடேசன் ரவியைப் பார்த்தார். மலத்தைப் பார்ப்பது மாதிரி அவருடைய முகம் கோணியது. ''பன்னிப் பய'' என்று சொன்னார்.

அருண்மொழி ஐ.சி.யு. அறையின் கதவிடம் போனாள். அவளுக்குப் பின்னாலியே வந்த செக்யூரிட்டி, ''இங்க நிக்கக் கூடாது. தூரமா வாங்க. வெளிய போயிடுங்க'' என்று விறைப்பாகச் சொன்னான்.

என்ன சொல்வது என்று யோசித்த அருண்மொழி சாதுர்யமாக, ''எங்ககிட்ட இன்னும் வாக்குமூலம் வாங்கல'' என்று சொன்னாள். அந்த இடத்தில் நின்றுகொண்டிருந்தாலேயே ரேவதிக்கு உடம்பு சரியாகிவிடும் என்பதுபோல இருந்தது அவள் பேசிய விதம்.

''அப்பிடின்னா ஒரு ஓரமாப் போயி நில்லுங்க.''

அருண்மொழி ஒன்றும் சொல்லாமல் திரும்பி வந்து அமராவதிக்குப் பக்கத்தில் முன்பு போலவே நின்றுகொண்டாள்.

''எத்தினியோ முற அவன பனிஷ் பண்ணனும்ன்னு நெனச்சன். ரேவதி அந்த நாயிகூட இருக்காளேன்னு பேசாம இருந்தன். இனிமே அவ அவன்கூட இருக்க வாணாம். அவ உசுருக்கு ஒண்ணு ஆச்சின்னா அவன சும்மாவிட மாட்டன்.'' கறுவினான் முருகன்.

''இனிமே அவன்கூட எதுக்கு அனுப்பணும்? வக்கீல் நோட்டீஸ் கொடுத்து டைவர்ஸ் வாங்கிடலாம். ஒரு நிமிஷ நேரம்கூட அவன்கூட அவ இருக்கக் கூடாது.'' முருகனைவிட அருண்மொழி அதிகமாகப் பேசினாள்.

''இப்ப எல்லா விஷயமும் அவ கையிலதான இருக்கு. அவ கொடுக்கிற ஸ்டேட்மண்டுதான் செல்லும்ன்னு போலீஸ்காரர் சொல்றாரு'' என்று நடேசன் சொன்னார்.

''அவன அவ விட மாட்டாங்க. பட்ட அடியும் ஒதயும் மறந்திடுமா? மூஞ்சிலியே காறித் துப்புனது, ஒங்கப்பனும் ஒங்கண்ணனும் புடுங்குவானான்னு கேட்டது, எல்லாத்தயும் மறந்திடுவாளா? குடிச்சிப்புட்டு நிதானமில்லாம வந்து 'வாயில சோத்த வையிடி'ன்னு எத்தன முற சொல்லியிருக்கான். வாயிலிருந்த சோத்த அப்பிடியே முகத்தில துப்பியிருக்கான். சல்லிப் பயகிட்ட மாட்டிக்கிட்டியே'ன்னு தெருச் சனம் சொன்னத மறந்திடுவாளா? அடி ஒத வாங்கிக்கிட்டு எங்க போறதின்னு தெரியாம கோயில்லப் போயி ஒக்காந்து அழுதுட்டு வந்தாளே அதக் கூடவா மறந்திடுவா? பத்து

நாளக்கி முன்னால நடந்த சண்டயில அடிச்ச அடியயும் ஒதயயும் வாங்கிக் கிட்டு, போறதுக்கு எடமில்லாம பஸ் ஸ்டாண்டுவர ரெண்டு தடவ சும்மாவே நடந்து போயிட்டு வந்தாளே அத மறந்திடுவாளா?'' என்று அமராவதி சொல்லச் சொல்ல முருகனுக்கும் நடேசனுக்கும் உடம்பு முழுவதும் கோபம் நெருப்பு மாதிரி பரவியது. அமராவதி சொல்வதெல்லாம் புதிதாக இருந்தன. இதெல்லாம் முன்னமே தெரிந்திருந்தால் போலீஸில் பிடித்துக் கொடுத்திருக்கலாம். விவாகரத்து வாங்கியிருக்கலாம். 'வெறும் சண்டைதான். வாய்ச் சண்டைதான். அடிச்சிப்புட் டான்' என்றுதான் இதுவரை அமராவதி சொல்லியிருக்கிறாள். கோபத்துடன் முருகன் கேட்டான், ''என்னம்மா சொல்ற?''

''இந்த மாதிரி இன்னம் ஆயிரம் இருக்கு தம்பி. எல்லாம் இந்த நெஞ்சில கெடக்கு'' என்று சொல்லி நெஞ்சில் அடித்துக் காட்டினாள்.

''இன்னும் ஒரு மணி நேரம் முடியட்டும் அவனப் பாத்துக்கிறன்'' என்று சொல்லி பல்லைக் கடித்தான் முருகன்.

ஏட்டு கணேசனும், ஆனந்தகுமாரும் லிப்டிலிருந்து வெளியே வந்தார்கள். உடனே முருகனும் நடேசனும் அவர்களிடம் போனார்கள். ''இருங்க'' என்று சொல்லிவிட்டு ஐ.சி.யு.வின் கதவைத் தட்டினார்கள். கதவு திறந்ததும், ''என்ன?'' என்று கேட்ட நர்சிடம், ''வாக்குமூலம் வாங்கணும்'' என்று ஏட்டு சொன்னதும் இருவரையும் உள்ளே விட்டுக் கதவைச் சாத்திக்கொண்டாள்.

''நீதி கேக்கும்'' என்று அமராவதி சொன்னாள்.

''தண்ணி குடிங்க'' என்று அருண்மொழி பாட்டிலை அமராவதியிடம் நீட்டி னாள். பாட்டிலை இடது கையால் தள்ளிவிட்டாள். 'தரயில உட்காருங்க' என்ற வுடன் அமராவதி அப்படியே தரையில் உட்கார்ந்தாள். அருண்மொழியும் உட் கார்ந்துகொண்டாள். ''கவலப்படாம இருங்க. அவ கரெக்டா ஸ்டேட்மண்டு கொடுத்திடுவா. அவன் கத இன்னியோட முடிஞ்சிடும்'' நம்பிக்கையுடன் அருண் மொழி சொன்னாள்.

'' 'இந்தப் பயலயாப் புடிச்ச'ன்னு சொந்தக்காரங்க கேட்டத, கூட படிச்ச புள்ளைங்க காறித் துப்புனத எல்லாம் மறந்திடுவாளா? தெருச் சனம், ஊர்ச் சனமெல்லாம் 'பொறுக்கியவா கட்டிக்கிட்ட'ன்னு கேட்டத எல்லாம் மறந்திடுவாளா? ஆறு வருஷமா நான் விட்ட கண்ணீருக்கு இன்னிக்கித்தான் அர்த்தம் கெடைக்கப்போவுது.''

12

''இந்த நேரத்திலுமாடா தண்ணீ போடுவ?'' என்று சிவக்குமார் கேட்டான். அதற்கு வாயைத் திறந்து பதில் சொல்லாமல் எலும்பு முறிவுக் கட்டடத்தைப் பார்த்தவாறு நின்றுகொண்டிருந்தான் ரவி. வாக்குமூலம் வாங்குவதற்காக போலீசும், நீதிபதியும் வந்ததிலிருந்தே அவனுடைய போக்கு முற்றிலுமாக மாறிவிட்டது. அவனால் ஒரு இடத்தில் நிற்க முடியவில்லை. தொடர்ச்சியாக நான்கு வார்த்தை பேச முடியவில்லை. ஓயாமல் வியர்த்துக்கொண்டேயிருந்தது. அவ்வப்போது உடல்

நடுங்கியது. தொடர்ந்து சிகரெட் குடித்துக்கொண்டிருந்தான். பாட்டில் பாட்டி லாகத் தண்ணீர் குடித்தான். உதவி செய்ய வந்த ஆள் என்றுகூடப் பார்க்காமல் சிவக்குமாரை எடுத்தெறிந்து பேசினான்.

''ஒன்னோட கோவத்தாலயும், அவசரப் புத்தியாலயும்தான் எல்லாச் சிக்கலும் வருது. நடக்கக் கூடாதது எல்லாம் நடக்குது'' என்று சிவக்குமார் சொன்னான். அவன் சொன்னதைக் காதில் வாங்காத ரவி, ஐ.சி.யு. கட்டடத்துப் பக்கம் போலீஸ் தன்னைத் தேடுகிறதா என்று பார்த்தான். பிறகு தனக்குத் தானே சொல்லிக்கொள்வது போல, ''தாலி கட்டிக்கிட்டு வந்த ஒரு மாசத்திலியே என்னிக்கா இருந்தாலும் ஒன்னெ ஒரு நாளக்கி ஜெயிலுக்கு அனுப்பாம இருக்க மாட்டன்னு சொல்லிக்கிட்டேயிருந்தா அந்த முண்டச்சி. சொன்ன மாரியே இன்னிக்கி செஞ்சிடுவாபோல இருக்கு'' என்று சொன்னான்.

''ஒரு ஓரமாப் போயி சிகரெட்டக் குடி, யாராச்சும் பாத்தா திட்டுவாங்க.'' சிவக் குமார் சொன்னது ரவியின் காதில் விழுந்ததுபோல் தெரியவில்லை.

''போலீசுகிட்ட என்ன சொல்லித் தொலக்கிறாளோ, நாரச் சிறுக்கி'' என்று சொன்ன ரவி, பல்லை நறநறவென்று கடித்தான். பிறகு, ''அவள என்னிக்கிப் பாத் தனோ அன்னிக்கே என்னெ சனியன் புடிச்சிட்டான்'' என்று ஆத்திரம் பொங்க சொன்னாள்.

''நீதானடா அலஞ்ச? உயிர வுட்டுடுவன்னு சொன்ன? ஒடம்பு பூராம் பச்ச குத்திக்கிட்டு மெண்டலு மாரி அலஞ்சி திரிஞ்ச?'' என்று சிவக்குமார் கேட்டதும் ரவிக்குக் கோபம் வந்துவிட்டது. ''அந்த மயிரு பேச்ச வுடு'' என்று சொல்லி முறைத்தான். பிறகு ஐ.சி.யு. கட்டடத்துப் பக்கம் பார்த்தான். வழியில் நடந்து போகிற ஆட்களைப் பார்த்தான். ''வக்கீலு எங்க வராருன்னு கேளு. அந்தப் பிச்சக்காரன் மவ என்னான்னு வாக்குமூலம் கொடுக்கிறான்னு தெரியல. அந்த நாயிங்க, நான்தான் கொளுத்திவுட்டான்னு எழுதித் தருவானுங்க. அவனுவக் கிட்ட வாக்குமூலம் வாங்கினதுமே போலீசு என்னெ அரஸ்டு பண்ணத் தேடுவானுங்க. அதுக்குள்ளார வக்கீலு வந்தாதான் என்னா செய்யுறதின்னு முடிவு எடுக்கலாம்'' என்று சொன்ன ரவி, சிவக்குமாரிடம், ''நான் போலீசுகிட்ட மாட்டுறதா, ஓடிப் போயி மறஞ்சிக்கிறதா?'' என்று கேட்டான்.

''புத்தி கெட்டுப்போயி ஓடிப்போயிடாத. கேசு வலுவாயிடும். ஆள் மறஞ்சாலே நீதான் செஞ்சங்கிறது உண்மயாயிடும்'' என்று சிவக்குமார் சொன்னதும் பதிலுக்கு, ''நீ சொல்ற மாதிரிதான் போன்ல வக்கீலும் சொன்னான்'' என்று ரவி சொன்னான்.

''அந்தப் பொண்ணு கெடச்சதுக்கு நீ பெரியாளா ஆயிருக்கலாம். நீ சிக்கல்ல மாட்டுறதோட எங்களயும் மாட்டிவுட்டுடுற.''

''எந்த எடத்தில எதப் பேசுற?'' என்று கேட்டு முறைத்த ரவி, ''வக்கீலு எங்க வரா ருன்னு போன் போட்டுக் கேளு'' என்று அவசரப்படுத்தினான். சிவக்குமார் வக்கீ லுக்கு போன் போட்டு, ''சார் எங்க சார் வர்றீங்க? கோரிமேடு வந்திட்டீங்களா? கொஞ்சம் சீக்கரம் வாங்க சார். போலீசு வந்திடுச்சி. ஜட்ஜும் வந்திட்டாரு'' என்று சொல்லி போனை வைத்துவிட்டு விஷயத்தைச் சொன்னான்.

''கோரிமோடு பஸ் ஸ்டாண்டுக்கு வந்திட்டாங்களாம். உள்ளார வரப்போறாங்க ளாம். நான் போயி அழச்சிக்கிட்டு வரட்டுமா?''

''நீ போவாத. ஒன்னெப் பாத்தா போலீசு என்னெத் தேடும்'' என்று சொன்ன ரவி, பக்கத்திலிருந்த மரத்திடம் சென்று மறைவாக நின்றுகொண்டான். மரத்துக்குப் பக்கத்தில் சிவக்குமாரும் போய் நின்றுகொண்டான்.

''நீ நிக்குறது, பேசுறது, நடக்கிறது, எல்லாம் 'நீதான் திருடன்'னு சொல்லுது. போலீசுகிட்ட வாயத் தொறக்காத, தொறந்தினா நீ ஜெயிலுக்குப் போயிடுவ. ஃபயர் கேசுல ஜாமீன் லேசில கெடக்காது. ஆட்டோ ஸ்டேண்டுல தகராறு செய்யுற மாரி இதெ நெனைக்காத. போலீசு அடிச்சாலும் வாயத் தொறக்காத'' என்று பாடம் சொல்லித்தருவது மாதிரி சிவக்குமார் சொன்னான். அதற்கு ரவி எந்தப் பதிலும் சொல்லவில்லை. அவனுடைய கவனமெல்லாம் தன்னை போலீஸ் தேடு கிறதா என்று கண்காணிப்பதில்தான் இருந்தது. உடல் நடுக்கத்தைக் குறைப்பதற் காக வேப்ப மரத்தில் சாய்ந்து நின்றுகொண்டான்.

''மரத்தில சாயாத, எறும்பு நெறயா இருக்கு'' என்று சிவக்குமார் சொன்னது ரவியின் காதில் விழவில்லை.

சிவக்குமார் ரவியைப் பார்த்தான். பார்ப்பதற்குப் பைத்தியக்காரன் மாதிரி தெரிந்தான். ரேவதி தீக்குளித்ததும், அவளை ஆட்டோவில் ஏற்றிக்கொண்டு மருத்துவ மனைக்கு ஓடியது, அங்கிருந்து ஆம்புலன்ஸில் ஏற்றிக்கொண்டு கடலூர் வந்தது, பாண்டிச்சேரி வந்தது, நேற்றிரவு தூங்காதது, சாப்பிடாதது, போதை இறங்கஇறங்க மீண்டும்மீண்டும் பிராந்தி குடித்தது, குளிக்காதது, துணி மாற்றாதது, ஓயாமல் சிக ரெட் குடித்தது, எந்த நிமிஷத்திலும் போலீஸ் அரஸ்டு செய்துவிடும் என்ற கவலை என்று எல்லாமும் சேர்ந்து அவனை உண்மையான பைத்தியக்காரனாகவே மாற்றி விட்டிருந்தன. ரவி நின்ற விதத்தையும், தோற்றத்தையும் பார்த்து இரக்கப்பட்டு, ''எனக்கென்னவோ அந்தப் பொண்ணு ஒன்னெ மாட்டிவுடும்ன்னு தோணல'' என்று சொன்னான். சிவக்குமாரின் பேச்சு ரவிக்கு லேசாக நம்பிக்கையை ஏற்படுத் தியது. ''நிஜமா இருக்குமாடா?'' என்று ஆர்வமாகக் கேட்டான்.

''எனக்கென்னமோ அப்பிடித்தான் தோணுது.''

''போலீசு வந்தது சரி. நீதிபதி எதுக்கு வந்தாரு? அதான் எனக்கு சந்தேகமா இருக்கு. காசக் கொடுத்து பெரிய கேசா கொடுத்திருப்பானுங்களாடா?'' ரவி கேட் டான்.

''நீதிபதி வந்ததுதான் எனக்கும் புரியல.''

''என்னோட வாழ்க்கயில நான் செஞ்ச பெரிய தப்பு அவளக் கல்யாணம் கட்டு னதுதான்'' என்று சொல்லும்போது ரவிக்கு அழுகை வந்துவிட்டது.

''சீ. வாய மூடு. இப்ப நிக்குற மாரிதான் அப்பியும் பைத்தியமா அந்தப் பொண்ணு பின்னால திரிஞ்ச. அந்தப் பொண்ணு இல்லன்னா உசுர வுட்டுடுவன்னு சொல்லி அப்ப எல்லாரயும் கொலவாங்குன'' என்று சிவக்குமார் சொன்னதும் ரவிக்குக் கோபம் தலைக்கு ஏறிவிட்டது. ''என்னெ டென்சன் பண்ணாம இருக்கியா?'' என்று கேட்டு முறைத்தான்.

‘‘படிச்ச பொண்ணா இருக்கு. வசதியா வேற இருக்கு. வேணாம்ன்னு எவ்வளவு சொன்னோம் கேட்டியா?’’ என்று கேட்ட சிவக்குமார், ரவியை ஆறுதல்படுத்த வேண்டும் என்ற எண்ணத்தில், ‘‘எனக்கென்னமோ அந்தச் சனங்க ஒம் மேல கேசு கொடுத்திருப்பாங்கன்னு தோணல. கேசு கொடுத்திருந்தா ஓங்கிட்ட எப்பிடிப் பேசு வாங்க?’’ என்று கேட்டதுதான் ரவிக்கு அவ்வளவு கோபம் வந்துவிட்டது. ‘‘ஒனக்கு ஒரு மயிரும் தெரியாது. பேசாம இரு. அவனுங்க கேசு கொடுக்காம போலீசு எப்படி வரும்? நீதிபதி எப்பிடி வருவாரு?’’ என்று திருப்பிக் கேட்டான்.

‘‘எங்கிட்ட எதுக்குக் கோவப்படுற? நானா அந்தப் பொண்ண தீ வச்சி எரிச் சன்? ஒவ்வொரு தப்பயும் நீதான் ஆத்திரத்தில, போதையில செய்யுற’’ என்று கேட்டு சிவக்குமார் முறைத்தான். சிறிது நேரம் ஒன்றும் பேசாமல் இருந்த ரவி, ‘‘எங்கப்பா, எங்கம்மா எங்க இருக்காங்கன்னு கேளு, என்னெ இன்னும் போலீசு அரஸ்டு பண்ணலன்னு சொல்லிடு. அரஸ்டு பண்ணிட்டா தகவல் சொல்றன்னு சொல்லிடு. எங்க அக்காகிட்ட செயின அடவு வச்சி பணம் கொண்டாரச் சொல்லு. என்னோட நெம்பருக்கு யாரும் போன் போட வேண்டாமின்னு சொல்லிடு’’ என்று வேகவேகமாகச் சொன்னான். எல்லாவற்றையும் கேட்ட சிவக்குமார் பதில் எதுவும் பேசாமல் இருந்தான்.

‘‘அவளப் பாக்காம இருந்திருந்தா ஒரு ஆட்டோக்காரன் மவளக் கட்டிக்கிட்டு நிம்மதியா இருந்திருப்பன்’’ என்று சொல்லிவிட்டு அழ ஆரம்பித்தான்.

‘‘எல்லாத் தப்பயும் நீதான செஞ்ச?’’

‘‘எனக்குப் பைத்தியம் புடிச்சிடும்போல இருக்கு. இதுல நீ வேற டென்சன் பண்ணிக்கிட்டே இருக்க?’’ என்று சொல்லிவிட்டு தரையில் எட்டி உதைத்தான்.

‘‘வேற வக்கீலு கெடைக்கலயா? இவனப் போயி வரச் சொல்லியிருக்க?’’

‘‘இந்த வக்கீல் கோர்ட்டுல பேசி வாதாட மாட்டான். போலீஸ் ஸ்டேஷன்ல தகராறு செய்ய மாட்டான். மூள கம்மிதான். ஆனா, ஜட்ஜுக்கு என்னாப் புடிக்கும், போலீசுக்கு என்னாப் புடிக்கும்னு தெரிஞ்சுகிட்டு அத ரகசியமா செஞ்சிடுவான். நம்ப ஊரு வக்கீலுலியே கோர்ட்டுக்கு அதிகமா போவாமியே கேச முடிக்கிறவன் இவன்தான். பணம் புடுங்குனாலும் காரியத்த முடிச்சிடுவான். ஒரிஜினல் திருடன்.’’

‘‘வக்கீலு வராருடா. கூட நம்ப ஆட்டோ சங்கத் தலைவரு அன்பும் வராரு’’ என்று சிவக்குமார் சொன்னதும் சட்டென்று ஐ.சி.யு. கட்டடத்துப் பக்கம் பார்த் தான் ரவி. வக்கீலும் அன்பும் வருவது தெரிந்தது. ‘‘நான் கட்டடத்துக்குப் பின்னால போறன். யாருக்கும் தெரியாம வக்கீல அழச்சிக்கிட்டு வா’’ என்று சொல்லிவிட்டுக் கட்டடத்தின் பின்புறத்தை நோக்கி அவசரஅவசரமாக நடக்க ஆரம்பித்தான். •

பகுதி மூன்று

1

ஐ.சி.யு. அறையிலிருந்து கணேசனும் ஆனந்தகுமாரும் வெளியே வந்தனர். முருகனும் நடேசனும் வேகமாக அவர்களிடம் போனார்கள். அமராவதியும் அருண்மொழியும் பதற்றத்தோடு எழுந்து வந்தனர். நான்கு பேரும் ஒரே குரலாக, ஒரே நேரத்தில் கேட்டனர், ''என்னாச்சி?''

நான்கு பேருடைய முகத்திலும் காறித் துப்புவது மாதிரி கணேசன் கேட்டார், ''என்னாப் புள்ளெ பெத்துவச்சிருக்கிங்க?''

அந்த ஒரு வார்த்தையே நான்கு பேருடைய மனதையும் பொசுக்கிவிட்டது. நான்கு பேரினுடைய நாடியும் ஒடிங்கிவிட்டது.

''கீழ வாங்க ஸ்டேட்மண்டு வாங்கணும்.'' கோபத்தில் கணேசன் ஓயாமல் லிப்ட் பட்டனை அழுத்திக்கொண்டேயிருந்தார். லிப்ட் வந்து நின்றது. கதவு திறந்தது. முதலில் கணேசன் ஏறிக்கொண்டார், அடுத்தது ஆனந்தகுமார் ஏறினான், அதற்கடுத்து முருகனோடு மற்றவர்களும் ஏறிக்கொண்டார்கள். லிப்ட் கீழே இறங்க ஆரம்பித்தது. ''சார்'' என்று முருகன் கூப்பிட்டான்.

முருகனைக் கணேசன் பார்க்கவில்லை.

''சார்'' என்று அருண்மொழி கூப்பிட்டாள். கணேசன் வாயைத் திறக்கவில்லை. அவர் நல்லக் கோபத்தில் இருப்பது தெரிந்தது.

''வாக்குமூலம் எப்பிடிக் கொடுத்தா?'' என்று நடேசன் கேட்ட கேள்விக்கும் கணேசனும் சரி, ஆனந்தகுமாரும் சரி பதில் சொல்லவில்லை. லிப்ட்டை விட்டு கணேசன்தான் முதலில் வெளியே போனார். மற்றவர்கள் அவரைத் தொடர்ந்து வெளியே வந்தனர். எந்த வார்த்தையும் பேசாமல் அவசரச் சிகிச்சைப் பிரிவுக் கட்டடத்தை விட்டு வெளியே வந்து, நரம்பியல் துறைக்குப் போகிற வழியில் நின்றுகொண்டிருந்த பெரிய வேப்பமரத்தின் கீழ் வந்து நின்றார். ஆனந்தகுமாரின் கையிலிருந்த வாக்குமூலம் வாங்கிய பேப்பரைப் பிடுங்கி எல்லோருடைய முகத்திலும் விட்டெறிவது போல் நீட்டினார். முருகன்தான் பேப்பரை வாங்கிப் படித்தான்.

''மூன்று மணிக்கு நான் சமைத்துக்கொண்டிருந்தேன். அடுப்பில் குழம்பு கொதித்துக்கொண்டிருந்தது. நான் குழம்பைக் கிண்டிவிட்டுக்கொண்டிருந்தேன். உப்பு

பாட்டிலை எடுப்பதற்காகத் திரும்பியபோது தண்ணீர் மேடையிலிருந்த மண்ணெண்ணெய் கேன் சாய்ந்து குழம்பிலும் அடுப்பிலும் கொட்டியதும் தீப்பிடித்துக்கொண்டது. நான் கத்துகிற சத்தம் கேட்டு டி.வி. பார்த்துக்கொண்டிருந்த என் கணவர் ஓடி வந்து என்மீது தண்ணீரை ஊற்றித் தீயை அணைத்தார். சாக்கை என்மீது போர்த்தி ஆட்டோவில் ஏற்றிக்கொண்டு மருத்துவமனைக்குச் சென்றார். விருத்தாசலம் அரசு மருத்துவமனையில் எனக்கு முதலுதவி சிகிச்சை அளிக்கப்பட்டது. அங்கிருந்து கடலூர் அரசு மருத்துவமனைக்கு ஆம்புலன்ஸ் மூலம் என்னைக் கொண்டுவந்தார். அங்கு முடியாது என்று கூறி என்னை ஜிப்மர் மருத்துவமனைக்கு அனுப்பினார்கள். தீ விபத்து ஏற்பட்ட அன்று எனக்கும் என் கணவருக்குமிடையில் சண்டை நடக்கவில்லை. வாய்த் தகராறும் ஏற்படவில்லை. நானும் கொளுத்திக்கொள்ளவில்லை. என் கணவரும் என்னைக் கொளுத்தவில்லை. தீ விபத்து எதிர்பாராத விதமாக நடந்தது, இதற்கு யாரும் காரணம் இல்லை. படித்து சொல்லக் கேட்டேன். அனைத்தும் சரி, வாக்குமூலம் என் மனசாட்சியின்படிதான் கொடுத்தேன். யாரும் என்னைக் கட்டாயப்படுத்தவில்லை. இப்படிக்கு'' என்று எழுதப்பட்டிருந்த இடத்துக்குக் கீழ் ரேவதியினுடைய ரேகை பதியப்பட்டிருந்தது. அடைப்புக் குறிக்குள் ரேவதி W/O ரவி என்று எழுதப்பட்டிருந்தது. நேரம், இடம் நாள் அனைத்தும் குறிக்கப்பட்டிருந்தன.

முருகன் ஒரு வார்த்தை பேசவில்லை. அப்படியே தரையில் உட்கார்ந்துவிட்டான். அவனுக்குத் தலையே வெடித்துவிடுவதுபோல் இருந்தது. பைத்தியம்போல தரையில் ஓங்கிஓங்கிக் குத்தினான். அவனுடைய கையிலிருந்த பேப்பரை வாங்கி அருண்மொழி படித்தாள். படித்து முடித்ததும், ''சீ'' என்று மட்டும் சொன்னாள். அவளுடைய முகம் கோணியது. நடேசன் பேப்பரை வாங்கிப் படித்தார். ''புள்ளை பெத்ததுக்கு இது போதும்'' என்று சொன்னார். வேண்டும் என்றே வெறுப்புடன் பேப்பரை அமராவதியிடம் கொடுத்தார். பேப்பரைப் படித்துவிட்டுச் சொன்னாள், ''கொல வாங்கிப்புட்டா.'' மயக்கம் வந்ததுபோல் அமராவதி தரையில் சுருண்டு படுத்துக்கொண்டு அழுதாள்.

ரேவதி கொடுத்த வாக்குமூலத்தால் என்ன நிகழும்? அவள் கொடுத்த வாக்கு மூலத்தில் சொல்லியிருக்கிற வார்த்தைகளை வைத்து இனி முருகனும் நடேசனும் எப்படியெல்லாம் சொல்லிச்சொல்லிக் காட்டித் தன்னை இம்சை செய்வார்கள்? அருண்மொழி என்ன நினைப்பாள், உறவினர்கள், தெருவில் உள்ளவர்கள், தெரிந்தவர்கள் என்ன சொல்வார்கள்? அவள் ரவியைக் கல்யாணம் கட்டிக்கொண்டபோது ஊரே சிரித்தது. இப்போது அவள் கொடுத்திருக்கிற வாக்குமூலத்துக்காகவும் சிரிக்கப்போகிறதே என்பதற்காக அழுதாள்.

ரவியைத்தான் கல்யாணம் செய்துகொள்வேன் என்று அடம் பிடித்ததிலிருந்து முருகனும் நடேசனும் ரேவதியிடம் பேசுவதை நிறுத்திக்கொண்டனர். வேறு இடத்தில் மாப்பிள்ளை பார்த்து முடிவுசெய்தபோது 'தீக்குளிக்கப் போறன்' என்று சொல்லி மண்ணெண்ணெயை உடம்பு முழுவதும் ஊற்றிக்கொண்டு நின்றாள். அதிலிருந்து முருகனும் நடேசனும் அவளிடம் பேசுவதை மட்டுமல்ல, அவளைப் பார்ப்பதைக்கூடத் தவிர்த்துவிட்டனர். வேறு மாப்பிள்ளை பார்ப்பதையும் நிறுத்தி விட்டனர். வேலைக்கு அனுப்பினால் ரவியோடு ஓடிவிடுவாள் என்று வேலைக்கு

அனுப்பாமல் வீட்டிலேயே வைத்திருந்தனர். ரவியைக் கல்யாணம் கட்டிக்கொண் டால் வர மாட்டோம், பேச மாட்டோம், எந்த உறவும் இல்லை என்று அமரா வதி மிரட்டினாள். அதற்கு ரேவதி சொன்ன பதில், 'பரவாயில்ல' என்பதுதான். மண்ணெண்ணெயை ஊற்றிக்கொண்ட நாளிலிருந்து அமராவதி இருபத்திநான்கு மணி நேரமும் கண்காணித்துக்கொண்டிருந்தாள். தூக்கில் தொங்கிவிடுவாளோ, தூக்க மாத்திரையை விழுங்கிவிடுவாளோ, தீக்குளித்துவிடுவாளோ, வீட்டை விட்டு ஓடிவிடுவாளோ என்ற பயம் ஒரு நொடிகூட அவளை விட்டு விலகியதில்லை. இரவில் படுத்திருக்கும்போது எழுந்து போய்ப் பார்ப்பாள். அவள் படுத்திருப்பது தெரிந்தால்தான் நிம்மதி வரும். சீராக மூச்சுவிட முடியும். அந்த நிம்மதி ஒரு மணி நேரம்வரைகூட இருக்காது. திரும்பி எழுந்துபோய்ப் பார்ப்பாள். இரவில் சிறு சத் தம் கேட்டால், கதவு திறக்கிற சத்தம் கேட்டால், உயிர் நின்றுவிடும். ஒவ்வொரு இரவும் பல முறை அமராவதி வந்துவந்து தன்னைச் சந்தேகத்தோடு பார்க்கிறாள் என்பது அவளுக்குத் தெரியும். தெரிந்தாலும் ஒரு வார்த்தை பேச மாட்டாள். படுத்த படியேதான் இருப்பாள்.

செத்துவிடுவாளோ என்ற கவலையில் அமராவதி ஒரு முடிவுக்கு வந்து முருக னிடமும் நடேசனிடமும், ''பேருக்கு ஒரு மண்டபத்தில வச்சி முடிச்சிவிட்டுடுங்க. மாப்ள வீடு பாக்கிறது, பொண்ணு வீடு பாக்கிறது, நிச்சயதார்த்தம் எதுவும் வேணாம். நேரா கல்யாணம்தான். அதுக்குப் பிறகு அவ செத்தா நாம்ப இல்லெ. நாம்ப செத்தா அவ இல்ல'' என்று மூன்று மாதம்வரை போராடினாள். மாப்பிள்ளை வீடு பார்த்தல், நிச்சயதார்த்தம், முகூர்த்த ஓலை எழுதுதல் எதுவுமே இல்லை. கல்யாணத்துக்கு முதல் நாள் இரவு பெண் நேராக மண்டபத்துக்குப் போனாள். மறுநாள் கல்யாணம் நடந்தது. பெண்ணோடு ரவி வீட்டுக்கு அருண்மொழி மட்டும்தான் போனாள்.

கல்யாணம் நடந்த எட்டாவது மாதத்தில் அடித்துப் போட்டுவிட்டான். நினைவு இல்லாமல் ரோட்டில் கிடக்கிறாள் என்று தெரிந்தவர்கள் சொன்னதால் அமராவதி போனாள். நினைவில்லாமல் கிடந்தவளை அழைத்துக்கொண்டு போய் மருத்துவ மனையில் சேர்த்தாள். குடித்துவிட்டு வந்த ரவி, ''எம் பொண்டாட்டிய ஆஸ்பத்திரி யில சேக்கறதுக்கு நீ யாரு?'' என்று கேட்டுச் சண்டைக்கு வந்தான். அன்றுதான் அவன் அவ்வளவு கெட்ட வார்த்தை பேசுவான், கூட்டத்தில்கூட அசிங்கமாகப் பேசுவான் என்பது அவளுக்குத் தெரிந்தது. மருத்துவனையில் சேர்த்து, வைத்தியம் பார்த்து வீட்டுக்கு அனுப்பிய பிறகுதான் அமராவதியிடம் ரேவதி போனில் பேச ஆரம்பித் தாள். நடேசன் வீட்டில் இல்லாத நேரமாகப் பார்த்து வீட்டுக்கு வர ஆரம்பித்தாள். அதன் பிறகுதான் அமராவதி பணம், பொருள் என்று கொடுக்க ஆரம்பித்தாள். அவள் கொடுப்பதில் பாதி நடேசனுக்குத் தெரியும். பாதி தெரியாது. அதிலிருந்து தான் நடேசனிடம் அமராவதி பொய் சொல்ல ஆரம்பித்தாள்.

ரேவதிக்குப் பணம் கொடுக்க வேண்டும் என்று சொல்லும்போதெல்லாம் நடேசனும், முருகனும் 'எந்த எழவாவது எடு' என்று சொல்லிப் பணத்தைத் தூக்கி எறிவார்கள். வீம்பு பிடித்தால் காரியம் நடக்காதே என்று தூக்கி வீசிய பணத்தைப் பொறுக்கி எடுப்பாள் அமராவதி.

ரேவதியை அடித்துவிட்டான், உதைத்துவிட்டான், ஆட்டோ ஸ்டாண்டில் தக ராறு செய்துவிட்டான், போலீசு பிடித்துக்கொண்டு போய்விட்டது என்று சொல்லும்

போதெல்லாம் சத்தம் போடுவார். அவரைவிட அதிகமாகக் குதிப்பான் முருகன். அதனால் நூற்றில் ஒன்றைத்தான் சொல்வாள். அதற்கே வீட்டில் ஒரு வாரம் சண்டை நடக்கும். ரேவதி வீட்டுக்கு வந்துவிட்டுப் போகிற ஒவ்வொரு முறையும் வீட்டில் வாய்த் தகராறு நடக்கும். எதையும் ரேவதியிடம் அமராவதி சொல்ல மாட்டாள். எதைக் கொடுத்தாலும் 'அப்பா கொடுத்தாங்க. அண்ணன் கொடுத்தான்.' என்று சொல்லித்தான் கொடுப்பாள். தீபாவளி, பொங்கலுக்குத் துணி எடுத்துக்கொடுக்கும் போதும்கூட பொய் சொல்லித்தான் கொடுப்பாள். அமராவதி பணம் கொடுக்கி றாள், பொருள் கொடுக்கிறாள் என்பது நடேசனுக்கும், முருகனுக்கும் தெரியும். 'எந்தக் கருமாதியா இருந்தாலும், நீயே பாத்துக்க. நீயே செஞ்சிக்க. எங்கிட்ட கொண்டுவராத' என்று இரண்டு பேரும் ஒரே மாதிரி சொல்வார்கள். ஒதுங்கிப் போனார்களே தவிர எதையும் தடுத்தவர்களில்லை. நேரில் பாத்தாலும் பேச மாட்டார்கள். வீட்டுக்கு வந்தால் ஏன் என்று கேட்க மாட்டார்கள். ரேவதி மட்டும் தான் வீட்டுக்கு வருவாள். ரவி வந்ததில்லை. ஒருநாளும் ரேவதி தன்னுடைய பிள் ளைகளை அழைத்துக்கொண்டு வந்ததில்லை. அப்படி வந்துவிடக் கூடாது என்பதற் காக அமராவதியிடம் முருகனும், நடேசனும் 'பெத்து தொலச்சதுக்காக அந்த சனி யன் மட்டும்தான் வரலாம். போவலாம். மத்த நாயெல்லாம் உள்ளார அடிவைக் கக் கூடாது' என்று பலமுறை சொல்லியிருக்கிறார்கள். அந்த வார்த்தையை ஒரு முறைகூட ரேவதியிடம் அமராவதி சொன்னதில்லை.

'தீக்குளித்துவிட்டாள்' என்று போன் வந்ததிலிருந்து பத்து லட்சத்துக்கு மேல் பணத்தைத் தூக்கிக்கொண்டு அலைகிறார் நடேசன். ஒரு கோடி செலவு செய்தாலும் பரவாயில்லை என்று அலைந்துகொண்டிருக்கிறான் முருகன். எல்லாவற்றையும் மறந்துவிட்டு உயிர் பிழைத்தால் போதும் என்று நினைத்துக்கொண்டிருக்கும்போது இப்படி வாக்குமூலம் கொடுத்திருக்கிறாள். நடேசனும், முருகனும் என்ன நினைப் பார்கள்? இனிமேல் அவர்களுடைய முகத்தில் எப்படி விழிக்க முடியும்? இதுதான் அமராவதியைப் பொது இடத்தில் அழ வைத்தது. சுருண்டு படுத்துக்கொள்ள வைத் தது. முதன் முதலாக அவள் ரேவதியை வெறுத்த நேரம். அவள் சாகட்டும் என்று ஆசைப்பட்ட நேரம் அது.

''இந்த நெலமயிலயும் என்னெத் தலகுனிய வச்சிட்டா. சாவட்டும். அவ சீக்கி ரம் சாவறதுதான் நல்லது. ஆறு, ஏழு வருஷமாவா ஒருத்தி பெத்த தாயெக் கொல நடுங்கவைப்பா? என்னெப் போல புள்ளை பெத்தவங்க ஒலகத்தில யாரும் இல்லெ. இந்த நெலமயிலயும் அவளுக்குப் புருசன் ஆச போவல பாரு. ரோட்டுப் பொறுக் கிக்கே இம்மாம் விசுவாசம் காட்டிட்டா.''

ஆனந்தகுமாரின் கையிலிருந்த பேப்பரை வாங்கி மீண்டும் ஒரு முறை படித் தார் நடேசன். படிக்கும்போது எழுத்துகளைக் கண்ணீர் மறைத்தது. ரேகையை மட்டும் மீண்டும்மீண்டும் பார்த்தார். பிறகு பேப்பரை ஆனந்தகுமாரிடம் கொடுத் தார். ''இது போதும் செத்துப்போறதுக்கு'' என்று மட்டும் சொன்னார்.

''ஒரே ஒரு வாத்த சொல்லியிருந்தா இந்நேரம் அவன அரஸ்டு பண்ணி யிருப்பன். அந்த எஸ்.ஐ. வேற போன் போட்டு 'என்னாச்சி, என்னாச்சி'ன்னு கேட் டுக்கிட்டே இருக்காரு. காப்பாத்தி வுட்டுடுச்சி. காப்பாத்தி வுட்டது தப்பில்ல.

திருடனல்ல காப்பாத்தி வுட்டுருக்கு. சரி, நேரம் ஆவுது. நீங்க ஸ்டேட்மண்ட கொடுங்க. நாங்க கிளம்பணும்'' கடுகடுப்போடு ஏட்டு கணேசன் சொன்னார். ஆனந்தகுமார் பக்கம் திரும்பிப் பார்த்து, ''அந்தப் பொறுக்கிகிட்டயும் எழுதி வாங்கணும். சீக்கிரம் முடி போவலாம். அவனுக்கு போன் போட்டுக் கூப்புடு'' என்று சொன்னார். உடனே டைரியில் மடித்து வைத்திருந்த வெள்ளை பேப்பர் ஒன்றை எடுத்து நடேசனிடம் கொடுத்தான் ஆனந்தகுமார்.

பேப்பரை வாங்கிய நடேசன், ''என்ன எழுதுறது?'' என்று அமராவதியிடம் கேட்டார். உடனே எழுந்து உட்கார்ந்த அமராவதி நெருப்பாக பொரிந்து தள்ளினாள், ''நம்பள அசிங்கப்படுத்திட்டா. அந்தத் தேவிடியா சிறுக்கி. இனிமேயும் அசிங்கப் படணுமா? அவளயே தெரியாதுன்னு எழுதிக் கொடுத்திடுங்க. இனிமேலும் அவளால நீங்க அசிங்கப்படக் கூடாது. அவ எம் பொண்ணுன்னு இனிமே நீங்க யார் கிட்டயும் சொல்ல வாண்டாம். கோர்ட்டுலயும், போலீஸ் ஸ்டேஷனிலயும் 'இந்த மாதிரி தறுதலயப் பெத்த அப்பன்' நான்தான்னு சொல்லி மான வெக்கத்த வுட்டு தலகுனிய வேணாம். அவ சீக்கிரம் சாவட்டும். இப்ப அதத்தான் நான் வேண்டுறன். அவ சாவணும். சாம்பலா ஆவணும். மண்ணா ஆவணும். என்னாக் காரியம் செஞ்சி யிருக்கா? நம்பளப் பொறுத்தவர அவ செத்து ஆறு வருஷம் ஆயிடிச்சி. பொணத்துக்காக கேசு நடத்தி என்னா செய்யப்போறம்?''

அமராவதி இவ்வளவு வேகமாக, ஆங்காரமாகப் பேசி நடேசன் ஒரு முறைகூடப் பார்த்ததில்லை.

''என்னப்பா எழுதுறது?'' முருகனிடம் நடேசன் கேட்டார்.

''ஒங்க இஷ்டம்'' முருகன் சட்டென்று முகத்தை வேறு பக்கம் திருப்பிக்கொண்டான். கோபத்தில் தரையில் குத்தினான். கோபத்தில் அவனுக்கு உடம்பு நெருப்பாக எரிந்துகொண்டிருந்தது.

''நாங்க மாத்திக் கொடுத்தா செல்லுமா சார்?'' என்று அருண்மொழி பரிதாபத்தோடு கேட்டாள்.

''பவர் இல்லெ.''

''என்னாதான் சார் வழி?'' கலங்கிப்போய் அருண்மொழி கேட்டாள்.

''மாத்திக் கொடுங்க. நீதிபதியோட வாக்குமூல காப்பி கோர்ட்டுக்கும், ஸ்டேஷனுக்கும் வர வரைக்கும்தான் அவன உள்ளார வைக்க முடியும். ஏன்னா, எங்கக்கிட்ட கொடுத்த மாதிரிதான் நீதிபதிகிட்டயும் ஒங்க பொண்ணு வாக்குமூலம் கொடுத்திருக்கும்.''

''ஒரு நாளாச்சும் அவன் உள்ளார இருக்கணும் சார்'' கெஞ்சினாள் அருண்மொழி.

''படிச்சவங்களா இருக்கிங்க. நல்ல நெலமயில இருக்கிங்க? எதுக்கு பீ மேலப் போயி விழுந்திங்க?''

நடேசன் தலைகுனிந்து குற்றவாளி மாதிரி கூசிப்போய் நின்றுகொண்டிருந்தார். யாருமே பேசாததால் நடேசனிடம் ஆனந்தகுமார் சொன்னான், ''எழுதிக் கொடுங்க சார், நேரமாவுது.''

பேப்பரை வாங்கித் தரையில் உட்கார்ந்துகொண்டு எழுத ஆரம்பித்த நடேசனுக்கு 'நடேசன்' என்று மட்டும்தான் எழுத முடிந்தது. அதற்கு மேல் எழுத முடியவில்லை. கை நடுங்கியது. பேனா ஆடியது. கண்களில் கண்ணீர் வந்துவிட்டது. எழுத முடியாமல் தவித்துப்போய் அவர் உட்கார்ந்திருப்பதைப் பார்த்த ஏட்டு கணேசன், ''நீங்க வாங்கி எழுதுங்க'' என்று முருகனிடம் சொன்னார். நடேசனிடமிருந்து பேப்பரை வாங்கிய முருகன், ''எப்பிடி சார் எழுதுறது?'' என்று கேட்டான்.

''உங்கப்பா எழுதுற மாதிரி எழுதுங்க.''

''கடலூர் மாவட்டம், விருத்தாசலம் நகரம், *414*, குறிஞ்சித் தெரு'' என்று மட்டும்தான் முருகனால் எழுத முடிந்தது. அதற்கு மேல் எழுத முடியவில்லை. கைகள் நடுங்கின. எழுத்துகள் எழுத்துகளாக உருவம் பெறாமல் வெறும் கோடுகளாக கீறிக்கொண்டு போனதைப் பார்த்த அருண்மொழி, ''கொண்டாங்க, நான் எழுதுறன்'' என்று சொல்லி முருகனிடமிருந்து பேப்பரை வாங்கி எழுத ஆரம்பித்தாள். ''மேல வேற கையெழுத்து இருக்கு. கீழ வேற கையெழுத்து வரக் கூடாது. செல்லாது. அதக் கிழிச்சிப் போடுங்க. இந்த பேப்பர்ல எழுதுங்க'' என்று சொல்லிப் புதிதாக ஒரு பேப்பரைக் கொடுத்தான் ஆனந்தகுமார். பேப்பரை அருண்மொழி வாங்கியதுமே, ''கொடு. நானே எழுதுறன். நான்தான் அவளப் பெத்தது. அவளுக்கான கரும காரியத்த நான்தான செய்யணும்?'' என்று கேட்டுவிட்டு பேப்பரை கடுப்புடன் வாங்கி வேகமாக எழுத ஆரம்பித்தார் நடேசன்.

''கடலூர் மாவட்டம். விருத்தாசலம் நகரம். பெரியார் நகர் தெற்கு, *414*, குறிஞ்சித் தெருவில் வசித்து வரும் நடேசன் என்கிற நான் எழுதிக்கொண்டது. கடலூர் மாவட்டம், விருத்தாசலம் நகரம், பெரியார் நகர் வடக்கு, பர்மா நகர் ரோஜாப் பூ தெருவில் வசித்துவந்த ரேவதி என்கிற என்னுடைய மகள் *24.06.16* அன்று மதியம் சமையல் செய்துகொண்டிருந்தபோது எதிர்பாராத விதமாக ஏற்பட்ட தீ விபத்தில் பலத்த காயமடைந்து பாண்டிச்சேரி ஜிப்மர் மருத்துவமனையில் சிகிச்சை பெற்று வருகிறாள். இந்தத் தீ விபத்துக்கு யாரும் காரணமல்ல. தற்செயலாக நடந்த விபத்து என்பதைத் தெரிவித்துக்கொள்கிறேன்'' என்று எழுதிக் கையெழுத்துப் போட்டுக் கொடுத்தார்.

''ஒங்க ஒய்ஃப்கிட்டயும் கையெழுத்து வாங்குங்க'' ஆனந்தகுமார் சொன்னான்.

அமராவதி கையெழுத்து என்ற பெயரில் கோடு போட்டாள். மறுநொடியில் உயிர் போவதுபோல முகத்தில் அடித்துக்கொண்டு வாய்விட்டுக் கத்தி அழுதாள்.

''நீங்க ரெண்டு பேரும் சாட்சிக் கையெழுத்துப் போடுங்க.''

முருகனும், அருண்மொழியும் சாட்சிக் கையெழுத்துப் போட்டனர். அருண்மொழி மட்டும் நடேசன் எழுதியிருந்த வாக்கு மூலத்தைப் படித்துப்பார்த்துவிட்டு, ''ஒரு நாளாவது அவன உள்ளார வச்சிருக்கலாம். அப்பறம் அந்த நாயி பெயில்ல வரட்டுமே. எதுவுமே இல்லாம அவன அப்படியே வுட்டுடணுமா?'' என்று கேட்டாள். அவளுடைய குரல் உடைந்துபோயிருந்தது.

ஒரே முடிவாகச் சொன்னார் நடேசன், ''பேப்பரக் கொடுத்திடு.''

பேப்பரை வாங்கிய ஏட்டு கணேசன் சொன்னார், ''படிச்சவங்க, மரியாத தெரிஞ்ச வங்க ஒதுங்கிப் போறதாலதான் பொறுக்கியெல்லாம் நான்தான் ராசாங்கிறான் நாட்டுல.''

''ஆறு வருசமா தலயக் குனிய வச்சா. இப்பயும் வச்சிட்டா. நான் எப்பிடியாப்பட்ட புள்ளையப் பெத்தன்? அவளப் போயி என் வீட்டு மகாலட்சுமின்னு நெனச்சனே'' அமராவதி முகத்திலேயே பட்பட்டென்று அடித்துக்கொண்டாள்.

''போலீசாக்கூட போலீஸ் ஸ்டேஷனுக்குள்ளாரப் போவக் கூடாதுன்னு நெனக்கி றவன் சார்'' என்று சொன்ன நடேசன் குலுங்கிகுலுங்கி அழுதார்.

''கழுத்த அறுத்திட்டா சண்டாளி'' ஆக்ரோஷமாகக் காறித் துப்பினாள் அமராவதி.

''ஒரு விதத்தில நீங்க எடுத்த முடிவு சரிதாம்மா.''

''நாங்க உசுரோட இருக்க வேண்டியதில்ல சார். அவளப் புள்ளையாப் பெத்த துக்கு எவ்வளவு படணுமோ அவ்வளவும் பட்டாச்சு.''

''ஒங்க பொண்ணு ஒருவிதத்தில ஒங்களுக்கு விடுதல கொடுத்திருக்கு. ஸ்டேஷன், வக்கீல் வீடு, கோர்ட்டுன்னு அலயவிடாம, பணம் செலவு இல்லாம, மன உளைச்சல் இல்லாம தடுத்திருக்கும்மா'' என்றார் ஏட்டு கணேசன்.

''இத்தினி வருசமா அவ உசுரோட இருக்கணுமின்னு நெனச்சன். அதுவும் அந்தத் தெருப் பொறுக்கியக் கல்யாணம் கட்டுனப் பின்னால அவ செத்திடக் கூடாதுன்னு தெனம் கடவுள்கிட்ட வேண்டுனன். ஆனா, இப்பச் சீக்கிரம் செத்து, அவ பொணம் சுடுகாட்டுக்குப் போயிட்டா போதும்ன்னு நெனைக்கிறன். அதுதான் எம் மனசு நெறஞ்ச ஆசயா இருக்கு'' அமராவதியின் கண்களிலிருந்து சரம்சரமாகக் கண்ணீர் இறங்கியது.

ரவி மூன்று பையன்களோடு அவசரப் பிரிவுக் கட்டடத்துக்கு அருகே வருவதை ஏட்டு கணேசன் பார்த்தார். உடனே, ''அங்க வர்றான் பாரு. அவனக் கூப்புட்டு எழுதி வாங்கு. போகலாம். மணி ஆயிடிச்சி'' என்று சொன்னார். உடனே ஆனந்தகுமார் நேராகச் சென்று ரவியை அழைத்துக்கொண்டு வந்தான். ரவியைத் தவிர மற்ற மூன்று பேரும் ஏட்டு கணேசனுக்கு வணக்கம் வைத்தனர். ''ஸ்டேட்மண்டு எழுதிக் கொடு'' என்ற ஏட்டு கணேசன் ரவியிடம் சொன்னார்.

''என்னெ எதுக்கு சார் எழுதிக் கொடுக்க சொல்றீங்க? பொண்ணு வீட்டுக்காரங்க என்னா சொல்றாங்களோ அத எழுதி வாங்கிக்குங்க'' என்று ரவி மெதுவாகச் சொன் னான்.

''என்னடா பேசுற? இந்த நேரத்திலகூட ஒனக்குப் புத்தி வரல பாரு. ஒரு உசுரக் கொன்னுட்டு நிக்குற. என்னெக் காப்பாத்திவிடுங்கன்னு கேக்குறதுக்குக்கூட ஒனக்குப் புத்தி இல்லெ.''

''நீங்க காச வாங்கிக்கிட்டுப் பேசுறிங்கன்னு தெரியும் சார்'' என்று ரவி சொன்னது தான் தாமதம், ரவியின் கன்னத்தில் கணேசன் ஓங்கி அறைந்தார்.

''தேவிடியாப் பயல. யாருகிட்ட என்னாப் பேசுற? நீதிபதி வந்தாரே அவரும் காசு வாங்கத்தான் வந்தாரா? பொறுக்கி நாயே. பொண்டாட்டியப் பறி கொடுத்தவன் மாதிரியாடா நிக்குற? குடிச்சிட்டு வந்து பேசுற. பக்கத்தில நிக்க முடியல. ஒன்னெ இப்பியே ஸ்டேஷனுக்கு இழுத்துக்கிட்டுப் போயிடுவன். ராஸ்கல்.''

ஏட்டு கணேசன் பேச்சை நிறுத்தியதும் ரவியிடம் ஆனந்தகுமார் கத்த ஆரம்பித் தான்.

''நேத்து ஃபயர் ஆன உடனே ஜி.எச்.க்கு நீதாண்டா தூக்கிக்கிட்டுப் போயிருக்க. ஜி.எச்.க்குப் போனாலே கேசு ஆவும்ன்னு தெரியாது? வாக்குமூலம் வாங்குறது எங்க வேல. ஏட்டய்யா நெனச்சா ஒன்ன இப்பவே, வெலங்க மாட்டி இழுத்துக்கிட்டு போயிடுவாரு. வெலங்கோடதான் வந்திருக்கோம். மரியாதயா எழுதிக் கொடு. இல் லன்னா உள்ளாரப் போயிடுவ'' பேப்பரை நீட்டினான் ஆனந்தகுமார். ரவிக்குப் பக்கத்தில் நின்றுகொண்டிருந்த சிவக்குமார்தான் பேப்பரை வாங்கினான்.

''தப்பா நெனச்சுக்காதிங்க சார்'' என்று பணிவாகச் சொன்னதோடு, ''எப்படி சார் எழுதி கொடுக்கணும்'' என்று கேட்டான் சிவக்குமார்.

''அந்தப் பொண்ணா தீக்குளிச்சிதா? இல்ல வேற யாரும் கொளுத்திவிட்டாங் களா? சம்பவம் நடந்தப்ப வீட்டுல யார் இருந்தாங்க? எல்லாத்தயும் விவரமா எழுது.'' ஆனந்தகுமார் கடுகடுத்தான்.

''சரி'' என்று சொன்ன சிவக்குமார், ரவியை அழைத்துக்கொண்டு போய் பத்தடி தூரத்தில் இருந்த வேப்ப மரத்தின் கீழ் உட்கார்ந்தான். அவர்கள் உட்கார்ந்த ஒன் றிரண்டு நிமிஷங்களிலேயே தூரத்தில் நின்றுகொண்டிருந்த வக்கீல் வந்து அவர்க ளோடு உட்கார்ந்துகொண்டான், அவன்தான் பேப்பரை வாங்கி எழுத ஆரம்பித் தான். அடுத்த பத்தாவது நிமிஷத்தில் பேப்பரைக் கொண்டுவந்து ஆனந்தகுமாரிடம் சிவக்குமார் கொடுத்தான்.

''ஐயாகிட்ட கொடு'' என்று ஆனந்தகுமார் சொன்னான்.

ஏட்டு கணேசனிடம் பேப்பரைக் கொடுத்தான். பேப்பரை வாங்கிய ஏட்டு கணேசன் வாக்குமூலத்தைப் படித்தார்.

''கடலூர் மாவட்டம், விருத்தாசலம் நகரம், வடக்கு பெரியார் நகர், பர்மா நகர் – 11, ரோஜாப் பூ தெருவில் வசித்துவரும் ரவி என்கிற நான் உண்மையாக வும், மனசாட்சியின்படியும் எழுதிக்கொடுக்கும் வாக்குமூலம். 24.06.16 அன்று மதியம் வீட்டில் என் மனைவி திருமதி ரேவதி சமையல் செய்துகொண்டிருந்தார். அப்போது மண்ணெண்ணெய் கேன் கவிழ்ந்து தீப்பற்றிக்கொண்டது. என் மனைவி அலறுகிற சத்தம் கேட்டு நான் ஓடினேன். என் மனைவியின் மீது தீ பரவியிருந்தது, உடனே தண்ணீரை எடுத்து ஊற்றித் தீயை அணைத்தேன். தீயினால் என் மனைவிக்கு லேசான காயம் ஏற்பட்டது. ஆட்டோவில் விருத்தாசலம் அரசு மருத்துவமனைக்குக் கொண்டுசென்றேன். அங்கே அவருக்கு முதல் உதவி சிகிச்சை அளிக்கப்பட்டது. மேல் சிகிச்சைக்காகக் கடலூருக்கு எடுத்துப் போகும்படி கூறினார்கள். அதன்படி நான் 108 ஆம்புலன்ஸில் என் மனைவியை அழைத்துக்கொண்டு கடலூர் மருத்துவமனைக்கு வந்தேன். அங்கு முடியாது என்று பாண்டிச்சேரியிலுள்ள ஜிப்மர் மருத்துவமனைக்கு எடுத்துச்செல்லும்படி கூறினார்கள். அதன்படி என் மனைவியை மாலை 6.40 மணி அளவில் ஜிப்மர் மருத்துவமனையில் கொண்டுவந்து சேர்த்தேன். தீ விபத்து நடந்த அன்று எனக்கும் என் மனைவிக்கும் இடையில் சண்டை ஏதும் நடைபெறவில்லை. அடிதடியோ, வாய்த் தகராறோ நடைபெறவில்லை. தீ விபத்து தானாகத்தான் நடந் தது. திட்டமிட்டு யாரும் செய்யவில்லை. என் மனைவியும் தானாகக் கொளுத்திக்

கொள்ளவில்லை. நானோ, என் உறவினர்களோ இச்சம்பவத்தில் ஈடுபடவில்லை. இப்படிக்குத் தங்கள் உண்மையுள்ள'' என்று எழுதி கையெழுத்துப்போடாமல் இருந்தது.

''கையெழுத்துப்போட வேண்டாமா?'' என்று ஏட்டு கணேசன் கேட்டார்.

''வாங்கித்தர்றன் சார். சரியா இருக்கான்னு பாக்கத்தான் கொடுத்தன் சார்'' என்று சொன்ன சிவக்குமார் பணிவாகப் பேப்பரை வாங்கிக்கொண்டு போய் ரவியிடம் கையெழுத்து வாங்கிக்கொண்டு வந்து கொடுத்தான்.

''அந்த மயிரான் வர மாட்டானா?'' என்று கேட்டு பேப்பரைத் தூக்கிக் கிடாசினார் கணேசன். கீழே விழுந்த பேப்பரை அச்சத்துடன் எடுத்த சிவக்குமார், ''பயந்துகிட்டுதான் அவன் வரல சார்'' என்று சொல்லிவிட்டு பேப்பரை எடுத்துக் கொண்டு போய் ரவியிடம் கொடுத்தான். பேப்பரை வாங்கிய ரவி ஏட்டிடம் வந்து நீட்டினான். பேப்பரை வாங்காமல் வேகமாகக் கேட்டார், ''இதென்ன சாதாரண விசயம்ன்னு நெனச்சியா? ஒரு நீதிபதி வர்றது, ரெண்டு போலீசு வர்றதெல்லாம் சும்மான்னு நெனச்சியா? சட்டம், போலீசு, கோர்ட்டு இதெல்லாம் ஆட்டோ ஓட்டுற விசயம்ன்னு நெனச்சியா?''

''ஆட்டோ ஓட்டுறன்னு திரும்பத்திரும்ப சொல்லாதிங்க சார்'' என்று ரவி சொன்னதும் வெறிபிடித்த மிருகம் மாதிரி கணேசன் நின்ற நிலையிலேயே அவனை எட்டி உதைத்தார்.

''வேண்டாம் சார். வேண்டார் சார்.'' ரவியோடு வந்த சிவக்குமாரும் அன்பும் ஏட்டுவிடம் காலில் விழுந்து கெஞ்சினர். ஆனாலும், ரவியின் மீது இருந்த சினம் அடங்கிய பிறகுதான் உதைப்பதை கணேசன் நிறுத்தினார்.

''நாயே. யாருகிட்ட என்னாப் பேசுற? நீங்க திமுரு புடிச்சி தீக் குளிச்சி சாவீங்க. அதுக்கு நாங்க அலயணுமா? ஒன்னெல்லாம் அலயவுட்டு, தண்ணிகாட்டி, ரெண்டு மூணு நாளு கழிச்சி வந்திருக்கணும். அப்பிடி செஞ்சிருந்தா, பணத்த வச்சிக்கிட்டு, கார வச்சிச்கிட்டு, காவ காத்துக்கிட்டு, ஊம்பிக்கிட்டு ஸ்டேஷன் வாசல்ல நின்னிருப்ப. அத நான் செய்யல. அதனால நீ பேசுற. ஆட்டோ ஓட்டாம, கப்பலா ஓட்டுற? நாயே. பொறுக்கின்னு தெரிஞ்சி ஒன்னெப் போயி ஒருத்தி கல்யாணம் கட்டியிருக்கா பாரு'' என்று சொல்லி ரவியின் முகத்தில் கணேசன் காறித் துப்பினார்.

உதை வாங்கியது, கன்னத்தில் அடி வாங்கியது, முருகன், நடேசன் என்று எல்லோரும் இருக்கும்போது கணேசன் திட்டுவது என்று அனைத்தும் ரவிக்குக் கோபத்தைக் கிண்டிவிட்டது. ''என்ன சார் ஒங்க இஷ்டத்துக்குப் பேசுறீங்க?'' என்று கேட்டான். உடனே அவனுடைய முகத்தில் ஓங்கி ஒரு குத்துவிட்டார் ஏட்டு கணேசன். ரவி நின்ற விதம், பேசின விதம், பயமில்லை என்பதுபோல் காட்டிக்கொள்கிற விதம் எல்லாம் யாரோ சொல்லிக்கொடுத்துச் செய்வதுபோல் இருந்தது. அதனாலேயே கோபம் அதிகமாயிற்று. சிவக்குமாரும் அன்பும்தான், ''அவன் கொஞ்சம் லூசு சார். தப்பா நெனக்காதிங்க சார். மன்னிச்சிடுங்க சார்'' என்று கெஞ்சினார்கள். அப்போது ரவிக்கு வாக்குமூலம் எழுதிக் கொடுத்தவன் எழுந்து வந்தான். மரியாதையாக கணேசனிடம் சொன்னான், ''தெரியாம செஞ்சிட்டான், மன்னிச்சிடுங்க ஐயா.''

''நீங்க யாரு? எங்கியோ பாத்த மாதிரி தெரியுது?''

''விருத்தாசலம்தான் சார்.''

''நீ பீய நோண்டுற வண்டு. அதான் இப்பிடி நிக்குற, எவ்வளவு பெரிய கண்டத்திலிருந்து தப்பிச்சியிருக்கன்னு இப்ப ஒனக்குத் தெரியாது. இனிமே நீ சாமின்னு கும்புட்டினா அந்தப் பொண்ண நெனச்சிக் கும்பிடு. அவதான் ஒன்னெக் காப்பாத்தி வுட்டிருக்கா.'' ரவியைப் பார்த்துச் சொன்னார் கணேசன்.

ரவி ஒன்றும் சொல்லாமல் போனான். மற்ற நான்கு பேரும் கணேசனுக்கு வணக்கம் வைத்துவிட்டுச் சென்றனர். ரவியிடமிருந்த வாக்குமூல பேப்பரை ஆனந்த குமார் வாங்கிப் பத்திரமாக வைத்துக்கொண்டான்.

''நீங்க காசு கொடுத்து, எங்கள அழச்சிக்கிட்டு வந்து இருக்கிங்கன்னு நெனச்சிக்கிட்டான். நல்ல தேவிடியாளுக்குப் பொறந்தவனா இருந்தா அவன்தான் எங்களுக்குப் பணத்தக் கொடுத்து தாஜா பண்ணி, கையில காலுல விழுந்து கும்புட்டு கேசு இல்லாம சரிபண்ணுங்க சார்ன்னு கெஞ்சணும். அதுகூடத் தெரியல. நீங்க போலீஸோட வருவிங்கன்னு தெரிஞ்சி ஒரு வக்கீல அழச்சிக்கிட்டு வந்திருக்கான் பாத்திங்களா?'' என்று கணேசன் நடேசனிடம் கேட்டார்.

''அப்பிடியா? யாருன்னு தெரியலியே சார்.''

''கடைசியா வந்து பேசுனானில்ல அவன்தான். அந்தப் பொறுக்கி விவரம் இல்லாம இருக்கான்னு நெனைக்காதிங்க. முன்ஜாமீன்கூட வாங்கிருப்பானுங்க. அதனாலதான் திமிர்த்தனமா பேசுறான்.''

''நாங்கதான் சார் முட்டாளு.'' பரிதாபமாகச் சொன்னார் நடேசன்.

''ஒங்க பொண்ணு எடுத்த முடிவு சரிதான். அது சீக்கிரம் செத்துப்போறது நல்லதுதான். இந்த மாதிரி கழிசடகூட இருக்கணுமா?'' ஏட்டு கணேசன் காறித் துப்பினார்.

நடேசன் வாயைத் திறக்கவில்லை. அவருடைய முகம் சுருங்கிப்போயிற்று. அவருக்கு செத்துவிட வேண்டும் என்ற எண்ணம் ஏற்பட்டது.

''சரி மணியாச்சி. நாங்க கிளம்பறோம்'' என்று சொன்னார் ஏட்டு கணேசன்.

நடேசன் கும்பிட்டார். முருகன் கும்பிட்டான். அமராவதியும், அருண்மொழியும் எழுந்து நின்று கும்பிட்டனர்.

''பாத்திட்டு வா. நான் முன்னால போறன்'' என்று ஆனந்தகுமாரிடம் சொல்லிவிட்டு விர்ரென்று கணேசன் பிரதான வாசலை நோக்கி நடக்க ஆரம்பித்தார்.

2

''பஸ்ஸில வாங்கன்னு நீதிபதியக் கூப்புட்டம். ஏ.சி. காரு இருந்தாத்தான் வருவன்னு சொல்லிட்டாரு. காரு வாடக ஆயிரத்தி ஐநூறு, ஏட்டய்யாவுக்கும் எனக்கும் சேத்து நாலாயிரம் கொடுங்க. முறைப்படி பாத்தா அவன்தான் தரணும். எல்லாரும் அப்பிடித்தான் ஃபயர் கேசுல தருவாங்க. அவன் லோஃபர் அதனாலதான் ஒங்ககிட்ட கேக்குறன்.''

அமராவதி மனம் கசந்துபோய்ச் சொன்னாள், ''ஆட்டோக்காரன் அம்மாம் அதிர்ஷ்டம் செஞ்சிருக்கான்.''

''ஒங்க பொண்ணு அவ்வளவு ஸ்ட்ராங்கா சொல்லுது. டேப் ரிக்கார்டுல பதிவானத நாங்க என்னா செய்ய முடியும்?''

''அவ கொலகாரி. கொல செய்யாம எப்பிடி இருப்பா?''

''இப்பக்கூட நீங்க மாத்திக் கொடுங்க. ரெண்டு மூணு நாளு உள்ளாரப் போட்டுடலாம். அப்பறம் அவன் பெயில்ல வந்துட்டு போறான்.''

''இப்ப மாத்தி எழுதித் தரலாமா?'' என்று ஆர்வம் பொங்க அருண்மொழி கேட்டாள்.

''தரலாம். ஏட்டய்யாகிட்ட ஒரு வாத்த சொல்லணும்.''

''மாத்திடலாமா மாமா?'' ஏக்கத்தோடு கேட்டாள் அருண்மொழி.

''பணம் போனாப்போவுது. மாத்தி எழுதுங்க. நம்பளுக்கு எதிராத்தான் அவ வாக்குமூலம் கொடுத்திருக்கா. இனிமே அவ நம்பளுக்கு வாண்டாம். நாம்பளும் அவளுக்கு எதிராக் கொடுப்பமே'' என்று மனதிலிருந்த ஆத்திரத்தையெல்லாம் அமராவதி கொட்டினாள்.

''போலீசா இருந்துகிட்டு நான் இப்பிடி சொல்றது தப்பு. இருந்தாலும் சொல்றன். இப்ப நீங்க எடுத்த முடிவு சரி. ஒரு விதத்தில தப்பு. இப்ப நீங்க அவன் பேர்லதான் சந்தேகம். எங்க பொண்ணு சுயநினைவோட வாக்குமூலம் கொடுக்கல, அவன்தான் எம் பொண்ணக் கொளுத்திட்டான். வரதட்சணக் கேட்டு கொடும செஞ்சான்னு சொல்லிட்டா போதும். இப்பவே அவனப் புடிச்சிக்கிட்டுப் போயிடுவோம். கோர்ட்டுல சரண்டர் பண்ணி ஜெயிலுக்கு அனுப்பிடுவோம். எங்களுக்குக் கொஞ்சம் அலச்சல். அவ்வளவுதான். அரஸ்டு செஞ்சா, இப்பத் துள்ளுனானே அவன் பணத்தக் கொடுத்து காலுல விழுவான். இன்னிக்கோ நாளைக்கோ அந்தப் பொண்ணு செத்திடும். செத்தது தெரிஞ்சதும் எம் பொண்டாட்டி பொணத்த நாந்தான் எரிப்பன்னு வீம்புக்கின்னே உள்ளாரப் போன ரெண்டாம் நாளே ஜாமீன் கேப்பான். நீதிபதிக்கு என்னாத் தெரியும்? ஜாமீன் கொடுப்பாரு. நீங்க உள்ளாரப் புடிச்சிப்போட்டதால ஒங்களப் பொணத்துக்கிட்ட வரக் கூடாதும்பான். நீங்க முடியாதுன்னு அடம் புடிப்பீங்க. வாய்ச்சண்ட, கைச்சண்டையா நடந்து போலீசுக்கு போவும். கேசு ஆவும். ரெண்டு பார்ட்டியயும் நாங்க அரஸ்டு பண்ணுவோம். அவன் எதுக்கும் துணிஞ்ச ஆளு. வெக்கம் மானத்துக்கு அஞ்சாத ஆளு. ஒங்க சண்டயில பொணம் ஆஸ்பத்திரிய வுட்டு வெளிய வராம கெடக்கும். மீறி வந்தாலும், பொணத்தப் பொதைக்கணும், பால் ஊத்தணும், எட்டாம் துக்கம், கருமக் காரியம் படைக்கணுமின்னு மனு போடுவான். கோர்ட்டு விட்டுடும். கோர்ட்டுக்கு சட்ட நெம்பர்தான் வேணும். நாம்ப கேசு போட்டாலும் அப்பிடிஇப்பிடின்னு மொத்தத்துக்கு ஒரு பத்து நாள்தான் உள்ளார இருப்பான். அப்பறம் பெயில் வாங்கிடுவான். கேசு நடத்துவான். ரெண்டு மூணு வருசம் கேச இழுப்பான். பொண்ணக் கொளுத்திட்டான்னு தெரிஞ்சாலும் அது பொய்யின்னு சொல்ல நாலு வக்கீலு வருவாங்க. அப்பிடிஇப்பிடின்னு ரெண்டு மூணு வருசம் முடிஞ்சி தீர்ப்பு ஆவும். அதுவரைக்கும்

நீங்க வக்கீலு வீடு, போலீசு, ஸ்டேஷன், கோர்ட்டுன்னு அலஞ்சி சாவணும். அவன ஒங்களுக்காக நாங்க இன்னிக்கி வுடல. அந்தப் பொண்ணோட பொணம் ஒழுங்கா சுடுகாட்டுக்குப் போகட்டுமேன்னுதான் விட்டோம். ஏட்டய்யா அவன அடிச்சது அதுக்காகத்தான். ஒங்க பொண்ணு இன்னும் பத்து நாளு உசுரோட இருக்கும்ன்னா அவனோட கதயே வேற மாதிரி ஆகியிருக்கும். இந்நேரம் அவனுக்கு விலங்கு மாட்டியிருப்போம். உங்களப் பாக்கலன்னே சொல்லியிருப்போம்.''

ஆனந்தகுமாருக்கு இருபத்தி ஐந்து வயதுதான் இருக்கும். ஒவ்வொரு வார்த்தை யையும் அவ்வளவு கவனமாகவும், நிதானமாகவும் மனப்பாடம் செய்திருந்ததை ஒப்பிப்பது போலவும் சொன்னான்.

''புள்ளைங்க இருக்கா?''

''ரெண்டு இருக்கு.'' ஆனந்தகுமாருக்கு அருண்மொழிதான் பதில் சொன்னாள்.

''வயசு என்னா?''

''நாலு, அஞ்சி.''

''இனிமே எங்க இருக்குங்க?''

''எங்கியோ இருக்கட்டும். எங்கியோ சாவட்டும்'' மனம் நிறைந்த ஆத்திரத்தோடு சொன்னாள் அமராவதி.

ஆனந்தகுமார் கூர்ந்து அமராவதியைப் பார்த்தான். பிறகு, ''அப்பிடி சொல்லா திங்க. ஒரு புள்ளை அப்பன் இல்லாம இருக்கலாம். அப்பன் யாருன்னுகூடத் தெரி யாம இருக்கலாம். ஆனா, அம்மா இல்லாம இருக்கக் கூடாது. இனிமே அந்தப் புள் ளைங்க ஒவ்வொரு வேள சோத்துக்கும் ஏங்கிஏங்கி சாவுறவரைக்கும் அழுதேசாவும். ராத்திரியில இனிமே அந்தப் புள்ளைங்க எப்பிடித் தூங்கும்? யாருகூடப் படுக் கும்? ஒங்க பொண்ணு இன்னிக்கோ நாளக்கோ செத்துப்போயிடும். ஆனா, உசு ரோட இருக்கிற அந்தப் புள்ளைங்களோட நெலமை? ஒலகத்தில பெருசு கடலுன்னு சொல்றாங்க. அது பொய். அம்மாதான் பெருசு.'' ஆனந்தகுமாரின் கண்களில் கண்ணீர் வந்தது. அதை மறைப்பதற்காகத் தலையைத் தூக்கி வானத்தைப் பார்த்தான். கர்ச்சீப் பால் கண்களைத் துடைத்துக்கொண்டான். அப்படியும் அவனுக்குக் கண்ணீர் வழி வது நிற்கவில்லை. மூக்கை உறிஞ்சினான். எதிரில் உள்ளவர்களைப் பார்க்காமல் எங்கெங்கோ பார்த்தான். அருண்மொழியின் கையிலிருந்த தண்ணீர் பாட்டிலை வாங்கிக் குடித்தான்.

''அந்தப் பொண்ணப் பாத்தப் பிறகு ஒங்ககிட்ட பணம் கேக்குறது தப்புதான். நீதிபதி வந்த காருக்கு ஏட்டய்யாதான் பணம் கொடுத்தாரு. பணம் வாங்கிக்கிட்டு வான்னு சொல்லும்போது நான் முடியாதுன்னு சொல்ல முடியாது. போலீசில மேலதிகாரி சொன்னா செய்யணும். அவ்வளவுதான். காரணம் கேக்கக் கூடாது. எதுத்துப் பேசக் கூடாது. நான் இப்பத்தான் சர்வீஸ்க்கு வந்திருக்கன். வேணுமின்னா ஒரு ஆயிரத்த கொறச்சிக்கிட்டு கொடுங்க நான் பணம் வாங்கிக்கிட்டன்னு சொல்லி டுறன்.''

அமராவதி எழுந்து ஆனந்தகுமாரிடம் வந்தாள். அவனையே உற்றுப்பார்த்தாள். அவனுடைய கைகளைப் பிடித்துக்கொண்டு, ''வழிப்போக்கி நீ. ஒனக்கு இருக்கிற

மனசு, இரக்கம்கூட அவளுக்கு இல்ல. சண்டாளி. அவனக் காப்பாத்திவுட்டு எங்கள சாவுறவரைக்கும் தலகுனிய வச்சிட்டா'' என்று பல்லைக்கடித்துக்கொண்டு சொன்னாள்.

''அந்தப் பொண்ணத் திட்டாதிங்க. அது இருக்கிற நெலமயில அதுக்கு சாபம் வேண்டாம்.'' ஆனந்தகுமாரின் கண்கள் கலங்கின. கண்ணீரை மறைப்பதற்காக முகத்தைத் திருப்பிக்கொண்டான். தூரத்திலிருந்த மரத்தைப் பார்த்தான். சாலையில், வெயிலில் நடந்துகொண்டிருந்த ஆட்களைப் பார்த்தான். சிறிது நேரம் பேசாமல் இருந்தான்.

''மணி ஆவுதுங்க. முடிஞ்சா பணம் தாங்க. இல்லன்னா பரவாயில்ல. நான் கொடுத்துக்கிறன்.''

''ஓம் மனசுக்கு எத்தனக் கோடி வேணும்ன்னாலும் தர்றன் தம்பி'' என்று அமராவதி சொன்னாள்.

''இப்பவும் போயி அவுங்க ஓம் மேல கேசு கொடுத்திட்டாங்க. ஒன்ன புடிக்காம இருக்கணுமின்னா பணம் கொடுன்னு ஒரு வாத்த சொன்னா ஒடனே சந்தோசமா அஞ்சாயிரம், பத்தாயிரம்ன்னு கொடுத்துடுவான். அந்த மாதிரி போலீசில நடக்குறதும் உண்டு. ரெண்டு பார்ட்டிகிட்டயும் பணம் வாங்குறதும் உண்டு. ஏட்டய்யா கொஞ்சம் நல்ல மாதிரி. அப்பறம் மங்கலம்பேட்ட எஸ்.ஐ. போன் போட்டுக்கிட்டே இருக்காரு. அதனாலதான் அவன்கிட்ட கைய நீட்டல. அதோட ரெண்டு வருசமா அவன ஸ்டேஷனில பாத்திருக்கன். வாய் பெருத்தவன். ஸ்டேஷனுக்கே அது தெரியும். கோபம் வந்தா பொணத்தயே வாங்காமப் போனாலும் போயிடுவான். தண்ணி போட்டுட்டா எதயும் செய்வான். பொண்ணப் பெத்தவங்க நீங்க. பொணம் நாறிக்கிட்டு கெடக்குறத ஓங்களால தாங்க முடியுமா?''

''நீ எனக்குப் புள்ளையா பொறக்கலியே'' ஆனந்தகுமாரிடம் நடேசன் கைகளைப் பிடித்துக்கொண்டு கண்கலங்கினார்.

முருகன் பணத்தைக் கொடுத்தான்.

''ஏதாச்சும் ஒண்ணு ஆச்சின்னா ஸ்டேஷனுக்குத்தான் முதல்ல போன் வரும். போலீஸ் வந்தாத்தான் காரியம் நடக்கும். எதாச்சும் ஒதவின்னா எனக்கு போன் பண்ணுங்க'' என்று சொல்லி தன்னுடைய செல்போன் எண்ணைக் கொடுத்தான்.

''அவ செத்திடுவாளா சார்?'' என்று அருண்மொழி கேட்டாள். அதற்கு ஆனந்தகுமார் பதில் சொல்லவில்லை.

ஆனந்தகுமாருக்கு நடேசன் இரண்டு கைகளையும் குவித்துக் கும்பிட்டார். அமராவதியும் கும்பிட்டாள்.

''சார் ஒரு நிமிஷம்'' என்று சொன்ன அருண்மொழி தன்னுடைய தோள் பையிலிருந்து பத்தாயிரம் ரூபாயை எடுத்துக் கொடுத்தாள்.

''எதுக்கு?'' ஆச்சரியமாகக் கேட்டான் ஆனந்தகுமார்.

''எங்கக்கிட்ட பணம் இருக்கு. ஆனா அவனத் திட்ட முடியல. அடிக்க முடியல. நடு ரோட்டுல, பப்ளிக் பிளேசில அவன ஓங்களால அடிக்க முடிஞ்சிது. திட்ட முடிஞ்சிது. மூஞ்சியில காறித் துப்ப முடிஞ்சது. அதுக்காக.''

“ஓ! அதுவா?” என்று கேட்ட ஆனந்தகுமார் லேசாகச் சிரித்தான்.

“நாங்க அடிக்கல. திட்டல. இந்த யூனிபார்ம்தான் செஞ்சிது. அதுக்குத்தான் அந்த அதிகாரம் இருக்கு. அந்தப் பொண்ணப் பாத்ததும் ஏட்டய்யாவுக்கும் எனக்கும் கோபம் வந்துச்சி. அவனோட கை கால ஒடச்சிப்போடணுமின்னு கோவம் உண்டாச்சி. புடிக்கல, வேணாமின்னு துரத்திவுட்டிருக்கலாம். அதச் செய்யாம நெருப்பு வச்சிக் கொளுத்தி இருக்கான். போதயில செஞ்சிருப்பான். இல்லன்னா அந்தப் பொறுக்கிய மிரட்டிவைக்கறதுக்காக அந்தப் பொண்ணே செஞ்சிருக்கலாம். ஆனாலும் சம்பவத்துக்கு அவன்தான் காரணம், அதுக்காகத்தான் அடிச்சம்.”

நடேசன், அமராவதி மட்டுமல்ல, முருகனும் அருண்மொழியும் கூட ஆனந்தகுமாரை வினோதமாகப் பார்த்தனர். அவனுடையப் பேச்சு நான்கு பேரையும் கோபம் இல்லாதவர்களாக, உணர்ச்சி இல்லாதவர்களாக மாற்றியிருந்தது.

“இப்பப் பணத்தால அந்தப் பொண்ணக் காப்பாத்த முடியாது. முடியும்னா நானே பத்தாயிரம் கொடுத்திருப்பன். முப்பது வயசுகூட இருக்காது. வெந்துபோச்சி. பெத்த புள்ளைங்கள நெனைக்கல. மனசுல எவ்வளவு காயம், வலி இருந்தா பெத்த புள்ளைங்களகூட மறந்திருக்கும்? நீங்க எல்லாரும் நெனைக்கிறிங்க அந்தப் பொண்ணு தப்புப் பண்ணிடிச்சுன்னு. அது சரியாத்தான் செஞ்சிருக்கு. அவனுக்கு விடுதலயக் கொடுக்கல. தண்டனயக் கொடுத்திருக்கு. சாவுறமுட்டும். இனி ஒவ்வொரு நிமிஷமும் அவன் சாவுவான். ஜெயில்ல புடிச்சிப் போட்டிருந்தாகூட அவனுக்கு இந்தத் தண்டன கெடச்சிருக்காது. ஒங்க பொண்ணு நல்ல பொண்ணு சார். கொலகாரனயே காப்பாத்தி வுட்டிருக்கு. நல்லவங்களுக்குத்தான் அந்த மாதிரி மனசு இருக்கும். ஒரு உசுரக் கொன்னுட்டான். இரண்டு உசுர அனாதயாக்கிட்டான். அவனயே காப்பாத்தி இருக்கு. எந்தத் தாயும் பெத்த புள்ளைங்கள வுட்டுட்டு சாவ மாட்டா. மீறி சாவுறாங்கன்னா அவுங்க மனசு எப்பிடி வெந்திருக்கும்? எனக்குத் தெரியும். நான் பட்டிருக்கன். எங்கம்மாவும் இப்பிடித்தான் செத்துப்போச்சி.” ஆனந்தகுமார் அழுதது மட்டுமல்ல, நடேசன் அமராவதி என்று மற்றவர்களையும் அழவைத்தான்.

“அப்பனும் அம்மாவும் செய்யுற தப்பால புள்ளைங்க பிச்சயெடுக்கவும், திருடனாவும், விபச்சாரியாவும் மாறிடுறாங்க. இனிமே அந்தப் புள்ளைங்க சாப்புடலியேன்னு யாரு தேடுவாங்க? தூங்குன்னு யாரு சொல்வாங்க?” என்று கேட்ட ஆனந்தகுமார் நடக்க ஆரம்பித்தான். அவன் போகிற திசையைப் பார்த்து நடேசனும் அமராவதியும் சாமிக்குக் கும்பிடுவதுபோல கையெடுத்துக் கும்பிட்டனர்.

3

அமராவதியினுடைய தங்கை லட்சுமியும் அவளுடைய புருசன் சிவபாதமும் வந்தனர். வந்த வேகத்திலேயே, “எப்பிடி இருக்கா? உசுருக்கு ஒண்ணும் இல்லியே” என்று கேட்டனர். அதற்கு முருகன், நடேசன் மட்டுமல்ல, அமராவதியும் வாயைத் திறக்கவில்லை. லட்சுமியின் தோளில் சாய்ந்துகொண்டு அமராவதி விசும்பினாள்.

''வெளியில தனியார்ல கொண்டுபோயி பாத்தா என்னா? கவர்மண்டு ஆஸ்பத்திரி சரி வருமா?'' என்று சிவபாதம் கேட்டார்.

''பாக்கணும்'' என்று நடேசன் சொன்னார். அவருடைய வார்த்தைகளில் எந்த உணர்ச்சியும் இல்லை.

''டாக்டர் என்ன சொல்றாங்க?''

''பாக்கலாமின்னுதான் சொல்றாங்க.''

''புள்ளை உசுருக்கு ஒண்ணு ஆச்சின்னா அவன சும்மா விடக் கூடாது. அவனோட கதய முடிக்கணும்'' என்று சிவபாதம் சத்தமாகச் சொன்னார்.

''முன்னாடியே டைவர்ஸ் வாங்கி இருக்கணும். விட்டுவச்சது தப்பு'' கடுமையான குரலில் சொன்னாள் லட்சுமி. அதோடு, ''இப்பிடிப் பண்ணிப்புட்டானே.'' என்று சொல்லிப் பல்லைக் கடித்தாள்.

''முன்னாலியே அவன போலீசில புடிச்சிக் கொடுத்திருக்கணும். சும்மா விட்டதால இப்ப நம்ப பொண்ண எரிச்சிப்புட்டான்.'' சிவபாதம் வருத்தத்துடன் பேசினார்.

லட்சுமியும், சிவபாதமும் ஓயாமல் பத்து இருபது நிமிஷம் கேள்வியாகக் கேட்டனர். முருகனாவது அவ்வப்போது வாயைத் திறந்தான். அருண்மொழி சுத்தமாக வாய் அடைத்துப்போய் இருந்தாள். அவர்கள் கேட்கிற கேள்விகளுக்குத் தொடர்ந்து பதில் சொல்ல முடியாமல், ''தம்பி, அழச்சிக்கிட்டுப் போயி காப்பி வாங்கி கொடு'' என்று நடேசன் சொன்னார். லட்சுமியும், சிவபாதமும் வேண்டாம் என்று சொல்லியும் கேட்காமல் முருகன் அவர்களைக் கட்டாயப்படுத்தி அழைத்துக்கொண்டு கேன்டீனுக்குப் போனான்.

''நீங்களும் போயி ஏதாச்சும் குடிச்சிட்டு வாங்களன்'' என்று நடேசனிடம் அமராவதி சொன்னாள். அதற்கு அவர் எந்தப் பதிலும் சொல்லாமல் தூரத்திலிருந்த வேப்ப மரத்தையே பார்த்துக்கொண்டிருந்தார். மரத்தின் இலைகளைக் காற்று அசைத்துக்கொண்டிருந்தது. மரத்தைப் போர்வை மாதிரி வெயில் மூடியிருந்தது.

''நீயாச்சும் போயி குடிச்சிட்டு வாயன்'' என்று அருண்மொழியிடம் அமராவதி சொன்னாள்.

''வேண்டாம்'' என்று சொல்லிவிட்டு அருண்மொழி ரோட்டில் நடந்து சென்றுகொண்டிருந்த ஆட்களைப் பார்த்தாள்.

அருண்மொழியினுடைய அப்பா சுந்தரமும், அம்மா கமலமும் வந்தனர். அவர்களைப் பார்த்ததும் அமராவதிக்கு அழுகை வந்தது.

''எப்பிடி இருக்கு?'' சுந்தரம் கேட்டார்.

''ஒண்ணும் சொல்றதுக்கில்ல. போலீஸ் சொல்றதப் பாத்தா பொழைக்கறது கஷ்டம்ன்னு தெரியுது'' நடேசன் சொன்னார்.

''நீங்க பாக்கலியா?''

''இல்லெ.''

''ஏன் பாக்கல?''

‘‘உள்ளார விடல.’’

‘‘போலீசு எப்பிடி வந்துச்சி. கேசு கொடுத்திட்டிங்களா?’’ என்று அக்கறையுடன் கேட்டார் சுந்தரம்.

‘‘இனிமே பெட்டிஷன் கொடுக்க வேண்டியதில்ல. போலீசு வந்து வாக்குமூலம் வாங்கிக்கிட்டுப் போயிடிச்சி.’’

‘‘போலீஸ் எப்பிடித் தானா வந்துச்சி?’’

‘‘ஃபயர் பண்ணிக்கிட்டதால கவர்மண்டு கேசு ஆயிடிச்சாம்.’’

‘‘அப்படியா?’’

‘‘ஆமாம். போலீசும் வந்துச்சு. நீதிபதியும் வந்தாரு. வாக்குமூலம் வாங்கிக்கிட்டுப் போயிட்டாங்க.’’

‘‘யாரு வாக்குமூலம் கொடுத்தது?’’

‘‘ரேவதியும் கொடுத்தா. நாங்களும் கொடுத்திட்டம்.’’

‘‘என்னான்னு?’’

‘‘தானா நடந்ததின்னு.’’

சுந்தரம் ஆச்சரியப்பட்டார். ‘‘என்னா இப்பிடி செஞ்சிட்டீங்க?’’ என்று கமலம் கேட்டாள். அப்போது லட்சுமியும், சிவபாதமும் கேன்டீனிலிருந்து திரும்பி வந்தனர். அவர்களிடம் சுந்தரம் வாக்குமூலம் கொடுத்த விஷயத்தைச் சொன்னார். அவர்கள் இருவரும், ‘‘நிஜமா, நிஜமா?’’ என்று திரும்பத்திரும்பக் கேட்டனர். எதற்கும் நடேசன் வாயைத் திறக்கவில்லை. அவருக்கு எங்காவது ஓடிவிட வேண்டும்போல் இருந்தது. தனியாக இருக்க வேண்டும் என்ற எண்ணம் ஏற்பட்டது. அவருடைய முகத்தில் கொஞ்சம்கூட உயிர்க்களை இல்லை. அமராவதியிடம் லட்சுமி, ‘‘எதுக்கு அப்பிடிக் கொடுத்திங்க?’’ என்று வேகத்தோடு கேட்டாள். அதற்கு நிதானமாக அமராவதி பதில் சொன்னாள், ‘‘புத்தி கெட்டுப்போயித்தான்.’’

‘‘எதுக்கு தானா நடந்துச்சின்னு வாக்குமூலம் கொடுத்திங்க?’’ லட்சுமி மீண்டும் கேட்டாள்.

‘‘அவன் அம்மாம் நல்லவன். அவ்வளவு புண்ணியம் பண்ணியிருக்கான். அதான். அதனாலதான் ரவ புண்ணு இல்லாம, காயம் இல்லாம முழுசா இருக்குறான். அவ பாவம் செஞ்சவ. அதான் முழுசா வெந்துபோயி கெடக்குறா. கெட்ட சாவு சாவுறா’’ அமராவதியின் குரலில் பதற்றமில்லை. உதடுகள் துடிக்கவில்லை. கண்களில் இருந்து கண்ணீர் மட்டும் இறங்கிற்று.

சிவபாதமும் சுந்தரமும் தொடர்ந்து, ‘‘தப்புப் பண்ணிட்டிங்க’’ என்று சொன்னதால் கோபமடைந்த நடேசன் சொன்னார், ‘‘பெட்டிஷன் கொடுத்தா போலீஸ் ஸ்டேஷன், வக்கீல் வீடு, கோர்ட்டுன்னு நான் ஒவ்வொரு இடமாப் போவணும். ஒவ்வொரு இடத்திலும் இவன்தான் எம் மவளக் கல்யாணம் கட்டுனவன்னு சொல்லணும். இப்படிப்பட்ட பயலப் போயி ஓம் பொண்ணு ஏன் கட்டிக்கிச்சின்னு கேட்டு எல்லாரும் எம் முகத்தில துப்புவாங்க’’ என்று சொல்லிவிட்டு வெடுக்கென்று முகத்தைத் திருப்பிக்கொண்டார். மேற்கிலிருந்த உயரமான கட்டடத்தையே பார்த்தார். அப்போது அந்தக் கட்டடத்துக்குப் பின்புறமாக சூரியன் இறங்கிக்

கொண்டிருந்தது. வானத்தில் துளிகூட மேகம் இல்லை. மாலை வேளையிலும் நல்ல வெயில் இருந்தது.

‘‘நாங்க இல்லியா? நாங்க கேசப் பாக்க மாட்டமா?’’ சிவபாதமும் சுந்தரமும் கேட்டனர். அதற்கு நடேசன் பதில் சொல்லவில்லை.

‘‘நல்ல புள்ளையப் பெத்தவங்க நாலு பேத்துக்கிட்ட போயி சொல்ல முடியும். கெட்ட புள்ளையப் பெத்தவங்க போயி எப்பிடிச் சொல்ல முடியும்?’’ அமராவதி எதிர்க் கேள்வி கேட்டாள். அப்போது சுந்தரம் ஏதோ சொல்லவந்தார். என்ன தோன்றியதோ அவரைப் பேசவிடாமல் நடேசன், ‘‘என்ன கஷ்டப்படுத்தாதீங்க, ஏற்கெனவே ஒடம்புல உசுரு இல்லாம இருக்கன்’’ என்று சொல்லிவிட்டு முகத்தைத் திருப்பிக்கொண்டார்.

‘‘வெளிய கொண்டுபோயி பாத்தா என்ன?’’ அமராவதியிடம் லட்சுமி கேட்டாள்.

‘‘டாக்டர் சொல்லணுமில்ல. கேட்டா வாண்டாமின்னு சொல்றாங்க. பர்சண்டு அதிகம்ன்னு சொல்றாங்க’’ அமராவதி விருப்பமில்லாமல் சொன்னாள்.

அப்போது முருகனுடைய போன் மணி அடித்தது. எடுத்துப் பேசினான். ‘‘அப்பிடியா?’’ என்று கேட்டுவிட்டுக் கோபத்துடன் போனை நிறுத்தினான்.

‘‘யாரு?’’

‘‘அந்த ராஸ்கல்தான்.’’

‘‘என்னவாம்?’’ பட்டும்படாமல் கேட்டாள் அருண்மொழி, ‘‘என்னெப் பாக்கணும்ன்னு சொன்னாளாம்’’ என்று சொல்லும்போது முருகனுடைய முகம் முற்றிலுமாகக் கோணிப்போயிற்று.

‘‘போயி பாத்திட்டு வாங்க.’’

‘‘நான் போவல’’ கடும் கோபத்துடன் சொன்னான்.

‘‘என்னா சொல்றீங்க?’’ என்று ஆச்சரியமாகக் கேட்டாள் அருண்மொழி.

‘‘அவ முகத்தில என்னால முழிக்க முடியாது, எப்பிடி அவ வாக்குமூலம் கொடுத்திருக்கா? இந்த நெலமயிலயும் நம்பள அசிங்கப்படுத்துறா. அப்படிப்பட்டவள நான் போயி பாக்கணுமா?’’ என்று வெறுப்பும் கசப்புமாகச் சொன்ன முருகன் உட்சப்பட்ச கோபத்தில் இருந்தான்.

நேரில் இருந்தால் வாக்குமூலத்தை மாற்றிக் கொடுத்ததற்காக அவனே தீ வைத்து அவளை எரித்திருப்பான். அந்தளவுக்கு அவனுடைய மனதில் ஆத்திரம் நிறைந்திருந்தது. அதே அளவு ஆத்திரம்தான் மற்றவர்களுடைய மனதிலும் நிறைந்திருந்தது. முருகன் சொல்லிவிட்டான். மற்றவர்கள் வெளியே சொல்லவில்லை.

‘‘நான் போயி பாக்கட்டுமா?’’ என்று அருண்மொழி கேட்டதும் முருகனும், நடேசனும் கோபத்துடன் அவளை முறைத்துப் பார்த்தனர். முறைத்துப் பார்த்ததோடு, ‘‘யாரும் போவ வாணாம். யாரும் பாக்காமியே அவ சுடுகாடுப் போயி சேரட்டும்’’ என்று சொல்லித் தன்னுடைய மனதிலிருந்த ஆத்திரத்தையெல்லாம் கொட்டித்தீர்த்தாள் அமராவதி. சிறிது நேரம் எதுவும் பேசாமல் நின்றுகொண்டிருந்த அருண்மொழி, ‘‘ஏன் இப்பிடி வாக்குமூலத்தக் கொடுத்தன்னுக்கூடக் கேக்க வாணாமா?’’ என்று கேட்டாள். அதற்கு முருகனோ மற்றவர்களோ பதில் சொல்லவில்லை.

''பாஸக் கொடுங்க. நான் போயி திட்டிட்டாவது வர்றன்'' என்று சொல்லி அம ராவதியிடமிருந்த பாஸைக் கட்டாயப்படுத்தி வாங்கிக்கொண்டு நடக்க ஆரம்பித்த அருண்மொழியை மறித்துக்கொண்டு, ''என்னா செய்யுற? பட்ட அவமானமெல்லாம் போதாதா?'' என்று அடக்க முடியாத ஆத்திரத்துடன் கேட்டான் முருகன்.

''ஏன் இப்பிடி வாக்குமூலம் கொடுத்து அசிங்கப்படுத்தினன்னு கேக்க வாண் டாமா?'' என்று கேட்டாள் அருண்மொழி.

''எல்லாம் என் தலயெழுத்து. அவ செய்யுற தப்புக்கெல்லாம் நான்தான் அசிங்கப் படணுமா?'' என்று கேட்ட முருகன் வெறுப்புடன் முகத்தைத் திருப்பிக்கொண் டான். அவனைக் கோபப்படுத்த வேண்டாம் என்று நினைத்த அருண்மொழி, ''நீங்க போவ வேணாம். நான் போறன்'' என்று சொன்னதும், ''நான் இன்னும் எவ்வளவு தான் அசிங்கப்படணும்ன்னு நெனைக்கிறீங்க? பொட்டச்சிங்க நெனைக்கிறது, செய் யுறதுதான் சரி இல்லியா?'' என்று கேட்டான். சிறிது நேரம் பேசாமல் இருந்துவிட்டு, ''கொடு. நான் செத்துப்போறன்'' என்று சொல்லிவிட்டு அருண்மொழியிடமிருந்த பாஸைப் பிடுங்குவதுபோல் வாங்கிக்கொண்டு விடுவிடுவென்று அவசரச் சிகிச்சைப் பிரிவுக் கட்டடத்தை நோக்கி நடக்க ஆரம்பித்தான். அவனோடு சேர்ந்துகொண்டு அருண்மொழியும் போனாள்.

செக்யூரிட்டிகள் முருகனை மட்டும்தான் உள்ளே விட்டனர். அருண்மொழி எவ்வளவு கெஞ்சியும் உள்ளே விடவில்லை. ''இன்னும் ஒரு மணி நேரம்தான் இருக்கு. விசிட்டர்ஸ் டைமுக்கு. தூரமாப் போயி நில்லுங்க. அஞ்சு மணிக்கு வாங்க'' என்று ஒரே முடிவாகச் சொன்னதும், ''நீ வெளியில வெயிட் பண்ணு. நான் மேல போய்ப் பாத்திட்டு வந்துடுறன்'' என்று சொல்லிவிட்டு உள்ளே போனான் முருகன். லிப்ட்டுக்கு அருகில் வந்து நின்றான். லிப்ட் ஏழாவது மாடியில் இருப்பது தெரிந்தது. லிப்ட்டுக்காகக் காத்திருக்காமல் படிகளில் ஏறினான்.

ஐந்தாவது மாடி ஹால் கதவுக்கு முன் ரவி நின்றுகொண்டிருந்தான். போன வேகத்தில் ரவியிடம் முருகன், ''என்னா?'' என்று வெறுப்புடன் கேட்டான். ''ரேவதி ஒங்களப் பாக்கணுமின்னு சொன்னதா செக்யூரிட்டி சொன்னாரு'' என்று தலையைக் குனிந்துகொண்டு சொன்னான். உடனே முருகன் கதவைத் தட்டினான். செக்யூ ரிட்டி கதவைத் திறந்து, ''என்னா?'' என்று கேட்டான். அதற்கு முருகன் பதில் சொல் வதற்கு முன் முந்திக்கொண்டு, ''ரேவதியோட அண்ணனக் கூப்புடுங்கன்னு சொன் னீங்கள்ள? அவருதான் இவுரு'' என்று ரவி சொன்னான்.

''உள்ளார வாங்க.''

முருகனை மட்டும் உள்ளே விட்டான். உள்ளே நுழைய முயன்ற ரவியைத் தடுத் துக் கதவைச் சாத்தினான் செக்யூரிட்டி. முருகன் வந்து ஐ.சி.யு. அறைக் கதவின் முன் நின்றான். பின்னால் வந்த செக்யூரிட்டி ஐ.சி.யு.வின் கதவைத் தட்டினான். கதவைத் திறந்த நர்சு கேட்டாள், ''என்னா?''

''ரேவதிங்கிற பேஷண்டோட அண்ணன்.''

''உள்ளார வாங்க.'' முருகன் உள்ளே சென்ற மறுநொடியே கதவு சாத்தப்பட்டது.

கவுன், மாஸ்க், கையுறை என்று ஒவ்வொன்றாக நர்சு கொடுத்தாள். அவள் சொன்ன படி ஒவ்வொன்றாக மாட்டிக்கொண்டான்.

"பேசக் கூடாது. சும்மா பாத்திட்டு வந்திடணும்" நர்சு ராணுவச் சட்டம் மாதிரி சொன்னாள். 'சரி' என்பது மாதிரி முருகன் தலையை மட்டும் ஆட்டினான்.

நர்சு முன்னால் நடக்க, முருகன் பின்னால் நடந்தான். நோயாளிகள் இருக்கும் அறைக் கதவைத் திறந்துவிட்டு, "உள்ளாரப் போங்க. கடைசி பெட். நெம்பரு பதினெட்டு. லேட் பண்ணக் கூடாது" என்று சொல்லி முருகனை உள்ளே அனுப்பிவிட்டுக் கதவைச் சாத்திவிட்டாள்.

ரேவதி எங்கே இருக்கிறாள்? பதினெட்டாம் எண் படுக்கை எங்கே இருக்கிறது? சுற்றிலும் பார்த்தான். சில விநாடிகள் கழிந்த பிறகுதான் அந்த இடம் அவனுக்குப் புரிபட ஆரம்பித்தது. ஒவ்வொரு படுக்கையிலும் நோயாளிகள் இருந்தனர். முகத்தைத் தவிர வேறு பகுதிகள் எதுவும் தெரியவில்லை. உடல் முழுவதும் கட்டுப் போடப்பட்டிருந்தது. வெளிச்சம் மிகவும் குறைவாக இருந்தது. ஏ.சி. அதிகமாக இருந்தது. பதினெட்டாம் எண் படுக்கையைத் தேடினான்.

"அண்ணா." தூரத்திலிருந்து கூப்புடுவது மாதிரி குரல் தேய்ந்துபோய்க் கேட்டது. குரல் வந்த இடத்தைத் தேடினான்.

"அண்ணா."

ரேவதி இருந்த படுக்கை அருகில் வந்தான். முகத்தைப் பார்த்ததும், அவனையும் அறியாமல், "ஐயோ கடவுளே" என்று முகத்தை மூடிக்கொண்டான். தீயில் கருகிய மாமிசம். திரும்ப அந்த முகத்தைப் பார்க்க முடியாது. அந்த முகத்தைப் பார்க்காமல் ஓடிவிட வேண்டும். நடுக்கடலில் தனியாக மாட்டிக்கொண்டதுபோல நடுக்கம் எடுத்தது, தலைசுற்றுவது மாதிரி இருந்தது. கண்களைத் திறந்து பார்ப்பதற்குப் பயமாக இருந்தது.

"அண்ணா."

". . . . ."

"அண்ணா."

முருகன் முகத்தை விட்டுக் கையை எடுக்கவில்லை. கை கால்கள் நடுங்கின. வாய் வறண்டுவிட்டது. தலை கிறுகிறுத்தது, கண் பார்வை மங்கியது. கண்ணீர் கொட்டியது. அந்த இடத்தை விட்டுத் தப்பித்து ஓடிவிட வேண்டும். மனம் அதை மட்டும் தான் நினைத்தது.

"அண்ணா."

முருகன் முகத்திலேயே அடித்துக்கொண்டான். "கடவுளே." சத்தம் கேட்டு நர்சு உள்ளே வந்து, 'என்ன?' என்பது மாதிரி பார்த்தாள். பிறகு வாயில் விரலை வைத்துக் காட்டி, 'அமைதி' என்பதுபோல சைகை காட்டினாள். முருகன் இரண்டு கைகளாலும் வாயை மூடிக்கொண்டான். ஆனாலும், அழுகை நிற்கவில்லை. உடல் நடுக்கம் நிற்கவில்லை.

"அண்ணா."

". . . . ."

"பேசுங்க" என்று நர்சு சொன்னாள்.

ரேவதியிடம் கேட்க வேண்டும் என்று மனதில் தயார்செய்து வைத்திருந்த ஒன்று, இரண்டு, பத்து, நூறு, ஆயிரம் கேள்விகளில் ஒன்றைக்கூடக் கேட்க முடியவில்லை. எல்லாக் கேள்விகளும் அவளைப் பார்த்த நொடியே கருகிப்போய்விட்டன. வாக்கு மூலத்தை எதற்காக மாற்றிக் கொடுத்தாய் என்று கேட்கக்கூட அவனால் முடிய வில்லை. அதற்காகக் கோபப்படவும் முடியவில்லை. பேச முயன்றான். வாய் திறக்க வில்லை. பேச்சு வரவில்லை. அழுகைதான் வந்தது.

''அண்ணா.''

''ஐயோ கடவுளே.''

''என்னெ மன்னிச்சிடுண்ணா.''

''அப்பிடி சொல்லாத'' என்று சொல்லக்கூட முருகனுக்கு வாய் வரவில்லை.

''ரேவதின்னு கூப்பிடுண்ணா.''

''ஐயோ அம்மா'' கதறினான்.

''பிளீஸ் சார். கொயட்'' நர்சு கடுமையாகச் சொன்னாள்.

''எம் பேரச் சொல்லுண்ணா.''

முருகனுக்கு வாய் திறக்கவில்லை. உதடுகள் ஒட்டிக்கொண்டன. திறக்க முயன் றான். முடியவில்லை. கால்களை ஊன்றி நிற்க முடியவில்லை. ஐஸ் கட்டியின் மீது நின்றுகொண்டிருப்பதுபோல் இருந்தது. முன்பைவிட இப்போதுதான் அவனுக்கு அதிகமாக நடுங்கிக்கொண்டிருந்தது. ரேவதியின் முகத்தைப் பார்க்க முடியவில்லை. கண்களை மூடிக்கொண்டான்.

''எம் மேல கோவமாண்ணா?''

''இல்ல இல்ல. சத்தியமா இல்ல.''

''எங்கூடவே இருண்ணா.''

''இருக்கன். இருக்கன். எங்கேயும் போவ மாட்டன். டாக்டர்கிட்ட பேசியிருக் கன். எத்தனக் கோடி செலவானாலும் ஒன்னெ வீட்டுக்கு அழச்சிக்கிட்டு போவாம விட மாட்டன்.''

''செலவு செய்யாதண்ணா.''

''. . . . .''

''அழுவாதண்ணா.''

''நான் அழுவல.''

''ரேவதின்னு கூப்புடுண்ணா.''

''ஐயோ அம்மா'' முருகன் அழுகிற சத்தத்தைக் கேட்டு பக்கத்து படுக்கையிடம் நின்றுகொண்டிருந்த நர்சு, ''வெளிய போங்க. டைம் ஆயிடிச்சி. இன்பெக்ஷன் ஆயிடும்'' என்று சொல்லி முறைத்தாள்.

''சிஸ்டர்'' ரேவதி கூப்பிட்டாள்.

''போதும் ரேவதி. நீ அதிகமாப் பேசக் கூடாது. ஒடம்பு சரியானதும் பேசிக்கலாம். இப்பப் பேசாம இரு.''

''பிளீஸ் சிஸ்டர்'' ரேவதி கெஞ்சினாள்.

''என் உசுர வுட்டு ஒன்னெக் காப்பாத்துறன்.''

''என்னெ மன்னிச்சிடுண்ணா.''

''அத சொல்லாத. என் உசுரு போயிடும்'' விரலை வாயில் வைத்துக் கடித்தான் முருகன். அப்படியும் அழுவதை அவனால் நிறுத்த முடியவில்லை.

''எம் பேர சொல்லுண்ணா.''

''என்னாக் கேட்ட, என்னாக் கேட்ட?'' முருகன் திரும்பத்திரும்பக் கேட்டான்.

''அண்ணா...''

''ஐயோ.''

''வெளிய போங்க சார். நாங்க மத்த பேஷண்டுகளயும் பாக்கணும்'' நர்சு முருகனுடைய கையைப் பிடித்து வெளியே இழுத்தாள்.

''என்ன மன்னிச்சிடுண்ணா. இங்கியே இருண்ணா.''

ரேவதியின் குரல் முருகனுடைய காதில் விழவே இல்லை. ஏ.சி.யின் குளிர்ந்த காற்று அவளுடைய குரலை விழுங்கிவிட்டது.

கவுன், கையுறை, மாஸ்க் என்று எல்லாவற்றையும் கழற்றிக் கொடுக்க முயன்றான் முருகன். அவனால் முடியவில்லை. நர்சு தானாகவே கழற்றி எடுத்துக்கொண்டாள். திடீரென்று நினைவுக்கு வந்த மாதிரி, ''என் தங்கச்சி ரேவதின்னு கூப்புடுன்னு சொன்னா. நான் அப்பிடி கூப்புட மறந்திட்டன். போயி ரேவதின்னு கூப்பிட்டுட்டு வந்துடட்டுமா'' என்று கெஞ்சினான்.

''இல்ல சார். சத்தம் கேட்டா மத்த பேஷண்டுங்க அழ ஆரம்பிச்சிடுவாங்க.''

முருகன் பேண்ட் பாக்கட்டிலிருந்து கையை விட்டு ஒரு ஆயிரம் ரூபாய் நோட்டை எடுத்துக் கொடுத்தான். நர்சினுடைய முகம் மாறிவிட்டது. அலட்சியத்துடன் சொன்னாள்.

''அசிங்கம் சார். போங்க வெளிய. காலயிலிருந்து ரேவதி உங்களைப் பாக்கணும்னு அழுததாலதான் உள்ளார விட்டன்.''

''பிளீஸ் மேடம்.''

''வெளிய போங்க சார்.''

கருணையே இல்லாமல் நர்சு வேகமாகப் போய் கதவைத் திறந்துவிட்டாள். வேறு வழியின்றி முருகன் வெளியே வந்தான். அடுத்த கணம் ஐ.சி.யு.வின் கதவு மூடிக்கொண்டது.

ஐ.சி.யு. அறையை விட்டு வெளியே வந்து ஹாலில் நடக்கும்போதே செக்யூரிட்டி அடுத்த கதவைத் தயாராக திறந்துவிட்டான். வெளியே வந்ததும் ரவி நின்றுகொண்டிருப்பது தெரிந்தது. ''நெருப்ப வச்சி எரிச்சிப்புட்டு எம் முன்னாலியே தைரியமா நிக்குறியாடா? பொறம்போக்குப் பயல. எம் முன்னால நிக்காத. நின்னா கொன்னுடுவன். கரிக் கட்டயா என் தங்கச்சிக் கெடக்குறாடா. ஓடிப் போயிடு. மீறி நின்னா செருப்பாலதான் அடி வாங்குவ'' என்று சொல்லி ரவியை முருகன் பலம் கொண்ட மட்டும் நெட்டித்தள்ளினாள். படிக்கட்டுகளில் உட்கார்ந்தும் நின்றும் பேசிக்கொண்டிருந்தவர்களின் பேச்சு அப்படியே நின்றுவிட்டது. முருகனையே

வெறித்துப் பார்த்தனர். முருகனுடைய உறவுக்காரப் பெண் செத்துவிட்டது என்பது எல்லோருடைய யூகமாக இருந்தது. அவசரப்பட்ட ஒரு பெண் கேட்டாள்.

''முடிஞ்சிபோச்சா?'' முருகன் வாயைத் திறக்கவில்லை. அந்தப் பெண்ணைப் பார்த்தான். அவளுடைய உருவம் அவனுடைய கண்களில் பதியவில்லை.

ஒவ்வொரு படிக்கட்டாக இறங்க ஆரம்பித்தான். மூன்று நான்கு படிக்கட்டுகளுக்குப் பின்னால் ரவியும் வந்துகொண்டிருந்தான்.

தரைத் தளத்துக்கு வந்தபோது கூடவே வந்த ரவி, ''எப்பிடியும் பொழைச் சிக்குவா.'' சொல்லிவிட்டு அழுதான்.

''எரிச்சிப்புட்டு எங்கிட்ட பேசுறியாடா? எட்டப் போயிடு, எம் முன்னால நிக்காத. என்னெக் கொலகாரனா மாத்தாத. முன்னால நின்னா செருப்பாலதான் அடி வாங்குவ. தெரு நாயும் நீயும் ஒண்ணு'' என்று சொல்லி, பலம்கொண்ட மட்டும் ரவியை நெட்டித் தள்ளினான் முருகன்.

கீழே விழுந்த ரவி எழுந்து என்ன சொல்ல வருகிறான் என்பதைக் கேட்காமலேயே முருகன் அவசரப் பிரிவுக் கட்டடத்தை விட்டு வெளியே வந்துவிட்டான்.

முருகன் வெளியே வருவதற்காகவே காத்திருந்த மாதிரி அருண்மொழி அவனை நோக்கிப் பதற்றத்தோடு ஓடிவந்தாள். வந்த வேகத்திலேயே, ''என்னாச்சி? என்னா சொன்னா? ஏன் இப்பிடி வாக்குமூலம் கொடுத்தன்னு கேட்டிங்களா?'' என்று படபடவென்று கேட்டாள்.

அருண்மொழியினுடைய எந்தக் கேள்விக்கும் முருகன் பதில் சொல்லவில்லை. மீண்டும்மீண்டும் கேள்விகளாகக் கேட்டாள். எல்லாக் கேள்விகளுக்கும் ஒரே பதிலாக முடிவான பதிலாக முருகன் சொன்னான்.

''அவ பொழைக்க வாண்டாம்.''

முருகன் வாய்விட்டுக் கதறி அழுதான். சாலை, சனங்கள், கூட்டம் எதுவும் அவனுடைய கவனத்தில் இல்லை. ரவியை ரேவதி காதலித்ததால், அவனைத்தான் கல்யாணம் கட்டிக்கொள்வேன் என்று அடம்பிடித்ததால், வாக்குமூலத்தை மாற்றி கொடுத்ததால் ஏற்பட்டிருந்த கோபமெல்லாம் அவளைப் பார்த்த மறுகணமே அவனிடமிருந்து மறைந்துவிட்டது. இப்போது அவனுக்கு ரேவதியின் மீது கொஞ்சம்கூடக் கோபமில்லை. வருத்தமில்லை. பாவம் என்ற எண்ணம் மட்டும்தான் இருந்தது. அவள் பிழைத்துக்கொள்ள வேண்டும் என்ற ஆசை மட்டும் இருந்தது.

''வாங்க'' என்று சொல்லி அருண்மொழி அவனை அவசரப் பிரிவுக் கட்டடத்துக்கு நேர் வடக்கில் குழந்தைகள் பிரிவுக்குச் செல்லும் வழியில் அழைத்துக் கொண்டு வந்தாள். பெரிய வேப்ப மரத்தின் கீழ் நடேசனுடன் மற்றவர்களும் நின்றுகொண்டிருந்தனர்.

சிவபாதமும் சுந்தரமும் லட்சுமியும் கமலாவும் ஒரே குரலில் கேட்டனர், ''என்னாச்சி?''

''ஒடம்புல ஒரு எடமில்லாம வெந்துபோச்சின்னு நெனைக்கிறன். கண்ணு எங்க இருக்கு, வாய், மூக்கு எங்க இருக்குன்னு தெரியல. முகம்கூட பூரிபோல உப்பிப் போய் இருக்கு. அவளால பேச முடியல. அவ பேசறது சரியா கேக்க மாட்டங்குது.

ரொம்பத் தூரத்திலிருந்து பேசற மாதிரி கேக்குது. அவ சொன்ன ஒரே வாத்த, ‘என்ன மன்னிச்சிடுண்ணா’ன்னு சொன்னது மட்டும்தான். அதயேதான் திரும்பத் திரும்பச் சொன்னா. மொட்ட அடிச்ச தலயில வெட்டுக் காயம் இருக்கு. சண்டயில கீழப் புடிச்சி தள்ளியிருக்கணும். ‘எம் பேரக் கூப்புடுண்ணா’ன்னு கேக்குறாடி'' என்று அருண்மொழியிடம் சொன்ன முருகன் பலம்கொண்ட மட்டும் தரையில் எட்டி எட்டி உதைத்தான்.

''இதுக்கு மேலயும் அவன விட்டுவைக்கணுமா?'' கட்டுப்படுத்த முடியாத ஆத்திரத்தோடு சுந்தரம் கேட்டார்.

''வேற என்னாதான் சொன்னா?'' லட்சுமி கேட்டாள்.

''அவ தங்கமான மனசுக்குப் பொழச்சி வந்துடுவா. நீங்க பச்சப் புள்ள மாதிரி அழுவாம இருங்க'' என்று கமலம் சொன்னாள்.

''ஒக்காருப்பா.'' சிவபாதம் சொன்னார்.

''எங்கியோ தெருவுல போற நாயி வந்து நம்ப குடும்பத்த அழிச்சிட்டான். பக்கா ரவுடிப் பயதான அவன். அவனும் அவன் மூஞ்சியும்'' என்று லட்சுமி கத்தினாள்.

''ஒக்காருங்க'' அருண்மொழி சொன்னாள்.

முருகனால் நிற்க முடியவில்லை. அதனால் தரையில் உட்கார்ந்துகொண்டான். உடனே மற்றவர்களும் அவனைச் சுற்றி உட்கார்ந்துகொண்டனர். முருகன் அப்படியே தரையில் படுத்துக்கொண்டான். தரையில் அடித்து, குத்தி அழுதான். அவன் அழுவதைப் பார்த்த நடேசனுக்கு என்ன தோன்றியதோ சுந்தரத்திடம், ''நீங்க வீட்டுக்குக் கிளம்புங்க'' என்று சொன்னார்.

''இப்பத்தான் வந்தம். பொறுமயாப் போயிக்கிறம். என்னா அவசரம்?'' என்று சுந்தரம் சொன்னதும், ''நீங்களாச்சும் கிளம்புங்க'' என்று சிவபாதத்திடம் சொன்னார் நடேசன்.

''இப்ப என்ன அவசரம்? இவ்வளவு தூரம் வந்து புள்ளையப் பாக்காம போறதா?'' கொஞ்சம் வேகமாகச் சிவபாதம் கேட்டார்.

''மத்த வார்டுலயாச்சும் அப்பப்ப உள்ளாரப் பாக்குறதுக்கு விடுவாங்களாம். இந்த வார்டுல சுத்தமா யாரயும் வுட மாட்டங்குறாங்க'' என்று அமராவதி சொன்னாள்.

''உள்ளார விடாம இருக்கிறது நல்லதுதான். அங்கக் கெடக்குற சனங்களப் பாத்திட்டு யாராலயும் உசுரோட இருக்க முடியாது.'' முருகன் சொன்னான்.

''டீ, காப்பி எதாச்சும் வாங்கிக் கொடு. அழைச்சிக்கிட்டு போ'' அருண்மொழியிடம் நடேசன் சொன்னார்.

''அதெல்லாம் ஒண்ணும் வாண்டாம்'' சுந்தரம் சொன்னார்.

''நானும் வர்றன் வாங்க'' என்று நடேசன் எழுந்து நின்றதால் வேறு வழியின்றி மற்றவர்களும் எழுந்தனர். நடேசனுடைய பேச்சும், செய்கையும் புதிதாகவும் இருந்தது, புதிராகவும் இருந்தது. தான் சொன்னதில் பிடிவாதமாக இருக்கிறாரே என்று ஆச்சரியமாகவும் இருந்தது.

எல்லோரும் அவசரச் சிகிச்சைப் பிரிவுக் கட்டடத்துக்கு முன்பு வரும்போது பிரதான வாசலிலிருந்து ஒரு ஆம்புலன்ஸ் வந்து நின்றது. ஆம்புலன்ஸைச் சுற்றி ஆறு

ஏழு செக்யூரிட்டிகள் நின்றுகொண்டனர். கையில் பிடித்திருந்த மைக்கில் ஒரு செக்யூரிட்டி, ''தூரமாப் போங்க. வழியில யாரும் நிக்கக் கூடாது. கயிறு கட்டியிருக்குற எடத்துக்குள்ளார யாரும் வரக் கூடாது. கூட்டம் சேராம கலஞ்சிப் போங்க'' என்று ஓயாமல் கத்திக்கொண்டேயிருந்தான். பிரதான வாசலிலிருந்து வந்துகொண்டிருந்தவர்களும், வெளியே போய்க்கொண்டிருந்தவர்களும், வேறுவேறு மருத்துவப் பிரிவுகளுக்குச் சென்றுகொண்டிருந்தவர்களும், ஆங்காங்கே மரத்தின் கீழே உட்கார்ந்து பேசிக்கொண்டிருந்தவர்களும் ஆம்புலன்ஸைச் சுற்றிக் குழுமத் தொடங்கினார்கள். பெரும் கூட்டம் சில நொடிகளிலேயே சேர்ந்துவிட்டது.

ஆம்புலன்ஸிலிருந்து ஆறு பேரை இறக்கினார்கள். இரண்டு ஆண்கள், நான்கு பெண்கள், ஒரு குழந்தை. எல்லோருமே முற்றிலுமாக வெந்துபோயிருந்தார்கள். இறக்கிய வேகம் தெரியவில்லை. ஸ்ட்ரெச்சரில் வைத்த வேகம் தெரியவில்லை. உள்ளே ஸ்ட்ரெச்சரைத் தள்ளிக்கொண்டு போனதும் தெரியவில்லை. சிறு தடுமாற்றம், குழப்பம் இல்லை. ஆம்புலன்ஸ் கிளம்பியது. கூடியிருந்த கூட்டம் யாரும் சொல்லாமலேயே ஒதுங்கி வழிவிட்டது. அருண்மொழிக்கு அதிசயமாக இருந்தது. ஆம்புலன்ஸ் கூட்டத்தை விட்டுச் சென்றதும் மைக்கில் செக்யூரிட்டி கத்த ஆரம்பித்தான், ''கூட்டம் கலைஞ்சி போங்க. ட்ராபிக் ஆயிடிச்சி பாருங்க. கார், பைக் மெதுவா போங்க. கூட்டம் கலைஞ்சி போங்க.'' மைக்கிலிருந்து வந்த குரலுக்கு நூற்றுக்கணக்கானவர்கள் கட்டுப்பட்டு நடந்தனர்.

அடுத்த சில நொடிகளில் கூட்டத்துக்கு எப்படித்தான் செய்தி பரவியதோ. செஞ்சி அருகில் கோயில் திருவிழாவில் தீமிதி நிகழ்ச்சியில் கூட்ட நெரிசலில் தவறி நெருப்பில் விழுந்துவிட்டார்கள். இரண்டு பெண்கள் அந்த இடத்திலேயே இறந்துவிட்டார்கள். லேசான காயம் பட்டவர்களை விழுப்புரம் மருத்துவமனையில் சேர்த்துவிட்டார்கள். பலத்த காயமடைந்த கேசுகள் மட்டும் ஜிப்மருக்கு வந்திருக்கின்றன.

மருத்துவமனையில் மைக்கில் அறிவித்துக் கூட்டத்தை கலைப்பார்கள் என்பது நம்ப முடியாததாக இருந்தது. ஐந்து பத்து நிமிஷத்துக்குள் பிரதான வாசல் பக்கம் ஒரு பர்லாங் தூரத்துக்கு வண்டி வாகனங்கள் நின்றுவிட்டன. எதையும் நம்ப முடியாதவளாக முருகனிடம், ''அதிசயமா இருக்கு'' என்று சொன்னாள் அருண்மொழி.

''நேத்து ராத்திரியிலிருந்து பாக்குறன். பத்து நிமிஷத்துக்குப் பத்து நிமிஷம் ஒரு வண்டி வருது. ராத்திரி பகல்ன்னு இல்ல. பெரிய கம்பெனி மாதிரி இருக்கு'' என்று அமராவதி சொன்னாள்.

''நீங்க கிளம்புங்க'' என்று சுந்தரத்திடம் நடேசன் சொன்னார்.

''போகலாம்'' என்று மெதுவாக சுந்தரம் சொன்னார்.

''சரி வாங்க. நான் வந்து பஸ் ஏத்திவிடுறன்'' என்று சொல்லிவிட்டு நடேசன் பிரதான வாசலை நோக்கி முதலில் நடக்க ஆரம்பித்தார். நடேசன் ஏன் இப்படி நடந்துகொள்கிறார், பிடிவாதமாக அனுப்புகிறார் என்று யோசித்தாலும், வேறு வழியின்றி மற்றவர்களும் அவருக்குப் பின்னால் நடக்க ஆரம்பித்தனர்.

''இவ்வளவு தூரம் வந்து ரேவதியப் பாக்க முடியலியே'' என்று கமலம் ஆதங்கப்பட்டாள்.

''செலவுக்குப் பணம் இருக்கா?'' என்று சுந்தரம் கேட்டார்.

''பணத்துக்கு இங்க வேல இல்ல'' முருகன் சொன்னான்.

''நீ வர்றியா? இங்கியே இருக்கியா?'' சிவபாதம் லட்சுமியிடம் கேட்டார்.

''நான் வல்ல. நீங்க மட்டும் போங்க'' என்று லட்சுமி சொன்னாள்.

''ஏதாச்சும் சாப்பிடுறிங்களா?'' என்று நடேசன் கேட்டார்.

''வேண்டாம்'' என்று சொன்ன சுந்தரம், ''அந்த நாய சும்மா விட்டது பெரிய தப்பு. ஏதாச்சும் வழியிருந்தா அவன உள்ளாரப் புடிச்சிப்போடுங்க. எனக்குத் தெரிஞ்ச வக்கீல் இருக்காரு. கேச அவுரு பாத்துக்குவாரு'' என்று சொன்னார்.

''ரேவதி உசுருக்கு ஒண்ணு ஆனா அந்த நாய நானே செருப்பால அடிப்பன்'' சிவபாதம் கோபமாகச் சொன்னார்.

''பொறுக்கிப் பயலுக்கு பொண்ணக் கொடுத்தது நம்ப தப்புதான்'' கமலம் சொன்னாள்.

''ஒலகத்தில வேற மாப்ளயே கெடைக்கிலன்னு ஆட்டோ ஓட்டுறப் பயலப் புடிச்சா பாரு'' என்று லட்சுமி சொன்னாள். அந்த வார்த்தை நெருப்பு மாதிரி நடேசனையும், அமராவதியையும், முருகனையும் சுட்டது.

பிரதான வாசலுக்கு வந்து பஸ் ஏறும்வரை சுந்தரமும், சிவபாதமும், கமலமும் ஏதேதோ சொன்னார்கள். ஏதேதோ கேட்டார்கள். எதற்கும் நடேசன் வாயைத் திறக்கவில்லை. பேசாமல் இருந்தார். முருகனும் பேசவில்லை.

4

நடந்துகொண்டிருந்த நடேசனுக்கு என்ன தோன்றியதோ, ''போங்க வர்றன்'' என்று சொல்லிவிட்டு நின்றார். ''என்னாச்சு?'' என்பது மாதிரி மற்றவர்கள் பார்த்தனர். எதற்காகத் தன்னை ஒருவிதமாகப் பார்க்கிறார்கள் என்று யோசித்தார். பிறகு, ''போங்க வர்றன்'' என்று மீண்டும் சொன்னார். ''சீக்கிரம் வாங்க'' என்று சொல்லிவிட்டு நடக்க ஆரம்பித்தாள் அமராவதி. அவளோடு முருகன், அருண்மொழி, லட்சுமி என்று நடக்க ஆரம்பித்தனர்.

நடேசன் முக்கியமான வேலை இருப்பது மாதிரி கோரிமேடு பஸ் ஸ்டாண்டை நோக்கி நடக்க ஆரம்பித்தார். அவசரப் பிரிவுக் கட்டடத்தை நோக்கிச் செல்லும் சாலையின் இரு பக்கமும் பார்த்தார். ஆட்கள் உள்ளே போவதும், வெளியே வருவதுமாக இருந்தனர். தேர்த் திருவிழாக் கூட்டம்போல இருந்தது. சிறிது நேரம் பிரதான வாசலை ஒட்டியிருந்த ஆலமரத்தின் நிழலில் நின்றுகொண்டிருந்தார். பஸ் ஏறுவதற்காகக் காத்திருந்த ஆட்களைப் பார்த்தார். முக்கியமான காரியத்தைச் செய்வதுபோலக் கைகடிகாரத்தைப் பார்த்தார். நேரத்தைத் தெரிந்துகொண்டு என்ன செய்யப்போகிறோம் என்ற எண்ணம் உண்டாயிற்று. ரவியை ரேவதி காதலித்ததற்கு,

அவனையே கல்யாணம் செய்துகொள்வேன் என்று அடம்பிடித்ததற்கு, கல்யாணம் கட்டிக்கொண்ட பிறகு ரவியிடம் அவள் தினம்தினம் அடிப்பட்டதற்கு, தீக்குளித்த தற்கெல்லாம் காரணம் என்ன?

நினைவு தெரிந்த நாளிலிருந்து கறி, முட்டை, மீன் என்று ஒரு துண்டு சாப்பிட் டதில்லை. எப்போதுமே சைவ சாப்பாடுதான். பில்லி, சூனியம், வைப்பு, சீட்டுக் கட்டுதல் என்று எந்தக் கெட்ட காரியத்தையும் யாருக்கும் செய்ததில்லை. அப்படிச் செய்ய வேண்டும் என்று நினைத்ததுமில்லை. மற்ற ஆசிரியர்களுக்கு ஐந்து பைசா, பத்து பைசா என்று வட்டிக்கு விட்டதில்லை. முதன் முதலாக வேலையில் சேர்ந்த நாளிலிருந்து, தலைமை ஆசிரியராகப் பதவி உயர்வு பெற்ற காலம்வரை ஏதாவது தவறு செய்திருக்கிறோமா, பிள்ளைகளிடம், அதிலும் பெண் பிள்ளைகளிடம் தவ றாக நடந்துகொண்டோமோ என்று யோசித்துப்பார்த்தார். காரணமின்றி எந்தப் பிள்ளையையாவது பெயில் போட்டுவிட்டோமோ என்று யோசித்தார். இதுவரை தான் யாருக்கும் எந்தப் பாவமும் செய்ததாக அவருக்குத் தோன்றவில்லை.

குடும்பத்தாரிடம் தவறாக நடந்துகொண்டோமோ என்று யோசித்தார். அப்பா அம்மா இறந்தபோது, மொத்தச் செலவையும் அவர்தான் செய்தார். தம்பியிடமிருந்து ஒரு காசு வாங்கவில்லை. அப்பா அம்மா சாவுக்குப் பங்குபோட்டுப் பணம் கொடுக் கணுமா? அது அசிங்கம் என்று சொல்லிவிட்டார். பாகம் பிரிக்கும்போது தன்னுடைய தம்பி கேட்ட நிலம், வீடு, தோட்டம், போர்பட்டி என்று கொடுத்ததோடு, அவன் வேலையில் இல்லாமல் இருப்பதற்காக மூன்று ஏக்கர் நிலத்தையும் கூடுதலாகக் கொடுத்தார். கேன்சர் வந்து அவருடைய தம்பி செத்தபோது எல்லாச் செலவுகளை யும் அவரே செய்தார்.

யாரிடமும் இதுவரை அவர் கடன் வாங்கியதில்லை. கடன் வாங்கி ஏமாற்றியது மில்லை. பள்ளிக்கூடத்துக்கு ஒரு நாள்கூடத் தாமதமாகப் போனதில்லை. ஒரு பீரி யடைக்கூடப் பாடம் நடத்தாமல் ஏமாற்றியதில்லை. சின்ன வயதிலிருந்து கடவுள் நம்பிக்கையோடுதான் இருக்கிறார். வள்ளலார்மீது அதிகப் பற்று. ஒவ்வொரு தைப் பூசத்தன்றும் நடந்தே வடலூருக்குச் செல்வார். வேலைக்குச் சேர்ந்ததிலிருந்து ஒவ் வொரு தைப் பூசத்தன்றும் நூறு பேருக்கு மேல் அன்னதானம் போட்டுக்கொண்டிருக் கிறார். சிதம்பரம் நடராஜர் கோயிலில் ஆண்டுதோறும் நடக்கும் முற்றோதல் நிகழ்ச் சிக்குப் போகாமல் இருந்ததே இல்லை. 'திருப்பதிக்குப் போறன். காணிக்க தாங்க' என்று கேட்டு வாசலில் வந்து நிற்பவர்களை அவர் ஒருநாளும் வெறும் கையோடு அனுப்பியதில்லை. 'தாலி தானம் தாங்க' என்று கேட்டு வந்தவர்களிடம் கையில் காசு இல்லை என்று சொன்னதில்லை. எந்தக் கோயிலுக்குப் போனாலும் நூறு ரூபாய்க்குச் சில்லறை மாற்றிக்கொண்டுதான் போவார். 'தருமம் போடுங்க சாமி' என்று கேட்டுக் கையேந்துபவர்களுக்குக் காசு போடாமல் ஒருநாளும் வந்ததே இல்லை. 'கையேந்தி வந்தவங்களுக்கு இல்லன்னு சொல்லாதப்பா. அப்பிடிச் சொல்றது மகா பாவம். ஈசன் நல்ல மோட்சம் தர மாட்டான்' என்று அவருடைய அம்மா பர்வதாம்பாள் அடிக்கடி சொல்வாள். பிச்சை போடும்போதும், அன்னதானம் போடும்போதும் அவருடைய அம்மா பர்வதாம்பாள் சொன்னது நினைவுக்கு வரும். தான் யாருக்கும் எந்தக் கெடுதலும் செய்ததில்லை. அப்படியிருக்கும்போது தன்னுடைய மகள்

ஏன் இவ்வளவு சித்திரவதையை அனுபவிக்கிறாள்? தன்னுடைய மூதாதையர்கள் யாராவது செய்யக் கூடாத பாவத்தைச் செய்திருப்பார்களா? வேலைக்கு வரவில்லை என்று பண்ணையாளைக் கட்டிவைத்து அடித்திருக்கலாம். பாலில் தண்ணீர் கலந்து விற்றிருக்கலாம். திருவோடு ஏந்தி வந்தவர்களை வெறும் கையோடு திருப்பி அனுப்பியிருக்கலாம். பொய் சாட்சி சொல்லியிருக்கலாம். எதைச் செய்திருப்பார்கள்?

''தைப் பூசத்தில நான் போட்ட அன்னதானம்கூட காப்பாத்திலியே'' என்று முணுமுணுத்த நடேசனுக்குப் போன ஜென்மத்தில் ஏதாவது தவறு செய்திருப்போமோ என்ற எண்ணம் வந்தது. அப்போது அவரை ஒரு ஆள் இடித்துவிட்டு முன்னால் போனான். அப்போதுதான் சுய நினைவு வந்த மாதிரி சாலையைப் பார்த்தார். பிறகு அவசரப் பிரிவுக் கட்டடத்தை நோக்கி நடக்க ஆரம்பித்தார்.

''தன்னுடைய சாவத் தானே உண்டாக்கிக்கிட்டாளே'' என்று சொல்லும்போது அவரையும் மீறி, அவருடைய கண்களில் கண்ணீர் வழிந்தது. ''இதுவும் விதிதான். எல்லாம் விதிதான்'' என்று சொல்லிக்கொண்டார்.

5

அவசரப் பிரிவுக் கட்டடத்துக்கு முன் நல்ல கூட்டம் சேர்ந்திருந்தது. முருகனும் அருண்மொழியும் கூட்டத்தை நோக்கி நடந்தனர். ஒரு பெண்ணிடம் அருண்மொழி கேட்டாள், ''என்ன இவ்வளவு கூட்டம்?''

''உள்ளாரப் போறதுக்குத்தான்.''

''விசிட்டர்ஸ் டைம் எத்தன மணிக்கு?''

''அஞ்சு.''

''அதுக்குள்ளார அஞ்சாயிடிச்சா?'' ஆச்சரியத்தோடு கடிகாரத்தைப் பார்த்தாள் அருண்மொழி. பிறகு கூட்டத்தைப் பார்த்தாள். ஏழு மாடி கொண்ட அவசரச் சிகிச்சைப் பிரிவுக் கட்டடத்தைப் பார்த்தாள். கட்டடம் மேற்குப் பார்த்து இருந்தது. பிரதான வாசலுக்கு நேர்முகமாக இருந்தது. பிரதான வாசலுக்கும் அவசரச் சிகிச்சைப் பிரிவுக் கட்டடத்துக்குமிடையே இருந்த சாலையை இரண்டாகப் பிரித்து நடுவில் பெரிய கட்டை கட்டிப் பூச்செடி நட்டுவைத்திருந்தார்கள். உள்ளே வருவதற்கு ஒரு சாலை, வெளியே போவதற்கு ஒரு சாலை. இரண்டிலும் ஆட்கள் நடந்து போவதற்கு விசாலமான நடைபாதை. இரண்டு நடைபாதைகளும் ஒரு நொடிகூட ஓய்வில்லாமல் இருந்தன. எங்கு பார்த்தாலும் கட்டடங்களாக இருந்தன. எங்கு பார்த்தாலும் ஆட்களாக இருந்தார்கள். எங்கு பார்த்தாலும் மரங்களாக இருந்தன. சராசரியாக ஒரு நாளைக்கு இருபது முப்பதாயிரம் பேர் வந்து போகக்கூடிய இடம்போல தெரிந்தது. அரசு மருத்துவமனை, இலவச மருத்துவமனை என்பதற்கான எந்த அடையாளமும் இல்லை. தனியார் கார்பரேட் மருத்துவமனை மாதிரி இருந்தது. அவசரச் சிகிச்சைப் பிரிவுக் கட்டடத்துக்கு முன் ஆம்புலன்ஸ்கள் வந்து வசதியாக நிற்கவும், அதே மாதிரி வெளியே போகவும் கயிறு கட்டிக் குறிப்பிட்ட அளவுக்கு இடத்தை

ஒதுக்கி யிருந்தார்கள். அந்த இடம் மட்டுமல்ல, அவசரச் சிகிச்சைப் பிரிவின் மொத்தக் கட்டடமும் செக்யூரிட்டிகளின் ஓயாத தீவிரக் கண்காணிப்பின் கீழ்தான் இருந்தது.

அவசரச் சிகிச்சைப் பிரிவுக் கட்டடத்தின் முன், ஆம்புலன்ஸிற்காக ஒதுக்கப்பட்ட இடத்துக்கு வெளியே பெரிய கூட்டம் நின்றுகொண்டிருந்தது. கூட்டத்தில் சலசலப்பு இல்லை. முண்டியடித்தல் இல்லை. முட்டிமோதல் இல்லை. அழுகை, ஓலம், ஒப்பாரி எதுவுமில்லை. மற்ற நேரங்களில் செக்யூரிட்டிகளிடம் கெஞ்சுவது மாதிரி உள்ளே விடச் சொல்லி ஒரு ஆள்கூடக் கெஞ்சவில்லை. தகராறு செய்யவில்லை. மணி ஐந்து ஆகிவிட்டால் தாங்கள் நினைத்த எல்லா காரியமும் நடந்துவிடும் என்பதுபோல மொத்தக் கூட்டமும் அமைதியாக இருந்தது. அப்போது பிரதான வாசலிலிருந்து ஒரு ஆம்புலன்ஸ் வருவது தெரிந்தது. யாரும் சொல்லாமலேயே மொத்தக் கூட்டமும் இரண்டாகப் பிளந்து ஆம்புலன்ஸுக்கு வழிவிட்டது. வேகம் குறையாமல், எந்தத் தடங்கலுமின்றி அவசரச் சிகிச்சைப் பிரிவுக் கட்டடத்தின் முன் வந்து ஆம்புலன்ஸ் நின்றது. கார் விபத்தில் உருக்குலைந்த மூன்று உடல்களை இறக்கினார்கள். ஸ்ட்ரெச்சரில் வைத்துத் தள்ளிக்கொண்டு உள்ளே ஓடினார்கள் பணியாளர்கள். அடிபட்ட மூன்று பேரைப் பார்த்ததும் மொத்தக் கூட்டமும் பதறிப்போயிற்று. ''ஐயோ பாவமே'' என்று சொன்னது. ஆம்புலன்ஸ் கிளம்பியது. எந்த உத்தரவும், எந்த அறிவிப்பும் இல்லாமல் கூட்டம் இரண்டாகப் பிளந்து ஆம்புலன்ஸுக்கு வழிவிட்டது.

''ஆச்சரியமா இருக்கு.''

''எது?'' முருகன் கேட்டான்.

''ஆம்புலன்ஸுக்கு சனங்க வழிவிட்டது. கோயில்லகூட ஜனங்க இவ்வளவு அமைதியா இருந்து நான் பாத்ததில்ல.''

''நம்ப முடியல. நம்ப நாட்டு ஜனங்களா இது?''

''விசிட்டர்ஸ் உள்ளாரப் போகலாம்'' என்று செக்யூரிட்டி மைக்கில் அறிவித்தான்.

அவசரப் பிரிவுக் கட்டடத்துக்குள் கூட்டம் நுழைய ஆரம்பித்தது. ஆனால், தள்ளுமுள்ளு இல்லை. அடித்துப்பிடித்துக்கொண்டு யாரும் ஓடவில்லை. நிதானமாகச் சென்றார்கள். ஒருவருக்கொருவர் வழி விட்டு, விலகி உள்ளே சென்றனர்.

அருண்மொழியும் முருகனும் முதலில் ஐந்தாவது மாடிக்கு வந்தனர். அடுத்து அமராவதியும் நடேசனும் லட்சுமியும் வந்தனர். ஹாலின் கதவு சாத்தியிருந்தது. கதவை ஒட்டியும், படிக்கட்டுகளிலுமாக முப்பது நாற்பது பேருக்கு மேல் நின்றுகொண்டிருந்தனர். படிக்கட்டில் நிற்பதற்கே இடமில்லாமல் இருந்தது. பொறுமையிழந்த ஒரு ஆள் கதவைத் தட்டினான். சிறிது நேரம் கழித்து செக்யூரிட்டி கதவைத் திறந்தான். கதவைத் தட்டியவனோடு இன்னும் இரண்டு பேர் கதவை நோக்கிப் போனார்கள். அலட்சியமாக, ''என்ன?'' என்று செக்யூரிட்டி கேட்டான்.

''உள்ளாரப் போகணும்'' என்று கதவைத் தட்டியவன் சொன்னான்.

''டாக்டர், நர்சு ஒங்களக் கூப்புட்டாங்களா?''

''இல்லெ.''

''பின்னெ எதுக்குக் கதவத் தட்டுற?''

''எங்க பொண்ணு ஒண்ணு உள்ளார இருக்கு பாக்கணும்.''

‘‘தேவப்பட்டா நாங்களே ஒங்களக் கூப்புடுவம்.’’

‘‘நான் திண்டிவனத்திலேருந்து வந்திருக்கன். எங்க சொந்தக்காரப் பொண்ணு உள்ளார இருக்கு பாக்கணும். செத்த உள்ளார வுடுங்க’’ என்று சம்பங்கி பூ நிறத்தில் சீலை கட்டியிருந்த பெண் கெஞ்சினாள்.

‘‘நான் சிதம்பரத்திலேருந்து வந்து காலயிலிருந்து குந்தியிருக்கன். சாயங்காலம் அஞ்சு மணிக்கு பாக்கலாமின்னு சொன்னாங்க. கொஞ்சம் கதவத் திறந்து விடுங்க’’ வயதான பெண் அழுதுகொண்டே கேட்டாள்.

‘‘நான் கள்ளக்குறிச்சியிலேருந்து வர்றன். ரெண்டு நாளாக் குந்தியிருக்கன். பாக்க முடியல. வீட்டுக்குப் போவணும். செத்த பாக்க வுடுங்க.’’

செக்யூரிட்டியிடம் கெஞ்சிக்கொண்டிருந்த ஆண், பெண்களோடு சேர்ந்து கொண்டு அருண்மொழியும், ‘‘அண்ணே கொஞ்சம் விடுங்கண்ணே’’ என்று கெஞ்சி னாள்.

‘‘இது மத்த வார்டு மாதிரி இல்ல. சீரியஸ் கேசுங்கதான் இங்க இருக்கும். இந்த வார்டுக்கு மட்டும் விசிட்டர்ஸ் டைம் கிடையாது. வெளியல இருக்கிறவங்க உள் ளாரப் போனா இன்பெக்சன் ஆயிடும். நான் இங்க உள்ளார வுட்டாலும், ஐ.சி.யு.குள் ளார வுட மாட்டாங்க. வராண்டாவுலதான் நிக்கலாம். அதுக்கு மேல யாரும் உள்ளா ரப் போவ முடியாது. நர்சுங்க, டாக்டருங்க கூப்புட்டாதான் நான் உள்ளார வுட முடி யும்’’ என்று தெளிவாகச் செக்யூரிட்டி சொன்னான்.

‘‘எங்கள வராண்டாவிலியாவது நிக்க வுடு’’ என்று ஒரு பெண் கேட்டாள்.

‘‘சொன்னாக் கேளுங்கம்மா. பேஷண்டுங்க இருக்கிற நெலமயில யாரும் பாக்கக் கூடாது’’

‘‘சும்மாவாச்சும் வராண்டாவுல நிக்குறமே’’ என்று இரண்டு பெண்கள் கெஞ்சி னார்கள்.

செக்யூரிட்டி மனம் இரங்கியதுபோல் ஒன்றும் சொல்லாமல் சற்று விலகி நின் றான். முதலில் இரண்டு பெண்கள் உள்ளே போனார்கள். அவ்வளவுதான். அடுத்த சில நொடிகளில் முப்பது நாற்பது பேர் ஹாலுக்குள் நுழைந்துவிட்டனர். செக்யூரிட்டி தலையில் அடித்துக்கொண்டான். முதலில் கூட்டத்தோடு கூட்டமாக அருண்மொழி தான் ஹாலுக்குள் வந்தாள். அவளுக்கடுத்து முருகன், லட்சுமி, நடேசன், அமராவதி என்று வரிசையாக வந்தார்கள்.

ஹாலில் நின்றுகொண்டிருந்த முப்பது நாற்பது பேருமே ஐ.சி.யு. கதவையே பார்த்துக்கொண்டிருந்தனர். ஐ.சி.யு. கதவு திறக்கும் என்பதற்கான அறிகுறியே இல்லை. செக்யூரிட்டியிடம் வம்பு செய்துகொண்டு உள்ளே வந்தாலும் எல்லா ருடைய முகங்களும் வாடிப்போய்க் கிடந்தன. ஒரு சிலர் ஐ.சி.யு. அறையின் கத வின் வழியே உள்ளே பார்க்க முயன்றனர். நோயாளிக்குச் சம்பந்தப்பட்ட ஒரு சிலர் நேரிடையாக மருத்துவரிடம் சென்று நோயாளியின் நிலைமை குறித்து விசாரித்து விட்டு வந்தார்கள். நோயாளியைப் பார்க்க வந்த உறவினர்கள், ஹாலில் நின்று கொண்டிருந்தனர். திண்டிவனத்துக்காரி துணிந்து ஐ.சி.யு.வின் கதவைத் தட்டினாள்.

இரண்டு மூன்று முறை தட்டிய பிறகுதான் கதவு திறந்தது. கதவைத் திறந்த நர்சு கேட்டாள், ''என்ன?''

''நான் திண்டிவனத்திலேருந்து வந்திருக்கிறன். எங்க மாமா பொண்ணு நாலு நாளக்கி முன்னாடி தீக்குளிச்சிட்டா. உள்ளார இருக்கா. பாக்கணும். காலயிலிருந்து குந்தியிருக்கன்'' என்று கெஞ்சினாள்.

''அப்பிடியா?'' என்று தன்மையான குரலில் நர்சு கேட்டாள்.

''ஆமாம்மா'' என்று திண்டிவனத்துக்காரி சொன்னாள். நர்சு பேசிய விதத்தை வைத்துத் தன்னை உள்ளே விட்டுவிடுவாள் என்று அந்தப் பெண் நம்பினாள்.

''செக்யூரிட்டி'' என்று நர்சு கூப்பிட்டாள்.

செக்யூரிட்டி வந்து, ''என்னம்மா?'' என்று கேட்டான்.

''எதுக்குக் கதவ எல்லாரயும் தட்ட விடுறீங்க? நீங்க கதவுகிட்டயே நிக்கணும். புரியுதா?'' என்று கேட்டுவிட்டுப் பட்டென்று கதவைச் சாத்திக்கொண்டாள். திண்டி வனத்துப் பெண்ணினுடைய முகம் சுருங்கிப்போயிற்று.

''கொஞ்சம் தள்ளி நில்லுங்க. கதவுகிட்ட யாரும் நிக்கக் கூடாது. கதவ யாரும் தட்டக் கூடாது. டாக்டரப் பாக்க நினைக்கிறவங்க மட்டும் உள்ள போயி பாருங்க. மத்தவங்க எல்லாம் வெளிய போயிடுங்க'' செக்யூரிட்டி அதிகாரமாகச் சொன்னான்.

கதவைத் திறந்த நர்சு, ''செக்யூரிட்டி, மங்கையோட அட்டண்டர் இருந்தா அனுப்புங்க'' என்று சொன்னதும் கூட்டத்தில் நின்றுகொண்டிருந்த தங்கம்மாள் ஐ.சி.யு. கதவிடம் ஓடினாள்.

''மங்கையோட அட்டண்டர் நீங்களா?''

''ஆமாம்மா.''

''உள்ளார வாங்க.''

தங்கம்மாள் உள்ளே சென்றதும் ஐ.சி.யு. கதவு மூடப்பட்டுவிட்டது. உள்ளே போன வேகத்திலேயே தங்கம்மாள் வெளியே வந்தாள். உடனே அவளுடைய பேத்தி யும், இரண்டு ஆண்களும் தங்கம்மாளிடம் வந்து விசாரித்தனர், ''என்னாச்சி?''

''செண்டு பாட்டில் மூணு வேணுமாம்.''

''நீ அவளப் பாத்தியா?''

''தெர போட்டு மூடி வச்சிருக்காங்க. கிட்டப் போவக் கூடாதுன்னு கண்டிசனா சொல்லிட்டாங்க'' என்றுகூட தங்கம்மாவால் சொல்ல முடியவில்லை. அதற்குள் அவளுக்கு அழுகை வந்துவிட்டது.

''இதுக்குத்தான் நான் போறன்னு சொன்னன்'' என்று தங்கம்மாளின் பேத்தி கலா கோபப்பட்டாள்.

''நான் மட்டும் பாக்க மாட்டன்னா சொன்னன்?'' என்று தங்கம்மாள் சொன் னாள். பிறகு பக்கத்திலிருந்த ஆளிடம், ''ஏண்டா மரமாட்டம் நிக்குற? ஓடிப் போயி செண்டு பாட்டுலு வாங்கியா'' என்று சொன்னாள். உடனே அவன் வெளியே ஓடினான்.

ஐ.சி.யு.விலிருந்து வெளியே வந்த நர்சு, ''பழனியம்மாளோட அட்டண்டர் யாரு?'' என்று கேட்டாள். மூன்று நான்கு பேர் நர்சிடம் ஓடினார்கள்.

ஒரு சீட்டைக் கொடுத்து, ''இதுல எழுதி இருக்கிற ஊசிய வாங்கியாங்க'' என்று நர்சு சொன்னாள். சீட்டை வாங்கிய ஆள், ''எப்பிடிம்மா இருக்கு?'' என்று ஆர்வமாகக் கேட்டான்.

''நல்லா இருக்காங்க, முதல்ல ஊசிய வாங்கியாங்க'' என்று முகத்தில் அடித்த மாதிரி சொல்லிவிட்டு கதவைச் சாத்திக்கொண்டாள். கதவைச் சாத்துவதில் எல்லா நர்சுகளுமே ஒரே விதமாகத்தான் இருந்தார்கள்.

''லதாவோட அட்டண்டர டாக்டர் கூப்புடுறாரு'' என்று செக்யூரிட்டி சொன்னான். நான்கு ஐந்து பேர் மருத்துவர் அறைக்குள் ஓடினார்கள்.

''மருந்து மாத்தர, ஊசி வாங்கியார சொல்லாம எதுக்கும்மா செண்டு பாட்டுலு வாங்கியாரச் சொல்றாங்க?'' என்று அமராவதி கேட்டாள்.

''நாத்தம் அடிக்க ஆரம்பிச்சிடிச்சின்னு நெனைக்கிறன்.'' தங்கம்மாளோடு சேர்ந்து கலாவும் அழுதாள்.

அமராவதிக்குக் குலைநடுங்கிப்போயிற்று. கை கால்கள் வெடவெடத்தன திரும்பிப் பார்த்து முருகனிடம், ''டாக்டரப் பாக்க வேணாமா?'' என்று கேட்டாள். ''கூட்டமா இருக்கே'' என்று சொன்னாலும் அருண்மொழியும், முருகனும், நடேசனும் மருத்துவர் அறைக்குள் போனார்கள். அதற்குள் மருத்துவர் எழுந்து வெளியே வந்து ஐ.சி.யு. அறைக்குள் நுழைந்துவிட்டார்.

ஐ.சி.யு. கதவைத் திறந்த நர்சு, ''செக்யூரிட்டி, கிளியர் பண்ணுங்க. அவ்வளவுதான்'' என்று சொல்லிவிட்டு மீண்டும் ஐ.சி.யு.வுக்குள் புகுந்துகொண்டாள்.

மருத்துவர் அறையிலிருந்து திரும்பி வந்த முருகனிடம், ''என்னப்பா ஆச்சி?'' என்று அமராவதி கேட்டாள்.

''உள்ளார ஏதோ ஒரு கேசுக்குப் பிரச்சனயாம். அவசரமாக ஐ.சி.யு.க்குள்ளாரப் போயிட்டாரு'' என்று உயிரில்லாமல் சொன்னான்.

''இனிமே எப்ப திரும்பி வருவாரு?''.

''தெரியலியே'' முருகன் பலவீனமாக முனகினான்.

''மணி அஞ்சே முக்கால் ஆயிடிச்சி. எல்லாரும் வெளிய போயிடுங்க'' என்று செக்யூரிட்டி சொன்னான். ஒரு ஆள்கூட வெளியே போகவில்லை.

''எப்பிடி நின்னாலும் இன்னும் பத்து நிமிஷம்தான்'' நக்கலாகச் சொன்னான் செக்யூரிட்டி.

''டாக்டரப் பாக்க முடியல'' அலுத்துக்கொண்டாள் அருண்மொழி.

''மணி ஆயிடிச்சி. எல்லாரும் வெளிய போங்க'' என்று செக்யூரிட்டி சொன்னான். இந்த முறை அவனுடைய குரலில் கடுமை கூடியிருந்தது. சிறிது நேரத்தில் ஒவ்வொரு ஆளாக வெளியே அனுப்ப முயன்றான்.

''நான் டாக்டரப் பாக்கணும்'' என்று ஒரு ஆள் சொன்னான்.

''இன்னமுட்டும் என்னா செஞ்சிங்க?''

''வெளிய அழச்சிகிட்டுப் போயி பாக்கலாமான்னு கேக்கணும்?''

''எதா இருந்தாலும் நாளைக் காலயிலப் பேசுங்க. இப்ப வெளிய போங்க.''

''இதென்ன தனியார் ஆஸ்பத்திரியா? ஆயிரத்தெட்டு சட்டம் பேசுறிங்க?''

செக்யூரிட்டிக்குக் கோபம் வந்துவிட்டது, ''எதா இருந்தாலும் காலயில வாங்க. சட்டம் பேசாதிங்க'' என்று சொல்லி அந்த ஆளின் கையைப் பிடித்து அழைத்துக் கொண்டுபோய் வெளியேவிட்டான்.

ஐ.சி.யு.விலிருந்து வெளியே வந்த பழனியம்மாளின் அட்டண்டர் பெரும் குர லெடுத்து அழ ஆரம்பித்தாள். ஹாலில் நின்றுகொண்டிருந்தவர்கள் உடனே அந்தப் பெண்ணைச் சூழ்ந்துகொண்டனர். ''என்னாச்சி?'' என்று ஒரு சிலர் கேட்டனர். அந்தப் பெண் அழுதாளே தவிர யாருக்கும் பதில் சொல்லவில்லை.

''சொன்னாக் கேட்டீங்களா? இதுக்குத்தான் வெளிய போங்கன்னு சொல்றது. இந்த வார்டப் பத்தி ஒங்களுக்குத் தெரியாது, வெளிய போயிடுங்க'' என்று சொன் னான் செக்யூரிட்டி. கூட்டத்தில் ஒரு ஆளுக்குக்கூட வெளியே போகிற எண்ணம் இல்லை. அப்போது ஐ.சி.யு.விலிருந்து மருத்துவர் வெளியே வந்தார்.

''எதுக்கு இங்க இவ்வளவு கூட்டம்? கிளியர் பண்ணுங்க'' மருத்துவர் சொன்னது தான். செக்யூரிட்டி உடனே வேகமாக ஒவ்வொரு ஆளாக வெளியேற்ற ஆரம்பித் தான். முருகனும் அருண்மொழியும் மருத்துவரின் அறைக்குள் போக முயன்றனர்.

''டைம் ஆச்சி. வெளிய போங்க, இப்ப டாக்டரப் பாக்க முடியாது'' என்று சொல்லி முருகனையும் அருண்மொழியையும் தடுத்து வெளியே அனுப்ப முயன்றான் செக்யூரிட்டி. தயக்கத்துடன் அமராவதி நின்றுகொண்டிருந்த இடத்துக்கு வந்தனர்.

மூலையில் நின்றுகொண்டிருந்த ரவியிடம் வந்த செக்யூரிட்டி, ''ஒனக்குத் தனியா சொல்லணுமா? வெளிய போயிடுங்க'' என்று சொன்னான்.

''நான் டாக்டரப் பாக்கணும். அட்மிசன் போட்டதிலிருந்து யாரயும் பாக்க வுட மாட்டங்குறிங்க? டாக்டரயும் பாக்க முடியல.''

''காலயில வந்து பாரு.''

''நீதான் பெரிய டாக்டரா?''

''என்னாப் பேசுற நீ? முதல்ல வெளிய போ'' செக்யூரிட்டி ரவியின் கையைப் பிடித்து இழுத்தான். வெடுக்கென்று ரவி கையை உதறிக்கொண்டு வேகமாக மருத்து வரின் அறைக்குள் சென்று, ''சார், எம் பொண்டாட்டி சாவ பொழைக்கக் கெடக்குறா. நேத்துலயிருந்து நான் இன்னும் பாக்கல. பேசல. என்னா நடக்குதின்னு தெரியல'' என்று சொன்னான்.

ரவியின் பேச்சு மருத்துவருக்குக் கோபத்தை உண்டாக்கிற்று. மருத்துவருக்குப் பின்னால் இருந்த நர்சு, 'சத்தமாகப் பேசக் கூடாது' என்பது மாதிரி வாயில் விரலை வைத்துக் காட்டினாள். அதைக் கொஞ்சமும் அவன் பொருட்படுத்தவில்லை. பட் டென்று வெளியே வந்து அருண்மொழியிடம், ''இங்க வாங்க.'' என்று அதிகாரத் தொனியில் கூப்பிட்டான். அருண்மொழி மருத்துவர் அறைக்குள் ஓடினாள். ரவியை வினோதமாகப் பார்த்தார் மருத்துவர்.

“ஒங்களுக்கு என்ன வேணும்?” என்று மருத்துவர் எரிச்சலுடன் கேட்டார்.

“எம் பொண்டாட்டியப் பத்தி ஒண்ணுமே தெரியல சார்.”

“என்ன தெரியணும்?”

“நேத்தியிலிருந்து இன்னும் நான் பாக்கல சார்.”

“ஐ.சி.யு.வில் இருக்கிற பேஷண்ட அடிக்கடி பாக்குறது நல்லதில்ல.”

“இங்கிலீசில பேசுக்கா” என்று அருண்மொழியிடம் ரவி சொன்னான். சுதாரித்துக்கொண்ட அருண்மொழி மருத்துவரிடம், “ஐயாம் அருண்மொழி. டீம் லீடர், டி.சி.எஸ். அட் சென்னை” என்று சொல்லிவிட்டு ரேவதியைப் பற்றி, அவளுடைய நிலையைப் பற்றி, பிழைத்துக்கொள்வாளா, எத்தனை பர்சண்டு, தனியார் மருத்துவ மனைக்கு அழைத்துக்கொண்டுப் போகலாமா, தமிழ்நாட்டிலேயே தீக்காயத்துக்கு எது சிறந்த மருத்துவமனை, ரேவதியின் உடலில் எந்த இடத்தில் காயம் அதிகமாக இருக்கிறது, சர்ஜரி செய்து சரிசெய்ய இயலுமா என்று ஆங்கிலத்தில் கேட்டாள். எல்லாக் கேள்விகளையும் முகம் சுளிக்காமல் கேட்ட மருத்துவர் நிதானமாக, “ட்ரீட்மண்டு நல்லாப் போயிட்டிருக்கு. ஜிப்மரவிட ஃபயருக்கு நல்ல ஆஸ்பத்திரி பக்கத்தில எதுவும் இல்ல. பேஷண்ட்டு இருக்கிற நெலமயில ஷிப்ட் பண்றது நல்லதில்ல” என்று சொன்னார். அருண்மொழி கேள்வி கேட்க ஆரம்பித்த பிறகு ஒரு வார்த்தைகூட ரவி பேசவில்லை. கையைக் கட்டிக்கொண்டு, தலையைக் கவிழ்த்துகொண்டு நின்றான்.

“நேத்திக்கி இன்னிக்கி எப்பிடி இருக்கு? டெவலப்மன்ட் இருக்கா?”

“அட்மிஷன் போட்டு ஒரு நாள்தான ஆயிருக்கு?”

அருண்மொழிக்கு திடீரென்று அழுகை வந்துவிட்டது. அழுதுகொண்டே சொன்னாள், “அவ என்னோட ஃபிரண்டு சார். ரெண்டு பேரும் ஒண்ணாத்தான் எஞ்சினியரிங் படிச்சோம். என்னைவிட நல்லாப் படிப்பா. அவ நைன்ட்டி எயிட். நான் நைன்டி த்ரி பர்சன்ட் எஞ்சினியரிங்ல. நான் அவளோட அண்ணனத்தான் கல்யாணம் கட்டியிருக்கன். அவ கல்யாணத்தில சின்ன தப்பு நடந்துபோச்சி. அதனால அவ வேலக்கிப் போவல. போயிருந்தா என்னவிட நல்ல நெலமைக்கு வந்திருப்பா. எனக்கு எழுபதாயிரம் சம்பளம். அவ மட்டும் வேலக்கிப் போயிருந்தா என் சம்பளத்துக்குக்கு மேல வாங்கியிருப்பா. அவளாலதான் நான் நல்லாப் படிச்சன். ஆனா, அவ வீணாப் போயிட்டா. வழியிருந்தா சொல்லுங்க. பணம் ஒரு பிரச்சன இல்ல. அவ உசுரோட வேணும் சார்” கண்ணீரின் வழியாகக் கேட்டாள்.

பக்கத்திலிருந்த நர்சிடம், “ரேவதியோட ரிப்போர்ட் கொடுங்க” என்று கேட்டார். நர்சு வேகமாக ஐ.சி.யு.வுக்குப் போய் ரிப்போர்ட்டைக் கொண்டுவந்து கொடுத்தாள். ரிப்போர்ட்டைப் பார்த்த மருத்துவரின் முகம் சுருங்கிப்போயிற்று. ரிப்போர்ட்டை நர்சிடம் கொடுத்துவிட்டு நிதானமாகச் சொன்னார்.

“பேஷண்டு இருக்கிற கண்டீஷனில ஷிப்ட் பண்றது நல்லதில்ல. ஷிப்ட் பண்றது நல்லதுன்னா நாங்களே சொல்லிடுவோம். ரெண்டு மூணுநாள் போகட்டும். டெவலப்மண்ட் எப்பிடியிருக்குன்னு பாத்துக்கிட்டு செய்யலாம். அவசரப்படக் கூடாது” என்று சொல்லிவிட்டு எழுந்த மருத்துவர் ஐ.சி.யு. அறையை நோக்கி நடக்க ஆரம்பித்தார்.

அருண்மொழியும் ரவியும் ஹாலுக்கு வந்தனர். ஹாலில் ஒரு ஆள்கூட இல்லை. ஹாலிலிருந்து இருவரும் வெளியே வந்தனர். நல்ல பிள்ளை மாதிரி ரவி நான்காவது மாடிக்குப் போகிற படிக்கட்டில் போய் உட்கார்ந்துகொண்டான். அருண்மொழி, முருகனும் அமராவதியும் உட்கார்ந்திருந்த ஆறாவது மாடிக்குப் போகிற படிக் கட்டுக்கு வந்தாள்.

''டாக்டர் என்னா சொன்னாரு?'' நடேசன் கேட்டார்.

''ட்ரீட்மண்டு போயிக்கிட்டிருக்கு. ரெண்டு மூணு நாள் போகட்டும். பாக்க லாம்ன்னு சொன்னாரு.''

''செக்யூரிட்டி எப்பிடி விட்டான்?'' என்று லட்சுமி கேட்டாள்.

''சண்ட போட்டான்.''

''இந்த எடத்திலியுமா சண்ட போட்டான்? பொறுக்கிப் பயலுக்கு என்னா இருக்கு?'' என்று அமராவதி சொன்னாள்.

''இன்னிக்கு அவன மாதிரியான கேடியால, பொறுக்கியால, ரவுடியாலதான் ஜெயிக்க முடியும். படிச்சவங்கிற திமுருல நாம பேசாம குந்தியிருக்கம்ல'' என்று அருண்மொழி சொன்னதும், அவளை, ''பேசாம இரு'' என்று முருகன் அதட்டினான்.

கதவைத் திறந்துகொண்டு வெளியே வந்த புது செக்யூரிட்டி, ''மணி எட்டாயிடிச்சி. அட்டண்டர் மட்டும் உள்ளார வந்துடுங்க'' என்று சொன்னான். உட்கார்ந்திருந்த பெண்களில் பலர் ஒவ்வொரு ஆளாக எழுந்து உள்ளே சென்றனர்.

''யாரு தங்குறிங்க?'' என்று முருகன் கேட்டான்.

''நான் இருக்கன்'' லட்சுமி சொன்னாள்.

''நான் இருக்கன்'' அருண்மொழி சொன்னாள்.

''நீ அம்மாகூட இரு சித்தி. அருண்மொழி இருக்கட்டும்'' முருகன் சொன்னான்.

''நான் அவளப் பாக்கணும்ண்டா தம்பி.''

''நாளக்கி நீ தங்கிக்க சித்தி'' என்று சொன்ன முருகன் அருண்மொழியிடம், ''நீ கிளம்பு'' என்று சொன்னான்.

அருண்மொழி எழுந்து கதவிடம் போனாள். ''பாஸ் எங்க?'' என்று செக்யூ ரிட்டி கேட்டான். ''ஒரு நிமிஷம்'' என்று சொல்லிவிட்டுத் திரும்பி வந்து அமரா வதியிடமிருந்த பாஸை வாங்கிக்கொண்டு, ''ஒங்க போன மட்டும் கொடுங்க. என் போன்ல சார்ஜ் இல்ல'' என்று சொன்னாள்.

முருகன் தன்னுடைய போனைக் கொடுத்துவிட்டு அருண்மொழியின் போனை வாங்கிக்கொண்டான்.

''எதுவா இருந்தாலும் போன்ல பேசு'' முருகன் சொன்னான்.

அருண்மொழி வெறுமனே தலையை மட்டும் ஆட்டிவிட்டு ஹாலுக்குள் போனாள்.

''வெளியில அட்டண்டர் யாராச்சும் இருக்கிங்களா? சாப்புடுறதுக்கு யாராச்சும் வெளிய போயிருக்காங்களா? கதவச் சாத்தப்போறன்'' என்று செக்யூரிட்டி சொன் னான்.

சட்டத்தை மீறக் கூடாது என்பது மாதிரி உடனே கதவைச் சாத்திக்கொண்டான்.

''வாங்க போகலாம்'' முருகன் சொன்னான்.

அமராவதி கீழே இறங்க ஆரம்பித்தாள். அவளுக்குப் பின்னால் மற்றவர்கள் கீழே இறங்க ஆரம்பித்தனர். படிக்கட்டில் இறங்கிக்கொண்டே டிரைவர் குமாருக்கு முருகன் போன் போட்டு, ''வாசலுக்கு வந்துடுங்க'' என்று சொன்னான்.

அவர்கள் அவசரப் பிரிவுக் கட்டடத்தை விட்டு வெளியே வரவும் கார் வரவும் சரியாக இருந்தது. ஒவ்வொருவராக காரில் ஏறிக்கொண்டனர்.

கார் ஜிப்மர் பிரதான வாசலைத் தாண்டும்போது முருகனிடம் அமராவதி கேட்டாள்.

''ரேவதி தூங்கியிருப்பாளா தம்பி?''

''தூங்கி இருப்பாம்மா.''

''எம் பொண்ணு ஒலகத்த மறந்து தூங்கட்டும்'' அமராவதி அழ ஆரம்பித்தாள்.

''விடுக்கா'' லட்சுமி சொன்னாள்.

'' 'அடிச்சா, திட்டுனா, நேரா மகளிர் காவல் நிலையத்துக்குப் போ'ன்னு எத்தன வாட்டி சொல்லியிருக்கன்? எல்லாத்துக்கும் 'சரிம்மா சரிம்மா'ன்னு சொன்னாளே தவிர ஒண்ணயும் செய்யல.''

''பேசாமப் படுக்கா'' லட்சுமி சொன்னாள்.

''இனி எம் பொண்ணுக்கு வடக்கு தெக்கு இல்ல. கிழக்கு மேற்கு இல்ல. ராத்திரி பகல் இல்ல.''

''அம்மா. சும்மா இருக்கியா? எதுக்கு எல்லாரயும் கொல்ற?'' என்று கேட்டு முறைத்தான் முருகன்.

''எம் பேச்சக்கூடக் கேக்கலியே'' நடேசன் அழுதார்.

கார் வேகமாக விருத்தாசலம் நோக்கி இருட்டில் ஓடிக்கொண்டிருந்தது.

6

விடியற்காலை மணி ஐந்து. செல்போன் மணி அடித்தது. நடேசன் எடுத்தார். அருண்மொழிதான் பேசினாள்.

''என்னாச்சிம்மா? பயமா இருக்கா? ஒடனே வரணுமா? உண்மயச் சொல்லு. உள்ளாரப் போயிட்டு வந்திட்டியா? பேசுனியா? என்னா சொன்னா? இன்னும் அஞ்சி நிமிஷத்தில கிளம்பிடுவோம். இரு, முருகன் ஒங்கிட்ட பேசுணுமாம்'' என்று சொல்லி விட்டு போனை முருகனிடம் கொடுத்தார்.

''ஹலோ, என்னாச்சி? எதுக்கு அழுவுற? போன அவகிட்ட கொடன். என்னாது அவளால பேச முடியாதா? வேற ஒண்ணும் இல்லியே? ஒடனே கிளம்பி வர்றோம். ஏதாச்சும்ன்னா ஒடனே போன் போடு. சரி. வச்சிடு'' போனை வைத்தான் முருகன்.

''என்ன முருகா? உள்ளாரப் போயிட்டு வந்துட்டாளா?'' என்று பதற்றத்தோடு கேட்டாள் அமராவதி.

‘‘கிளீன் பண்ணிட்டு இப்பத்தான் வெளிய வந்தாளாம். அதச் சொல்லத்தான் கூப் பிட்டிருக்கா. நம்பள எங்க இருக்கம்ன்னு ரேவதி கேட்டாளாம். சீக்கிரம் வரச் சொன்னா. கிளம்பும்மா சீக்கிரம்’’ என்று சொன்ன வேகத்திலேயே குளிப்பதற்காகப் போனான்.

‘‘போன போட்டு ஒடனே டிரைவர வரச் சொல்லுங்க’’ அமராவதி சொன்னதும் குமாருக்கு நடேசன் போன் போட்டார். குமார் போனை எடுக்கவில்லை. அப்போது, ‘‘டீ போடட்டுமா?’’ என்று கேட்டாள் லட்சுமி.

‘‘ஒண்ணும் வாண்டாம். நீ சட்டுன்னு கெளம்பு. நேரமில்ல.’’

‘‘ஒரு வாய் டீ குடிங்களன்.’’

‘‘வாண்டாம்.’’

குளித்துவிட்டு வந்து பேண்ட் சட்டையைப் போட்ட முருகனிடம், ‘‘டீ போடட் டுமா தம்பி’’ என்று லட்சுமி கேட்டாள்.

‘‘எதுவும் வேண்டாம். டைமில்ல. நீ கெளம்பு சித்தி. டிரைவர் வந்துட்டானா?’’ என்று கேட்டான்.

‘‘போன் போட்டடன் எடுக்கல’’ என்று நடேசன் சொன்னார்.

‘‘நீங்க ஏன் குளிக்காம நின்னுக்கிட்டிருக்கிங்க?’’ என்று கேட்டான் முருகன்.

‘‘மறந்திட்டன்.’’

‘‘மறந்திட்டிங்களா?’’ என்று கேட்டுவிட்டு வினோதமாகத் தன்னுடைய அப்பா வைப் பார்த்தான். அவர் ஒன்றும் சொல்லாமல் குளிப்பதற்காகப் போனார். முருகன் தலை சீவிக்கொண்டே வாசலுக்கு வந்து பார்த்தான். கார் இல்லை. கார் வந்திருந்தால் எல்லா பிரச்சினையும் தீர்ந்திருக்கும் என்பது மாதிரி அவனுக்குக் கோபம் வந்தது. ‘‘இந்த டிரைவர் பசங்களே இப்படித்தான். ஒலகத்தில எந்த வேலைக்கும் லாயக்கி இல்லங்கிற பயலுவோதான டிரைவரா வருவானுவ. அஞ்சு மணிக்கு வா, அஞ்சி மணிக்கு வான்னு எத்தன முற சொன்னன் மடையன்கிட்ட. வந்தானா பாரு. சனி யன்’’ ஆத்திரத்தோடு வீட்டுக்குள் வந்தான்.

‘‘நீ இன்னும் ரெடி ஆவலியாம்மா?’’

‘‘குளிச்சிட்டன்னு நெனச்சிக்கிட்டு பொடவய மாத்திக்கிட்டன். பரவாயில்ல. அப்படியே போயிடலாம் தம்பி.’’

‘‘டிரைவர் இன்னம் வரல. நீ போயி குளிச்சிட்டு வா.’’

‘‘எப்படித்தான் ஒவ்வொண்ணும் மறந்துபோவுதோ’’ என்று சொல்லிக்கொண்டே குளிப்பதற்காகப் போனாள் அமராவதி.

குளித்துவிட்டு வந்த அமராவதி, ‘‘வீட்டுல நக, பணம் எதுவும் இருக்க வாணாம். ஏ.டி.எம். கார்டுகளயும் எடுத்துக்க’’ என்று சொன்னாள்.

‘‘எல்லாம் ராத்திரியே எடுத்து வச்சிட்டன். எந்த நிமிஷம் முடியாதுன்னு சொல் றாங்களோ. ஒடனே தனியாருக்குப் போறதுக்குப் பணம் வேணும்ன்னு ரெண்டு வாத்தியார்கிட்டயும் சொல்லி வச்சிருக்கன். இன்னிக்கிப் பணம் வந்துடும். எல்லாம் இந்தப் பையிலதான் இருக்கு, எடுத்துக்க’’ என்று நடேசன் ஒரு பையை அமராவதி யிடம் கொடுத்தார்.

''டிரைவர் பயல இன்னும் காணும்'' என்று சொன்ன முருகன் வேகமாக வாசலுக்குப் போனான். கார் வரவில்லை. திரும்பி வீட்டுக்குள் வந்து, ''டிரைவருக்குப் போனப் போடுங்க'' என்று சொன்னான்.

நடேசன் டிரைவர் குமாருக்கு போன் போட்டார். அவன் எடுக்கவில்லை.

''என்னாச்சி?''

''எடுக்கல.''

''கார் டிரைவருங்க, ஆட்டோ டிரைவருங்க எல்லாரும் ஒருத்தனப் போலத்தான் இருக்கானுங்க. பொறுக்கிப் பசங்க. வர்றன்னா வரணும், வரலன்னா விட்டுடணும்'' என்று சொல்லி முருகன் சத்தம் போட்டான். அப்போது கார் வந்து வாசலில் நிற்பது தெரிந்தது. நடேசன் வெளியே வந்து பார்த்தார். ''கார் வந்துடுச்சி, வாங்க'' என்று வீட்டைப் பார்த்து சொன்னார். பிறகு, ''ஏன் குமாரு போன் போட்டன் எடுக்கல?'' என்று கேட்டார்.

''குளிச்சிக்கிட்டு இருந்தன் சார்.''

''சரிசரி. எடு வண்டிய'' என்று சொன்ன நடேசன் காரில் ஏறிக்கொண்டார். லட்சுமி, அமராவதி, முருகன் என்று ஏறியதும் கார் புறப்பட்டது.

காரில் இருந்த நான்கு பேர் மட்டுமல்ல, டிரைவர் குமாரும்கூட ஒரு வார்த்தை பேசவில்லை. வளவளவென்று எப்போதும் அதிகமாகப் பேசக்கூடிய லட்சுமிகூட ஒரு வார்த்தைகூடப் பேசாமல் இருந்தாள்.

விவாகரத்து செய்திருக்கலாம். போலீஸில் வழக்குக் கொடுத்திருக்கலாம். எதுவும் செய்யவில்லை. 'கௌரவம், கௌரவம், அசிங்கம்' என்று ஒதுங்கிப் போனது பெருந் தவறு என்று நடேசன் நினைத்தார். நடப்பதெல்லாம் கனவு மாதிரி இருந்தது அவருக்கு. தானாக நடந்தது என்று எழுதிக்கொடுத்தது சரியா? ரேவதி உயிரோடு இருக்க வேண்டும் என்பதற்காக எவ்வளவு தாழ்ந்து போக வேண்டியிருக்கிறது. ஆபத்தான நிலையிலும் செயல்பட முடியாமல் தடுப்பது எது என்று யோசித்துக்கொண்டிருந்தார்.

கடலூர் பாலத்தைத் தாண்டும்போது முருகனுடைய போன் மணி அடித்தது. அருண்மொழிதான் கூப்பிட்டாள். போனை எடுத்த முருகன், ''சொல்லு. என்னாச்சி? நாங்க கடலூர் தாண்டி வந்துட்டம். நீ டென்ஷன் ஆவாம இரு. இருபது நிமிஷத்தில வந்துடுவம்.''

போனை வைத்த முருகன், யாரும் கேட்காமலேயே தானாகவே, ''அருண்மொழி பேசினா'' என்று சொன்னான்.

''என்ன பேசினா, என்ன சொன்னா, ரேவதி எப்பிடி இருக்கா, ரேவதிகிட்ட பேசினாளா?'' என்று யாரும் ஒரு வார்த்தை பேசவில்லை. முருகன் காருக்கு வெளியே பார்த்தான். அப்போது ஆம்புலன்ஸ் ஒன்று குமாரின் காரைத் தாண்டி வேகமாக போயிற்று. அதைப் பார்த்த முருகன், ''எப்பவும் சனங்க செத்துக்கிட்டுத்தான் இருக்காங்க'' என்று முனகினான்.

கார் கோரிமேடு வந்து, ஜிப்மரின் பிரதான வாசலுக்குள் நுழைந்து அவசரச் சிகிச்சைப் பிரிவுக் கட்டடத்துக்கு முன் வந்து நின்றது. ''இறங்கிக்குங்க சார்'' என்று டிரைவர் குமார் சொன்னான்.

எல்லோரும் காரை விட்டு இறங்கினார்கள்.

''இந்தா இதுல ரெண்டாயிரம் இருக்கு வச்சிக்க. எண்ணெ போட்டுக்க. டீ, காப்பி சாப்புட்டுக்க. என்னெ எதிர்பாக்காத. காரிலேயே இரு. தேவப்பட்டா கூப்பு டுறன். எங்கியும் போயிடாத'' என்று சொல்லிப் பணத்தைக் குமாரிடம் கொடுத்தார் நடேசன். திரும்பிப் பார்த்து முருகனிடம், ''அருண்மொழி கீழ இருக்குதா, மேல இருக்குதான்னு கேளு'' என்று சொன்னார்.

''மேலதான் இருக்கா.''

''வாங்க போவலாம்'' என்று சொல்லிவிட்டு அவசரப் பிரிவுக் கட்டடத்தை நோக்கி வேகவேகமாக நடந்தார். மற்றவர்கள், நடேசனுக்குப் பின்னால் போனார் கள். காலை வேளை என்பதால் செக்யூரிட்டிகள் யாரையும் மறிக்கவில்லை.

ஆறாவது மாடிக்குப் போகிற படிக்கட்டின் மூலையில் அருண்மொழி உட்கார்ந் திருந்தாள். முருகனையும் மற்றவர்களையும் பார்த்ததும் அவளுக்கு அழுகை பொங்கிக் கொண்டு வந்தது. அதைப் பார்த்து நான்கு பேரும் ரேவதியின் நிலை மோசமாகிவிட் டதோ என்று பயந்துபோய், ''என்னாச்சி, என்னாச்சி?'' என்று கேட்டார்கள். அருண்மொழி அழுதாளே தவிர, ஒரு வார்த்தை பேசவில்லை. நான்காவது மாடிக் குப் போகிற படிக்கட்டில் உட்கார்ந்திருந்த ரவியைப் பார்த்த முருகன் வேகமாக, ''ஏய், இங்க வா'' என்று கூப்பிட்டான். எழுந்து வந்த ரவி மூன்று படிக்கட்டுகளுக்குக் கீழே நின்றுகொண்டான்.

''ராத்திரி என்னா நடந்துச்சி'' என்று கேட்டான்.

''உள்ளார அக்காத்தான் போனாங்க. போயிட்டு வந்ததிலிருந்து அழுதுகிட்டு இருந்தாங்க. கேட்டா எதுவும் சொல்ல மாட்டங்குறாங்க.''

''ராத்திரி நீ எங்க இருந்த?''

''இங்கதான்.''

''டாக்டர், நர்சு யாராச்சும் கூப்புட்டாங்களா?''

''இல்ல.''

''குடிச்சிருக்கியா?''

''. . . . .''

''இந்த நெலமயிலயும் குடிச்சிருக்க. காலயில ஆறு ஏழு மணிக்கே ஒனக்கு எவண்டா கட தொறந்து வச்சிருந்தான்?''

''. . . . .''

''நீ திருந்த மாட்டியா?''

''. . . . .''

''அவள நெருப்பு வச்சி எரிச்சிப்புட்டு இப்ப அழுது நடிக்கிறியாடா மயிரான். ஒன்னெ போலிசில புடிச்சிக் கொடுக்கிறன் இரு.''

''. . . . .''

''முன்னாலயும் அவளாலதான் விட்டுவச்சன். இப்பயும் அவளாலதான் ஒன்னெ விட்டுவச்சிருக்கன். இல்லன்னா ஒரு தெரு நாய அடிக்கிற மாதிரி அடிச்சிக் கொன் னுருப்பன். போ. எம் முன்னால நிக்காத. முன்னால நின்னு என்னெக் கொலகாரனா மாத்திடாத.''

ரவி போகவில்லை. தலையைக் குனிந்து கையைக் கட்டியபடி நின்றுகொண் டிருந்தான்.

''என்ன?'' என்று கோபமாகக் கேட்டான் முருகன்.

''தனியார்ல கொண்டுபோயி பாக்கலாமின்னு பாக்குறன்'' என்று ரவி சொன் னதும் முருகனுக்குக் கோபம் தலைக்கு ஏறிவிட்டது. படிக்கட்டுகளில் ஆட்கள் உட் கார்ந்திருக்கிறார்கள், மருத்துவமனை என்பதை எல்லாம் மறந்துவிட்டு கோபத்தில் கத்த ஆரம்பித்தான்.

''அவள வச்சி வாழத் தெரியாத பயடா நீ. இப்ப அவள வாழவைக்கப் போறியா? கொன்னுப்புட்டு உசுரோட வான்னா எப்பிடி வருவா? நேத்தே ஒன்னெ உள்ள புடிச்சிப்போட்டிருப்பன். அவ வேணாமின்னு சொன்னதால விட்டன். போடா எட்ட. மின்னால நிக்காத. உசுரப் பத்தி கவலப்படுற நாயாடா நீ?''

ரவி அழுதானே தவிர போகவில்லை. தலையை நிமிர்த்தியும் பார்க்கவில்லை. நெஞ்சோடு சேர்த்துக் கட்டிய கைகளையும் பிரிக்கவில்லை. கோபமடைந்த முருகன் சொன்னான், ''அவள இப்பிடியாடா ஒங்கிட்ட கொடுத்தம்? பீ தின்ன பயல.''

ரவி பேசவில்லை.

''முன்னாடி நிக்காத. கெட்ட பேச்சு என் வாயில வந்துடும். போடா எட்ட. பொறுக்கி'' நெட்டித் தள்ளினான்.

ரவி ஒவ்வொரு படிக்கட்டாக இறங்கிப் போய் முன்பு உட்கார்ந்திருந்த இடத்தில் உட்கார்ந்துகொண்டான்.

''எனக்கு இப்பத்தாண்டா தம்பி நிம்மதி. அந்த நாய நிக்க வச்சி நாலு கேள்வி நறுக்குன்னு கேட்டியே, அது போதும்'' என்று லட்சுமி சொன்னாள்.

''எல்லாம் முடிஞ்சிபோன பிறகு கேள்வி கேட்டு என்னாப் பண்றது?'' அமராவதி முகத்தைக் கோணிக்கொண்டு சொன்னாள்.

''அவன முன்னாலியே செருப்பால அடிச்சிருக்கணும்.'' ஆத்திரத்தோடு சொன் னாள் லட்சுமி.

லட்சுமியும் அமராவதியும் சொன்னதைக் காதில் வாங்காத முருகன், அருண் மொழியிடம், ''உள்ளார என்னாதான் நடந்தது?'' என்று கேட்டான்.

''போனன், கிளீன் பண்ணுனன். அவ்வளவுதான், பாக்குறதுக்குக் கஷ்டமா இருந் துச்சி'' கடமைக்குச் சொன்னாள் அருண்மொழி.

''எப்பிடி ஃபயர் ஆச்சாம்? அந்த நாயிதான் கொளுத்திவிட்டானா?''

''அத கேட்டன். அதுக்கு மட்டும் அவ வாயத் தொறக்கல.''

''சரி, இரு வர்றன். டாக்டரப் பாக்க முடியுமான்னு பாக்குறன்'' என்று சொல்லி விட்டு ஹாலின் கதவிடம் சென்றான். அவனோடு சேர்ந்து நடேசனும் போனார்.

உள்ளே விடச் சொல்லி செக்யூரிட்டியிடம் முருகனும் நடேசனும் கெஞ்சிக் கொண்டிருந்ததைப் பார்த்ததும் அமராவதிக்குக் கோபம் வந்தது.

‘‘அவ பேச வந்தப்பலாம் பேயக் கண்ட மாதிரி ஒதுங்கிஒதுங்கிப் போனிங்க. அவ நடக்காத தெருப் பக்கமா பாத்துப்பாத்துப் போனிங்க. ‘அவனத்தான் கட்டுவன்’னு சொன்னதிலிருந்து ‘அவகிட்ட ஒரு வார்த்த பேச மாட்டன்’னிங்க. இப்ப வந்து நிக்கு றிங்க. ஓங்க கோபம்தான் அவள எரிச்சிபிடிச்சி. இன்னிக்கி வந்து பணத்தத் தூக்கிக்கிட்டு அலயுறிங்களே. அலஞ்சி என்னாத்துக்கு ஆவப்போவுது? எதுவும் வாணாமின்னு அவ போயி சேந்திட்டா’’ என்று அமராவதி சொன்னதைக் கேட்டதும் லட்சுமிக்குக் கோபம் வந்துவிட்டது. ‘‘என்னாக்கா பேசுற? உசுரோட இருக்கும்போதே எதுக்கு இந்தப் பேச்சுப் பேசுற? கொஞ்ச நேரம் சும்மா இரு. வாயில வந்ததயெல்லாம் பேசாத’’ லட்சுமி முறைத்ததை அமராவதி பொருட்படுத்தவில்லை.

‘‘கருங்கல்லாட்டம் குந்திருக்கான். ரோட்டுல போறான். ரோட்டுல வர்றான். நாட்டுல எம்மாம் சனங்க தெனமும் காருல அடிப்பட்டு சாவுதுங்க. அந்த மாதிரி நடந்திருக்கக் கூடாது? அம்மாம் நல்லவனா அவன்?’’

‘‘அக்கா, செத்த சும்மா இரு.’’

‘‘அவன் நெஞ்சு துடிக்கல. ஒடம்பு பதறல. அவன் கண்ணுல ஒரு சொட்டுத் தண்ணி வல்ல. நல்லவன் மாதிரி கையக் கட்டிக்கிட்டு, தலயக் குனிஞ்சிகிட்டு நடிச்சிக் காட்டுறான். திருட்டுப் பய.’’

‘‘கொஞ்சம் பேசாம இருக்கியா? சாப்புடல. டீ, காப்பி குடிக்கல. தொண்ட அடைக்குது. பேசுறதுக்கும் அழுவுறதுக்கும் மட்டும் ஒனக்கு எங்கிருந்துதான் தெம்பு வருதோ’’ அமராவதியை லட்சுமி முறைத்தாள்.

செக்யூரிட்டி உள்ளே விடாததால் நடேசனும் முருகனும் முகம் வாடிப்போய் திரும்பி வந்தனர். உட்காருவதா, நின்றுகொண்டிருப்பதா என்று தெரியாமல் நின்று கொண்டிருந்தனர்.

‘‘எம் பொண்ணத் தூக்கி உட்கார வைக்க முடியல. ஒரு மருந்து மாத்தரய தர முடியல. என்னா செய்யுதின்னு கேக்க முடியல. எந்த நெனப்பும் இல்லாம கெடக் குறா. முருங்க மரமா? இன்னிக்கி ஒடிச்சா நாளக்கி துளுத்துக்கும்னு இருக்க. ஒடம்பு பூராவும் புண்ணு, காயம். ஊனத்தோட இருந்தாகூட உசுரோட இருந்தா போதுமே.’’

அமராவதிக்குப் பக்கத்தில் படிக்கட்டில் நடேசன் உட்கார்ந்தார். முருகன் அருண்மொழிக்குப் பக்கத்தில் போய் நின்றுகொண்டு படிக்கட்டுகளில் உட்கார்ந்து கொண்டிருந்த ஆண்களையும் பெண்களையும் பார்த்தான். எல்லோருமே பேசிக் கொண்டிருந்தனர். தீக்குளித்தவர்களைப் பற்றி, சாவைப் பற்றி, சாகப்போகிறவர் களைப் பற்றி.

நடேசன் ஏதோ சொன்னார். அதைக் காதில் வாங்காத அமராவதி தன் போக்கில் பேசினாள்.

‘‘வீட்டுக்கு வரும்போதெல்லாம் ஒரு நாளுகூட மனசுல உள்ளத இன்னது இப் பிடிம்மான்னு சொன்னவ இல்ல. நெஞ்சு திமுரு கொண்ட நாயி. அவ வம்சமே

அப்பிடித்தான். நானாத்தான் பேசுவன். நானாத்தான் கேப்பன். எல்லாத்துக்கும் ‘விட்டுட்டு போம்மா’ங்கிற வாத்தய அடுத்து மறு வாத்த பேசுனவ அல்ல. வேலக்கிப் போனா என்னன்னு கேட்டதுக்கு ‘அதுக்கு நான் செத்துப் போவலாம்’ன்னு சொன்னா. ‘தப்பு செஞ்சிட்டம்’ங்கிற எண்ணம்தான் அவள எரிச்சிடிச்சி. கல்யாணம் கட்டுன முத மாசமே புருசன் புடிக்கலன்னு எத்தன பேரு வந்துடுறாளுங்க. ரெண்டு மூணு புள்ளையோட எத்தன பொண்ணுங்க ‘நான் வாழ மாட்டன்’னு திருப்பி வந்துடுறாளுங்க. அந்த மாதிரி வந்திருக்கக் கூடாது? தெனம் ஒருத்தி மகளிர் காவல் நிலயத்துல பெட்டிஷன் கொடுத்து அத்துகிட்டுப் போறாளுங்க. அந்த மாதிரி வந்திருக்கக் கூடாது?’’

‘‘என்னாப் பேசுற? எந்த மாதிரி எடத்தில ஒக்காந்திருக்கோம்ன்னு தெரிய வேண்டாம்?’’ என்று மெதுவாக சொன்னார் நடேசன்.

‘‘நல்லா சொல்லுங்க, கேக்குற மாதிரி’’ என்று லட்சுமி சொன்னாள். யாருடைய பேச்சும் அமராவதினுடைய காதில் விழுந்த மாதிரி தெரியவில்லை.

‘‘கசாப்புக் கடைக்காரன்கிட்ட ஆடு போனா எப்பிடி அறுக்காம இருப்பான்? அதான் அறுத்துப்புட்டான்.’’

‘‘அம்மா.’’

‘‘ஒருத்தங்க வாயப் போல எல்லாரும் ‘பொழைக்காது, பொழைக்காது’ன்னு சொல்றாங்க. மூணு நாளா இந்த வாத்தயதான் கேக்குறன். எரிஞ்சது ஒரு இருபது பர்சண்டு எரிஞ்சி இருக்கக் கூடாதா? தொண்ணூறு பர்சண்டுன்னாலே நாள் கணக்குத்தான்னு சொல்றாங்க. இந்த நெலமயில சீக்கிரம் உசுரு அடங்குறதுதான் நல்லதுன்னு எல்லாரும் சொல்றாங்களே’’ அமராவதி ஊமை அழுகையாக அழுதாள்.

‘‘எழுந்திரு. கீழ போவலாம்’’ என்று சொல்லி அமராவதியைப் பிடித்து தூக்கி நிறுத்தினான் முருகன். ‘‘நீயும் எழுந்திரு சித்தி’’ என்று லட்சுமியிடம் சொன்னான். கைத்தாங்கலாக அமராவதியை அழைத்துக்கொண்டு முருகன் கீழே ஒவ்வொரு படியாக இறங்க ஆரம்பித்தான். மற்றவர்கள் அவனுக்குப் பின்னால் இறங்கினார்கள்.

கேன்டீனுக்கு வந்த முருகன் ஐந்து காப்பி டோக்கன்களை வாங்கினான். முதலில் இரண்டு காப்பியை வாங்கிக்கொண்டு வந்து நடேசனிடமும், லட்சுமியிடமும் கொடுத்தான். அடுத்து இரண்டு காப்பி வாங்கிவந்து அருண்மொழியிடமும், அமராவதியிடமும் கொடுத்தான். கடைசியாகப் போய், தனக்கான காப்பியை வாங்கிக் கொண்டு வந்தான்.

அமராவதியும், அருண்மொழியும் உட்கார்ந்திருந்த சிமெண்ட் கட்டையில் காப்பியை வைத்துவிட்டனர். காப்பியில் ஈ மொய்க்க ஆரம்பித்தது. அதைப் பார்த்த லட்சுமி, ‘‘ஒரு வாய் குடிக்கா. வயித்துல ஒரு வாய் சுடு தண்ணி போவட்டும்’’ என்று சொன்னாள். கட்டாயப்படுத்திப் பார்த்தாள். அப்போதும் அமராவதி காப்பியைக் குடிக்கவில்லை. முருகனும் நடேசனும் கட்டாயப்படுத்தியதால் ஒரு வாய்தான் குடித்தாள். மறுநிமிடமே வாந்தி எடுத்துவிட்டாள். அமராவதியை வாய் கொப்பளிக்க வைத்துப் பச்சைத் தண்ணீரை ஒரு வாய் குடிக்க வைத்தாள் லட்சுமி.

‘‘ஒலகத்தில இந்த ஆஸ்பத்திரி ஒண்ணுதான் இருக்கா? வேற ஆஸ்பத்திரிக்கி கொண்டுபோயி பாத்தா என்னா?’’ லட்சுமி கேட்டாள்.

''வாங்க நேத்து உட்கார்ந்திருந்த எடத்துக்குப் போவலாம்'' என்று சொன்னான் முருகன்.

அமராவதி எழுந்து கிழக்குப் பக்கமாக இரண்டு தப்படிகூட நடக்கவில்லை. அப்போது மலர் எதிரில் வந்தாள்.

''என்னம்மா ஆச்சி?'' என்று அமராவதி கேட்டாள்.

''நேத்தே எம் பொண்ணு செத்துப்போயிட்டா. அதனால எங்களுக்கும் அந்தப் பய ஊட்டுக்கும் சண்ட ஆயிப்போச்சி. அதுல போலீசக் கூப்புடப் போவல. மத்தியானத்துக்கு மேலதான் போனாங்க. போறதுக்குள்ளார இருட்டிப்போயிடிச்சி. ராத்திரியில பொணத்தத் தர மாட்டாங்க. நாளக்கிப் போயிக்கலாம்ன்னு சொல்லிட்டாங்களாம். போலீசு வந்தாத்தான் பொணம் வெளிய வரும். எப்ப போலீசு வருதோ. எப்ப பொணத்த எடுத்துக்கிட்டுப் போயி எரிக்கிறதோ, தெரியல.''

''இப்ப எங்க போறீங்க?''

''பொணத்த வச்சி இருக்கிற கட்டடத்துக்கு முன்னாலதான் நேத்துக் காலயிலிருந்து குந்தியிருக்கன். இது வாழுற எடமில்ல. சாவுற எடம்'' அழுதுகொண்டே மலர் மார்ச்சுவரியை நோக்கி நடக்க ஆரம்பித்தாள்.

அவசரச் சிகிச்சைப் பிரிவுக் கட்டடத்துக்குப் பின்புறம் வரிசையாக மரங்கள் இருந்த இடத்துக்கு வந்தனர். ஏழெட்டுப் பெண்கள் உட்கார்ந்திருந்தனர். ஒருசிலர் சாப்பிட்டுக்கொண்டிருந்தனர். அவர்களுக்குப் பத்துத் தப்படி தள்ளி இருந்த வேப்ப மரத்துக்கு லட்சுமிதான் முதலில் போனாள். சிமெண்ட் பெஞ்ச் இருந்தது. அதில் லட்சுமியும் அமராவதியும் உட்கார்ந்துகொண்டனர். பக்கத்தில் கிடந்த ஒரு கல்லின் மீது நடேசன் உட்கார்ந்துகொண்டார். அருண்மொழிக்கும் முருகனுக்கும் என்ன செய்வது என்று தெரியவில்லை. சற்றுத் தூரத்தில் கிழக்கில் வரிசையாக நிறுத்தப்பட்டிருந்த கார்களைப் பார்த்தனர். அதற்கடுத்துப் பெரியபெரிய மரங்கள், மரங்களின் மீது காகங்கள் இருப்பதையும் பார்த்தனர்.

கேன்டீன் பக்கமிருந்து வந்த இரண்டு பெண்கள் உட்காருவதற்கு இடம் தேடினார்கள். அமராவதியும் லட்சுமியும் உட்கார்ந்திருந்த பெஞ்சை ஒட்டி உட்கார்ந்தனர். கையில் வைத்திருந்த பொட்டலங்களைப் பிரித்துச் சாப்பிட ஆரம்பித்தபோது, ''என்னா சொன்னான் ஒம் புருசன்?'' என்று ஊதா நிறச் சீலை கட்டியிருந்த பெண் கேட்டாள்.

''என்னிக்கும்போலத்தான் 'நீ எதுக்கு வந்த, நீ எதுக்கு வந்த'ன்னு கேட்டான்'' என்று ரொம்பவும் அலுப்புடன் மஞ்சள் நிறச் சீலை கட்டியிருந்த பெண் சொன்னாள்.

''இட்லியக் கொடுத்தியா இல்லியா?''

''சனியன் புடிச்சவன் வாயில ரெண்டு இட்லியத் திணிச்சிப்புட்டுத்தான் வந்தன். வாய் கொப்பளிக்க வைக்கிறது, பல்லத் தீத்தி வுடுறது, தூக்கி ஒக்கார வச்சிப் புண்ண சுத்தப்படுத்துறது, இடுப்புத் துணிய மாத்தி வுடுறது, எல்லாச் சனியனயும் நாந்தான் செய்யுறன். அப்பியும் அந்த எழவு எடுத்தவன் 'நீ எதுக்கு வந்த'ன்னுதான் கேக்குறான். அவனோட சாதி சனமா செய்யுது?'' என்று சொல்லும்போது அவளுக்கு அழுகை வந்துவிட்டது.

“என்னாச்சி?” என்று ஊதா நிறச் சீலை கட்டியிருந்த பெண்ணிடம் அருண்மொழி கேட்டாள்.

“இந்தப் புள்ளையோட புருசன் நெருப்புல வெந்துப்புட்டான்.”

“எப்பிடியாச்சி?” என்று கேட்டாள் அருண்மொழி.

“இந்தப் புள்ளை புருசன் நெருப்புல மாட்டுறதுக்கு முத நாளு ராத்திரி குடிச்சிப் புட்டு வந்து தெருவுல ஆடிக்கிட்டிருந்தான். தெருவுல போன ஒரு பொண்ணக் கையப் புடிச்சி இழுத்திருக்கான். அவ சீலையத் தூக்கிக் காட்டி ‘நக்குடா நாய’ன்னு சொல்லி சீலயத் தூக்கிக் காட்டிப்புட்டா. அதனால பெரிய சண்ட ஆயிப்போச்சி. ‘எதுக்கு இப்பிடி செஞ்ச’ன்னு கேட்ட குத்தம்தான், இந்தப் புள்ளைய போட்டு அடிச்சி மண்டய ஒடச்சிப்புட்டான். ‘இவன் சரிபட்டு வர மாட்டான்னு நான் போறன் எங்கப்பன் ஊட்டுக்கு’ன்னு துணியமணிய எடுத்துக்கிட்டுக் கிளம்பியிருக்கு. ‘நீ போனா பொணமாத்தான் போவணும். உசுரோட போவக் கூடாது’ன்னு சீமெண்ணெய எடுத்து இவ மேல ஊத்திப்புட்டு கொளுத்த வந்திருக்கான். இவ வெளிய ஓடி வந்துட்டா. அது தெரியாத அந்த நாயி தீக்குச்சிய கொளுத்திப்புட்டான் தரயில் ஊத்திக்கெடந்த எண்ணெ பத்தி எரிஞ்சி அவனயே எரிச்சிப்புடுச்சி. வெந்துப் புட்டான்.” கதையைச் சொல்லிவிட்டு ஊதா நிறச் சீலைக்காரி சிரித்தாள்.

“பொழச்சிக்குவாரா?” என்று கேட்டுக்கொண்டே அருண்மொழி அந்தப் பெண்ணுக்குப் பக்கத்தில் உட்கார்ந்தாள்.

“கடவுளுக்குத்தான் வெளிச்சம். பன்னண்டு நாளாச்சி. உசுரு போவுமின்னும் சொல்லல. போவாதின்னும் சொல்லல. தீக்காயம் ஒரு மாசம் கழிச்சிக்கூட ஆளக் கொல்லுமாம். புண்ணு உள்ளார செனச்சிக்கிட்டே இருக்குமாம்.”

அருண்மொழி, “நாப்பது பர்சண்டுன்னா பொழைச்சிக்குவாங்கன்னு சொல்றாங் களே” என்று சொன்னாள்.

“அதனாலதான் இத்தன நாளா இயித்துக்கிட்டுக் கெடக்குது. அம்பது அறுவ தின்னா அன்னிக்கே பாட கட்டியிருக்க வேண்டியதுதான். நெஞ்சிகிட்ட வெந்து போச்சாம். அதான் சந்தேகம்ங்கிறாங்க” என்று ஊதா நிறச் சீலைக்காரி சொன்னாள்.

“எம்பத்தொம்பது பர்சண்டு என்னா ஆவும்?” என்று விபரமறியாத குழந்தை யைப் போல் அருண்மொழி கேட்டாள்.

“அம்பது அறுவதே தாங்காதுங்குறன். நீ தொண்ணுறுக்குப் போயிட்ட, ஒரு நாள்தான் கணக்கு. மூணு நாளு தாங்குனா பெருசு” என்று சொன்ன ஊதா நிறச் சீலைக்காரி அருண்மொழியிடம் கேட்டாள், “நீங்க என்னா ஊரு?”

“விருத்தாசலம்.”

“சொந்தக்காரங்களப் பாக்க வந்திங்களா? நெருப்புல வெந்துபோச்சா?”

“ம்.”

“எத்தன?”

“எம்பதுக்கும் மேல.”

“அட கடவுளே” என்று சொன்ன ஊதா நிறச் சீலைக்காரி அதிசயமான செய்தி யைக் கேட்டதுபோல் வாயில் கையை வைத்து மூடிக்கொண்டாள்.

அருண்மொழி, ‘‘ராத்திரி நான்தான் அட்டண்டரா இருந்தன். ஒங்களப் பாக்க லியே’’ என்று சொன்னாள்.

‘‘நான் நாலாவது மாடியில இருந்தன். அம்பதுக்குக் கீழ உள்ளதெல்லாம் நாலாவது மாடியில இருக்கும். அதுக்கும் மேல தாண்டுறதெல்லாம்தான் அஞ்சாவது மாடியில இருக்கும். மூணாவது மாடியில தோல எடுத்து தைக்கிறது. ஆப்ரேசன் பண்றது, திரும்பி ஊட்டுக்குப் போற கேசு எல்லாம் இருக்கும்.’’

‘‘அஞ்சாவது மாடியில இருக்கிறவங்க எல்லாம் திரும்பி வீட்டுக்குப் போக மாட்டாங்களா?’’ என்று அருண்மொழி சந்தேகத்துடன் கேட்டாள்.

‘‘பதினாலு நாளா குந்தியிருக்கன். நாலாவது மாடியில வாரத்துக்கு ஒண்ணு ரெண்டு கேசுதான் சாவும். அஞ்சாவது மாடியில தெனம் ஒண்ணு ரெண்டுன்னு சாவும். அஞ்சாவது மாடியே உசுரு அடங்குற எடம்தான? அங்க போன கேசில நூத்தில ஒண்ணு கூடத் திரும்பிப் போவாதுன்னு பேசிக்கிறாங்க. அங்கிருந்து போனா ஐஸ் ரூமுக்குத்தான் போவும்.’’

‘‘ஐஸ் ரூம்ன்னா?’’

‘‘பொணத்த அறுத்துக் கட்டுப்போடுற எடம்தான்.’’

‘‘மார்ச்சுவரியா?’’

‘‘ஆமாம்.’’

‘‘புள்ளைங்க இருக்கா?’’

‘‘அது இல்லாமியா?’’ சிரித்தாள் ஊதா நிறச் சீலைக்காரி. ‘‘தாலியக் கட்டுன வேகத்துக்கு ரெண்டு மூணு புள்ளையக் கொடுத்துப்புட்டுத்தான குந்துறானுவ? புள்ளை பெத்த பின்னாலதான் ‘ஒன்ன புடிக்கல போடி’ன்னு சொல்லி அடிக்கிறானுவ. நெருப்ப வச்சிக் கொளுத்துறானுவ. புள்ளை பெக்கத்தான் பொண்டாட்டி கட்டுறானுவ. புள்ளையும் பொறக்கணும், பொட்டச்சி சாமானும் புதுசா இருக்கணுமின்னா எப்பிடி?’’ என்று ஊதா நிறச் சீலைக்காரி கேட்டதற்கு அருண்மொழி பதில் பேசவில்லை.

முருகனுடைய செல்போன் மணி அடித்தது. மருத்துவர் தணிகாசலம் கூப்பிட்டார். போனை எடுத்த முருகன், ‘‘ஹலோ சார். நான் முருகன்தான் பேசுறன். கீழதான் இருக்கன். கேன்டீன்கிட்ட நிக்குறிங்களா? இந்தா வந்துட்டன் சார். அங்கியே நில்லுங்க.’’ என்று சொல்லி போனை வைத்த முருகன் வேகமாக எழுந்து, ‘‘அம்மா, டாக்டர் கேன்டீன் கிட்ட நிக்குறாரு. போயிட்டு வர்றன்’’ என்று சொல்லிவிட்டு கேன்டீனை நோக்கி ஓட ஆரம்பித்தான். அவனுக்குப் பின்னால் அருண்மொழி, லட்சுமி, அமராவதி, நடேசன் என்று எல்லோருமே கேன்டீனை நோக்கி நடக்க ஆரம்பித்தனர்.

7

‘‘டாக்டர்கிட்ட பேசியிருக்கன். வாங்க போய்ப் பாக்கலாம்’’ தணிகாசலம் முன்னால் நடக்க மற்றவர்கள் அவருக்குப் பின்னால் நடந்தனர்.

அவசரப் பிரிவுக் கட்டடத்துக்குள் நுழையும்போது செக்யூரிட்டிகள் தணிகாசலத்தை மட்டும் விட்டுவிட்டு முருகன் அருண்மொழி என்று எல்லோரையும் மறித்துக்கொண்டனர்.

‘‘விடுங்க. உள்ளார வரட்டும்’’ என்று தணிகாசலம் சொன்னார்.

‘‘எல்லாருமா சார்?’’

‘‘ஆமாம்.’’

செக்யூரிட்டிகள் மறு வார்த்தை பேசவில்லை. தணிகாசலம் முன்னால் நடந்தார். அவருக்குப் பின்னால் மற்றவர்கள் நடந்தார்கள். லிப்டில் ஏறினார் தணிகாசலம்.

‘‘பரவாயில்ல வாங்க’’ என்று எல்லோரையும் லிப்டில் ஏறச் சொன்னார்.

ஐந்தாவது மாடியின் ஹாலுக்கு வந்ததும், ‘‘வெயிட் பண்ணுங்க’’ என்று சொல்லிவிட்டுத் தணிகாசலம் மருத்துவரின் அறைக்குள் சென்றார். பத்து நிமிஷம் கழித்து வெளியே வந்தார். ‘இருங்க’ என்பது மாதிரி கையைக் காட்டிவிட்டு ஐ.சி.யு. அறையின் கதவைத் தட்டினார். மூன்றாவது முறை தட்டியபோதுதான் கதவு திறந்தது.

‘‘ஒரு நிமிஷம்’’ என்று சொல்லிவிட்டு ஐ.சி.யு. அறைக்குள் போனார்.

நடேசன், அமராவதி, லட்சுமி மூன்று பேரும் ஒரு இடத்திலும், முருகனும் அருண்மொழியும் சற்றுத் தள்ளியும் நின்றுகொண்டிருந்தனர். படிக்கட்டில் உட்கார்ந்திருந்த ரவி ஹாலுக்குள் வந்து ஹாலின் மேற்கு மூலையில் ஒதுங்கி நின்றுகொண்டான். அவனைப் பார்த்ததும் முருகனுக்குக் கோபம் வந்தது. பல்லைக் கடித்தான். அருண்மொழி வெறுப்புடன் சொறிபிடித்த தெரு நாயைப் பார்ப்பதுபோல ரவியைப் பார்த்தாள். மலத்தைப் பக்கத்தில் பார்த்த மாதிரி அமராவதி, லட்சுமி, நடேசன் மூவரும் ரவி இருக்கும் பக்கமே திரும்பவில்லை.

பத்து நிமிஷம் கழிந்திருக்கும். ஐ.சி.யு. அறையிலிருந்து தணிகாசலம் வெளியே வந்ததும் என்ன சொல்வாரோ என்ற கவலையில் முருகனோடு மற்ற நான்கு பேரும் தணிகாசலத்தைச் சூழ்ந்துகொண்டு நின்றனர்.

‘‘ட்ரீட்மண்டு நல்லா போயிக்கிட்டிருக்கு. டாக்டர்கிட்ட, நர்சுங்ககிட்ட சொல்லியிருக்கன். ஒண்ணும் பிரச்சன இருக்காது.’’

‘‘டெவலப்மண்டு இருக்கா சார்’’ முருகன் கேட்டான்.

‘‘முடிஞ்சவரைக்கும் பாக்கலாம். ஏதாவது உதவின்னா கூப்புடுங்க. டோண்ட் ஹெசிட்டேட்.’’

‘‘தேங்க்யூ சார்’’ முருகன் சொன்னான்.

‘‘பாக்க வுடுவாங்களா சார்?’’ லட்சுமி கேட்டாள்.

‘‘யாராச்சும் பாக்கணுமா?’’

‘‘எங்கப்பாவும் எங்க சித்தியும் பாக்கல சார்.’’

''ஒரு நிமிஷம்'' என்று சொன்ன தணிகாசலம் திரும்பிப் போய் ஐ.சி.யு.வின் கதவைத் தட்டினார். கதவைத் திறந்து பார்த்த நர்சு, ''சார்'' என்று கேட்டாள்.

''ஒரு நிமிஷம் மட்டும் ஒரு ஆள பர்மிட் பண்ணுங்க.''

''சார்'' என்று நர்சு சொன்னாள்.

முருகன் பக்கம் திரும்பிய தணிகாசலம், ''ஒரு ஆள் மட்டும் போங்க.''

''நான் போறன்'' என்று லட்சுமி ஆர்வமாகச் சொன்னாள்.

''நீங்க இன்னிக்கி ராத்திரி அட்டண்டரா போங்க மாமி. மாமா போவட்டும்'' என்று அருண்மொழி சொன்னாள்.

''சரி'' என்று சொன்னாலும், லட்சுமியினுடைய முகம் செத்துப்போயிற்று.

''இவர்'' என்று நடேசனை நர்சிடம் காட்டினார் தணிகாசலம். ''உள்ளாரப் போங்க'' என்று சொன்னார். உடனே நடேசன் ஐ.சி.யு.வுக்குள் போனார்.

''வர்றன்'' என்று சொல்லிவிட்டுத் தணிகாசலம் லிப்டிடம் சென்றார். கூடவே முருகனும் அருண்மொழியும் போனார்கள். லிப்ட் வந்தது. தணிகாசலம் ஏறியதும் லிப்டில் முருகனும் அருண்மொழியும் ஏறினார்கள். லிப்ட் கீழே இறங்க ஆரம்பித்தது.

அவசரப் பிரிவுக் கட்டடத்தை விட்டு வெளியே வந்து, குழந்தைகள் பிரிவுக் கட்டடத்துக்கு வரும்வரை கூடவே ஏன் வருகிறீர்கள் என்று முருகனிடமோ அருண்மொழியிடமோ கேட்கவில்லை. குழந்தைகள் பிரிவுக் கட்டடத்துக்கு முன் வந்ததும், ''தைரியமா இருங்க'' என்று மட்டும் சொன்னார். அது கடமைக்கு ஏதாவது சொல்ல வேண்டுமே என்பதற்காகச் சொன்னதுபோல இருந்தது.

''வேற வழி இருக்கா சார்?'' அருண்மொழி கேட்டாள்.

''எல்லா வழிகளயும் அடச்சிட்டு வந்தா என்ன செய்ய முடியும்? மருந்து, மாத்திர, ஊசிதான் என்னா செய்யும்?''

''பணம் போனா பரவாயில்ல சார்'' அருண்மொழி அழுதாள். அவளைப் பார்த்து முருகனும் அழுதான்.

''பணத்தால நாள மட்டும்தான் நீட்டிக்கலாம். வென்டிலேட்டர்லியே வச்சிருக்கணும். அதிகபட்சம் ஒரு வாரம் வச்சிருக்கலாம். அதுக்கு மேலயும் நீட்டிக்கலாம். அதுக்குப் பெரிய கோடீஸ்வரனா இருக்கணும். அதனால பிரயோசனமில்ல. அது அவ்வளவு சரியான முறையும் இல்ல. இப்ப ஒங்க பொண்ணுக்கு மார்பின்ங்கிற மருந்துதான் கொடுக்குறாங்க. அது வலிய மட்டும்தான் மறக்கச் செய்யும். மார்பின் தொடர்ந்து கொடுக்கக் கூடாது. அது இதயத் துடிப்பக் கொறச்சிடும். நோயாளியோட வலியக் கொறைக்கத்தான் மார்பின் கொடுக்கிறது. எண்டு ஆப் லைஃப் டிசிஷன். மார்பினும் சரி, வென்டிலேட்டரும் சரி, தொடர்ந்து கொடுக்கிறது மருத்துவ ரீதியா சரி கிடையாது. நல்லதும் இல்ல.''

''மாசம் ஒரு லட்சம் செலவு ஆனாலும் பாத்துக்கிறோம் சார். நீங்க ஏற்பாடு செய்யுங்க சார்'' முருகன் கையெடுத்துக் கும்பிட்டான்.

''ஃபென்டாலின் கொடுக்கலாம். மாசம் பத்தாயிரத்துக்கு மேல செலவு ஆவும். அது மாத்தர இல்லெ. ஊசி இல்லெ. பிளாஸ்திரி மாதிரி இருக்கும். உடம்புல ஒரு இடத்தில ஒட்டிட்டா போதும் வலி இருக்காது. சின்ன ஆபரேஷன் மூலமா

மார்பின ஓடம்புலியே வச்சிடலாம். நாலு மாசத்துக்கு வலி இருக்காது. அதே மாதிரி கோடின் இருக்கு. ஆனா, எதுவும் சரியா வராது. அமைதியா முடியணும். அதுதான் பேஷண்டுக்கும் நல்லது. உங்களுக்கும் நல்லது'' என்று தணிகாசலம் பக்குவமாகச் சொன்னார்.

முருகனுக்கு வாய் உலர்ந்துபோய் உடல் நடுங்கிற்று. அவனுக்கு நிற்க முடிய வில்லை.

''டென்ஷன் ஆகக் கூடாது. வயிற்றுப் பகுதியில புண்ணு ஏற்பட்டாலே சிக்கல் தான். பிளட் டியூப்ஸ் அஃபக்ட் ஆகலன்னா காப்பாத்திடலாம். நிறைய எண்ணெய ஊத்தியிருக்கணும். நிறைய நேரம் எரிஞ்சிருக்கணும்.'' நடுங்கிக்கொண்டிருந்த முருகனுடைய கைகளைப் பிடித்துகொண்டார் தணிகாசலம்.

''சார்'' என்று சொன்னாள் அருண்மொழி.

''ஏதாவது உதவின்னா போன் பண்ணுங்க.''

முருகனோடு சேர்ந்து அருண்மொழியும் அழுதாள்.

அடுத்த வார்த்தை பேசாமல் முருகனுடைய கைகளை விட்டுவிட்டுத் தணிகாசலம் கட்டடத்துக்குள் போய்விட்டார்.

மருத்துவர் போன வழியையும், குழந்தைகள் பிரிவுக் கட்டடத்தையும் முருகனும் அருண்மொழியும் பார்த்தனர். எல்லாவற்றையும் கண்ணீர் மறைத்துவிட்டது.

அருண்மொழிக்கு என்ன தோன்றியதோ தரையைப் பார்த்துச் சொன்னாள்.

''அவ செத்துக்கிட்டிருக்கா.''

''இவன்தான் வேணுமின்னு நம்பளா சொல்ல சொன்னோம்? அவள வேலைக்கிப் போவாம நம்பளா தடுத்து வச்சோம்?''

''அதுதான் அவன் செஞ்ச பெரிய தப்பு. நாம்ப கொஞ்சம் எறங்கிப் போயிருக்க லாம்ன்னு தோணுது. இப்ப வந்து நிக்குறம்ல. இனிமே அவள யாராலயும் பாக்க முடியாது. அவகிட்ட ஒரு வாத்த பேச முடியாது. கோடிகோடியா கொடுத்தாலும் முடியாது.''

''கொஞ்சம் பேசாம இருக்கியா?'' கோபத்துடன் சொன்னான் முருகன்.

''இப்ப எம் மனசுல அவ பொழச்சி வரணும்ங்கிற ஆசகூட இல்ல. அவ சீக்கிரம் சாவணும்ங்கிற ஆசதான் இருக்கு. அவ படுறதப் பாக்க முடியல. அவ கொடுத்த வாக்குமூலம்கூட மறந்துபோச்சி'' கண்ணீரை மறைப்பதற்காகத் தலையைத் தாழ்த் திக்கொண்டாள்.

''பேசாம இரு'' என்று கசப்புடன் சொல்லிவிட்டு முகத்தைத் திருப்பிக்கொண் டான்.

முருகனுடைய போன் மணி அடித்தது. போன் பேசுவதற்குக்கூட அவனுக்குத் தெம்பு இல்லாமல் இருந்தது. போனை எடுத்து அருண்மொழியிடம் கொடுத்தான். போனை வாங்கிய அருண்மொழி கேட்டாள், ''என்னா மாமி? உள்ளாரப் போயிட்டு வந்ததிலிருந்து மாமா அழுதுகிட்டிருக்காரா? பாஸ் இல்லாம நாங்க எப்பிடி உள் ளார வர்றது? டாக்டரா? ஒண்ணும் சொல்லல. கீழ எறங்கி வந்துடுங்க. நாங்க நாம்ப முன்னால உட்கார்ந்திருந்த எடத்துக்கிட்ட வந்துடுறம். வாங்க. சரி. வச்சிடுங்க'' என்று சொல்லி போனை நிறுத்தினாள்.

‘‘ஒங்க சித்தி பேசுனாங்க. உள்ளாரப் போயி ரேவதியப் பாத்திட்டு வந்ததிலிருந்து ஒங்கப்பா அழுதுகிட்டிருக்காராம்’’ என்று அருண்மொழி சொன்னாள்.

முருகன் பதில் ஒன்றும் சொல்லவில்லை.

பக்கத்திலிருந்த வேப்ப மரத்தின் கீழ் பித்துப் பிடித்தவன்போல் உட்கார்ந்தான். ‘‘எதுக்கு இங்க உட்கார்ந்திட்டிங்க? வாங்க போவலாம்’’ என்று அருண்மொழி கூப்பிட்டாள். முருகன் பதில் பேசாமல் தலையைக் கவிழ்த்துக்கொண்டு அழுதான். அப்படியே புல் தரையில் குப்புறப் படுத்துகொண்டான்.

‘‘செத்திட்டா தேவலாம்ன்னு இருக்கு. நானும் அவளும் சின்ன வயசுல எப்படி இருந்தம்ன்னு நெனைக்கநெனைக்க உசுரு போவுது.’’ ரேவதியைப் பற்றி முருகன் பேசிக்கொண்டேயிருந்தான். அருண்மொழி அவனுடைய மனதை மாற்ற நினைத்தாள். அதனால் அவனுடைய பேச்சைக் கேட்காமல், ‘‘எழுந்திருங்க போவலாம்’’ என்று சொல்லி முருகனுடைய கையைப் பிடித்து இழுத்தாள். அவசரப் பிரிவுக் கட்டடத்துக்குப் பின்புறம் முன்பு உட்கார்ந்திருந்த இடத்துக்கு வந்தனர். சிமெண்ட் பெஞ்ச் காலியாகக் கிடந்தது. வந்தவுடனேயே அதில் முருகன் படுத்துக்கொண்டான். சிமெண்ட் பெஞ்சின் ஒரு ஓரத்தில் அருண்மொழி உட்கார்ந்துகொண்டாள். அவர்களுக்குப் பத்தடி தூரம் தள்ளியிருந்த குப்பைத் தொட்டியில் மூன்று நான்கு காகங்கள் உட்காருவதும் பறப்பதுமாக இருந்தன. மரத்துக்கு மரம் காகங்கள் இருந்தன. காற்று முழுவதும் காகங்களின் குரல்களால் நிறைந்திருந்தது. பக்கத்தில் பூ மரம் ஒன்று இருந்தது. அது என்ன மரம் என்று பார்ப்பதற்குக்கூட அவளுக்கு மனமில்லை.

அருண்மொழி முன்பு ஊதா நிறச் சீலையும், மஞ்சள் நிறச் சீலையும் கட்டியிருந்த பெண்கள் உட்கார்ந்திருந்த இடத்தைப் பார்த்தாள். அந்த இடத்தில் இப்போது வேறு நான்கு பெண்கள் உட்கார்ந்திருந்தனர்.

அருண்மொழிக்கு போன் வந்தது. எடுத்துப் பேசினாள். ‘‘பசங்க ரெண்டும் ஸ்கூல் போயிடிச்சா? ஒண்ணும் பிரச்சன இல்லியே. ‘அம்மா அம்மா’ன்னு சொல்லி பாப்பா அழுவுறாளா? வர்றன் வர்றன். ஸ்கூல் விட்டு வந்ததும் எங்கிட்ட பேசச் சொல்லுங்க. இங்கியா? ஒண்ணும் சொல்றதுக்கு இல்ல. வெயிட் பண்ணிக்கிட்டிருக்கோம். சரி. வச்சிடுங்க.’’

தூரத்தில் உட்கார்ந்திருந்த காகங்களைப் பார்த்தவாறே அருண்மொழி சொன்னாள், ‘‘வேலைக்கார அம்மா பேசுனாங்க. பையன் ஒண்ணும் பிரச்சன பண்ணலியாம். பாப்பாதான் அழுவுறாளாம். முடிஞ்சா ஒரு கார எடுத்துக்கிட்டு ராத்திரிக்குப் போயிட்டு வந்திடலாமா?’’

முருகன் எந்தப் பதிலும் சொல்லவில்லை. அருண்மொழியைப் பார்க்கவுமில்லை.

நடேசன் வந்தார். முருகனும் அருண்மொழியும் எழுந்து நின்றனர். ‘‘ஒக்காருங்க’’ என்று அருண்மொழி நடேசனிடம் சொன்னாள். எந்த உணர்ச்சியும் இல்லாத ஆள் மாதிரி சிமெண்ட் பெஞ்சில் உட்கார்ந்தார். ஆளைப் பார்க்கச் சகிக்கவில்லை. கண்களில் அழுக்குச் சேர்ந்திருந்தது. மூக்கில் சளி ஒழுகிக்கொண்டிருந்தது. கண் அழுக்கைத் துடைக்கவில்லை. சளியைத் துடைக்கவில்லை. வியர்வையைத் துடைக்கவில்லை. அருண்மொழி கைக்குட்டையைக் கொடுத்தாள். ஒன்றும் சொல்லாமல்

வாங்கிப் பக்கத்தில் வைத்தார். தண்ணீர் பாட்டிலை நீட்டினாள். அதையும் வாங்கி கைக்குட்டைக்குப் பக்கத்தில் வைத்தார். இரண்டு நாட்களிலேயே அவருக்குப் பத்து இருபது வயது கூடிவிட்டதுபோல் இருந்தது. அவ்வளவு தளர்ச்சியாக இருந்தார்.

அமராவதியும் லட்சுமியும் வந்தனர்.

''ஒக்காருங்க'' என்று அருண்மொழி சொன்னதும் அமராவதியும், லட்சுமியும் நடேசனுக்குப் பக்கத்தில் உட்கார்ந்தனர். முருகன் தரையில் உட்கார்ந்து தூரத்தில் எங்கோ பார்த்தபடி இருந்தான். அருண்மொழி நடேசனிடம் கேட்டார், ''உள்ள போனீங்களே. பாத்திங்களா? பேசுனிங்களா? என்னா சொன்னா?''

''பேயோட முகம் மாதிரி இருக்கு. என்னமோ சொல்றா. கேக்க மாட்டங்குது. அப்பா வந்திருக்கிறன்னு சொல்றன். புரியல போல. சும்மாப் பாக்குறா, அப்பான்னு ஒரு வாத்த சொல்லல. நானும் 'அம்மா-அம்மா'ன்னு கூப்புட்டுப் பாத்தன். முறச்சிப் பாக்குறா. அவ்வளவுதான்'' வாய்விட்டுக் கதறி அழுதார். ஆங்காங்கே உட்கார்ந்திருந் தவர்கள் சத்தம் கேட்டுத் திரும்பிப் பார்த்தனர்.

''பேசாம இருங்க. எல்லாரும் பாக்குறாங்க'' என்று லட்சுமி சொன்னாள். அம ராவதியோ முருகனோ ஒரு வார்த்தை பேசவில்லை. நடேசனுடைய அழுகையும் நிற்கவில்லை.

''படுங்க'' என்று அருண்மொழி சொன்னாள். அமராவதியும் லட்சுமியும் எழுந்து கொண்டனர். நடேசன் சிமெண்ட் பெஞ்சில் படுத்துக்கொண்டு கேவினார்.

நடேசனுடைய செல்போன் மணி அடித்தது. போனை எடுத்துப் பக்கத்திலிருந்த லட்சுமியிடம் கொடுத்தார். அவள் முருகனிடம் கொடுத்தாள். முருகன் போனில் பேசினான், ''ஹலோ யாருங்க? அப்படியா? நான் சாரோட பையன்தான் பேசுறன். முருகன்தான். அப்பிடியேதான் இருக்கு. வர்றீங்களா? எந்த எடத்தில? வாங்க. ஐ.சி.யு. கட்டடத்துக்குப் பின்னால வந்துடுங்க. நாங்க இங்கதான் இருக்கம்'' என்று சொல்லிவிட்டு யாரிடம் என்றில்லாமல் பொதுவாகச் சொன்னான், ''அப்பாவோட ஸ்கூல் ஸ்டாப்புங்க பேசுனாங்க. வர்றாங்களாம்'' முருகனுடைய முகத்தையும், தோற்றத்தையும் பார்த்துச் சங்கடப்பட்டு, ''நீங்க ஒரு டீயாச்சும் குடிங்களன்'' என்று அருண்மொழி சொன்னாள். ''சரி வா'' என்று சொல்லிவிட்டு எழுந்து முருகன், ''நீயும் வா சித்தி'' என்று லட்சுமியைக் கூப்பிட்டான். மூன்று பேரும் கேன்டீனை நோக்கி நடக்க ஆரம்பித்தனர். லட்சுமியிடம் முருகன் கேட்டான், ''அப்பாவுக்கு என்னாச்சி?''

''உள்ளாரப் போயி ரேவதியப் பாத்ததும் முகத்திலேயே அடிச்சிக்கிட்டு ஒரே ரகள பண்ணிட்டாராம். மூணு நர்சுங்க கூடிதான் அழச்சிக்கிட்டு வந்து வெளிய விட் டாங்க. இதுக்குத்தான் யாரயும் உள்ளார விடுறதில்லன்னு நர்சுங்க ஒரே திட்டா திட்டுனாங்க.''

''நீ காலயில பாத்தியே எப்பிடியிருந்தா?'' அருண்மொழியிடம் முருகன் கேட் டான். கேட்கக் கூடாத வார்த்தையைக் கேட்டுவிட்டதுபோல் வாயில் கையை வைத்து மூடிக்கொண்ட அருண்மொழியின் கண்களிலிருந்து கண்ணீர் கொட்டியது. ''ஐயோ சாமி, ஒலகத்தில யாரும் இந்த மாதிரி கஷ்டப்பட வேண்டாம்'' என்று சொல்லி முகத்தை மூடிக்கொண்டாள்.

‘‘அப்பறம் பேசிக்கலாம். பேசாம இரு’’ என்று சொன்ன முருகன், ‘‘டீயா, காப்பியா?’’ என்று கேட்டான்.

‘‘எனக்கு எதுவும் வேண்டாம். என்னால பச்சத் தண்ணிகூட குடிக்க முடியாது. ஒரு வாரத்துக்கு என்னால எதுவுமே சாப்பிட முடியாது. அவளப் பாத்ததுமே உசுரு போற மாதிரி இருந்துச்சி. எல்லாமே வெந்துபோயிடிச்சி. ஒரு பெட்டு எடமில்ல. ஒடம்பு பூராவும் கொழகொழன்னு இருக்கு. காலயில நாந்தான் தூக்கி ஒக்காரவச்சன். கட்டுத் துணிய அவுத்ததும் தோலு உரிச்ச உருள கிழங்கு மாதிரி இருந்துச்சி. முட்டமுட்டயா ஒடம்பு பூராவும் கொப்பளம். அங்கங்க ரத்தம் வருது. சத வெடிக்க ஆரம்பிச்சிடிச்சின்னு நெனைக்கிறன். நேத்து ஓங்கம்மா மயக்கம்போட்டு விழுந்தது சரிதான். யாராலயும் பாக்க முடியாது. பாத்தா உசுரோட இருக்க முடியாது. ஓங்கப்பா முகத்த மட்டும்தான் பாத்திருப்பாரு. அதுக்கே இப்பிடி அழுவுறாரு. துணியில்லாம முழுசா பாத்திருந்தா அந்த எடத்திலியே செத்துப்போயிருப்பாரு. இப்பிடி ஒரு சாவு ஒலகத்தில யாருக்கும் வர வேண்டாம். அவ பொழைக்க வேண்டாம்.’’ மனம்விட்டு அழுதாள். அவளைப் பார்ப்பதைத் தவிர்த்து பிரதான சாலையைப் பார்த்தான். ஆட்கள் எல்லோரும் பூச்சிகள் மாதிரி தெரிந்தனர்.

‘‘யாண்டி இப்பிடி வாக்குமூலம் கொடுத்த? ஓங்கப்பாவையும் அண்ணனையும் தலயக் குனிய வச்சிட்டியேன்னு கேட்டியா?’’ லட்சுமி கேட்டாள்.

‘‘கேட்டன்.’’

‘‘என்னா சொன்னா?’’

‘‘அழுதா. அவளுக்கு மனசுல என்னமோ இருக்கு, ஆனா வெளிய சொல்ல மாட்டங்குறா, வேணுமுன்னேதான் வாக்குமூலத்த மாத்திக் குடுத்துருக்கா. நம்பள இனி மேலும் கஷ்டபடுத்த வேணாமுன்னு நெனச்சிருக்கலாம்.’’

‘‘யாருதான் நெருப்ப வச்சது?’’

‘‘பல முறக் கேட்டன். அவ வாயத் தொறக்கல. ‘அவன் ஒரு முட்டாப் பய முன் யோசன இல்லாதவ’ன்னு மட்டும்தான் சொன்னா.’’

‘‘முட்டாப் பயதான் வேணுமின்னு எதுக்கு நின்னாளாம்?’’

‘‘எம்மாம் செலவு ஆனாலும் ஒன்னெ உசுரோட அழச்சிக்கிட்டுத்தாண்டி போவமின்னு சொன்னதுக்கு ‘செலவு செய்யாதிங்க. செஞ்சது போதும்’ன்னு சொல்லிட்டு அழுவுறா. எம் பேச்சக்கூட நீ கேக்கலியேடின்னு நான் அழுததப் பாத்திட்டு அழுவுறா. என்னால அவ அழுவுறதப் பாக்க முடியல. செத்துடலாம்போல இருந்துச்சி.’’ அடி வாங்கிய சிறு குழந்தையைப் போல அருண்மொழி அப்படியொரு அழுகை அழுதாள். ‘‘எனக்கு ரெண்டு உசுரு இல்லியேன்னு வருத்தமா இருந்துச்சி. நானும் அவளும் நாலு வருசம் எப்படி இருந்தம் தெரியுமா? எத்தன பேரு அவ பின்னால சுத்தி வந்தானுவ? அதிலயும் ஒரு டாக்டரோட பையன் பைத்தியமா அலஞ்சான். நாங்கூட அவன் பரவாயில்லடின்னு சொன்னன். ‘சீ அசிங்கமாப் பேசாத’ன்னு சொன்னவ கடைசியா ஒரு லோஃபர் பயகிட்ட வந்து மாட்டி இப்பிடி வெந்துபோயி கெடக்குறாளே!’’ அருண்மொழி வலியில் துடிப்பது மாதிரி அழுதாள்.

‘‘அவ பேசுறது நல்லாக் கேக்குதா?’’

''குனிஞ்சி கேட்டாத்தான் புரியும். குரலு போயிடிச்சின்னு நெனைக்கிறன். கண் பார்வயும் கொறயுதின்னு நெனைக்கிறன்.''

''ஓம் புள்ளைங்கள யாரு வச்சிக்கிறதுன்னு கேட்டியா?''

''அவ இருக்கிற நெலமயில அப்பிடிக் கேட்டா என்னெப் பத்தி என்னா நெனைப்பா? நான் ஒனக்கு என்னாடி செய்யணும், ஓம் புள்ளைங்கள வரச் சொல்லட்டான்னு கேட்டன். வாண்டாமின்னு சொல்லிக் கைய ஆட்டிப்புட்டா.''

''புள்ளைங்களக்கூடப் பாக்க மாட்டன்னுட்டாளா?''

''ஆமாம்.''

''இப்ப அவன வெறுத்து என்ன பண்றது? அப்ப நாம்ப சொன்னதெல்லாம் அப்ப அவ காதில விழுந்துச்சா? சாதியக்கூடப் பாக்காம சண்டாளி ஒரே நெலயா நின்னாளே அந்த சண்டாளன்கூட போயி கறி மீனெல்லாம் சமைக்கிறதுக்குக் கத்துக்கிட்டாளே. அதத்தான் என்னால ஏத்துக்க முடியல.''

''கட்டுப் போட்ட பின்னாலதான் அவகிட்ட என்னால நிக்க முடிஞ்சிது. நான் பாத்தத அப்பிடியே சொன்னா ஒங்களால தாங்க முடியாது. அவன செருப்பாலியே அடிக்கணும்.'' அடக்க முடியாத ஆத்திரத்தோடு சொன்னாள்.

''ஒரு தெருப் பொறுக்கிப் பய வந்து நம்ப குடும்பத்தயே தெருவுல நிறுத்திட் டான்டி.'' லட்சுமி அழுதாள்.

எதுவும் பேசத் தோணாததால், எதுவும் கேட்கத் தோணாததால், ''தண்ணி குடிக்கி றியா?'' என்று அருண்மொழியிடம் கேட்டான் முருகன்.

''முகத்தக் கழுவிக்கிறன். காலயிலிருந்து நாலு முற வாந்தி எடுத்திட்டன்.''

தண்ணீர் பாட்டில் வாங்கிக் கொடுத்தான். அருண்மொழி முகத்தைக் கழுவிக் கொண்டாள். லட்சுமி மட்டும் காப்பி குடித்தாள்.

''ராத்திரி மட்டும் மூணு கேசு செத்துப்போச்சி.''

''நிசமாவா?'' என்று அருண்மொழி சொன்னதை நம்பாத மாதிரி கேட்டாள் லட்சுமி.

''காலயில மூணு அட்டண்டரக் கூப்புடல.''

''அப்பிடியா?''

''காலயில க்ளீன் பண்ணப் போனப்ப. மூணு பெட்டுல தெர போட்டு மூடியிருந் தாங்க. கேட்டதுக்கு 'சும்மாதான்'னு சொன்னாங்க. அட்டண்டரக் கூப்புடலன் னதுமே வெளியில எல்லாருக்கும் சந்தேகம் வந்துடுச்சி. அழ ஆரம்பிச்சிட்டாங்க.''

நடேசன், அமராவதி உட்கார்ந்திருந்த இடத்துக்கு மூவரும் வந்தனர்.

''யாராச்சும் மேல போங்க'' என்று முருகன் சொன்னான்.

''பாஸக் கொடு. நான் மேல போயி இருக்கன்'' என்று சொன்ன லட்சுமி அருண் மொழி வைத்திருந்த பாஸை வாங்கிக்கொண்டு அவசரச் சிகிச்சைப் பிரிவுக் கட்ட டத்தை நோக்கி நடக்க ஆரம்பித்தாள்.

முருகனும் அருண்மொழியும் தரையில் உட்கார்ந்தனர்.

''விடியக்காலம் பாத்தியே எப்பிடி இருந்தா?'' என்று அமராவதி கேட்டாள்.

‘‘ஒங்கள எங்க இருக்கிங்கன்னு கேட்டா.’’

‘‘யாண்டி இப்பிடி வாக்குமூலம் கொடுத்தன்னு கேட்டியா?’’

‘‘கேட்டன்.’’

‘‘என்னா சொன்னா?’’

‘‘பதில் சொல்லல. அழுதா.’’

அதற்கடுத்து அமராவதி எந்தக் கேள்வியும் கேட்கவில்லை. கேள்வி கேட்டாலும் பதில் சொல்லக் கூடாது என்பது மாதிரி அருண்மொழியும் முகத்தைத் திருப்பிக் கொண்டாள்.

முருகனுடைய போன் மணி அடித்தது. எடுத்துப் பேசினான், ‘‘சொல்லுங்க சார். ஆஸ்பத்திரியிலதான் இருக்கன். ஆமாம். அப்படியேதான் இருக்கு. ஒண்ணும் சொல்ல முடியாது. நான் அப்பறமாப் பேசுட்டுமா? சரி. வச்சிடுங்க’’ என்று யாரிடமோ சொன்னான்.

தூரத்தில் லட்சுமி வருவது தெரிந்தது. அவளைப் பார்த்ததும் பதற்றமடைந்த முருகன் சட்டென்று எழுந்து நின்றான். முருகனைப் பார்த்து அருண்மொழியும் எழுந்து நின்றாள். தூரத்தில் வந்துகொண்டிருக்கும்போதே அவசரப்பட்ட முருகன், ‘‘என்னா சித்தி’’ என்று கேட்டான். லட்சுமி பதில் சொல்வதற்குள் ரேவதி இறந்துவிட்டாள் என்ற எண்ணம் அவனுக்கு வந்துவிட்டது. ‘சுரீர்’ என்று நெஞ்சில் நெருப்பால் சுட்டதுபோல வலி ஏற்பட்டது. உடல் நடுங்க ஆரம்பித்துவிட்டது. வாய் வறண்டுவிட்டது. கண்களிலிருந்து கண்ணீர் இறங்கியது. எல்லோருமே பதற்றமாகிவிட்டனர்.

‘‘அஞ்சாவது மாடியிலிருக்கிற எல்லாரயும் ‘கீழ போங்க, கீழ போங்க’ன்னு கத்துறாங்க. ஒருத்தரயும் நிக்கவுடல. எல்லாரயும் கீழ அனுப்பிட்டாங்க. மூணு பேரு செத்துப்போயிட்டாங்களாம். பொணம் வெளிய வரப்போவுதாம்’’ என்று சொல்லிக் கொண்டே வந்து அமராவதிக்குப் பக்கத்தில் உட்கார்ந்தாள் லட்சுமி. அவளுடைய பேச்சைக் கேட்ட பிறகுதான் எல்லோருக்கும் மூச்சு விட முடிந்தது. பதற்றம் குறைந்தது.

8

நடேசனுடைய போன் மணி அடித்தது. எடுத்துப் பேசினார், ‘‘ஐ.சி.யு. கட்டடத்துக் கிட்ட நிக்குறீங்களா? ஐ.சி.யு. கட்டடத்துக்குப் பின்னால வாங்க. மூணு நாலு நிமிஷத்தில வந்துடலாம் வாங்க. நான் நிக்குறன்’’ என்று சொல்லி போனை வைத்தார். சிமெண்ட் பெஞ்சை விட்டு எழுந்து கேன்டீனிலிருந்து வரும் தார்ச் சாலையில் போய் நின்றார். ஒரு வேன் வந்து நின்றது. பதினைந்து இருபது ஆசிரியர்கள் வேனிலிருந்து இறங்கினார்கள். இறங்கிய வேகத்திலேயே நடேசனை சூழ்ந்துகொண்டு விசாரிக்க ஆரம்பித்தனர்.

''எப்பிடியாச்சி சார்?'' ஒரு ஆசிரியர் கேட்டார்.

''தனியார்ல வச்சிப் பாக்கக் கூடாதா சார்?'' மற்றொரு ஆசிரியர் கேட்டார்.

''அவனப் புடிச்சி உள்ளாரப் போடணும் சார். அப்பத்தான் புத்தி வரும்'' என்று இன்னொரு ஆசிரியர் சொன்னார்.

''கேசு கொடுத்திட்டிங்களா சார்? வரதட்சண கேசுல அவன புக் பண்ணுங்க சார்'' என்று ஒரு ஆசிரியை சொன்னாள்.

''ஒங்க நல்ல மனசுக்கு ஒண்ணும் ஆவாது சார். கவலப்படாம இருங்க'' மற்றொரு ஆசிரியை சொன்னாள்.

சிலருடைய கேள்விகளுக்கு நடேசன் பதில் சொன்னார். சிலருடைய கேள்விக ளுக்கு, ''ஆமாம்'' என்பதுபோல தலையை மட்டும் ஆட்டினார். சிலருடைய கேள்வி களுக்கு பதில் சொல்லாமல் வெறுமனே நின்றுகொண்டிருந்தார். ஆரம்பத்தில் பதில் சொன்ன நடேசன் நேரமாகநேரமாக வெறுமனே தலையை மட்டும் ஆட்ட ஆரம் பித்தார். கடைசியில் எதுவும் பேசாமல் நின்றுகொண்டிருந்தார். அதனால் இரண்டு மூன்று ஆசிரியர்கள் முருகனிடம் விசாரிக்க ஆரம்பித்தனர். பெண் ஆசிரியைகள் அமராவதியைச் சூழ்ந்துகொண்டு கேள்வி கேட்டனர்.

''புள்ளைங்கள நீங்க வளக்காதிங்க. வச்சிக்கிட்டு அவன் சாவட்டும். அப்பத்தான் இந்த மாதிரி நாயிக்கெல்லாம் புத்தி வரும்'' என்று ஒரு ஆசிரியை சொன்னாள்.

''கேசு கொடுத்து அவனப் புடிச்சிப்போடுங்க. அவன மாதிரியான திருட்டுப் பசங்கயெல்லாம் உள்ளாரதான் இருக்கணும்'' என்று ஒரு ஆசிரியை கருத்துச் சொன்னாள்.

''நெருப்ப வச்சிக் கொளுத்துறவன எல்லாம் தெருவுல நிக்க வச்சி சுடணும்'' என்று ஒரு ஆசிரியை சொன்னாள்.

இவ்வளவு பேர் தனக்காக வந்திருக்கிறார்கள் என்பது நடேசனுக்கு ஒருவிதத்தில் ஆறுதலாக இருந்தாலும், மறுபுறம் சுற்றிலும் ஆட்கள் நிற்பதும், கேள்வி கேட்பதும் சங்கடமாக இருந்தது. எரிச்சலூட்டியது. எப்படியாவது எல்லோரையும் அனுப்பிவிட் டால் போதும் என்ற மனநிலைக்கு வந்த நடேசன், ''முருகா, எல்லாரயும் அழச்சிக் கிட்டுப் போயி சாப்பாடு வாங்கிக் கொடு'' என்று சொன்னார். முருகனும், ''வாங்க சார்'' என்று ஒவ்வொரு ஆளாகக் கூப்பிட்டான். யாருமே சாப்பிடுவதற்குச் சம் மதிக்கவில்லை. உண்மையாகவே ரேவதியைப் பார்க்க முடியவில்லையே என்ற கவலை எல்லோருக்குமே இருந்தது.

''பொண்ணு இப்பிடி இருக்கும்போது எப்பிடி சார் சாப்பிடுறது?'' என்று ஒரு ஆசிரியர் கேட்டார்.

''யாரயும் உள்ளார விட மாட்டடங்குறாங்க. ரொம்ப கண்டிஷனா இருக்காங்க. சாயங்காலம் அஞ்சு டூ ஆறு மணிக்கு விசிட்டர்ஸ் டைம்ன்னு விடுறாங்க. ஆனா, ஃபயர் வார்டுல மட்டும் யாரயும் விட மாட்டடங்குறாங்க. அப்பிடி விடுற மாதிரி இருந்தா பரவாயில்ல. இருங்க அஞ்சு மணிவரைக்கும்னு சொல்லலாம். எத்தன மணிவர இருந்தாலும் விட மாட்டாங்கன்னு தெரிஞ்சும் உட்கார்ந்திருக்கிறதில அர்த்தமில்ல. கிளம்புங்க'' என்று தீர்மானமாக நடேசன் சொன்னார்.

''அஞ்சு மணிவர இருந்து பாக்குறமே. இவ்வளவு தூரம் வந்துட்டமே'' என்று ரெங்கநாதன் என்ற ஆசிரியர் பிடிவாதம் பிடித்தார். போலீஸ் வந்தது, வாக்குமூலம் கொடுத்தது என்று மற்ற விஷயங்கள் தெரிந்தால் என்ன சொல்வார்களோ என்ற கவலை நடேசனுக்கு இருந்தது. அதே கவலை முருகனுக்கும் அமராவதிக்கும் இருந்தது. அதனால் ஆசிரியர்களை அனுப்பிவிடுவதிலேயே நடேசன் குறியாக இருந்தார்.

''டீயாவது சாப்பிடுங்க'' என்று கட்டாயப்படுத்தி எல்லோரையும் கேன்டீனுக்கு அழைத்துக்கொண்டு போனார். கூடவே முருகனும் போனான். எல்லோருக்கும் ஜூஸ் வாங்கிக் கொடுத்தான் முருகன். ஜூஸ் குடித்து முடிந்ததும், ''கிளம்புங்க. மத்தத போன்ல சொல்றன்'' என்று நடேசன் சொன்னார்.

''பாக்க முடியலியே இவ்வளவு தூரம் வந்து'' என்று எல்லா ஆசிரியர்களுமே வருத்தப்பட்டார்கள்.

''புறப்படுங்க. ஏதாவது விஷயம்ன்னா போன்ல சொல்றம்'' என்று முருகன் சொன்னான்.

நடேசன் ரொம்பவும் கட்டாயப்படுத்திய பிறகுதான் ஒவ்வொரு ஆசிரியராக வேனில் ஏறினார்கள். வேன் புறப்பட்டது. அதன் பிறகுதான் நடேசனுக்கும் முருகனுக்கும் மூச்சுவிட முடிந்தது. முன்பு படுத்திருந்த சிமெண்ட் பெஞ்சுக்கு வந்து படுத்தார். முருகன் தரையில் உட்கார்ந்தான்.

முருகனுடைய போன் மணி அடித்தது. எடுத்துப் பேசினான், ''என்னது? கையெழுத்து கேக்குறாங்களா? தெரியலியா? நீ கேக்கலியா? கேக்காம என்னா செஞ்ச? புடுங்குனியா? சரி நீ போன வை. நான் டாக்டர்கிட்ட பேசிட்டு சொல்றன்'' என்று சொல்லிவிட்டு வேகமாகவும் பதற்றமாகவும் போனை அணைத்தான். மறுநொடியே தணிகாசலத்துக்கு போன் போட்டு, ''வணக்கம் சார். நான் தினேஷோட பிரண்டு பேசுறன். ஏதோ பார்ம்ல கையெழுத்து கேக்குறாங்களாம். போடலாமா சார்? எதுக்குன்னு தெரியல, கொஞ்சம் கேட்டு சொல்ல முடியுமா. தொந்தரவா நெனைக்காதீங்க. கூப்புடுங்க சார்'' என்று சொல்லி போனை வைத்தான்.

முருகனுக்குக் கைகால்கள் வெடவெடத்தன. வியர்த்து ஒழுகியது. பூமி கீழே இறங்குவதுபோல் இருந்தது. தலை பாரமாக இருந்தது. அவனுக்குப் பித்துப் பிடித்து விடும்போல் இருந்தது.

''என்னாச்சி? யார் போன்ல பேசுனது?'' அருண்மொழி கேட்டாள்.

''நீ ஒடனே மேல போ. ஏதோ கையெழுத்து கேட்டாங்களாம். போயி என்னா ஏதுன்னு டாக்டர், நர்சுகிட்ட கேளு.தெரிஞ்சிகிட்டு பேசு. சீக்கிரம் மேல போ போ'' பதற்றத்தில் அவசரப்படுத்தினான்.

''பாஸ் கொடுங்க'' என்று சொல்லி லட்சுமியிடமிருந்து பாஸை வாங்கிக் கொண்டு அருண்மொழி ஒரே ஓட்டமாக ஓடினாள்.

''என்ன முருகா?'' என்று அமராவதி கேட்டாள்.

''ஏதோ கையெழுத்து கேட்டாங்களாம்'' என்று மொட்டையாகச் சொன்னான். தரைக்கும் தனக்கும்தான் விரோதம் என்பதுபோலத் தரையில் எட்டிஎட்டி உதைத்தான்.

“கையெழுத்தா கேட்டாங்க?” என்றாள் லட்சுமி.

“ஆமாம் சித்தி.”

“அப்பிடின்னா உசுரு அடங்கப்போவுதோ என்னமோ” என்று லட்சுமி சொன்னதும் முருகனுக்குக் கோபம் வந்துவிட்டது.

“கொஞ்சம் வாய வச்சிக்கிட்டு சும்மா இரு. சித்தி” என்று முறைப்பதுபோல் சொன்னான். லட்சுமி அடுத்த வார்த்தை பேசவில்லை. அவளுடைய முகம் தொங்கிப் போயிற்று.

“யாரு சொன்னா?” அமராவதி கேட்டாள்.

“அந்தப் பொறுக்கிதான்.”

“அந்த நாயிகிட்ட பேசிக்கிட்டிருக்கமே, நம்ப தலயெழுத்தப் பாத்தியா?” என்று அமராவதி சொன்னாள்.

முருகனுடைய போன் மணி அடித்தது. எடுத்துப் பேசினான், “சொல்லுங்க சார். அப்பிடியா? ஒ.கே. சார். தேங்க்ஸ். அடிக்கடி போன் போட்டு தொந்தரவு பண்றன்னு தப்பா நெனைக்காதிங்க சார்” என்று சொன்ன முருகன் போனை வைத்தான். அருண்மொழிக்கு போன் போட்டு, “மேல போயிட்டியா? அந்த நாயி பக்கத்தில இருக்கானா? அப்பிடின்னா ஒடனே அவனக் கையெழுத்துப் போடச் சொல்லு. சீக்கிரம், பிரீத்திங் கொறயுதாம். ஆக்ஸிஜன் கொடுக்கப்போறாங்களாம். கையெழுத்தப் போட்டதும் எனக்கு சொல்லு. நீயும்கூட இரு” என்று சொன்னான். அடுத்து என்ன செய்வது? உட்கார்ந்திருப்பதற்கு முடியவில்லை. எழுந்து பத்தடி தூரம் முன்னால் நடந்தான். திரும்பி வந்தான். மீண்டும் முன்னால் நடந்தான். அவனால் நின்றுகொண்டிருக்கவும் முடியவில்லை. நடக்கவும் முடியவில்லை. நன்றாகக் காற்று அடித்துக்கொண்டிருந்தது. ஆனாலும், அவனுக்கு வியர்த்து ஒழுகிக்கொண்டிருந்தது. அவனால் சீராக மூச்சுக்கூட விட முடியவில்லை.

அருண்மொழியிடமிருந்து போன் வந்தது. எடுத்து, “என்னாச்சி? கையெழுத்துப் போட்டுட்டானா? சரி, நீ அங்கியே இரு. ஏதாவது விசயம்ன்னா ஒடனே என்னக் கூப்புடு. அந்த நாயிகிட்ட பேசிக்கிட்டிருக்காத. வச்சிடு” என்று சொல்லிவிட்டு போனை நிறுத்தினான்.

“என்ன தம்பி?” என்று பரிதாபமாக நடேசன் கேட்டார்.

“ஒண்ணுமில்ல. ஆக்ஸிஜன் கொடுக்கிறதுக்குக் கையெழுத்துக் கேட்டாங்க. போடச் சொன்னன்.”

“வேற ஒண்ணுமில்லியே?”

“ஒண்ணுமில்ல. நீங்க கொஞ்சம் அமைதியா இருங்க. கொஞ்ச நேரம் பெஞ்சிலப் படுங்க.”

நடேசன் சிமெண்ட் பெஞ்சில் சின்னப் பிள்ளை மாதிரி படுத்துக்கொண்டார். அவர் படுத்திருந்த விதம் பிணத்தைக் கிடத்தியிருப்பதுபோல இருந்தது.

“எல்லாத் தப்பும் நம்ப மேலதான். வீட்டோட இருந்தா போறான்னு விட்டிருக்கணும். இல்லன்னா செத்தாப் போறான்னு விட்டிருக்கணும். கஷ்டப்படாமியாவது

செத்திருப்பா. நம்பளுக்கும் மானம் போவாம இருந்திருக்கும். கடைசியில கஷ்டப் பட்டு, அவமானப்பட்டு சாவுறாளேன்னுதான் வருத்தமா இருக்கு.'' என்று முருகன் சொன்னான்.

முருகனுக்குச் சற்றுத் தள்ளிக் குப்பைத்தொட்டிக்கு அருகில் கிழவர் ஒருவர் டப்பாவிலிருந்த சோற்றை அள்ளிக் காக்கைகளுக்கு வைத்துக்கொண்டிருந்தார். ஆறேழு காக்கைகள் பயமின்றி வந்து சோற்றைக் கொத்த ஆரம்பித்தன. அப்போது கிழவரின் முதுகில் காகம் ஒன்று எச்சமிட்டது. தன்னுடைய முதுகில் காகம் எச்ச மிட்டதைக்கூடக் கவனிக்காமல் காக்கைகளுக்குக் கிழவர் சோற்றை வைத்துக் கொண்டிருந்தார். முதுகில் காகத்தின் எச்சம் விழுந்திருக்கிறது என்று சொல்ல நினைத்தான். ஒன்றும் சொல்லாமல் கிழவர் காகங்களுக்குச் சோறு வைப்பதையே பார்த்துக்கொண்டிருந்தான்.

முருகன் காரணமின்றி செல்போனைப் பார்த்தான். போன் எதுவும் வரவில்லை. அங்குமிங்கும் பார்த்தான். எழுந்து எங்காவது போக வேண்டும் என்றிருந்தது. ஆனால், எங்கு போவது என்பதுதான் தெரியவில்லை. ரேவதிக்கு ஆக்ஸிஜன் கொடுத்த பிறகு மூச்சு சீராக இருக்குமா, குறைந்துகொண்டேவருமா என்ற கவலை அரித்துக் கொண்டிருந்தது. நல்ல வெயில் இருந்தது. நிறைய மரங்கள் இருந்ததால் வெயில் தெரியாமல் இருந்தது. ஆனால், வெக்கை இருந்தது. வியர்த்துக் கொட்டியது.

அருண்மொழி வந்தாள். ''ஏன் வந்துட்ட?'' என்று முருகன் கேட்டான்.

''கையெழுத்துப் போட்டுட்டான். ஆக்ஸிஜன் கொடுக்க ஆரம்பிச்சிட்டாங்க. ஊசி ஒண்ணு வாங்கியாந்து கொடுக்கச் சொன்னாங்க. வாங்கிக் கொடுத்தாச்சி'' என்று அருண்மொழி சொன்னாள்.

''ஊசிய யாரு வாங்கியாந்தா?'' அமராவதி கேட்டாள்.

''அவன்தான்.''

''பணம் யாரு கொடுத்தா?''

''நாந்தான்.''

''அந்த நாயி காசுன்னு எம் பொண்ணுக்கு ஒரு ரூவாகூட செலவு பண்ணக் கூடாது. செத்தாலும் அந்தப் பாவம் எம் பொண்ணப் புடிச்சிக்கும்.'' அமராவதி பல் லைக் கடித்துக்கொண்டு சொன்னாள்.

''நர்சப் பாத்தியா? எப்பிடியிருக்குன்னு கேட்டியா?'' லட்சுமி கேட்டாள்.

''ஒடம்பப் போட்டு முறுக்கறாளாம். கத்துறாளாம்.''

''ஐயோ கடவுளே...'' என்று சொல்லிவிட்டு அமராவதி அழுதாள்.

''அவனோட அப்பா, அம்மா, அக்கா எல்லாம் வந்திருக்காங்க.''

''எந்த நாயி வந்தா என்னா?'' என்று கோபமாகக் கேட்ட அமராவதி, ''அந்த நாயிங்ககிட்ட பேசுனியா?'' மீண்டும் கேட்டாள்.

''அவங்களும் பேசல. நானும் பேசல.''

''பிச்சக்கார நாயிங்க'' ஆங்காரத்தோடு காறித் துப்பினாள் அமராவதி.

''செத்திட்டாளா இருக்காளான்னு பாக்க வந்துச்சிங்களா நாயிங்க.'' ஆத்திரத் தோடு கேட்டாள் லட்சுமி.

‘‘இப்பத்தான் ஒரு கேசு வந்துச்சி. உள்ளார ஸ்டெச்சரில தள்ளிக்கிட்டுப் போகும் போது பாத்தன். உசுரே நின்னுடுச்சி. இன்னிக்கே செத்திடும்ன்னு செக்யூரிட்டி சொன்னான். எட்டு மாச கர்ப்பமாம். முதல்ல ஆப்ரேசன் செஞ்சிக் குழந்தய எடுத்திட்டாங்களாம். குழந்த செத்துப்போச்சாம். ஒரே கூட்டமா இருக்கு. அந்த எடத்தில இருக்க முடியல.’’

‘‘ஏதாச்சும் சாப்புடுறியா? நேத்துலேருந்து ஒண்ணுமே நீ சாப்புடலியே’’ என்று முருகன் கேட்டான்.

‘‘வாண்டாம். மேல போயி ஒக்காந்தா சனங்க கதகதயாச் சொல்றாங்க. அழுவுறாங்க. நேத்து ராத்திரியே மூணு நாலு பேரு கதயக் கேட்டன். கேக்கவே பயமா இருக்கு. ஒவ்வொரு கதயயும் கேட்டா ஏண்டா சாமி உசுரோட இருக்கம்ன்னு இருக்கு. இங்கியே ஒரு வாரம் இருந்தா எனக்குப் பித்துப்புடிச்சி போயிடும்.’’

9

அவசரச் சிகிச்சைப் பிரிவுக் கட்டடத்துப் பக்கம் இருந்து ஒரு ஆணும் ஒரு பெண்ணும் வந்தனர். புதிதாகக் கல்யாணமான ஜோடிபோல இருந்தனர். நேராக வந்து நடேசன் படுத்திருந்த சிமெண்ட பெஞ்சுக்குச் சற்றுத் தள்ளி மேற்கில் உட்கார்ந்தனர். ஒயர் கூடையில் கொண்டு வந்திருந்த சாப்பாட்டை எடுத்துச் சாப்பிட ஆரம்பித்தனர். அவர்களுடைய பையில் ஒரு செய்தித்தாள் இருந்தது. அதைப் பார்த்ததும், ‘‘பேப்பர கொஞ்சம் தர்றீங்களா? பாத்திட்டுத் தரன்’’ என்று அருண்மொழி கேட்டாள். ஒன்றும் பேசாமல் அந்தப் பெண் பேப்பரை எடுத்துக் கொடுத்தாள். பேப்பரைப் படிக்க ஆரம்பித்த அருண்மொழி, ‘‘மூன்று குழந்தைகளுக்கு விஷம் கொடுத்துத் தாயும் தற்கொலை’’ என்று பெரிய எழுத்தில் போட்டிருந்ததைப் படித்ததும், ‘‘இதப் பாருங்க’’ என்று முருகனிடம் காட்டினாள். செய்தியைப் பார்த்ததும் முகத்தைச் சுளித்தான். ‘‘எங்க பாத்தாலும் ஒரே சாவா இருக்கு. செத்துப்போறதெல்லாம் பொம்பளயாவே இருக்கு’’ என்று சொன்னான். செய்தியைப் படித்து முடித்த அருண்மொழி, ‘‘மூணு குழந்தையும் செத்துப்போச்சி. அந்தப் பொம்பளயும் செத்துப் போயிடிச்சு’’

‘‘போனா போவட்டும்’’ என்று கோபமாகச் சொன்னான். அடுத்த செய்தி எதையும் படிக்காமல் பேப்பரை மடித்து வைத்தாள் அருண்மொழி.

நடேசனுடைய போன் மணி அடித்தது. எடுத்துப் பேசினார், ‘‘அப்பிடியா? எதுக்கு இவ்வளவு தூரம் அலைஞ்சீங்க? சரி வாங்க. நாங்க எமர்ஜென்ஸி கட்டடத்துக்குப் பின்னாலதான் இருக்கோம்.’’ என்று சொல்லி போனை வைத்தார். அமராவதியைப் பார்த்து, ‘‘பக்கத்து வீட்டுக்காரங்க பேசுனாங்க. வந்துகிட்டு இருக்காங்க’’ என்று சொன்னார்.

‘‘எந்த எடத்தில?’’

‘‘எமர்ஜென்ஸி கட்டடத்துக்கு முன்னால நிக்குறாங்க.’’

''மேல யாராச்சும் போங்க. என்னா ஏதுன்னு தெரியல'' என்று முருகன் சொன்னான். உடனே லட்சுமி, ''நான் போறன்'' என்று சொல்லி அருண்மொழியிடம் இருந்த பாஸை வாங்கிக்கொண்டு போனாள்.

''ஏதாச்சும் ஒண்ணுன்னா போன்போடு. நான் மேல வர்றன் சித்தி.''

''சரி.''

பக்கத்து வீடு, எதிர் வீடு, தெருக்காரப் பெண்கள் என்று ஏழு பேர் கல்யாணத்துக்கு வந்த மாதிரி வந்திருந்தனர். அவர்களைப் பார்த்ததும் அமராவதிக்குக் கட்டுப்படுத்த முடியாத அளவுக்கு அழுகை பொங்கிக்கொண்டு வந்தது. ஒவ்வொரு பொண்ணும் மாறிமாறி அமராவதியின் கைகளைப் பிடித்துக்கொண்டு விசாரித்தனர்.

''அவன்தான் கொளுத்திட்டானா?'' என்று பக்கத்து வீட்டுப் பெண் கேட்டாள்.

''படிப்பு இருக்கு. தகுதி இருக்கு. எதுக்கு அவன்கூட இருக்கணும்? டைவர்ஸ் வாங்கிக்கிட்டு போடா நாயேன்னு விட்டிருக்கணும்'' என்று எதிர் வீட்டுப் பெண் சொன்னாள்.

''விதி விடல்லியே'' என்று அமராவதி சொன்னாள்.

''எனக்கு அவன நல்லாவே தெரியும். சாதாரணமா ரோட்டுல ஆட்டோ ஓட்டிக் கிட்டு போவும்போதே சர்புர்ன்னுதான் போவான். பொம்பளைகளக் கண்டா காரணமில்லாம ஆரன் அடிப்பான். அவன் தாடியும், அவன் மூஞ்சியும்... அசல் பொறுக்கிதான். அவனுக்குப் பொண்ணக் கொடுத்ததுதான் பெரிய தப்பு'' என்று பக்கத்து வீட்டுப் பெண் சொன்னாள்.

''இப்பிடி இருப்பான்னு முன்னால தெரியலியே'' அமராவதி ஒப்புக்குச் சொன்னாள்.

''நல்ல பொண்ணு. வழியில எங்க கண்டாலும் பேசாம போவாது. அதோட நெறத் துக்கும், வாட்டத்துக்கும், படிப்புக்கும் ஏத்த ஆளா அவன்? தங்கத்தக் கொண்டுப் போயி சாக்கடையில போட்ட மாதிரிதான்'' என்று ஒரு பெண் சொன்னாள்.

''தங்கம்தான்'' அமராவதி சொன்னாள்.

''கேசு கொடுத்திட்டிங்களா?'' என்று ஒரு பெண் கேட்டாள்.

''. . . . .''

''அவன விடக் கூடாது. வரதட்சண கேசுல போடணும். அவனோட அப்பா அம்மாவயும் சேத்துப் போடணும்'' என்று ஒரு பெண் சொன்னாள்.

''எல்லாரையும்தான் போடணும்'' என்று உயிரற்ற குரலில் சொன்னாள் அமராவதி. அவளுக்கு யாருடனும் முகம் கொடுத்துப் பேச முடியவில்லை.

''எப்ப பாக்க முடியும்?'' என்று ஒரு பெண் கேட்டாள்.

''பாக்க முடியாது.''

''ஏன்?''

''யாரயும் உள்ளார விட மாட்டங்குறாங்க.''

''நாங்க இம்மாம் தூரம் வந்திட்டமே.''

''அட்டண்டர்ன்னு ஒரு ஆள மட்டும்தான் விடியக்காலயில உள்ளார விடுறாங்க. அதுவும் அஞ்சு பத்து நிமிஷம்தான். அப்பறம் யாரயும் வுடுறதில்ல. நாங்களே பாக்க முடியாமத்தான் வெளியில நிக்குறம்.''

''அதிசயமா இருக்கு'' என்று எதிர் வீட்டுப் பெண் சொன்னாள்.

அரை மணி நேரத்துக்கு மேல் அமராவதியிடம் பேசிக்கொண்டிருந்தார்கள். நடேசனிடமும், முருகன், அருண்மொழியிடமும் விசாரித்தார்கள். வழக்கு எப்படிப் போட வேண்டும், வழக்கில் யார் யாரைச் சேர்க்க வேண்டும் என்றெல்லாம் விரிவாகச் சொன்னார்கள். ஏற்கெனவே விவாகரத்து வாங்கியிருக்க வேண்டும். விவாகரத்து வாங்காதது பெரிய தவறு என்று சொன்னார்கள். சில கேள்விகளுக்கு யாராலுமே பதில்சொல்ல முடியவில்லை. பதில் சொல்ல முடியாததால், ''கிளம்புங்க, மணி ஆயிடிச்சி'' என்று சொன்னார்கள்.

எல்லோரையும் அழைத்துக்கொண்டு வந்து கேன்டீனில் காப்பி வாங்கிக்கொடுத்தார் நடேசன்.

10

போன் வந்தது. எடுத்து பேசிய முருகன், ''என்னா சித்தி? நர்சு கூப்புடுறாங்களா? இந்தா ஒடனே வர்றன்'' என்று சொல்லிவிட்டு அவசரச் சிகிச்சைப் பிரிவுக் கட்டடத்தை நோக்கி ஓட ஆரம்பித்தான். என்னவாயிற்றோ என்ற திகில் ஒரு நொடியிலேயே நடேசன், அமராவதி, அருண்மொழிக்கு ஏற்பட்டது. ''என்னா, என்னா?'' என்று கேட்டுக்கொண்டே பின்னாலேயே மூவரும் ஓடினார்கள். ''வர்றன், வர்றன்'' என்று முருகன் சொன்னானே தவிர, வேறு வார்த்தை சொல்லாதது மூவருக்கும் பீதியை உண்டாக்கியது.

''நர்சு கூப்புட்டாங்க. மேல போவணும் சார்'' என்று செக்யூரிட்டியிடம் முருகன் சொன்னான்.

''அஞ்சு மணிக்கு வாங்க'' என்று செக்யூரிட்டி சொன்னான்.

''ரொம்ப அவசரம் சார். பிளீஸ்'' முருகன் காலில் விழாத குறையாகக் கெஞ்சினான்.

''அஞ்சு மணிக்கு வாங்க.''

பின்னாலியே வந்த அருண்மொழி, ''விடலன்னா ஒங்க சித்திய பாஸ் எடுத்துக்கிட்டு கீழ வரச் சொல்லுங்க'' என்று சொன்னாள். உடனே முருகன் லட்சுமிக்கு போன் போட்டு, ''ஒடனே கீழ வா'' என்று சொன்னான்.

அமராவதியையும் நடேசனையும் பார்த்த முருகன், ''நீங்க எதுக்கு வந்திங்க?'' என்று கேட்டான். அவர்கள் இருக்கிற கோலத்தை அவனால் பார்க்க முடியவில்லை. பிச்சை எடுக்கிற ஆட்கள் மாதிரி இருந்தார்கள்.

''நீ ஓடியாந்ததப் பாத்ததும் நாங்க பயந்துட்டம்'' என்று சொன்ன அமராவதியின் உடம்பு லேசாக நடுங்கிக்கொண்டிருந்தது. அதற்குமேல் நடேசனுக்கு நடுங்கிக்

கொண்டிருந்தது. கண்களில் கண்ணீர் முட்ட நின்றுகொண்டிருந்த அருண்மொழி கேட்டாள், "எதுக்குக் கூப்புட்டாங்கன்னு கேட்டிங்களா?"

"இல்ல." அதற்குமேல் முருகனுக்கும் பேச முடியவில்லை. வயதான கிழவன் போல் தளர்ந்துபோய் நின்றுகொண்டிருந்தான்.

சிறிது நேரம் கழித்து மாடியிலிருந்து கீழே வந்த லட்சுமி செக்யூரிட்டியிடம், "நர்சு கூப்புட்டாங்க" என்று சொன்னாள்.

"எத்தனாவது மாடி?"

"அஞ்சு."

"அவசரம்ன்னு சொன்னாங்க" என்று லட்சுமி சொன்னதும், செக்யூரிட்டி மறு வார்த்தை பேசவில்லை.

"போங்க" என்று செக்யூரிட்டி முருகனிடம் மட்டும்தான் சொன்னான். அதையே காரணமாக வைத்து நான்கு பேரும் உள்ளே வந்துவிட்டார்கள். நான்கு பேருடைய முகத்தைப் பார்த்ததும் அவர்களை மறித்து வெளியே அனுப்ப வேண்டும் என்று செக்யூரிட்டிக்குத் தோன்றவில்லை.

ஐந்தாவது மாடியில் ஹாலின் கதவை முருகன் தட்டினான். கதவைத் திறந்த செக்யூரிட்டி, "என்னா?" என்றான்.

"ரேவதியோட சொந்தக்காரங்களக் கூப்புடுன்னு சொன்னிங்க, அதான்" என்று லட்சுமி சொன்னாள்.

"உள்ளார வாங்க" என்று செக்யூரிட்டி முருகனிடம் மட்டும்தான் சொன்னான். ஆனால், முருகனோடு சேர்ந்து எல்லோருமே ஹாலுக்குள் நுழைந்துவிட்டனர். உள்ளே வந்த வேகத்திலேயே முருகன் ஐ.சி.யு. அறையின் கதவைத் தட்டப்போனான். பின்னால் வந்த செக்யூரிட்டி, "நீங்க தட்டாதிங்க. நான் வர்றன்" என்று சொல்லிக் கொண்டே வந்து கதவைத் தட்டினான். கதவைத் திறந்த நர்சு, "என்ன?" என்று கேட் டாள்.

"ரேவதியோட அட்டண்டரக் கூப்புட்டிங்கில்ல. வந்திருக்காங்க" என்று செக் யூரிட்டி சொன்னான்.

"இத்தன பேரா?"

"சொன்னாக் கேக்கல."

"நீங்க யாரு?" என்று நர்சு முருகனிடம் கேட்டாள்.

"பேஷண்டோட அண்ணன்."

"ஹஸ்பண்டு இல்லியா?"

"இருக்காரும்மா. நான்தான் அவர உள்ளார விடல. காலயில நான் டூட்டிக்கி வந்ததிலிருந்து குடிச்சிட்டு வந்து 'உள்ளார விடு, உள்ளார விடு'ன்னு தகராறு செய்யு றாரு. அதனாலதான் மத்தவங்கள வரச் சொன்னன்" என்று செக்யூரிட்டி சொன்னான்.

"தகராறு செஞ்சா போலீசில சொல்லிடு. புடிச்சிக்கிட்டுப் போவட்டும்." என்று சொன்ன நர்சு முருகனிடம், "மூணு பாட்டில் செண்டு, ஸ்ப்ரே வாங்கிக்கிட்டு வாங்க" என்று சொன்னாள்.

நர்சினுடைய வாயிலிருந்து வந்த அந்த வார்த்தையைக் கேட்டதும் எல்லோரும் நெருப்பில் விழுந்துவிட்ட மாதிரி துடித்துப்போனார்கள். வாங்கிக்கொண்டு வருகிறோம் என்றுகூடச் சொல்லவில்லை. அந்த வார்த்தையைச் சொல்லக்கூட யாருக்கும் தெம்பில்லை. மாடி அப்படியே மெல்லக் கீழே இறங்குவது மாதிரி இருந்தது. அருண்மொழிதான் கேட்டாள், ''வேற ஏதாச்சும்?''

''ஒண்ணும் வேண்டாம்.''

''ஊசி?''

''தேவையில்ல.''

''நாங்க இங்க இருக்கலாமா?''

''அவசியமில்ல.''

நர்சு கதவைச் சாத்திக்கொண்டாள்.

சாதாரணமாக நர்சுகளுடைய வாயிலிருந்து கூடுதலாக ஒரு வார்த்தையைக்கூட வாங்க முடியாது. திட்டமிட்டுப் பயிற்சி அளிக்கப்பட்ட மாதிரி ஒரு நர்சுகூட அதிர்ந்து பேசுவதில்லை. குறைவாகப் பேசுவதில் நிபுணத்துவம் பெற்ற மாதிரிதான் ஒவ்வொரு நர்சும் இருந்தார்கள். டூட்டி மாறி, டூட்டி மாறி வரும் நர்சுகளும் மருத்துவர்களும் பேச்சைத் தொலைத்தவர்கள் மாதிரிதான் இருந்தார்கள். நோயாளிகளினுடைய உறவினர்களின் பேச்சைக் காதுகொடுத்துக் கேட்கக் கூடாது, அழுவதைக் கண்கொண்டு பார்க்கக் கூடாது, உயிர் போகிறது என்றாலும் ஐ.சி.யு.வுக்குள் விடக் கூடாது என்பதில் நர்சுகள் மருத்துவர்கள்தான் என்றில்லை, செக்யூரிட்டிகளும்கூட ஒரே கருத்தை உடையவர்களாக இருந்தார்கள். நர்சுகள், மருத்துவர்கள், செக்யூரிட்டிகள் எல்லோருடைய முகங்களும் எப்போதும் களைப்படைந்த மாதிரியே இருந்தன. அதிர்ந்து பேசுவது, தும்முவதுகூடப் பெரிய பயங்கரத்தைக் கொண்டுவந்துவிடும் என்பது மாதிரிதான் இயங்கினார்கள். வேகமாக நடப்பதுகூட இல்லை.

மயக்கம் வந்ததுபோல முருகன் தரையில் உட்கார்ந்துவிட்டான். அமராவதி சுவரைப் பிடித்துக்கொண்டு அழ ஆரம்பித்தாள். நடேசன் முகத்தை மூடிக்கொண்டு அழுதார். யாரும் யாரிடமும் பேசவில்லை. யாரும் யாரையும் பார்த்துக்கொள்ளவில்லை. லட்சுமி வாயில் துணியை வைத்துக்கொண்டு அழுதாள். தலை கிறுகிறுப்பு வந்த அருண்மொழி முருகனுக்குப் பக்கத்தில் உட்கார்ந்து தலையைக் கவிழ்த்துக்கொண்டாள்.

''அவன் வெளியிலதான் குந்தியிருக்கான் வாங்கிக்கிட்டு வரச் சொல்லட்டுமா?'' என்று அருண்மொழி முருகனிடம் கேட்டாள்.

அவனுக்கு எங்கிருந்துதான் அவ்வளவு ஆத்திரம் வந்ததோ, ''அந்தப் பொறுக்கி வாங்கக் கூடாது. நான்தான் வாங்குவன். என் தங்கச்சி ஒடம்பு நாற ஆரம்பிச்சிடிச்சி. அதுக்கு நானே செண்டு வாங்குறனே'' என்று சொல்லிவிட்டு முகத்திலேயே அறைந்துகொண்டான்.

''காச நான் கொடுத்துடுறன்.''

முருகனுக்கு கண்மண் தெரியாத அளவுக்குக் கோபம் வந்துவிட்டது. ''அந்தத் தேவிடியா மவன் என் தங்கச்சிப் பொணத்தக்கூடத் தொடக் கூடாது. அவனப்

போயி நீ செண்டு வாங்க சொல்லுறியா?'' என்று கேட்டான். கத்திய வேகத்திலேயே எழுந்து வெளியே ஓடினான்.

ஹாலில் உட்கார்ந்து அழுதுகொண்டிருந்த அமராவதியையோ, லட்சுமியையோ, அருண்மொழி, நடேசன் என்று யாரையுமே செக்யூரிட்டி வெளியே போகச் சொல்ல வில்லை.

சிறிது நேரம் கழித்து முருகன் செண்ட் பாட்டில்களோடு வந்தான். செண்ட் பாட்டில்களை வாங்கி செக்யூரிட்டி ஐ.சி.யு.விலிருந்த நர்சிடம் கொடுத்தான்.

''விசிட்டர்ஸ் டைமுக்கு இன்னும் பத்து நிமிஷம்தான் இருக்கு. நாங்க இங்கியே இருந்துக்கலாமா?'' என்று அருண்மொழி கேட்டாள்.

செக்யூரிட்டி வாயால் எதுவும் சொல்லவில்லை. 'இருங்க, இருங்க' என்பது மாதிரி சைகை மட்டும் காட்டினான். அருண்மொழி மருத்துவர் இருக்கிறாரா என்று பார்ப்பதற்காகப் போய் மருத்துவர் அறையில் பார்த்தாள். மருத்துவர் இல்லை. திரும்பி வந்து முன்புபோலத் தரையில் உட்கார்ந்துகொண்டாள். அவளுக்குப் பக்கத் தில் முருகன் உட்கார்ந்தான். நான்கு பேரும் இழவு வீட்டில் உட்கார்ந்திருப்பதுபோல உட்கார்ந்திருந்தனர்.

''ஆஸ்பத்திரியில எதுக்கு செண்டு பாட்டிலு கேக்குறாங்க?'' லட்சுமி கேட்டாள்.

முருகன் மட்டுமல்ல, மற்ற மூன்று பேருமே வாயைத் திறக்கவில்லை.

வெளியில், படிக்கட்டில் உட்கார்ந்திருந்த ஆட்கள் ஒரு சிலர் உள்ளே வந்தனர். ரவி, அவனுடைய அப்பா, அம்மா, அக்கா என்று எல்லோரும் உள்ளே வந்தனர். அவர் களைப் பார்த்தும் அமராவதிக்குக் கடுமையான கோபம் உண்டாயிற்று. முகத்தைத் திருப்பிக்கொண்டாள். ''பிச்சக்கார நாயிங்க'' என்று முணுமுணுத்தாள்.

''மருந்து மாத்தர வாங்கியா, ஊசி வாங்கியான்னு சொல்லாம செண்டு பாட்டுலு வாங்கியான்னு சொல்றாங்களே, அதிசயம்தான்'' என்று லட்சுமி சொன்னாள்.

''பேசாம இரு சித்தி'' முருகன் சொன்னான்.

முருகன், அமராவதி என்று எல்லோரும் உட்கார்ந்து அழுதுகொண்டிருப்பதைப் பார்த்ததும் ரவிக்கு என்ன தோன்றியதோ மருத்துவர் அறைக்குப் போனான். ஐ.சி.யு. அறையின் கதவிடம் நின்றான். செக்யூரிட்டியிடம் ஏதோ கேட்டான். திரும்பவும் மருத்துவர் அறை, ஐ.சி.யு. கதவு என்று சுற்றிச்சுற்றி நடக்க ஆரம்பித்தான். அதனால் எரிச்சல் அடைந்த முருகன், ''பெக்கர்ஸ், பெக்கர்ஸ்'' ஓயாமல் சொல்லிக்கொண் டிருந்தான். என்ன தோன்றியதோ, ''நான் வெளிய இருக்கன். அவனுவோ இருக்கிற எடத்தில என்னால இருக்க முடியாது'' என்று சொல்லிவிட்டு வெளியே வந்து ஆறா வது மாடிக்குப் போகிற படிக்கட்டில் உட்கார்ந்துகொண்டான். பார்வையாளர் களும், உதவியாளர்களும் ஹாலுக்குள் நின்றுகொண்டிருந்ததால் படிக்கட்டுகள் காலியாகக் கிடந்தன. சிறிது நேரத்தில் அருண்மொழி வந்து முருகனுக்குப் பக்கத்தில் உட்கார்ந்தாள்.

நான்காவது மாடிக்குப் போகிற வழியில் படிக்கட்டை ஒட்டியிருந்த மூலையில் இரண்டு பையன்கள் நின்றுகொண்டிருந்தனர். ஒரு பையன் ஜீன்ஸ் பேண்டும் டீ ஷர்ட்டும் போட்டிருந்தான். மற்றவன் சாதாரண பேண்ட் சட்டையில் இருந்தான்.

இரண்டு பேருடைய கழுத்திலும் இரண்டு மூன்று செயின்கள் கிடந்தன. கையில் காப்பு போட்டிருந்தனர். சாமிக்கயிறு என்று மூன்று நான்கு நிறங்களில் கையில் கட்டியிருந்தனர். அவர்களுக்கு நேர் எதிரில் ஆறாவது மாடிக்குப் போகிற படிக்கட்டு மூலையில் குப்பை போட வைத்திருந்த பெரிய பிளாஸ்டிக் ட்ரம் இருந்தது. ஜீன்ஸ் போட்டிருந்த பையன் வந்து அதில் எச்சில் துப்பியபோதுதான் அருண்மொழி அவனைப் பார்த்தாள். வாயிலிருந்து கொழகொழவென்று பான்பராக் போட்ட தால் வந்த எச்சிலைத் துப்பிவிட்டுப் போய் முன்புபோல நின்றுகொண்டு பேச ஆரம் பித்தான். ஒரு நிமிஷம்கூடக் கழிந்திருக்காது. திரும்பி உண்டான எச்சிலைத் துப்பிவிட்டுப் போனான். அருண்மொழி அந்தப் பையனையே தொடர்ந்து பார்க்க ஆரம்பித்தாள். ஒரு நிமிட இரண்டு நிமிட இடைவெளியில் வந்து வந்து எச்சிலைத் துப்பிக்கொண்டேயிருந்தான். முருகனிடம் ஜீன்ஸ் பேண்ட்க்காரனைக் காட்டி, ''பாருங்க'' என்று சொன்னாள். மூன்று நான்கு நிமிடத்திலேயே முருகனுக்குத் தலை வெடிக்கிற மாதிரி கோபம் வந்துவிட்டது. ''பன்னி'' என்று சொன்னான். வழி யில் நின்றுகொண்டிருந்தவர்கள், படிக்கட்டில் நின்றுகொண்டிருந்தவர்களும்கூட அந்தப் பையன் அடிக்கடி வந்து எச்சில் துப்புவதைப் பார்த்து முகம் சுளித்தனர். ஆனால், அந்தப் பையன் அதைப் பற்றிக் கவலைப்பட்டது போல் தெரியவில்லை. அவனுக்கு மட்டும் எப்படி ஊற்று மாதிரி எச்சில் ஊறிக்கொண்டே இருக்கிறது என்பதுதான் அருண்மொழிக்கு ஆச்சரியமாக இருந்தது.

''அவனயெல்லாம் செருப்பால அடிக்கணும். இவ்வளவு சனங்க நிக்குறாங்கன்னு பாக்காம ஓயாம எச்சிலத் துப்புறான். என்ன பழக்கமோ, என்ன சனியனோ'' என்று சொல்லி தலையில் அடித்துக்கொண்டான் முருகன்.

''இப்படியும்தான் இருக்காங்க சனங்க'' என்று சொன்னாள் அருண்மொழி.

இருவருக்கும் அவனை ஓங்கி அறைய வேண்டும்போல இருந்தது. ஐ.சி.யு.வில் யார் இறந்தாலும், நோயாளி படுத்திருந்த படுக்கையிலிருந்த எல்லாவற்றையும் ஒரு சிறு மூட்டையாக்கிக் கட்டி எடுத்துவந்து அந்த ட்ரம்மில்தான் போடுவார்கள். இரண்டு மூன்று மணி நேரத்துக்கு ஒரு முறை பச்சை நிற உடை அணிந்திருக்கும் பெண் வந்து ட்ரம்மில் கிடக்கும் அழுக்கு மூட்டைகளை எடுத்துக்கொண்டு போவாள். ட்ரமில் கிடந்த ஒரு அழுக்கு மூட்டையின் மீதுதான் ஜீன்ஸ் பேண்ட்க்காரன் எச் சிலை அடிக்கடி துப்பிக்கொண்டிருந்தான்.

''பான்பராக்கப் போட்டு கொழகொழன்னு ஓயாம துப்பிக்கிட்டே இருக்கான். அந்த ட்ரம்முக்குள்ளாரக் கைய விட்டு ஒரு ஆளு எப்பிடி கிளியர் பண்ணுவான்னு அறிவு இருக்க வாணாம்? தனியார் ஆஸ்பத்திரி மாதிரி எவ்வளவு நீட்டா வச்சிருக் காங்க. பாக்குறதுக்கே ஆச்சரியமாக இருக்கு. கவர்மண்டு ஆஸ்பத்ரின்னு நம்ப முடி யல. இந்த எடத்தில இந்த மாதிரி செய்யுறமேன்னு கொஞ்சம்கூட மூள இல்ல. இந்த லட்சணத்தில ஜீன்ஸ் பேண்ட் வேற'' என்று சொன்ன முருகனுக்கு உண்மையாகவே அந்தப் பையனை அடித்துக் கொல்ல வேண்டும் என்ற கோபம் வந்தது.

''நம்ப சனங்க திருந்தவே மாட்டாங்க'' என்று கசப்போடு அருண்மொழி சொன்னாள்.

11

‘‘நம்பளயெல்லாம் வேணாமின்னுட்டுப் போனவ, நம்ப கையாலியே செண்டு பாட்டிலு வாங்க வச்சிட்டாளேடா முருகா.’’

‘‘அவ செஞ்ச தப்ப மறந்திட்டு, வாக்குமூலம் கொடுத்தத மறந்திட்டு லட்சம் லட்சமா செலவு செய்ய தயாராத்தான் இருக்கன். ஆனா, எதுவும் பண்ண முடியல. என்னோட பணம் செல்லாமப்போயிடிச்சி’’ முருகன் குலுங்கிக்குலுங்கி அழுதான்.

‘‘ஆறு வருசமா அவகிட்ட பேசல. ‘சாப்பிட்டியா?’ன்னு கேக்கல. ‘நல்லாயிருக்கியா?’ன்னு கேக்கல. ‘நான் பாத்துக்கிறன், கவலப்படாம இரு’ன்னு சொல்லல. மொத்தமா மூணு நாலு லட்சத்தக் கொடுத்திருந்தா ரெண்டு மூணு ஆட்டோவ வாங்கி ஓட்டியிருப்பான். பணம் இல்லன்னு சண்ட வந்திருக்காது. நான் அவளப் பத்தி பேச்ச எடுத்தப்பலாம் என் வாய மூடுனிங்க. அவளப் பத்தி ஒரு வாத்த எங்கிட்ட கேட்டதில்ல. அதனால நானும் வாய மூடிக்கிட்டன். இப்ப எம் பொண்ணு செத்திடுவாப் போல இருக்கே’’ பட்பட்டென்று அமராவதி முகத்தில் அடித்துக்கொண்டாள்.

‘‘அவ சாவணுமின்னு நான் நெனைச்சனா?’’

‘‘பொறுக்கிப் பய, ஆட்டோ ஓட்டுற பய, கண்ணியம் இல்லாத பயன்னு நீயும் ஒங்கப்பாவும் ஒதுக்கிவச்சிங்களே, அது போதாதா அவ சாவறதுக்கு?’’

‘‘நாங்க சொன்னத அவ ஏன் கேக்கல?’’

‘‘எமன் வந்து வாசல்ல நிக்கயில அவ எப்பிடி நம்ப பேச்சக் கேப்பா?’’

‘‘கொஞ்சம் பேசாம இருங்க. ஒண்ணும் ஆவாதப்பவே எதுக்கு எல்லாரும் சேர்ந்துகிட்டு ஆர்ப்பாட்டம் பண்றிங்க?’’ என்று முறைப்பதுபோல லட்சுமி கேட்டாள்.

‘‘அந்த ரோட்டுப் பொறுக்கிப் பயதான் எம் பொண்ணக் கொளுத்திட்டான். அவனப் போயி நல்லவன்னு காப்பாத்தி வுட்டுட்டாளே.’’

‘‘தானா நடந்துச்சின்னு வாக்குமூலம் கொடுத்தத நெனச்சாத்தான் எனக்கு செத்திடணும்போல இருக்கு. பெரிய அவமானம்’’ முருகன் கோபப்பட்டான்.

இரண்டு மூன்று பெண்கள் ஹாலிலிருந்து வெளியே வந்தனர். சிறிது நேரம் கதவுக்கு அருகிலேயே நின்று பேசிக்கொண்டிருந்தனர். ஒருத்தி, ‘‘நாங்க கீழ போயிட்டு வர்றம்’’ என்று சொன்னாள்.

‘‘சீக்கிரம் வாங்க. அப்பறம் வுட மாட்டாங்க’’ என்று ஒரு பெண் சொன்னாள். இரண்டு பெண்கள் படிக்கட்டுகளில் இறங்க ஆரம்பித்தனர். ஒருத்தி மட்டும் வந்து அமராவதி உட்கார்ந்திருந்த படிக்கட்டுக்குக் கீழ்ப் படிக்கட்டில் உட்கார்ந்தாள்.

‘‘எம் பொண்ணு ஒடம்பு நாறாம இருக்க நானே செண்டு வாங்கிக் கொடுக்கிறனே கடவுளே’’ என்று சொல்லி அமராவதி அழுதாள். கீழ்ப் படிக்கட்டில் உட்கார்ந்திருந்த குண்டான பெண் கேட்டாள், ‘‘ஒங்க பொண்ணா?’’ அதற்கு அமராவதி பதில் சொல்லவில்லை. அவளுக்குப் பதிலாக, ‘‘எங்க அக்கா மவ’’ என்று லட்சுமிதான் பதில் சொன்னாள்.

‘‘தீக்குளிச்சிடிச்சா?’’

“ஆமாம்.”

“படிச்ச பொண்ணா?”

“இஞ்சினியருக்குப் படிச்சவ.”

“படிக்காத புள்ளைங்களவிட படிச்ச, ஒலகம் தெரிஞ்ச புள்ளைங்கதான் அதிகமா செத்துப்போவுது. கொளுத்தி வுட்டுட்டானா?”

“ஆமாம்.”

“அப்பிடிப்பட்ட நாயிக்கு எதுக்குப் பொண்ண கொடுத்திங்க? என்னா வேல பாக்குறாரு?”

“ஆட்டோ ஓட்டுறான்.”

“அவனுக்கு எதுக்கு இஞ்சினியரு படிச்ச புள்ளையக் கொடுத்தீங்க?”

“ஆட்டோ ஓட்டுற காசயும் வீட்டுக்கு எடுத்துக்கிட்டு வர மாட்டான். குடிச்சிப் புடுவான். ஏண்டா இப்பிடி செய்யுறனு அவ கேட்டா அவ்வளவுதான். அடிதான். ஒததான். குத்துதான்.”

“ஒத்துவரலன்னா போடா மயிராண்டின்னு பிரிச்சிக் கொண்டாந்துட வேண்டியதுதான?”

“அவ இல்லன்னா அவனுக்குப் பித்துப்புடிச்சிப்போவும். ‘அனுப்ப மாட்டம்’ன்னு அழைச்சிக்கிட்டுப் போயி ஒரு வாரம் எங்க வீட்டுல மாயவரத்தில வச்சியிருந்தம். குடிச்சிப்புட்டு வந்து தெருவுலியே கெடந்தான். ஒரே அசிங்கமா ஆயிடிச்சி. ‘நான் இல்லன்னா அவனால இருக்க முடியாது. நான் இங்க இருந்தா ஊர்ப்பட்ட அசிங்கத்த கொண்டாருவான். மெண்டலுகிட்ட மாட்டிக்கிட்டன். வேற வழி இல்ல. நான் போறன். என்னால ஒங்களுக்கு அசிங்கம் வேணா’மின்னு போயிட்டா.”

“அந்தப் பயலுக்கு குணபேதகமா?”

“நல்லா இருக்கும்போது அவ துணிய அவனே தொவைப்பான். அயன் பண்ணு வான். தானாவே சோறு ஆக்குவான். பணம் கையில் இருந்தா பொறந்த நாளு, கல்யாண நாளுன்னு ஆடுவான். வெல கொண்ட பொடவ வாங்கித் தருவான். ஒவ்வொரு கோயிலா அழைச்சிக்கிட்டுப் போவான். ஹோட்டல்ல சாப்புட அழைச்சிக் கிட்டுப்போவான். பணம் இல்லன்னா பித்துப் புடிச்சிப்போவும். அப்பறம் அவளப் போட்டு அடிப்பான். அதனால அரிசி, பருப்பு, எண்ணென்னு எல்லாச் சாமானும் இத்தினி வருசமா எங்க அக்காதான் வாங்கி கொடுத்துச்சி. அவளுக்கு ஒடம்பு சரியில்லன்னாலும், புள்ளைங்களுக்கு ஒடம்பு சரியில்லன்னாலும் எங்க அக்காதான் பணம் கொடுத்துப் பாக்கும். எதக் கொடுத்தாலும் அந்த நேரம்தான். அப்பறம் ‘என்னாக் கொடுத்தா ஒங்கம்மா’ன்னு கேட்டு அடிப்பான். பன்னிப் பய.” லட்சுமி பல்லைக் கடித்தாள்.

“அவன் எங்க இருக்கான்?”

“உள்ளாரதான் நிக்குறான் நாயி. அவன் உள்ளார நிக்குறான்னுதான் நாங்க வெளிய வந்துட்டம். எங்க முன்னால அவனும் நிக்க மாட்டான். நாங்களும் அவன் முன்னால நிக்க மாட்டம். கருமம் புடிச்சவன் முகத்தில யாரு முழிக்கிறது? அவன்

மொகத்தில முழிச்சா ஏழு ஊரு பாவம் புடிச்சிக்கும். ஜென்ம விரோதியப் பாத்தாலும் பாப்பன், அவன மட்டும் பாக்க மாட்டன். கொலகாரப் பய. மரியாதியா ஒரு வாத்த கூட பேசத் தெரியாது'' பொரிந்துதள்ளினாள் லட்சுமி.

''வச்சி வாழத் தெரியாத பயலாட்டம் இருக்கு.''

''அவன் மட்டும் அடங்கி, ஒடுங்கி இருந்திருந்தா, குடிக்காம இருந்திருந்தா எங்க மாமா நூறு ஆட்டோ வாங்கிக் கொடுத்திருப்பாரு. பத்தாயிரம், இருவதாயிரம்ன்னு எங்க அக்கா எவ்வளவோ கொடுத்துப்பாத்துச்சி. எம்மாம் தூக்கிவுட்டாலும் கீழ கீழத்தான் போவங்கிற ஆளு. கையில பத்து ரூவா இருந்தா அத செலவழிச்சாத்தான் அவனால தூங்க முடியும். காசு இல்ல. படிப்பு இல்ல. வசதி இல்ல. பெரிய சாதி இல்ல. அதனால, எங்க தன்ன விட்டு ஓடிப்போயிடுவாளோங்கிற பயத்திலியே அவள சித்தரவத செஞ்சான். இப்ப நெருப்ப வச்சி எரிச்சும்புட்டான். ஒரு காசுக்கு வழியில்ல. ஆனா, மந்திரி மாதிரி பேசுவான். பெத்த அப்பன், அம்மாவயே அடிப்பான். 'என்னெ எதுக்கு பெத்த'ன்னு கேப்பான். வுட்டுத் தொலச்சிப்புட்டு வந்துடு. கோர்ட்டுல கேசு போட்டு டைவர்ஸ் வாங்கிப்புடலாம்ன்னு நானும் எங்க வீட்டுக்காரரும் பல முற அவகிட்ட சொல்லியிருக்கோம். 'கோர்ட்டுக்குப் போவலாம். போலீசுக்குப் போகலாம் சித்தி. எல்லா எடத்திலயும் நம்பள அசிங்கப்படுத்துவான். கெட்டகெட்ட வாத்தயில திட்டுவான். குடிச்சிட்டா அவன கண்ட்ரோல் பண்ண முடியாது. குடிக்காத வர நம்ப பேச்சக் கேப்பான். குடிச்சிப்புட்டா யாரு பேச்சயும் கேக்க மாட்டான். கோர்ட்டு, போலீசுன்னு போயி நாம்பதான் அசிங்கப்படணும். அவன் சைக்கோ. திருத்த முடியாது. ஒண்ணு அவன் சாவணும். இல்லன்னா நான் சாவணும். அப்பத்தான் இந்தப் பிரச்சன முடியும்'ன்னு பல முற எங்கிட்டியே சொல்லி இருக்கா'' லட்சுமியின் கண்களில் கண்ணீர் கொட்டியது.

''ஒலகத்தில வாழறதுக்குக் கொடுப்பன வேணும். அது இல்லன்னா முடியாது.''

''எம் பொண்ணு போவட்டும். தெனம்தெனம் சாவறதவிட ஒரேடியா போய்ச் சேரட்டும். சாபம் புடிச்சவ. அதான் இந்த வயசிலியே சாவுறா. ஓடிப்போயிடுவாங்கிற பயத்திலியே எம் பொண்ணக் கொன்னுட்டான். நாலணா கவுத்தக் கட்டுனதாலியே அவளக் கொல்ற உரிம அவனுக்கு வந்துடுமா?'' அமராவதி புலம்ப ஆரம்பித்தாள்.

''கேசக் கொடுத்து அவன உள்ளாரப் புடிச்சிப்போடுங்க'' என்று அந்தப் பெண் சொன்னாள். அதற்கு லட்சுமியும் வாயைத் திறக்கவில்லை. அமராவதியும் வாயைத் திறக்கவில்லை.

கீழே இருந்து வந்த மூன்று பெண்கள் லட்சுமியிடம் பேசிக்கொண்டிருந்த பெண்ணிடம், ''என்னா கல்யாணி ஒக்காந்த எடத்தில கதபோட ஆரம்பிச்சிட்டியா?'' என்று கேட்டுக்கொண்டே வந்தார்கள்.

''ஒருத்தருக்கொருத்தர் வாயாலதான பேசிக்கிறம். சண்டயா புடிச்சிக்கிறம்'' என்று கல்யாணி கேட்டாள்.

''சரி வா. உள்ளாரப் போயி பாப்பம். வுடுறாங்களான்னு'' என்று ஒரு பெண் சொன்னாள். உடனே, ''ந்தா வர்றன்'' என்று சொல்லிவிட்டு எழுந்து போனாள் கல்யாணி.

சிறிது நேரத்தில் ஒவ்வொரு ஆளாக வெளியே வர ஆரம்பித்தனர். ரவி, அவனுடைய அப்பா, அம்மா, அக்கா என்று வெளியே வந்தனர். ரவியின் அக்காவோடு ரேவதியின் குழந்தைகள் இரண்டும் வெளியே வந்து நேராகப் போய் நான்காவது மாடிக்குப் போகிற முதல் படிக்கட்டில் நின்றுகொண்டன.

ரேவதியின் பிள்ளைகள் இரண்டும் அமராவதியைப் பார்த்தன. ஆனால், அமராவதியிடம் வரவில்லை. அவளும் பிள்ளைகளைத் தன்னிடம் கூப்பிடவில்லை. நடேசன் பிள்ளைகளைப் பார்த்தார். ஆனால், பேசவோ, கூப்பிடவோ செய்யவில்லை. முருகன் ஒரு தடவை பிள்ளைகளைப் பார்த்தோடு சரி. பிறகு அந்தப் பக்கம் பார்க்கவே இல்லை. மண்டை கொள்ளாத கோபத்தில் இருந்தான்.

ரவியையும் அவனுடைய அப்பா, அம்மா, அக்கா ஆகியோரைப் பார்த்ததும் அமராவதிக்குத் தலையே வெடித்துப்போகிற மாதிரி கோபம் உண்டாயிற்று. ரேவதியின் பிள்ளைகளைப் பார்த்ததும் இன்னும் கோபம் கூடியது. ''திருட்டுப் பயலுக்குப் பொறந்ததுங்க. அவன மாதிரிதான இருக்கும்? என் காச வாங்கித் தின்ன நாயிங்கதான். இந்த சனியனுக்கெல்லாம் எம் பொண்ணு பணிவிட செஞ்சாளே. நன்றிகெட்ட நாயிங்க. அம்மா இப்பிடிக் கெடக்குறாளேன்னு கண்ணு கலங்குதா பாரு,'' என்று சொன்ன அமராவதி, ''வாங்க கீழ போயிடலாம். கண்ட நாயி எல்லாம் நிக்குற எடத்தில என்னால இருக்க முடியாது'' என்று வேகத்தோடு சொன்னாள்.

''கூப்புட்டா என்னா செய்றது'' என்று லட்சுமி கேட்டாள்.

''எதுக்குக் கூப்புடப்போறாங்க? அதான் செண்டு பாட்டிலு வாங்கிக் கொடுத்தாச்சில்ல.''

''நீ போயி நர்சுகிட்ட என்னா ஏதுன்னு கேளன்?'' என்று முருகனிடம் லட்சுமி சொன்னாள். முருகன் பதில் பேசவில்லை. தலையைத் தொங்கப்போட்டுக்கொண்டான்.

''எல்லாரையும்தான் வெளிய அனுப்பிட்டாங்களே. இனிமே உள்ளார எப்பிடி விடுவாங்க? இனிமே அட்டண்டர மட்டும்தான் விடுவாங்க'' என்று அருண்மொழி சொன்னாள்.

''இன்னிக்கி யாரு அட்டண்டரா இருக்கிறது?'' என்று லட்சுமி கேட்டதும் அமராவதிக்குக் கோபம் வந்துவிட்டது, ''நீ இருக்கப் போறியா?'' என்று கேட்டாள்.

''நான் இன்னும் அவளப் பாக்கல.''

''மூள கெட்டவளே, பேசாம இரு. எம் பொண்ண அந்த நாயப் பெத்தவ எம்மாங் கொடும செஞ்சா? 'வேலக்கி அனுப்பாதடா. வேலக்கிப் போனா மதிக்க மாட்டா. பொட்டச்சி பணம் சம்பாரிச்சா ஆம்பளய எப்பிடி மதிப்பா?'ன்னு சொல்லி கொடுத்த முண்டச்சி அவதான? அவ இன்னிக்கி சாவட்டும்.''

''நம்ப பொண்ண நாம்ப பாக்காம அவ என்னாப் பாக்குறது?'' என்று லட்சுமி எதிர்க் கேள்வி கேட்டாள்.

''படிச்சவ. பணக்காரி. வெள்ளத் தோலா இருக்கா. வேலக்கிப் போயி சம்பாரிச்சா நம்பள மதிக்க மாட்டான்னு தெனம்தெனம் அந்த நாயிக்குப் பாடம் போட்ட நாயிதான் அது? அந்தத் திருட்டு முண்டச்சியாலதான் இன்னிக்கி எம் பொண்ணு

வெந்துபோயி கெடக்குறா. எமனப் போயி புள்ளன்னு பெத்தது அவதான? அவ சாவணும். அவ மவ இப்பிடி வெந்துபோயிக் கெடந்தா கல்யாண வீட்டுக்குப் போற மாதிரி பவுடர் போட்டுக்கிட்டு வருவாளா? முண்டச்சி. லாட்டரி சீட்டு வித்த நாயி தான? நான் கீழ போறன்'' என்று சொல்லிவிட்டு எழுந்து விடுவிடுவென்று கீழே இறங்க ஆரம்பித்தாள். அவளைத் தொடர்ந்து லட்சுமி, முருகன், நடேசன் என்று இறங்கினார்கள். கடைசியாக அருண்மொழி இறங்க ஆரம்பித்ததும், ''ராத்திரிக்கு யாரு தங்குறிங்க?'' என்று ரவி கேட்டான். கொஞ்சம்கூட யோசிக்காமல், ''ஓங்கம்மா, இல்லன்னா ஓங்கக்கா இருக்கட்டும்'' என்று சொன்னாள்.

''இருங்க. கேட்டுட்டு வர்றன்'' என்று சொல்லிவிட்டுப் போய் தன்னுடைய அக்காவிடம் ஏதோ பேசினான். பிறகு திரும்பி வந்து, ''எங்க அக்கா தங்கிக்கும்'' என்று சொன்னான்.

''வெளிய வா. ஓங்கிட்ட பேசணும்'' என்று அருண்மொழி சொன்னாள்.

''என்னா விசியம்?''

''நான் கூப்புட்டா வர மாட்டியா? கொலகாரன்தான நீ?''

''வர்றன்.''

12

''தானே யாராவது கொளுத்திக்குவாங்களா?''

''ஐயப்பன் சாமி மேல சத்தியம். நான் செய்யல.''

''ஒன்னெ வெளியில விட்டுவச்சி இருக்கிறதால நடிக்கிறியா?''

''நான் நடிக்கல.''

''அப்பிடின்னா அவ தீயே குளிக்கிலங்கிறியா?''

''மண்ணெண்ணெய ஊத்தியிருந்தா இவ்வளவு வெந்திருக்காது. ஆட்டோவுக்கு ஊத்துற டீசல ஊத்திக்கிட்டா.''

''டீசலா?'' இரண்டு கைகளாலும் வாயைப் பொத்திக்கொண்டாள் அருண்மொழி.

''அப்ப நீ எங்க இருந்த?''

''ஊட்டுலதான் டி.வி. பாத்துக்கிட்டிருந்தன்.''

''என்னா சண்ட நடந்துச்சி?''

''சண்டயெல்லாம் அன்னிக்கி நடக்கல. நாலு நாளக்கி முன்னால அவங்கம்மா ஆட்டோவுக்கு டியூ கட்ட நாப்பதாயிரம் கொடுத்தாங்க. அதுல ஐநூறு எடுத்துக் கிட்டுப் போயி ரெண்டு மணிக்கு சரக்கு சாப்புட்டுட்டு வந்துட்டன். 'எங்கம்மா டியூ கட்டத்தான பணம் கொடுத்தாங்க. முப்பதாம் தேதி நான் டியூ கட்டணுமில்ல. அதுலயிருந்து எடுத்துக்கிட்டுப் போயி எதுக்கு குடிச்ச? நீ இதே மாதிரி செஞ்சிக் கிட்டேயிருந்தா நான் செத்திடுவன்'னு சொன்னா. நான் வெளயாட்டுக்கு 'சரி. செத்துப்போ'ன்னு சொல்லிட்டன். கொஞ்ச நேரம்கூட இருக்காது. எல்லாம் முடிஞ்சி போச்சி'' என்று சொன்ன ரவி குலுங்கிக்குலுங்கி அழுதான்.

“ ‘அப்பா, அம்மா வேணாம். அண்ணன் வேணாம்ன்னு ஒன்னத்தான கல்யாணம் கட்டிக்குவன்’னு நின்னா, நான் சொன்னதையும் மீறி செஞ்சா. அதுக்குத்தான் அவள நெருப்பு வச்சி எரிச்சிட்ட?”

“அவங்கம்மா பணம் கொடுக்காம இருந்திருந்தா, ஞாயித்துக்கிழமையாச்சேன்னு நான் ஐநூற எடுத்துக்கிட்டு போயி தண்ணி போடாம இருந்திருந்தா எதுவுமே நடந்திருக்காது. அவங்கம்மா கொடுத்த பணத்த எடுத்ததுதான் அவளுக்குத் தாங்க முடியல.”

“அவுங்கம்மா இன்னிக்கித்தான் புதுசா பணம் கொடுத்தாங்களா? இப்ப மட்டும் எப்பிடி அவளுக்குப் புதுசாக் கோவம் வரும்? நீ ரொம்பத்தான் நடிக்கிற” என்று அருண்மொழி வேகமாகச் சொன்னாள்.

“நம்புனா நம்புங்க. நம்பாட்டி போங்க. நான் கொளுத்தல” என்று சொல்லிவிட்டு, அடுத்து பேசப் பிடிக்காதவன் மாதிரி முகத்தைத் திருப்பிக்கொண்டான்.

“கொலயும் செஞ்சிப்புட்டு சத்தமாவும் பேசுறியா? அவ சாவக் கெடக்குறா. நீ கண்ணு மண்ணு தெரியாமக் குடிச்சிட்டு நிக்குற. நீ மனுசனா, மிருகமா?”

“என்னெ ஒங்களுக்குத் தெரியாது. என்னெ எங்கப்பன் படிக்கவச்சான். படிப்பு ஏறல. ஐ.டி.ஐ. படிக்க வச்சான். அதயும் முடிக்கல. அந்த சர்டிபிகேட்டக்கூட நான் வாங்கல.”

“அத வாங்கியாந்து கொடு. நாங்க வேல வாங்கித்தரம்ன்னு சொன்னமா இல்லியா?”

“இருபதாயிரம் பீஸ் கட்டல. அத கட்டுனாத்தான் தருவன்னு சொல்லிட்டான்.”

“எங்ககிட்ட கேக்க வேண்டியதுதான?”

“அசிங்கமா இருந்துச்சி.”

“அப்பிடிப் பாத்தா ஆறு வருசமா மாமிதான பணம் கொடுத்தாங்க, ஆஸ்பத்திரி செலவப் பாத்தாங்க.”

“. . . . .”

“ ‘அவள அடிக்காத, அடிக்காத’ன்னு ஒங்கிட்ட எத்தன வாட்டி நானே போன்ல சொல்லியிருக்கன்? அத நீ கேட்டியா?”

இனிமேல் பேசுவதற்கு எதுவுமில்லை என்பதுபோல், “எல்லாம் முடிஞ்சிப் போச்சிக்கா” என்று விட்டேத்தியாக சொன்னான்.

“ஒரு காரணமுமில்லாம எங்கள எதுக்காக எதிரியா நெனைச்ச? காட்டான் மாதிரி நடந்துகிட்ட? இத்தினி வருஷத்தில நாங்க யாருமே உனக்குத் தொந்தரவு கொடுக்கல. போலீஸ் ஸ்டேஷன், கோர்ட்டுன்னு இழுத்தடிச்சி அசிங்கப்படுத்தல. அவ ஒருத்திக்காக நாங்க எல்லாரும் ஒதுங்கித்தான போனம்? அந்த நாகரீகம்கூட ஒனக்குத் தெரியல. கடசிவர எப்பிடி அசிங்கமாவே நடந்துகிட்ட?”

“நீங்க ஒதுங்கி போவப்போவ எனக்குக் கோவம் அதிகமாச்சி. அவ அண்ணன் மாதிரி நான் படிச்சி இருக்கல. வேலயில இருக்கல. அதனால அவளுக்கு வருத்தம். எங்கிட்ட வசதியும் இல்ல. பணமும் இல்ல.” ரவிக்குக் கோபம் வந்துவிட்டது. கோபத்தைக் குறைப்பதுபோல கையை மூன்று நான்கு முறை ஆட்டினான். தாடியை உருவி

விட்டான். தலையைக் கோதினான். அருண்மொழியைப் பார்க்காமல் தரையைப் பார்த்து கேட்டான்.

''பொறுக்கியா இருக்க எனக்கு மட்டும் ஆசயா?''

''கல்யாணச் செலவு செஞ்சது யாரு? ஊர் தெரியத்தான கல்யாணம் நடந்துச்சி? ஏழெட்டு மாசம்வர வீட்டுக்கு வராம இருந்தா. அப்பறம் எப்பவும்போலத்தான் இருந்தா? நான் வரப்பலாம் அவகிட்ட பேசியிருக்கன். போன்லயும் பேசிக்கிட்டுத் தான் இருந்தன். வீட்டு வாடக, வீடு மாத்துறப்ப வாடக முன்பணம் எல்லாம் யாரு கொடுத்தா?'' என்று கேட்டுவிட்டு அருண்மொழி சுற்றும்முற்றும் பார்த்தாள். ரவி யுடன் பேசிக்கொண்டிருப்பதை அமராவதியோ லட்சுமியோ பார்த்துவிடப்போகி றார்கள் என்ற கவலை அவளுக்கு இருந்தது.

''எதச் செஞ்சாலும், எதக் கொடுத்தாலும் ஆட்டோக்காரன் பொண்டாட்டின்னு சொல்லிசொல்லித்தான் கொடுத்தாங்க. அவளப் பத்திப் பேசும்போதெல்லாம் ரேவ தின்னு சொல்லாம ஆட்டோக்காரன் பொண்டாட்டி வந்தா, ஆட்டோக்காரன் பொண்டாட்டி சொன்னா, ஆட்டோக்காரன் பொண்டாட்டியப் பாத்தன் இப்பிடித் தான எல்லாரும் சொன்னிங்க?'' என்று கோபமாகக் கேட்டான்.

''அப்பிடி ஒனக்கு யாரு சொன்னா?''

''எல்லாம் எனக்குத் தெரியும்கா'' திமிர்த்தனமாகச் சொன்னான் ரவி.

''நீ ஜெயில்ல இருக்க வேண்டிய ஆள்.'' ஆத்திரத்தோடு சொன்னாள் அருண் மொழி.

''கல்யாணமானதிலிருந்து இத்தன வருஷத்துல ரேவதியோட அப்பாவும் சரி, அண்ணனும் சரி, எங்கிட்ட பேசுனதில்ல. இங்க ஆஸ்பத்திரியில வந்துதான் பேசு னாங்க. இத முன்னாடியே செஞ்சிருந்தா அவ தீக்குளிச்சிருக்க மாட்டா.''

''என்னது? நீ திரும்பத்திரும்ப அவ தானே செஞ்சிக்கிட்ட மாதிரியே சொல்ற? கொல்றதயும் கொன்னுப்புட்டு பொறுக்கி மாதிரி சட்டம் வேற பேசுற?'' அருண் மொழியின் குரலில் வேகம் கூடியிருந்தது.

''நான் பொறுக்கிதான். ஆட்டோ ஓட்டுறவன்தான். தண்ணி அடிக்கிறவன்தான். அடிக்கடி சண்ட புடிச்சிக்கிட்டு ஸ்டேஷனுக்குப் போறவன்தான். நீங்க எல்லாரும் சொல்ற மாதிரி நான் சோத்துக்கு இல்லாத நாயிதான். இத்தன வருஷத்தில ஒங்க யார்கிட்டயாவது நானா பேசியிருக்கனா? எதிர்ல நின்னுருக்கனா? நீங்க எல்லாரும் பெரிய படிப்பு படிச்சவங்க. பெரிய வேலயில இருக்கிறவங்க. பணம் உள்ளவங்க. எல்லாம் இருக்கு ஒங்ககிட்ட. ஆனா, பெரிய மனசு மட்டும் இல்ல.''

''என்னா சொல்ற நீ?''

''எங்கிட்ட பேசுனா என்னா, என்னெ அந்த வீட்டுல விட்டா என்னா? எம் புள் ளைங்ககிட்ட பேசுனா என்னா? இதுதான் அவளுக்கு வருத்தமா இருந்துச்சி. அத னாலதான் எல்லாரயும் நான் திட்டுவன். அதனாலதான் எனக்கும் அவளுக்கும் தெனம்தெனம் சண்ட நடக்கும். நான் சல்லிப் பயதான். இல்லன்னு சொல்லல. சல்லிப் பய சல்லிப் பயலாத்தான் இருப்பான். ஆனா, பெரிய மனுசன் பெரிய மனுசனா இருக்கணுமா இல்லியா?''

''பேசுற அளவுக்கு நீ யோக்கியமா நடந்துக்கிட்டியா? அவ பேர ஒடம்பு பூராவும் பச்சகுத்திக் காட்டி அவள ஏமாத்தின. அப்பதான் பொறுக்கியா இருந்த, கல்யாணம் ஆன பின்னாலியாவது ஒழுங்கா இருக்கணுமில்ல? எப்பப் பாரு ஆட்டோ ஸ்டேண்டுல சண்ட. போலீஸ் ஸ்டேஷனில நிக்குறன்னுதான் அவ எப்பியும் எங்கிட்ட சொல்லுவா. ஏன் சண்ட போட்ட, எதுக்கு ஸ்டேஷனுக்கு போனன்னு கேட்டா குடிச்சிப்புட்டு வந்து அவள அடிப்ப.''

''நான்தான் சண்ட போடுறன். நான்தான் ஸ்டேஷனுக்குப் போறன். ஓங்களுக்கு அதுல என்னா?'' என்று அவன் கேட்ட விதம், தான் சொல்வதும், செய்வதுதான் சரி என்பதுபோல் இருந்தது. ரேவதியைத் தீ வைத்து எரித்துவிட்டோம் என்ற குற்ற உணர்வு அவனிடம் இருந்ததுபோல் தெரியவில்லை. எந்தச் சூழ்நிலையிலும் பழி பாவத்துக்கு அஞ்சாதவன்போல் இருந்தான். இந்த மாதிரியும் ஆட்கள் இருப்பார்களா என்று யோசித்த அருண்மொழி கேட்டாள்:

''எங்களுக்கு அசிங்கம் இல்லியா?''

''அசிங்கம் பாத்து, அசிங்கம் பாத்துத்தான் அவளக் கொன்னுப்புட்டிங்க?''

''என்னாப் பேசுற நீ? நீதான் அவள எரிச்சுப்புட்டன்னு ஊருக்கே தெரியும். அவ உசுரோட இருக்கணும்ங்கிற ஒரே காரணத்துக்காகத்தான் ஒன்னெ இத்தன வருசமா வுட்டுவச்சம். அதுக்காகத்தான் ஒனக்கு அவள கட்டிவச்சம்.''

''நான் தெனம் அவ ஒடம்புலதான் அடிச்சன். நீங்க மனசுல அடிச்சிங்க.''

''பெரிய யோக்கியன் மாதிரி பேசுறியே. அவள ஏன் நீ வேலக்கி அனுப்பல? வேலக்கிப் போயிருந்தா பணம் வந்திருக்கும். பணம் வந்திருந்தா சண்ட வந்திருக்காது. ஓங்க வாழ்க்கயே மாறிப்போயிருக்கும்'' என்று சொல்லும்போது அவளுடைய போன் மணி அடித்தது. முருகன்தான் கூப்பிட்டான். போனை எடுத்து, ''இதோ வர்றன்'' என்று சொன்னாள். பிறகு தன்னை யாராவது தேடிக்கொண்டிருக்கிறார்களா என்று பார்த்தாள்.

''எங்கம்மா சொல்லிச்சு. ஆளு அழகா இருக்கா, வேலக்கி அனுப்பாதன்னு. தெருவுல, ஆட்டோ ஸ்டேண்டுல, புதுக் குழப்பம் புதுப் பிரச்சன வந்துடும்ன்னு சொன்னாங்க.''

''இந்த ஊர விட்டு மெட்ராஸ் வந்துடுன்னு நான் எத்தன முற கூப்பிட்டன். நீ ஏன் வரல? வந்திருந்தா எல்லாம் மாறிப்போயிருக்கும் தெரியுமா?''

''நான் அதிகமா வெளியூர் போனதே இல்ல. பணத்துக்காக எந்த ஊருக்கும் என்னால போவ முடியாது.''

''இந்த ஊரிலியே நீ இருக்கணும்ன்னு என்னாக் கட்டாயம் இருக்கு?''

''ஒண்ணுமில்ல.''

''ஒண்ணுமில்லாததுக்கு எதுக்கு இந்த ஊர்ல இருக்கணும்? அவள சாக அடிக்கவா?''

''தெரியாது.''

''இந்த மாதிரி வசனம் பேசுனா சோத்துக்கு இல்லாமத்தான் சாகணும்.''

''பரவாயில்ல. இந்த ஊர விட்டு என்னால போவ முடியாது. அப்பிடிப் போனாத்தான் பணம் வரும்ன்னா எனக்கு அந்தப் பணம் வேண்டாம்.''

''எங்கியோ இருந்திட்டு போ. அது ஒன்னிஷ்டம். அவள எதுக்குத் தீ வச்சி எரிச்ச? அதச் சொல்லு எனக்கு?'' என்று கோபத்துடன் கேட்டாள் அருண்மொழி.

''ஆட்டோ ஓட்டிக் காசு வந்தா சந்தோசமா இருப்பன். காசு இல்லாதப்ப கஷ்டப் பட்டிருக்கன்.''

''நான் என்னாக் கேக்குறன், நீ என்னா சொல்ற?''

''ரேவதிய நான் எரிக்கல. நீங்கதான் எரிச்சிங்க'' குற்றம்சாட்டுவதுபோல் சொன் னான்.

''யே, நீ என்ன முட்டாப் பயலா? ஒரு நிமிஷம்கூட ஒன்னால நேர்மயாப் பேச முடியாதா?'' எந்த இடத்தில் நின்றுகொண்டு பேசுகிறோம் என்பதையே மறந்து விட்டுக் கத்திவிட்டாள் அருண்மொழி.

''இத்தினி வருசத்தில இவ்வளவு நேரம் இன்னிக்கித்தான் நீங்க பேசியிருக்கிங்க. அதுவும் ரேவதி செத்துடுவாங்கிற பயத்தால. பொறுக்கி, தறுதல, உருப்படாத நாயி, குடிகாரப் பன்னி, பிச்சக்காரன், ஆட்டோ ஓட்டுறவன்னு ஒதுங்கிப் போனிங்களே அதுதான் ரேவதிய எரிச்சிது.''

''நீ சொல்றது பொய்.''

''எங்கிட்ட பணம் இல்ல. ஒங்ககிட்ட இருந்துச்சி. அதனால நீங்க எம்மாம் அசிங் கப்படுத்தினாலும் ரேவதி ஒங்ககிட்ட வந்துகிட்டிருந்தா. பணத்தாலதான் அவ அசிங் கப்பட்டா. அவளுக்கு இனிமே அந்த அசிங்கம் இல்ல. அழுதுஅழுது, கெஞ்சிகெஞ்சி ரெண்டாயிரம் மூவாயிரம்ன்னு யாருகிட்டயும் அவ இனி வாங்க மாட்டா. 'எங்க பேச்ச மீறி ஆட்டோக்காரனத்தானக் கட்டிக்குவன்னு சொன்ன? படு, ஒனக்கு இதுவும் வேணும். இன்னமும் வேணும்'ன்னு யாரும் சொல்ல முடியாது. இனிமே அவளுக்கு ஆட்டோக்காரன் பொண்டாட்டிங்கிற பேரு இல்ல, அசிங்கம் இல்ல.''

''இவ்வளவு சட்டம் பேசுற நீ. ஒன் தகுதிக்கு மீறி அவள எதுக்கு காதலிச்ச? அதுக்கு யோக்கிதயா பணம் சம்பாரிக்கணுமில்ல? அதுக்கு வேல செய்யணுமில்ல? ஊர விட்டும் போவ மாட்ட. அவளயும் வேலக்கி அனுப்பவும் மாட்ட. சம்பாரிக்கவும் மாட்ட. சம்பாரிக்கிறத குடிச்சிப்புட்டும் வருவ, கடசியில சட்டமும் பேசுவ? ஒருத் திய நெருப்பு வச்சி எரிச்சிப்புட்டுப் பழிய மத்தவங்க மேல போடுவ. ஒனக்கு மூள பூராவும் கிரிமினலாவே இருக்கு. திறமையான பொறுக்கிதான் நீ. ஸ்டேஷனுக்குப் போயிபோயி நல்ல கிரிமினலா பேசக் கத்துக்கிட்ட'' என்று சொல்லும்போது செல் போன் மணி அடித்தது. எடுத்துப் பார்த்தாள். முருகன்தான் கூப்பிட்டான். பதில் சொல்லாமல் சுற்றும்முற்றும் பார்த்தாள். முருகன், நடேசன், அமராவதி என்று யாரும் கண்ணில் படாதது அவளுக்குக் கொஞ்சம் நிம்மதியாக இருந்தது.

''நீங்க ஆட்டோக்காரன ஏன் கட்டுனன்னு கேட்டு தெனம்தெனம் அசிங்கப்படுத் தல? இனிமே அந்த அவமானம் அவளுக்கு இல்ல. அந்த அவமானம்தான் அவள எரிச் சிது. அவளுக்கு அந்த அவமானத்த உண்டாக்குனது யாரு?''

''நீ ஒழுங்கா இருந்தா நாங்க ஏன் அப்பிடி சொல்லப்போறம்?'' ஆத்திரத்தோடு கேட்டாள்.

''ஒருத்தன் நொண்டியா பொறக்குறான். ஒருத்தனுக்குக் கண்ணு தெரியாம போவுது. ஒருத்தன் கருப்பா இருக்கான். ஒருத்தன் செவப்பா இருக்கான். ஒருத்தன் நல்லாப் படிக்கிறான். ஒருத்தனுக்குப் படிப்பு ஏறல. என்னா செய்ய முடியும்? அது மாதிரி எனக்கு வாய் அதிகம். கோபம் அதிகம். அதுக்கு நான் என்ன செய்ய முடியும்?'' என்று ரவி கேட்டதும் அவனுடைய வாயை அடைக்க வேண்டும் என்று நினைத்த அருண்மொழி மனதிலிருந்த கசப்பையெல்லாம் வார்த்தையாக்கிச் சொன்னாள்.

''திருடனுக்குத்தான சட்டம் நல்லாத் தெரியும். ஒவ்வொரு திருடனுக்கும் ஒரு நியாயம்.''

''எங்கப்பன் பணக்காரனா, வசதியா இல்ல. எனக்குப் படிப்பு வல்ல. அதுக்கு நான் என்னா செய்ய முடியும்? எம் பையன ஆட்டோக்காரனா ஆக்க மாட்டன், எம் பொண்ண ஆட்டோக்காரனுக்குத் தர மாட்டன்னு ஒவ்வொரு நாளும் சொல் லுவா. அது இனி நடக்காது. எங்கிட்ட பணம் இல்ல. அதனால எம் பையன் ஆட் டோக்காரனாத்தான் ஆவான். எம் பொண்ணு ஆட்டோக்காரனுக்குத்தான் பொண் டாட்டியா போவா. அது ஒங்களுக்கு வெக்கமா இருக்கும். ஒங்கள மாதிரி படிச்ச வங்க, வேலயில இருக்கிறவங்க மட்டும்தான் ஒலகத்தில உயிரோட இருக்கணும். மத்தவங்கயெல்லாம் செத்துப்போவணும்.''

அருண்மொழிக்கு ஆச்சரியமாக இருந்தது. வக்கீல்போல அடுக்கடுக்காக தங்கு தடையில்லாமல் எப்படி அவனால் பேச முடிகிறது? ரேவதி தீக்குளித்ததைப் பற்றி யாராவது கேட்டால், கேள்வி கேட்பவரின் வாயை அடைக்க வேண்டுமென் பதற்காகவே தயார் செய்துகொடுத்த பேச்சை மனப்பாடம் செய்துகொண்டு பேசு வதுபோல் இருந்தது அவனுடைய பேச்சு. இவன் சாதாரண ஆள் இல்லை என்ற எண்ணம் ஏற்பட்டது. இருந்தாலும், எளிதில் அவனை விடக் கூடாது என்று நினைத்த அருண்மொழி குத்திக்காட்டுவதுபோல் கேட்டாள்.

''ரேவதி ஓம் மகன்னு வச்சிக்க. ஒன்னெ மாதிரியான ஆளுக்கு அவளக் கட்டி வைப்பியா?''

''வைக்க மாட்டன்.''

''ஏன்.''

''அது எம் பொண்ணு.''

''ஓம் பொண்ணுன்னா ஒரு நியாயம், ஊரான் வீட்டுப் பொண்ணுன்னா ஒரு நியாயமா? இப்பத் தெரியுதா ஒன்னோட யோக்கித? ஒன்னோட யோக்கித தெரிஞ் சும் நாங்க கல்யாணம் செஞ்சிவச்சம்ல.''

''ஆறு வருசமா 'ஒழுங்கா இரு, ஒழுங்கா இரு'ன்னுதான் சொன்னா, நான் கேக் கல. கேக்கணும்ன்னு தோணல. இனிமே ஒழுங்கா இருந்து என்னா ஆவப்போவுது? மூணு நாளா ரேவதியோட அப்பா பத்து லட்சத்த தூக்கிக்கிட்டு அலயுறாரு. இத முன்னாடி கொடுத்திருந்தா பத்து ஆட்டோ வாங்கி ஓட்டியிருப்பன். நானும் ஓனர் ஆயிருப்பன். டியூ கட்ட முடியாம தவிச்சிக்கிட்டு நின்னிருக்க மாட்டன். சண்ட வந்திருக்காது. பணக் கஷ்டம் வந்திருக்காது.'' சிறிது நேரம் பேசாமல் எங்கோ பார்த்தவாறு இருந்தான். பிறகு ரொம்பவும் உடைந்துபோன குரலில் தானாகவே

சொன்னான், ''நல்லா சாப்பிடணும், ஜாலியா இருக்கணும், நல்ல ட்ரஸ் போடணு மின்னு நெனப்பன். இதுதான் அவளுக்கும் எனக்கும் சண்ட வரக் காரணம். எங்கிட்ட இல்லாத மாதிரியே ஒங்ககிட்டயும் பணம் இல்லாம இருந்திருந்தா அவ தீக்குளிச்சிருக்க மாட்டா.''

''இவ்வளவு யோக்கியமா பேசுற நீ, இப்ப எதுக்குக் குடிச்சிட்டு நிக்குற?''

''என்னெப் பெத்த அம்மா சாவப்போறாக்கா'' ரவி அழ ஆரம்பித்தான். மாய்ந்து மாய்ந்து அழுதான்.

''அஞ்சி வயசுப் புள்ளை ஒன்னோட பொண்ணு. அதயே நீ என்னா சொல்லி வளக்கிற? 'எம் பொண்ணு அழகா இருக்கு. அத எவனாவது சைட்டு அடிச்சா வெட்டு வன்'னு சொன்னியா இல்லியா?''

''சொன்னன். நாளைக்கும் சொல்வன். என்னிக்கும் சொல்வன்.''

''ஒம் பொண்ணு தங்கம், மத்தவங்க பொண்ணு பித்தளையா?''

''இல்ல.''

''நீ சொல்ற மாதிரியே நாங்க ஒன்னெ வெட்டலாமா? வெட்டாமப் பொண்ணக் கொடுத்தது தப்பா? கல்யாணம் கட்டிவச்சது தப்பா? வாழ்ந்து காட்டணும்னு தோணலையா ஒனக்கு?''

''தோணிச்சி. ஆனா பணம் இல்லெ.''

அருண்மொழியினுடைய போன் அடித்தது. எடுத்துப் பேசினாள், ''இங்கதான் நிக்குறன். ஒருத்தங்ககிட்ட பேசிக்கிட்டிருக்கன். ஒரு நிமிஷத்தில வந்திடுறன்'' என்று சொல்லிவிட்டு உடனே போனை வைத்தாள்.

''போன் வந்துகிட்டே இருக்கு. ஆளக் காணுமின்னு தேடுவாங்க. போக்கா'' என்று ரவி சொன்னான்.

''இனிமேலாவது புத்தியா இரு. இப்பயும் ஒன்னெ அவதான் காப்பாத்திவிட் டிருக்கா. நீ செஞ்ச கொடும எல்லாத்தையும் மறந்திட்டு. ஆனாலும், எப்ப வேணும்ன் னாலும் ஒம் மேல கேசு கொடுப்பம். அவளோட நெலம தெரியாம இருக்கு. தெரிஞ்ச தும் ஒனக்கு வேட்டு வச்சிடுவம். ஜாக்கிரதயா இரு'' என்று சொல்லி மிரட்டி வைத்தாள்.

சட்டென்று கோபம் வந்த மாதிரி ரவி கத்தினான், ''இனிமே நான் ஒழுங்கா இருந்து, புத்தியா இருந்து என்னக்கா செய்யப் போறன்? என்னோட சாமியே சாவப் போவுது'' என்று சொல்லி அழுதான். அப்போது அவனுடைய போன் மணி அடித் தது. எடுத்துப் பேசினான், ''நான் வடக்கால நிக்குறன். எமர்ஜென்ஸி கட்டடத்துக்கு வடக்கால எலும்பு முறிவு கட்டடத்துக்குப் போற வழியில நிக்குறன் வாங்க.''

சிறிது நேரத்திலேயே ரவியினுடைய அப்பா, அம்மா, ரேவதியினுடைய குழந் தைகள் வந்தனர். அருண்மொழியைப் பார்த்ததும், ரேவதியினுடைய மகள் அழு தாள். அந்தப் பிள்ளை அழுததைப் பார்க்க முடியாமல் எப்போதும் இல்லாத ஆத்திரத்துடன், ''அவளக் கொன்னுப்புட்ட. அவ புள்ளங்களயும் கொன்னுப்புடு. கொலகாரன்கிட்ட இருக்கக் கூடாது'' என்று ரவியிடம் சொல்லிவிட்டு இரண்டு

பிள்ளைகளையும் கட்டிப்பிடித்துக்கொண்டு அழுதாள். அப்போது தூரத்தில் வந்து கொண்டிருந்த அமராவதியையும், லட்சுமியையும் அருண்மொழி பார்க்கவில்லை.

13

''அந்த நாயிகிட்ட ஒனக்கென்ன பேச்சு?'' வெறிகொண்ட மிருகம்போல கத்தினாள் லட்சுமி.

''எம் பொண்ண நெருப்ப வச்சி எரிச்ச கொலகாரன்கிட்ட நீ ஒறவாடிக்கிட்டு நிக்குறியா?'' என்று கேட்டு அமராவதி முறைத்தாள்.

''நம்பளக் கொண்டாந்து எந்த எடத்தில நிறுத்தியிருக்கான் தெரியுதா? பொறுக்கி. அவன் மூஞ்சியப் பாக்கலாமா?'' முருகன் பல்லைக் கடித்தான்.

''ஆறு வருஷமா என்னெத் தலகுனிய வச்சான். எம் பொண்ண அடிச்சி சித்ரவத செஞ்சான்... கடசியா எம் பொண்ணக் கொன்னுட்டான்'' யாரிடமோ சொல்லுவது போல நடேசன் முனகினார்.

அருண்மொழி எதற்கும் வாயைத் திறக்கவில்லை.

''எம் பொண்ணயும், என்னையும் அவன் செஞ்ச கொடும வாயால சொல்ல முடியாது.'' சாலையில் நிற்கிறோம் என்பதை மறந்துவிட்டு அமராவதி அழுதாள்.

''ஒனக்கு வெக்கம் இருந்தா அவன்கிட்ட பேச மாட்ட.'' லட்சுமி பொரிந்து தள்ளினாள்.

''என்னா சொன்னான். பொறுக்கி?'' என்று முருகன் கேட்டான்.

அருண்மொழி எந்த உணர்ச்சியையும் காட்டாமல் நின்றுகொண்டிருந்தாள். ரேவதிக்கு என்னாகுமோ என்ற கவலையைவிட அந்த நிமிஷத்தில் ரவியைத் திட்டுவதில் தான் எல்லோருக்குமே ஈடுபாடு. எல்லோருமே நிதானத்தை இழந்த நிலையில் ஆறு வரு ஷக் கோபத்தை வார்த்தைகளாகக் கொட்டித்தீர்த்துக்கொண்டிருந்தனர். மற்றவர்கள் எதையெதையோ பேச, அருண்மொழியினுடைய மனம் மட்டும் ரவி சொன்னது சரியா தவறா என்று யோசித்துக்கொண்டிருந்தது. இவ்வளவு விவரமாகப் பேசுகிறானே என்று ஆச்சரியமாக இருந்தது. எதிராளியைப் பேச்சால் எப்படி மடக்குவது என்பது அவனுக்குத் தெரிந்தது. புத்திசாலித்தனமான இந்தப் பேச்சில்தான் ரேவதி விழுந்திருக்க வேண்டும் என்று நினைத்தாள். 'தண்ணி போட்டாதான் மிருகமாக இருப்பான். சும்மா இருக்கும்போது சொல்ற வேலையெல்லாம் செய்வான். அவனப் புரிஞ்சிக்க முடியாது' என்று ரேவதி ஒருமுறை சொன்னது நினைவுக்கு வந்தது.

ரேவதிக்கும் ரவிக்கும் கல்யாணம் நடந்ததிலிருந்து, ரவியின் வீட்டுக்கு நடேசனோ, முருகனோ, ஒருமுறைகூடப் போனதில்லை. ரவியிடம்தான் என்றில்லை அவனுடைய உறவினர்களிடம்கூட யாரும் பேசியதில்லை. வழியில் கண்டால்கூட பாம்பைக் கண்டதுபோல் ஒதுங்கிப் போய்விடுவார்கள். அந்த மாதிரி ரவி சம்பந்தப் பட்ட ஆட்கள் யாரும் ரேவதி சம்பந்தப்பட்ட ஆட்களிடம் பேசுவதில்லை. ரேவதிக்குக் கல்யாணம் நடந்த ஒரு வருஷம் கழித்துத்தான் முருகனுக்குக் கல்யாணம்

நடந்தது. அதற்கு ரேவதி மட்டும்தான் வந்தாள். அவளிடம் முருகனும் சரி, நடேச னும் சரி, வீட்டில் பார்த்தாலும் சரி, வெளியில் பார்த்தாலும் சரி ஒரு வார்த்தை கூடப் பேச மாட்டார்கள். 'தலயக் குனிய வச்ச முண்டம்' என்று திட்டிக்கொண்டே போவார்கள். கல்யாணம் நடந்த மூன்றாவது, நான்காவது மாதத்திலிருந்தே, சண்டை, அடித்துவிட்டான், உதைத்துவிட்டான் என்ற செய்திகளே வந்துகொண் டிருந்ததால் ரேவதி மீதான வெறுப்பு நாளுக்கு நாள் கூடியதே தவிரக் குறையவே இல்லை. பிரச்சினை இல்லாமல் இருந்திருந்தால் நடேசனுடைய மனமும், முருக னுடைய மனமும் மாறியிருக்கும். அப்படி மாறுவதற்கான சந்தர்ப்பத்தை ஒருநாளும் ரவி உருவாக்கியதே இல்லை. வெறுப்பை வளர்ப்பது மாதிரியான காரியங்களைத் தான் தொடர்ந்து அவன் செய்துகொண்டிருந்தான்.

ரவி சொல்வதுபோல் மொத்தமாக ஐந்து, பத்து லட்சம் என்று கொடுத்திருந்தால் சண்டை நடந்திருக்காதா? ஐந்தாயிரம், பத்தாயிரம் என்று ஆட்டோவுக்கு டியூ கட்ட வாங்கிய ரேவதி, ஏன் ஒரு லட்சம், இரண்டு லட்சம் கொடு என்று கேட்க வில்லை? அமராவதி, ரேவதிக்குப் பணம் கொடுக்கிறாள், உதவி செய்கிறாள் என்று எல்லோருக்கும் தெரியும். 'செய்யாதே, கொடுக்காதே' என்று யாரும் தடுத்ததில்லை. நடேசனும் முருகனும் நேரிடையாகச் செய்யாமல் ஒதுங்கிப்போய்விட்டார்கள். வீட் டுக்கு வந்தபோது, நேரில் பார்த்தபோது, போனிலும் பேசியிருக்கிறாள். ஆனால், ஒருமுறைகூடப் பணம் வேண்டுமா என்று தனக்கு ஏன் கேட்கத் தெரியவில்லை. அவளும் பணம் வேண்டும் என்று இவளிடம் ஒரு முறைகூடக் கேட்டதில்லை. கேட்டிருக்கலாம். கேட்காதது பெரிய தவறு என்று தோன்றியதுமே அருண்மொழிக்கு அழுகை வந்துவிட்டது. அவள் அழுததைப் பார்த்ததும் நடேசனுக்கும் முருகனுக் கும் மனம் மாறிவிட்டது.

அவள் எதற்காக அழுகிறாள் என்பது தெரியாமல், ''ஒன்னெத் திட்டலம்மா. நம்ப பொண்ணக் கொன்னுட்டானேன்னு வருத்தம்'' என்றார் நடேசன்.

''சும்மா இரு'' என்று மட்டுமே முருகன் சொன்னான்.

''அவ வெந்துபோயி கெடக்கிறதப் பாத்துமா அவன்கிட்ட பேசறதுக்கு ஒனக்கு மனசு வந்துது?'' என்று அமராவதி கேட்டதும், ''தப்புதான்'' என்று உண்மையாகவே சொன்னாள்.

''ஒன்னயும் முருகனையும் அவன் எம்மாம் திட்டுனான். 'அவங்களும் காதலிச் சித்தான் கல்யாணம் கட்டுனாங்க. அவுங்க மட்டும் ஒக்கியமா'ன்னு எம்மாம் பேசி யிருக்கான்?''

அமராவதி சொன்ன வார்த்தை அருண்மொழியை வெட்கித் தலைகுனிய வைத் தது. ரவி இப்படியெல்லாம் பேசியிருக்கிறான். திட்டியிருக்கிறான் என்பது இப்போது தான் அவளுக்குத் தெரிந்தது. படிப்பு, சாதி, வேலை இல்லையென்றால் தனக்கும் முருகனுக்கும் கல்யாணம் நடந்திருக்குமா? படிப்பில், சாதியில், வேலையில் முரு கனைவிடக் கீழே இருந்திருந்தால், எதுவுமே இல்லாமல் இருந்திருந்தால் ரவியும் தானும் ஒன்றுதானா? என்று நினைத்ததுமே அவளுக்குக் கோபம் வந்தது. அழுகை வந்தது. மறைவிடமாகப் போய் அழ வேண்டும் என்ற எண்ணம் வந்தது. கர்ச்சீப்பால் முகத்தை மூடிக்கொண்டு கேவினாள்.

‘‘நாம்ப மட்டும் அவன் கெட்டுப்போகணுமின்னா நெனச்சம். நல்லபடியா இருக் கட்டுன்னுதான் நெனச்சம். அதனாலதான் எல்லாத்தயும் பொறுத்துக்கிட்டம். எத்தன நாளு அவ முகத்தில குழம்பு ஊத்தியிருக்கான்? எத்தன நாளு இட்லியால அவ முகத்தில அடிச்சியிருக்கான்? எல்லாத்தயும் தாங்கிக்கிட்டன்.’’

‘‘பேசாம இரு. அவ சாவறதுக்காகத்தான் அவனே வேணும்ன்னு நின்னா’’ முருகன் சொன்னான்.

‘‘எந்த வழிக்கும் ஒத்துவராத பயலா இருந்திட்டானே’’ என்று அமராவதி சொன் னாள்.

‘‘பொறுக்கி என்னிக்கும் பொறுக்கியாத்தான் இருப்பான். எதுக்கு அதயே பேசிக் கிட்டு இருக்க?’’ என்று கேட்டு முருகன் கத்தினான்.

‘‘கேசு கொடுக்காம விட்டுட்டம். அவங்களால என்னெ ஒண்ணும் செய்ய முடிய லன்னு நம்பளப் பாத்து கிண்டல் பேச்சு பேசுனாலும் பேசுவான். பீ தின்ன பய.’’ காட் டமாகச் சொன்னாள் லட்சுமி. அதைக் கேட்டதும் நடேசனுக்கு முகம் மாறிவிட்டது. கோபத்தோடு சொன்னார், ‘‘பீன்னா நாறத்தான செய்யும்?’’

‘‘திமுரு கொண்டுபோயி அவளாத்தான் செத்தான்னு பின்னால சொல்லுவான் பாரு.’’ லட்சுமி கோபமாகச் சொன்னாள்.

‘‘பீ என்னக்கி நாறாம இருந்திருக்கு? வாங்க போகலாம்’’ என்று சொல்லிவிட்டு இனி பேச்சை வளர்க்க வேண்டாம் என்று முடிவெடுத்ததுபோல் சட்டென்று நடே சன் முன்னால் நடந்தார். மற்றவர்கள் அவருக்குப் பின்னால் நடக்க ஆரம்பித்தார்கள்.

அவசரப் பிரிவுக் கட்டடத்தைத் தாண்டிப் பிரதான வாசலுக்கு போகிற பாதையில் வந்து நின்றுகொண்டு அடுத்து என்ன செய்வது என்று யோசித்தனர். ஒருவருக்கொரு வர் பேசிக்கொள்ளவில்லை. ஒருவரையொருவர் பார்த்துக்கொள்ளவில்லை. பிரதான வாசலுக்குப் போகிற இரண்டு பக்கமும் இருந்த விளக்குக் கம்பங்களைப் பார்த்த முருகன், எவ்வளவு நேரம் ஒரே இடத்தில் நின்றுகொண்டிருப்பது என்று யோசித்து யாரிடம் என்றில்லாமல் பொதுவாகக் கேட்டான்.

‘‘ஊருக்குப் போகலாமா? வண்டிய எடுத்துக்கிட்டு வரச் சொல்லட்டுமா?’’

‘‘நீங்க போங்க. நான் இங்கியே இருக்கன்’’ என்று அமராவதி சொன்னாள்.

‘‘என்னம்மா சொல்ற?’’ கோபமாகக் கேட்டான் முருகன்.

‘‘வீட்டுக்குப் போயிட்டா என்னாச்சோ ஏதாச்சோன்னு மனசு அடிச்சிக்கும். இங்க இருந்தா அவ்வளவு கஷ்டம் தெரியில.’’

‘‘இங்க இருந்தாலும் ஒண்ணும் செய்ய முடியாது. சும்மாதான் ஒக்காந்திருக்கணும்.’’

‘‘சொன்னாக் கேளு தம்பி. இந்த எடத்த வுட்டு என்னால ஒரு நிமிஷம்கூட எட்ட போவ முடியாது. இந்த எடத்திலியே ஒக்காந்திருந்தா, இந்தக் கட்டடத்தப் பாத்துக் கிட்டிருந்தா மனசுக்கு ஒரு இதா இருக்கு. அவ எங்கூட இருக்கிற மாதிரி இருக்கு.’’

‘‘நீ மட்டும் எப்பிடித் தனியா இருப்ப?’’

‘‘படிக்கட்டுல போயி ஒக்காந்துக்கிறன்.’’

‘‘அங்க காத்து வராது. கொசு கடிச்சித் தின்னுடும்மா.’’

‘‘அங்கங்க சனங்க ஒக்காந்திருக்கிறத பாத்தியா? மெயின் கேட்டுல போயி பாரு. ஆயிரக் கணக்குல சனங்க பிளாட்பாரத்தில படுத்திருக்காங்க. ஒக்காந்திருக்காங்க.’’

‘‘புரிஞ்சுத்தான் பேசுறியாம்மா?’’

‘‘நான்கூட இருக்கன் முருகா. நீங்க மூணு பேரும் போயிட்டு வாங்க’’ என்று லட்சுமி சொன்னாள்.

‘‘மூள இருந்துதான் பேசுறியா சித்தி? மணி இப்பப் பத்து தெரியுமா?’’ என்று கேட்டு கோபத்தில் லட்சுமியிடம் கத்தினான் முருகன்.

‘‘என்னெ வுட்டுடு தம்பி. இந்தக் கட்டடத்தப் பாத்துக்கிட்டேயிருந்தா போதும் எனக்கு.’’

கோபத்தில் தலையில் அடித்துக்கொண்டான். ‘‘எங்கியாச்சும் ரூம் போட்டு தங்க லாம் கிளம்புங்க’’ என்று சொன்ன முருகன், டிரைவர் குமாருக்குப் போன் போட்டு, ‘‘வண்டிய எடுத்துக்கிட்டு வா. ஆமாம், எமர்ஜென்ஸி கட்டடத்துக்கு முன்னாலதான் நிக்குறம்’’ என்று சொன்னான்.

கார் வந்தது. அருண்மொழி உடனே காரில் ஏறிவிட்டாள். லட்சுமியும் நடேச னும் லேசாகத் தயங்கினாலும் காரில் ஏறிவிட்டனர். அமராவதியை முருகன் கட் டாயப்படுத்தி ஏற்றினான். தானும் ஏறிக்கொண்டான்.

‘‘ஊருக்குத்தான?’’ என்று குமார் கேட்டான்.

‘‘ஆமாம்’’ முருகன் சொன்னான்.

14

தவளக்குப்பம் வரும்போது அருண்மொழியினுடைய போன் மணி அடித்தது. எடுத்துப் பேசினாள், ‘‘என்ன? அப்பிடியா? என்னா திடீர்னு? தெரியலியா? நீ கேக்கலியா? ஒடனே வரணுமா? சரி.’’

‘‘என்னாச்சி?’’ என்று பதற்றத்தோடு கேட்டான் முருகன்.

‘‘எம் பொண்ணுக்கு என்னமோ ஆயிப்போச்சி’’ பதறிப்போனாள் அமராவதி.

‘‘யார் பேசுனா?’’ நடேசன் கேட்டார்.

‘‘அவன்தான் பேசுனான். ஏதோ கையெழுத்துப் போட சொன்னாங்களாம்’’ என்று அருண்மொழி சொன்னதும் நடேசனுக்கும் அமராவதிக்கும் உடல் நடுங்க ஆரம்பித்தது. தொண்டைக் குழி வறண்டுவிட்டது, உடம்பில் சூடு ஏறிவிட்டது. ஏசி காரிலும் வியர்த்துக் கொட்டியது. பேசுவதற்குத் தடுமாறிய நடேசன், ‘‘வேற என்னா சொன்னான்?’’ என்று கேட்டார்.

‘‘கையெழுத்துப் போடுறதா வேண்டாமான்னு கேட்டான்.’’

‘‘வண்டியத் திருப்பு, வண்டியத் திருப்பு’’ என்று கத்தினாள் அமராவதி.

‘‘டாக்டருக்கு போன் போட்டுக் கேளுங்க.’’ அருண்மொழி சொன்னாள்.

‘‘முடிஞ்சிபோச்சோ என்னமோ.’’ லட்சுமி சொன்னாள்.

''சும்மா இரு சித்தி.'' முருகன் முறைத்தான்.

''டாக்டருக்கு போன் போடு.'' அமராவதி கெஞ்சினாள்.

''வேகமா போ.'' நடேசன் குமாரிடம் சொன்னார்.

முருகன் தணிகாசலத்துக்கு போன் போட்டான். ''வணக்கம் சார். நான் முருகன் பேசுறன். மணி பத்தர ஆயிடிச்சி. தப்பா நெனச்சிக்காதீங்க. ஏதோ கையெழுத்து போடச் சொன்னாங்களாம். போடலாமா வேண்டாமா சார்? ஓ.கே. சார். சாயங் காலம் செண்டு பாட்டில் வாங்கிக் கொடுக்க சொன்னாங்க. அதுதான் பயமா இருக்கு. ஓ.கே. தேங்க் யூ சார்.''

முருகன் போனை வைப்பதற்குள்ளாகவே அமராவதி, அருண்மொழி, நடேசன் என்று எல்லோரும் ஒரே குரலாக, ''என்னா சொன்னாரு?'' என்று கேட்டனர்.

''புது மருந்து கொடுக்கப்போறப்ப கையெழுத்து கேப்பாங்களாம்.''

''கையெழுத்துப் போட்டே ஆவணுமா?''

''ஒடனே போடச் சொல்லிட்டாரு.''

''உண்மயச் சொல்லுடா தம்பி'' அமராவதி வாய்விட்டு அழுதாள்.

''கொஞ்சம் வேகமா போப்பா'' முருகன் குமாரிடம் சொன்னான்.

''அந்த நாயி எங்க இருக்குன்னு கேளு முருகா'' லட்சுமி சொன்னாள்.

''நீ பேசு'' என்று அருண்மொழியிடம் முருகன் சொன்னான். உடனே போன் போட்டுப் பேசினாள் அருண்மொழி. ''எங்க இருக்க? ஒடனே கீழ வா. நாங்க திரும்பி கோரிமேடு வந்திட்டோம்.''

''கொஞ்சம் புடிச்சி போ குமாரு.'' நடேசனுக்கு வாய் குழறியது.

அவசரச் சிகிச்சைப் பிரிவுக் கட்டடத்தின் முன் வந்து கார் நின்றது. ஐந்து பேரும் இறங்கிக்கொண்டனர். இறங்கியதுமே போன் போட்ட அருண்மொழி, ''எங்க இருக்க? நாங்க எமர்ஜென்சி கட்டடத்துக்கு முன்னால நிக்குறோம்'' என்று ரவியிடம் சொன்னாள். ஒரு மூலையில் சிகரெட் குடித்துக்கொண்டிருந்த ரவி பாதியிலேயே சிக ரெட்டைப் போட்டுவிட்டு ஓடி வந்தான்.

''என்னாச்சி?''

''நர்சு கூப்பிட்டு கையெழுத்து கேட்டாங்க. எதுக்குன்னு கேட்டன். மருந்து கொடுக்கணும்ன்னு சொன்னாங்க. அதான் ஒங்ககிட்ட கேட்டன்.''

''டாக்டரப் பாத்தியா?''

''டாக்டரும் கையெழுத்துப் போடுன்னு சொல்லிட்டாரு.''

''கையெழுத்துப் போட்டுட்டியா?''

''இல்ல.''

''ஓடு ஓடு. மொதல்ல கையெழுத்தப் போடு.'' அவசரப்படுத்தினாள் அருண்மொழி. மற்ற நான்கு பேரும் ஒதுங்கி நின்றுகொண்டிருந்தனர். ரவி போகாமல் தயங்கி நின்றதைப் பார்த்த அருண்மொழி, ''என்ன?'' என்று கேட்டாள். ''ரேவதி செத்திடு வாளா அக்கா?'' ரவி அழ ஆரம்பித்தான். அருண்மொழிக்கும் அடக்க முடியாத அளவுக்கு அழுகை வந்தது. அதோடு கோபமும் வந்தது.

''குடிச்சிருக்கியா?''

''அவளோட சாவுகூட ஒன்னத் திருத்தலியே. போடா எட்ட'' என்று மனம் கசந்து போய் சொன்ன அருண்மொழி சீலையால் கன்னீரைத் துடைத்துக்கொண்டாள்.

''நீயும் வாக்கா.''

யாரிடமும் சொல்லாமல், யாரிடமும் கேட்காமல் ரவியுடன் அருண்மொழி நடக்க ஆரம்பித்தாள். செக்யூரிட்டிகள் மறித்துக்கொண்டனர்.

''கையெழுத்து போட நர்சு கூப்பிட்டாங்க சார். நான் மேல போவணும்'' என்று ரவி சொன்னான்.

''நீ குடிச்சிருக்க. குடிச்சிருக்குற ஆள உள்ளாரவிடக் கூடாது.''

''கையெழுத்துப் போடணும். பாஸ் வச்சியிருக்கன் பாருங்க.''

''இவங்க வேணுமின்னா போவட்டும்.''

''அவுருதான் கையெழுத்துப் போடணும்'' அருண்மொழி சொன்னாள்.

''குடிச்சவங்கள, அதுவும் ராத்திரியில விட்டா டாக்டருங்க எங்களதான் திட்டு வாங்கம்மா'' செக்யூரிட்டி தன்மையாகச் சொன்னார்.

''எம் பொண்டாட்டி சாவக் கெடக்குறா, கையெழுத்துப் போடக் கூப்புடுறாங்க. இந்த நெலமயில உள்ளார வுட மாட்டன்னு சொல்றதுதான் ஒங்க சட்டமா?'' என்று கேட்டு ரவி முறைத்தான்.

''நான் பேசுறன். நீ கொஞ்சம் பேசாம இருக்கியா?'' என்று ரவியிடம் கேட்ட அருண்மொழி, செக்யூரிட்டியிடம், ''இவர்தான் பேஷண்டோட ஹஸ்பண்டு. இவர் தான் கையெழுத்துப் போடணும். ஒங்களுக்கு சந்தேகம்ன்னா அஞ்சாவது மாடியில இருக்கிற டாக்டர்கிட்ட, நர்சுகிட்ட கேட்டுப்பாருங்க. பிளீஸ் சார்'' என்று கெஞ்சி னாள். தூரத்தில் நின்றுகொண்டிருந்த அமராவதி, நடேசன், லட்சுமி மூவரும் ஏதோ தகராறு என்று நினைத்துக்கொண்டு வந்தனர். அவர்களைப் பொருட்படுத்தாமல் அருண்மொழி செக்யூரிட்டியிடம், '' 'கையெழுத்துப் போடலாமா வேணமா'ன்னு எங்ககிட்ட கேக்கதான் அவுரு கீழ வந்தாரு கையெழுத்துப் போட்டதுமே ஒடனே கீழ அழைச்சிக்கிட்டு வந்துடுறன்'' என்று சொன்னாள்.

''அழைச்சிக்கிட்டுப் போங்க. பொண்டாட்டி சாவற நெலமயில இருக்கும்போதே இப்பிடி குடிச்சிட்டு நிக்குறான்'' என்று செக்யூரிட்டி சொன்னதும் ரவிக்குக் கோபம் வந்தது.

''அத நீ பேசக் கூடாது'' என்று முறைத்தான்.

''சரிதான் போ. தெனம் ஆயிரம் பேரப் பாக்குறவங்க நாங்க'' என்று செக்யூரிட்டி அசட்டையாகச் சொன்னான்.

''என்னாப் பேசுற நீ? பேசிக்கிட்டு வம்பு வளத்துக்கிட்டிருக்கிற நேரமா இது?'' என்று அருண்மொழி கேட்ட பிறகுதான் ரவி வாயை மூடினான்.

''வா'' என்று சொல்லிவிட்டு அருண்மொழி முன்னால் நடந்தாள். ரவி அவ ளோடு நடக்க ஆரம்பித்தான்.

''எங்களயும் கொஞ்சம் உள்ளார விடுங்க சார். அஞ்சு நிமிஷத்தில வந்திடுறோம்'' என்று சொல்லி முருகன் கெஞ்சினான்.

‘‘சீக்கிரம் வாங்க’’ என்று செக்யூரிட்டி மொட்டையாகச் சொன்னார். முருகன், நடேசன் என்று நான்கு பேரும் உள்ளே ஓடினார்கள்.

ஐந்தாவது மாடிக்கு வந்து, ஹாலின் கதவை அருண்மொழிதான் தட்டினாள். மூன்று நான்கு முறை தட்டிய பிறகுதான் செக்யூரிட்டி கதவைத் திறந்தான். ரவியைப் பார்த்ததும் செக்யூரிட்டி ஒரு வார்த்தைகூடப் பேசவில்லை. கதவை நன்றாகத் திறந்து விட்டு, ‘‘வா’’ என்று சொன்னான். ரவியோடு சேர்ந்துகொண்டு மற்றவர்களும் ஹாலுக்குள் நுழைந்துவிட்டனர். செக்யூரிட்டி ஒன்றும் சொல்லவில்லை.

ஐ.சி.யு.வின் கதவை செக்யூரிட்டி தட்டினான். கதவைத் திறந்த நர்சு, ‘‘என்ன?’’ என்று கேட்டாள்.

‘‘ரேவதிங்கிற பேஷண்டோட ஹஸ்பண்ட கூப்புட சொன்னிங்கள்ள, கையெழுத்துப் போட வந்திருக்காரு.’’

‘‘டாக்டர் ரூமுக்கு அழச்சிக்கிட்டுப் போங்க.’’

செக்யூரிட்டியும் ரவியும் மருத்துவர் அறைக்குள் போனார்கள். அவர்களோடு அருண்மொழியும் போனாள்.

ஐ.சி.யு.வின் கதவைச் சாத்தப்போன நர்சிடம் அமராவதி கேட்டாள்.

‘‘எம் பொண்ணு தூங்குறாளா? முழிச்சிக்கிட்டு இருக்காளா?’’

‘‘தூங்குறாங்க.’’

‘‘பாக்க முடியுமா?’’

‘‘இப்ப முடியாது.’’

‘‘என்னெக் கொஞ்சம் விடம்மா’’ கெஞ்சினாள் அமராவதி.

‘‘இது மத்த வார்டு மாதிரி கெடயாது. சீரியஸ் கேசுங்க உள்ளது. கண்டபடி ஆளுங்கள விட்டா பேஷண்டுக்கு இன்பெக்ஷன் ஆயிடும்.’’

‘‘எதுக்கு இந்த நேரத்தில கையெழுத்து கேட்டாங்க?’’ முருகன் கேட்டான்.

‘‘நீங்க டாக்டரத்தான் கேக்கணும்.’’

‘‘எம் பொண்ணு தூங்குறாளா முழிச்சிக்கிட்டு இருக்காளான்னு பாத்திட்டு சொல்லு தாயி. முழிச்சிக்கிட்டிருந்தா ‘ஒங்கம்மா, அப்பா, அண்ணன் எல்லாரும் இங்கதான் இருக்காங்க’ன்னு சொல்றியாம்மா?’’ என்று சொல்லிக்கொண்டே கண் கலங்கிய அமராவதியைப் பார்த்ததும் நர்சுக்கு என்ன தோன்றியதோ, ‘‘சொல்றன்’’ என்று சொல்லிவிட்டுக் கதவைச் சாத்திக்கொண்டாள்.

‘‘போன் பேசாதிங்க. விடியவிடிய பேசிக்கிட்டே இருப்பிங்களா?’’ என்று கேட்டு நோயாளிகளின் உதவியாளர்களை முறைத்தான் செக்யூரிட்டி. சில பேர் படுத்திருந் தனர். சிலர் உட்கார்ந்திருந்தனர். ஓரமாக ஒதுங்கி நின்றுகொண்டிருந்த அமராவதி, நடேசன், லட்சுமி மூவருடைய பார்வையும் மருத்துவர் அறையை நோக்கியே இருந்தது. முருகன் ஐ.சி.யு. அறையின் கதவை ஒட்டி நின்றுகொண்டிருந்தான்.

ரவியும் அருண்மொழியும் மருத்துவருடைய அறையிலிருந்து வெளியே வந்தனர். உடனே ரவி ஹாலின் மேற்கு மூலைக்குப் போய்த் தன்னுடைய அக்காவுடன் நின்றுகொண்டான். ரவி சிறிது தள்ளிப் போனதுமே அருண்மொழியைச் சூழ்ந்து

கொண்ட நடேசனும் அமராவதியும், ''என்னாச்சி? என்னாச்சி?'' என்று கேட்டனர். ''போட்டாச்சி'' என்று மட்டும் சொன்னாள்.

''எதுக்கு கையெழுத்துன்னு கேட்டியா?'' முருகன் கேட்டான்.

''ஏதோ மருந்த மாத்தித் தரப்போறாங்களாம். அதுக்குத்தான்.''

''சரி வா. டாக்டரப் பாப்போம்.''

''இப்பத்தான பாத்தன்.''

''நான் பேசணும்'' என்று சொன்ன முருகன், வேகமாக மருத்துவரின் அறைக்குள் நுழைந்தான். கூடவே அருண்மொழியும் போனாள்.

''சார் நான் ரேவதிங்கிற பேஷண்டோட அண்ணன்'' என்று முருகன் மருத்து வரிடம் சொன்னான்.

''சரி. சொல்லுங்க.''

''கையெழுத்து வாங்கிருக்கிங்க. என்ன பிரச்சனன்னு கேக்கலாம்ன்னு வந்தன் சார்.''

''மணி ஆயிடிச்சி. காலயில வாங்க.''

''எனி பிராப்ளம் சார்?''

''காலயில வாங்க.''

''சாயங்காலம் செண்டு பாட்டிலு வாங்கித் தரச் சொன்னாங்க. எதுக்குன்னு தெரியல சார்.''

''அப்பிடியா? நான் நைட் டியூட்டிக்கு வந்தன். பகல்ல என்னா நடந்துச்சுன்னு தெரியல.''

''ஸ்கீரின் போட்டு மூடிட்டாங்களா சார்?'' என்று அருண்மொழி கேட்டதும் மருத்துவருக்கு முகம் கடுமையாகிவிட்டது.

''ஒங்களுக்கு அப்பிடி யார் சொன்னது?''

''யாரும் சொல்லல சார். நானாத்தான் கேட்டன்.''

''நர்சு யாராச்சும் சொன்னாங்களா?''

''சத்தியமா யாரும் சொல்லல. நானாத்தான் சந்தேகப்பட்டுக் கேட்டன்.'' அருண் மொழிக்குக் கண்கள் கலங்கின. ''டாக்டருங்க, நர்சுங்க தெளிவா எதயும் சொல்ல லன்னா நாங்க என்ன சார் செய்ய முடியும்?'' என்று முருகன் கேட்டான்.

''பாத்துக்கலாம்'' என்று சொன்ன மருத்துவர் அடுத்த கேள்விக்கு வாய்ப்புக் கொடுக்கக் கூடாது என்பதுபோல எழுந்து ஐ.சி.யு. அறைக்குள் போய்விட்டார்.

முருகனும் அருண்மொழியும் அப்படியே நின்றனர். ஒருவரையொருவர் பார்த்துக் கொண்டு நின்றார்கள். மருத்துவருடைய மௌனம் அவர்களைத் திகிலடையச் செய் திருந்தது. இரண்டு பேருடைய கண்களிலும் நீர் திரண்டு நின்றது. மருத்துவரின் அறையை விட்டு வெளியே வந்தனர்.

''டாக்டர் என்னா சொன்னாரு?'' என்று அமராவதி கேட்டாள். முருகனும் சரி, அருண்மொழியும் சரி வாயைத் திறக்கவில்லை.

‘‘என்னப்பா ஆச்சி? என்னா சொன்னாரு?’’ நடேசன் கேட்டார்.

‘‘காலயில வாங்க, பேசிக்கலாம்ன்னு ஒரே வாத்தயா சொல்லிட்டாரு’’ முருகன் சம்பந்தம் இல்லாத ஆளுக்குப் பதில் சொல்வது மாதிரி சொன்னான்.

நடேசன், முருகன், அமராவதி மூன்று பேரும் பேசிக்கொண்டிருந்ததைப் பார்த்துக் கொண்டே அருகில் இருந்த சுவரில் சாய்ந்து உட்கார்ந்திருந்த ஒரு பெண் பக்கத்தி லிருந்தவளிடம் ரகசியம் போன்று, ‘‘முடிஞ்சிபோயிருக்கும். அதுதான் இந்த நேரத்தில கூப்புட்டுப் பேசுறாங்க’’ என்று சொன்னாள். பிறருக்குக் கேட்கக் கூடாது என்பது போல்தான் அந்தப் பெண் சொன்னாள். ஆனால், அந்த இடத்திலிருந்த அமைதியால் அவள் சொன்னது முருகனுக்கும் அருண்மொழிக்கும் தெளிவாகவே கேட்டது.

‘‘வெளிய போயிடுங்க. நேரமாச்சு’’ என்று செக்யூரிட்டி சொன்னான். ஆனால், கட்டாயப்படுத்தவில்லை. அருண்மொழி, அமராவதி என்று ஒவ்வொருவராக வெளியே வந்தனர். கடைசியாக ரவியும் வெளியே வந்து படிக்கட்டில் உட்கார்ந்து கொண்டான்.

தரைத் தளத்துக்கு வந்தபோது செக்யூரிட்டிக்கு அருகில் சென்று, ‘‘ரொம்ப தேங்க்ஸ் சார்’’ என்று அருண்மொழி சொன்னாள். ‘சரி’ என்பது மாதிரி தலையை மட்டும் ஆட்டிய செக்யூரிட்டி, ‘‘ஆம்புலன்ஸ் வருது. வழியில நிக்காதிங்க’’ என்று சொன்னான்.

ஆம்புலன்ஸ் ஒன்று வந்து நின்றது. நோயாளியை இறக்கிக்கொண்டு வந்தார்கள். பகலில் இருப்பதுபோலக் கூட்டம் இல்லை, லட்சுமி மட்டும்தான் ஆம்புலன்ஸி லிருந்த இறக்கப் பட்ட நோயாளி ஆணா, பெண்ணா என்று பார்ப்பதற்கு ஓடினாள். மற்ற நான்கு பேரும் எந்த உணர்ச்சியும் இல்லாமல் அவசரச் சிகிச்சைப் பிரிவுக் கட்டடத்துக்குச் சிறிது தூரம் தள்ளித் தெற்காக வந்து நின்றுகொண்டிருந்தனர். நோயாளியைப் பார்த்துவிட்டு வந்த லட்சுமி, ‘‘ஹார்ட் அட்டாக்காம்’’ என்று சொன் னாள். அதற்கு யாரும் எந்தப் பதிலும் சொல்லவில்லை. யார் அதிக நேரம் பேசாமல் இருப்பது என்பது மாதிரி எல்லாருமே எங்கெங்கோ பார்த்தபடி நின்றுகொண் டிருந்தனர். சன நடமாட்டம் இல்லை. கார், பைக் என்று எதுவுமே இல்லை. சுற்றுப்புறம் இருட்டும் வெளிச்சமுமாக இருந்தது. குளிர்ச்சியான காற்றும் வீசிக் கொண்டிருந்தது.

‘‘நீங்க வீட்டுக்குப் போங்க’’ என்று அமராவதி சொன்னாள்.

‘‘வீட்ட வந்து எந்தத் திருடன் தூக்கிக்கிட்டுப் போவப்போறான்?’’ நடேச னுடைய கேள்விக்கு அமராவதி பதில் சொல்லவில்லை. ஆனால், முருகனிடம், ‘‘டிரை வர கார எடுத்துக்கிட்டு வரச் சொல்லு, தம்பி’’ என்று சொன்னாள்.

‘‘நீங்க என்னாப் பண்ணுவிங்க?’’ நடேசன் கேட்டார்.

‘‘அத நாங்க பாத்துக்கிறோம். நீங்க கௌம்புங்க.’’ அமராவதி ஏதோ ஒரு முடிவுக்கு வந்த மாதிரி கறாராகச் சொன்னாள்.

‘‘நீயும் போ’’ என்று அருண்மொழியிடம் லட்சுமி சொன்னாள். ஒரே வார்த்தை யாக அவள் சொன்னாள், ‘‘நான் போவல.’’

‘‘கிளம்புங்க’’ என்று அமராவதி சொன்னாள். நடேசனுக்கு அமராவதியின் மீது கோபம் வந்தது. அதை அவளிடம் காட்டாமல் முருகனிடம் காட்டினார். ‘‘வண்டிய

வரச் சொல்லு.'' டிரைவருக்கு முருகன் போன் செய்தான். நான்கு ஐந்து நிமிடத் திலியே கார் வந்தது. காரில் ஏறிக்கொண்ட நடேசன், ''பத்து நிமிஷத்துக்கு ஒரு தடவ போன் பண்ணனும். என்னா நடக்குதின்னு சொல்லணும்'' என்று கட்டளை மாதிரி சொன்னார்.

''சரி'' என்று சொன்னான் முருகன்.

''போப்பா.'' குமாரிடம் நடேசன் சொன்னார்.

15

நடேசன் போன் போட்டு முருகனிடம் பேசினார். ''என்னப்பா ஆச்சி? ஏன் போனே பண்ணல? எதுக்கு ஒரு மாதிரியா பேசுற? நான் இங்கிருந்து அஞ்சு மணிக்கு கிளம்பலாமின்னு இருக்கன். அட்டண்டரா இருந்த பொம்பள கிளீன் பண்ண போயிட்டு வந்திட்டாளா? தெரியலியா? அவ வெளிய வந்தாதான் தெரியுமா? சரி, படிக்கட்டுலதான் ஒக்காந்து இருக்கிங்களா? அந்தப் பொம்பள வெளிய வந்ததும் என்னா, ஏதுன்னு கேட்டுட்டு எனக்குப் பேசு'' என்று சொல்லிவிட்டு போனை மேசையின்மீது வைத்தார். நாற்காலியில் உட்கார்ந்தார். வேறு வேலை ஏதாவது செய்யலாம் என்றால் திரும்பத்திரும்ப ரேவதிபற்றிய ஞாபகம்தான் வந்துகொண் டிருந்தது. அவளுடைய நினைவிலிருந்து ஒரு நொடி நேரம்கூட அவரால் விலகி யிருக்க முடியவில்லை.

பிறந்த நட்சத்திரத்தை வைத்து, 'ரேவதி' என்று பெயர் வைத்தது, பிறந்த முடி எடுப்பதற்காக வைத்தீஸ்வரன் கோயிலுக்குச் சென்றது, ப்ரி.கே.ஜி.யில் சேர்க்கப் போனது, நெய்வேலி க்ளுனி பள்ளியில் சேர்க்கப் போனது, அண்ணா யுனிவர் சிட்டியில் சேர்ப்பதற்குப் போனது, லீவுக்கு அழைக்கப் போனது, வயசுக்கு வந்த போது பெரிய கல்யாண மண்டபத்தில் மஞ்சள் நீராட்டு விழா செய்தது என ஒவ்வொன்றாக நினைவுக்கு வந்தது. பழைய நினைவுகள் கண்ணீரைக் கொண்டு வந்தன. அதனால் யாருக்கோ சொல்வது மாதிரி சொன்னார். 'புள்ளைங்க பெத்த வங்கள சாவடிக்கிறாங்களா? பெத்தவங்க புள்ளைங்கள சாவடிக்கிறாங்களா?' வீட் டைப் பார்த்தார். வெறுமை நிறைந்திருந்தது. அந்த வெறுமை தீயசகுனத்தை உணர்த்து வதுபோல இருந்தது.

''விட்டுக்கொடுத்துப்போனதில, எந்த அர்த்தமும் இல்ல. பிரிச்சிக் கொண்டாந் திருக்கணும்'' என்று சொன்னார்.

கடிகாரத்தைப் பார்த்தார். ஒரு காரணமுமின்றிச் சமையலறைவரை சென்றார். உடனே திரும்பி வந்தார். கதவைத் திறந்துவிட்டார். கூடத்தில் மூன்று நான்கு முறை சுற்றிச்சுற்றி வந்தார். திடீரென்று நினைவுக்கு வந்ததுபோல் அருண்மொழிக்கு போன் போட்டு, ''அந்தப் பொம்பள உள்ளாரப் போயிட்டு வந்திட்டாளா? இன்னம் வெளிய வல்லியா? வந்ததும் எப்பிடி இருக்கான்னு கேட்டுச் சொல்லு. ஒடனே பேசணும் புரி யுதா? அவகிட்ட போன் இருந்தா கேட்டுச் சொல்லு. சரி. வச்சிடு'' என்று சொல்லி விட்டு போனை வைத்தார். அடுத்து என்ன செய்வது? தொலைக்காட்சியைப் போட் டார். பிளாஷ் நியூசில் திருப்பதிக்குச் சென்றுவிட்டுத் திரும்பிக்கொண்டிருந்த கார்

விபத்துக்குள்ளானதில் ஒரே குடும்பத்தைச் சேர்ந்த எட்டுப் பேர் சம்பவ இடத்தி லேயே இறந்துவிட்டனர் என்பதைத் திரும்பத்திரும்பக் காட்டிக்கொண்டிருந்தார்கள்.

''எங்க பாத்தாலும் சனங்க செத்துக்கிட்டே இருக்காங்க'' என்று சொன்னார். தொலைக்காட்சியின் ஒலி அளவைக் குறைத்தார். பிறகு வீட்டுக்குள்ளேயே ஒரு சுற்றுச் சுற்றி வந்தார். போன் மணி அடித்தது. பதற்றத்தோடு போனை எடுத்து, ''என்னாச்சிம்மா? அவ நெம்பரு தெரியலியா? அவங்கிட்ட கேட்டியா? அப்பிடியா? ஆஃப் பண்ணியிருக்கானா? அவன் அந்த எடத்தில இல்லியா? என்னிக்கித்தான் அவன் நம்பள நிம்மதியா இருக்க வுட்டான்? நீங்க அந்தப் பொம்பள வெளிய வந்ததும் என்னா ஏதுன்னு கேட்டுச் சொல்லு. சரி வச்சிடு'' என்று அருண்மொழியிடம் சொல்லிவிட்டு போனை வைத்தார். எழுந்து போய்ப் பல் விளக்க ஆரம்பித்தார். அவர் பல் விளக்கிய விதம் பழக்கதோஷத்தில் செய்வதுபோல இருந்தது.

''குமாரு சரியா ஆறு மணிக்கு வந்துடு. லேட் பண்ணாத. நான் இப்பவே ரெடியாத்தான் இருக்கன். நீ வந்துடு'' என்று சொல்லி போனை வைத்தார். மணியைப் பார்த்தார். ஐந்து. தொலைக்காட்சியைப் பார்த்தார். மதுரையில் லாரி மோதி கணவன் மனைவியுடன் இரண்டு வயதுக் குழந்தையும் பலி என்று செய்தி ஓடிக்கொண்டிருந்தது. அதைப் பார்த்துவிட்டு, ''பாதிக்குப் பாதிப் பேரு ஆக்சிடண்டுலதான் சாவுறாங்க. மீதி பேரு தீக்குளிச்சி சாவுறாங்க'' என்று சொன்னார். சிறிது நேரம் கழித்து ''எப்பப் பாரு ஒரே சாவு செய்தியாத்தான் போடுறானுவ'' என்று சொல்லி தொலைக்காட்சிகாரர்களைத் திட்டினார். போனை எடுத்து முருகனைக் கூப்பிட்டார். ''ஹலோ'' என்று சொல்வதற்குள்ளாகவே முருகன் போனை கட் பண்ணிவிட்டான். அடுத்து அருண்மொழிக்கு போன் போட்டார். இரண்டு மூன்று ரிங் போய்க் கொண்டிருக்கும்போதே அவள் போனை கட் பண்ணிவிட்டது தெரிந்தது. ஒரு நொடிதான். இரண்டு பேரும் ஏன் போனை எடுக்கவில்லை? ரேவதி இறந்துவிட்டாளோ? தடதடவென்று உடம்பு நடுங்க ஆரம்பித்துவிட்டது. நடுக்கத்தைக் குறைப்பதற்கு நாற்காலியில் உட்கார்ந்தார். நின்றுகொண்டிருந்தபோது இருந்ததைவிட உட்கார்ந்த பிறகுதான் அதிகமாக நடுங்கியது. மீண்டும் பேசலாம் என்று போனை எடுத்தார். கை நடுக்கத்தில் போன் நழுவிக் கீழே விழுந்துவிட்டது. பெரிய அபசகுனமாக நினைத்தார். அதனாலேயே கூடுதலாக நடுக்கமெடுத்தது. போனை எடுத்து முருகனுக்குப் போட்டார். அவன் போனை எடுக்கவில்லை. அடுத்து அருண்மொழிக்குப் போன் போட்டார். அவளும் எடுக்கவில்லை. நடேசனுடைய கண்களிலிருந்து கண்ணீர் தானாக இறங்க ஆரம்பித்தது. கண்ணீர் மொத்த வீட்டையுமே மறைத்தது. சிரமப்பட்டு எழுந்து, தள்ளாடியபடியே சென்று படுக்கையில் விழுந்தார். உடம்பு அனலாக இருந்தது. நின்றுகொண்டிருந்தபோது இருந்ததைவிட, நாற்காலியில் உட்கார்ந்தபோது இருந்ததைவிட, படுத்த பிறகுதான் பயம் அதிகமாக இருந்தது. படுக்கையிலேயே இருந்தால் மாரடைப்பு வந்து செத்துவிடுவோம் என்று பயந்தார். வயிற்றுக்குள் நெருப்புக்கட்டியை வைத்ததுபோலச் சூடாக இருந்தது. மூக்கின் வழியாகவும் வாய் வழியாகவும் மூச்சுவிட்டார். பதற்றம், தவிப்பு, படபடப்பு, நடுக்கம் அடங்குவதுபோல் தெரியவில்லை. நடுங்கிக்கொண்டே எழுந்து வாசலுக்கு வந்தார்.

தெருவில் ஆள் நடமாட்டம் இருந்தது. நடைப் பயிற்சிக்குச் செல்கிற ஆண்களும் பெண்களும் வேகவேகமாக நடந்துகொண்டிருந்தனர். நடந்து போகிறவர்களில் யாராவது தெரிந்தவர்கள் இருந்து, ரேவதி தீக்குளித்த விஷயம் தெரிந்து விசாரித்தால் என்ன செய்வது என்ற கவலை உண்டானதும் வீட்டுக்குள் வந்தார். விளக்குகள் எரிந்துகொண்டிருந்தாலும் வீடு இருட்டுக்குள் மூழ்கிக் கிடப்பதுபோல அவருக்குத் தோன்றியது. மறந்துபோனதைச் செய்வது மாதிரி குளிப்பதற்குப் போனார். குளித்து முடித்ததும் பேண்ட் சட்டை என்று ஒவ்வொன்றாகப் போட்டுக்கொண்டார். நேரத்தைப் பார்த்தார். ஐந்தரை. முருகனுக்கு போன் போடலாம் என்று எடுத்தார். மறுநொடியே வேண்டாம் என்று பேசாமல் வைத்துவிட்டார். கொலை செய்து விட்டு மாட்டிக்கொண்டது போல் நெஞ்சு படபடத்தது. உடம்பு நடுங்கியது. நாக்கு உலர்ந்துவிட்டது. உட்கார முடியவில்லை. வாசலுக்கு வந்தார். எதிர் வீட்டுப் பெண் கோலம் போடுவதை விட்டுவிட்டு, ''எப்படி சார் இருக்கு?'' என்று கேட்டாள்.

''எந்த நிமிஷமும் எதுவும் நடக்கலாம்.''

''மனம் துணிஞ்சிதானக் கொளுத்தியிருக்கான்? அவனுக்கு மனசு கல்லா இருக் குமா? நெனச்சாலே திகிலா இருக்கு சார்'' என்று சொன்னாள். அப்போது காவனூர் பள்ளியின் தலைமை ஆசிரியர் ராஜமாணிக்கம் அந்த வழியாக வந்தார். நடேசனைப் பார்த்துவிட்டு, ''சேதி கேள்விப்பட்டன் சார். எப்பிடி இருக்கு?'' என்று கேட்டார்.

''இருக்கு சார்.''

''நல்லாயிடும். கவலப்படாம இருங்க.''

''சரி.''

''ஒரு நாளக்கி வாக்கிங் போகலன்னா எதயோ பறிகொடுத்த மாதிரி இருக்கு. அன்னிக்கிப் பூராவும் வேலயே ஓட மாட்டங்குது. போயிட்டுவரட்டுங்களா?''

''வாங்க சார்.''

ராஜமாணிக்கம் வேகமாக நடக்காவிட்டால் உயிர் நின்றுவிடும் என்பதுபோல நடக்க ஆரம்பித்தார்.

கோலம் போட்டுக்கொண்டிருந்த எதிர் வீட்டுப் பெண் கோலத்தை முடித்துவிட்டு வீட்டுக்குள் போனாள். நடேசன் கார் வருகிறதா என்று பார்த்தார். கார் வரவில்லை. மணியைப் பார்த்தார். ஆறு. குமாருக்கு போன் போட்டார். அவன் போனை எடுக்கவில்லை. பயங்கரமான கோபம் வந்தது. மீண்டும் போன் போட்டார். குமார் போனை எடுத்தான்.

''மணி ஆயிடிச்சி. நான் ஒரு மணி நேரமா ஒக்காந்திருக்கன். எங்க, பெட்ரோல் பங்குல நிக்குறியா? போற வழியில எண்ணெயப் போட்டுக்கக் கூடாதா? அப்பிடியா? சரிசரி. கொஞ்சம் சீக்கிரம் வா'' என்று சொல்லி போனை வைத்தார்.

நாற்காலியில் உட்கார்ந்திருந்த நடேசனுக்குக் கடுமையாகத் தலை வலித்துதுக் கொண்டிருந்தது. மேசையின் மீது தலையைச் சாய்த்துப் படுக்கலாம் என்று நினைத்த போது வள்ளலார் காட்டும் வாழ்க்கை நெறிமுறைகள் என்ற புத்தகம் கண்ணில் பட்டதும், இடர்களையும் திருப்பதிகங்கள் என்ற புத்தம் நினைவுக்கு வந்தது. சிதம் பரம் நடராஜர் கோயிலில் நடந்த முற்றோதல் நிகழ்ச்சிக்குப் போயிருந்தபோதுதான்

வாங்கினார். வாங்கிவந்த முதல் வாரத்தில் இரண்டு மூன்று முறை அந்தப் புத்தகத்தைப் படித்திருக்கிறார். கல்யாணமாகாதவர்கள் கல்யாணம் நடக்க, குழந்தை பாக்கியம் இல்லாதவர்களுக்கு குழந்தை பாக்கியம் கிடைக்க, வியாதியஸ்தர்கள் குணமாக, மனக் கிலேசம் உள்ளவர்கள் மனக் கிலேசம் தீர வேண்டும் என்று அவரவர் தேவைக்கேற்பப் பதிகங்களைப் படிப்பார்கள். குறிப்பிட்ட பதிகத்தைப் படித்தால் வேண்டுதல் நிறைவேறும் என்பது நம்பிக்கை. புத்தகத்தைத் தேட ஆரம்பித்தார்.

தேவையற்ற பொருள்கள் எல்லாம் கண்ணில் பட்டன. குப்பைத் தொட்டியில் போட வேண்டிய குப்பைகள் எல்லாம் பத்திரமாக வீட்டுக்குள் இருந்தன. ஆனால், அவர் தேடுகிற புத்தகம் மட்டும் காணவில்லை. புத்தகம் காணாமல்போவதற்கு, திருடுபோவதற்கு வாய்ப்பே இல்லை. புத்தகத்தைத் திருடுவதற்காக உலகில் எந்தத் திருடனும், எந்த வீட்டுக்கும் வருவதில்லை என்று நினைத்துக்கொண்டே புத்தகத்தைத் தேடினார். நடேசனுக்கு வீட்டின் மீது, அமராவதியின் மீது வெறுப்பும் கோபமும் வந்தன. எங்கு தேடியும் புத்தகம் கிடைக்காததால் அலுத்துப்போய் வந்து நாற்காலியில் உட்கார்ந்தார்.

''அதிர்ஷ்டம் கெட்ட பொண்ணாப் பொறந்திருக்கா'' என்று சொல்லி வள்ளலார் காட்டும் வாழ்க்கை நெறிமுறைகள் என்ற புத்தகத்தை எடுத்தார். அந்தப் புத்தகத்தின் கீழேதான் அவர் இதுவரை தேடிய புத்தகம் இருந்தது. புத்தகத்தைப் பார்த்ததும் மனதிலும், உடலிலும் அப்படியொரு குளிர்ச்சி ஏற்பட்டது. ரேவதிக்கு ஒன்றும் ஆகாது என்ற நம்பிக்கை ஏற்பட்டது. ''நான் லூசுதான்'' என்று சொல்லிவிட்டுப் புத்தகத்தை எடுத்தார்.

தேவார திருமுறைகளில் எல்லாப் பதிகங்களுமே அருள் நிறைந்தன. அல்லல் அறுப்பன. அமைதி தருவன. சைவ சித்தாந்தம் பெரிதுபடுத்திப் பேசும் தத்துவங்கள் முப்பத்தாறு. அதே எண்ணிக்கையில்தான் திருப்பதிகங்களும் தொகுக்கப்பட்டுள்ளன என்பதைப் படித்தவர், நோய் தீர வேண்டி, படிக்க வேண்டிய பதிகம் எங்கு இருக்கிறது என்று ஒவ்வொரு பக்கமாகப் புரட்டும்போது 'செய்வினை வந்து எமைத் தீண்டப்பெறா திருநீலகண்டம்' என்ற வரி கண்ணில் பட்டது. நோய் தீர வேண்டிப் படிக்கக்கூடிய பதிகத்தை எடுத்தார். 'தாயும் இலி, தந்தையும் இலி, தான் தனியன். காண்ஏடி' என்ற வாக்கியத்தைப் படித்ததும் இது தான் படிக்க வேண்டிய பதிகம்தானா என்ற குழப்பம் உண்டாயிற்று. அந்தப் பாடலை விட்டுவிட்டு வேறு பாடலைப் படித்தார். 'துஞ்சலும் துஞ்சல் இல்லாத போழ்தீனும், நெஞ்சம் நைந்து நினைமின், நாள்தொறும் வஞ்சகம் அற்ற அடி வாழ்த்த' என்று படிக்கும்போது சொற்கள் வெறும் கரும் புள்ளிகளாக மட்டுமே தெரிந்தன. புத்தகத்தை எடுத்துக்கொண்டு பூஜை அறைக்குள் போனார். ஐந்தாறு சாமி படங்கள் இருந்தன. ''எம் பொண்ணு உசுரோட திரும்பி வரணும்'' திரும்பத்திரும்ப அந்த ஒரு சொல்லை மட்டும்தான் சொன்னார். நெடுஞ்சாண்கிடையாக விழுந்து கும்பிட்டார். சிறிது நேரம் அப்படியே கிடந்தார். அவருடைய மனதிலிருந்த சாமிப் படங்களின் உருவங்கள் படிப்படியாக மறைந்து ரேவதியினுடைய உருவம் மெல்லமெல்ல உருப்பெற்றுவந்தது. பிறந்த சிறிது நேரத்தில் அவளைத் தூக்கிக்கொண்டு வந்து அவருடைய மடியில் அமராவதியினுடைய அம்மா வைத்தபோது எப்படியிருந்தாள்

என்பதிலிருந்து ஆரம்பித்து, அவள் நடக்க ஆரம்பித்தபோது, விளையாட ஆரம்பித்த போது எப்படி இருந்தாள், பள்ளியில் சேர்க்கும்போது, சென்னைக்குப் படிக்கப் போகும்போது எப்படி இருந்தாள். போட்டோ ஆல்பத்தைப் புரட்டினால் எப்படி ஒவ்வொரு போட்டோவாக வருமோ அதுபோல உருவமும் நினைவுகளுமாக அவருடைய மனதில் உயிர் பெற்று வளர்ந்தாள் ரேவதி.

எழுந்து நின்றார். மீண்டும் ஒரு முறை கும்பிட்டார். திருநீறு எடுத்து வழக்கத் துக்கு மாறாக நெற்றி நிறையப் பூசிக்கொண்டார். ரேவதி குடியிருந்த வீட்டுக்கும், அவருடைய வீட்டுக்கும் இடையில் ஒரு கிலோமீட்டர் தூரம்கூட இருக்காது. ஆறு வருஷத்தில் ஒரு முறைகூட அங்கு போக வேண்டும் என்று அவருக்குத் தோன்றியதே இல்லை. பல முறை வீடு மாறிய போதுகூட பர்மா நகரிலேயேதான் அடுத்தடுத்த வீடு என்று மாறினாள். ஒரு கிலோமீட்டர் தூரம் எப்படிக் கடக்க முடியாத தூரமாக இருந்தது? இப்படி ஆயிரம் கேள்விகள் அவருடைய மனதுக்குள் உண்டாயின. ஆனால், ஒன்றுக்குக்கூட அவரிடம் பதிலில்லை.

தோட்டத்துக் கதவிலிருந்து ஒவ்வொரு கதவாகப் பூட்டிக்கொண்டே வந்தார். வாசல் கதவையும் பூட்டினார். கேட்டையும் பூட்டினார். தெருவில் வந்து நின்று கொண்டு கார் வருகிறதா என்று பார்த்தார். கார் வரவில்லை. முருகனுக்கு போன் போட்டார். முருகன் போனை எடுத்தான்.

''என்னப்பா ஆச்சி? அந்தப் பொம்பள வெளிய வந்துட்டாளா? என்ன சொன்னா? ஐ.சி.யு.க்குள்ளார அவ போகவே இல்லியா? கூப்புடலன்னா அவ போயி கேக்க வேண்டியதுதான? கேட்டதுக்கு அப்பறம் கூப்புடுறன்னு சொல்லிட்டாங்களாமா? என்னா அதிசயமா இருக்கு? இதுக்குத்தான் நம்ப ஆள அட்டண்டரா அனுப்பி யிருக்கணும். பெரிய தப்புப் பண்ணியாச்சி தம்பி. அந்தப் பொம்பள வெளிய வந்துட் டாளா? எப்ப? பத்து நிமிஷம் இருக்குமா? சரி அவகிட்ட யாரு பேசுனது? நீ இல்லியா? அருண்மொழிதான் பேசுச்சா? அருண்மொழி பக்கத்தில இருந்தா போன கொடேன். பக்கத்தில இல்லியா? நான் இன்னம் அஞ்சு நிமிஷத்தில கிளம்பிடுவன். அருண்மொழியப் பேசச் சொல்லு.''

ஐ.சி.யு.வுக்குள் ரேவதியினுடைய அட்டண்டரைக் கூப்பிடவில்லை என்று முருகன் சொன்னதிலிருந்து அவரால் நிற்க முடியவில்லை. கால்கள் கீரைத்தண்டு மாதிரி துவண்டுபோயின. தொண்டைக் குழி வறண்டுபோயிற்று. உடம்பு நெருப்புத் தணலாகச் சுட்டது. நெஞ்சுத் துடிப்பு பல மடங்கு அதிகரித்துவிட்டது. வியர்த்துக் கொட்டியது. கண்களில் பூச்சி பறக்கிற மாதிரி இருந்தது. நிற்க முடியாததால் கேட்டைப் பிடித்துக்கொண்டு நின்றார்.

போன் போட்டார். போனை குமார் எடுக்கவில்லை.

வீட்டிலிருந்து வெளியே வந்த பக்கத்து வீட்டுப் பெண் வாசலில் நடேசன் நிற்பதைப் பார்த்துவிட்டு பக்கத்தில் வந்து, *''என்னாச்சி சார்?''* என்று கேட்டாள்.

''அப்படியேதான் இருக்கு.''

''நேத்து வந்தும் எங்களால பாக்க முடியல. ஒரே வருத்தமா இருந்துச்சி. இவ்வளவு தூரம் அலஞ்சும் புண்ணியம் இல்லாமப் போயிடிச்சி. பொழச்சிக்குமா சார்?''

''சொல்ல முடியாது.''

''ஐயோ பாவமே'' என்று உருகிப்போன பக்கத்து வீட்டுப் பெண், ''நீங்க மட்டும் வந்திங்களா? மேடமும் வந்து இருக்காங்களா?'' என்று கேட்டார்.

''நான் மட்டும்தான் வந்தன்.''

''இந்தப் பொம்பளப் புள்ளைங்க ஏன்தான் இப்புடிச் செய்யுதுங்களோ? நேத்து உளுந்தூர்பேட்டயில ரேவதி மாதிரி ஒரு பொண்ணு தீக்குளிச்சிட்டாளாம். தீக் குளிச்சதோட இல்லாம ரெண்டு புள்ளைங்களயும் சேத்து அணச்சிப் புடிச்சிக்கிட் டாளாம். ரெண்டு புள்ளையும் அந்த எடத்திலேயே செத்துப்போச்சாம். அந்த பொண்ண மட்டும் விழுப்புரம் ஆஸ்பத்திரிக்கு ஏத்திக்கிட்டுப் போயிருக்காங்களாம். ராத்திரி நியூசில சொன்னான். ஒரு நாளக்கி நாடு பூராவும் பாத்தா பத்து இருவது பேராவது தீக்குளிப்பாங்கன்னு நெனக்கிறன் சார்.''

''இருக்கும்.''

''வீட்டுலயும் வச்சிருக்க முடியல. கல்யாணம் கட்டிக்கொடுத்தாலும் இந்த மாதிரி செய்யுறானுவ. ஒவ்வொரு நாளும் பயந்துகிட்டுத்தான் இருக்க வேண்டியிருக்கு. டீ கொண்டு வரட்டுமா சார்?''

''வேண்டாம்மா. கார் வந்துடும். போயிடுவன்.''

''இருங்க. எங்க சாரக் கூப்புடுறன்'' என்று சொல்லிவிட்டுப் பக்கத்து வீட்டுப் பெண் வீட்டுக்குள் போனாள்.

கார் வந்தது. நடேசன் ஏறிக்கொண்டார். கார் புறப்பட்டது.

''பங்குல லாரி, பஸ்ஸின்னு வரிசியா நின்னுடுச்சி சார். அதான் லேட்டு'' என்று குமார் சொன்ன சமாதானத்தைக் கேட்பதற்குப் பொறுமை இல்லாமல் நடேசன் கடுப்புடன் சொன்னார்.

''வேகமாப் புடிச்சி போ.''

தெரு நாய் ஒன்று பெரிதாக ஊளையிட்டது.

16

நடேசனுக்கு உட்கார்ந்துகொண்டிருக்க முடியவில்லை. சாய்ந்து உட்கார்ந்து கண் களை மூடிக்கொண்டார். கண்களைத் திறந்து பார்க்கவே பயந்தார். கண்களைத் திறந்து பார்த்தால் பெரிய ஆபத்து வந்துவிடும் என்பதுபோல இருந்தது அவருடைய செய்கை. அவர் சாய்ந்திருந்த விதம் பிணத்தைச் சாத்திவைத்ததுபோல இருந்தது. அதைக் கண்ணாடி வழியே பார்த்த குமார், ''ஒண்ணும் ஆவாது, பயப்படாம இருங்க சார்'' என்று சொன்னான். அவன் சொன்னதை அவர் கேட்கவில்லை.

கார் நெய்வேலியைத் தாண்டும்போது போன் மணி அடித்தது. போனை எடுத்து உயிரற்ற குரலில், ''சொல்லு முருகா. என்னாச்சி? நான் நெய்வேலியத் தாண்டி வந்து கிட்டு இருக்கன். என்னா சொல்ற? லேட்டா வந்தாப் போதுமா? இப்பச் சொன்னா எப்பிடி? சரி. அந்தப் பொம்பளகிட்ட திருப்பியும் கேட்டியா? நர்சுகிட்ட போய்

ஏன் அட்டண்டரக் கூப்புடலன்னு கேட்டியா? அதுக்கு என்னா சொன்னாங்க? டாக்டரப் பாருங்கன்னு சொல்லிட்டாங்களா? நான் திரும்பி வீட்டுக்குப் போவணுமா? என்னப்பா சொல்ற நீ? ரேவதி இறந்துபோயிட்டான்னா நெனக்கிற? அட ஆண்டவனே. எப்ப வேணுமின்னாலும் சொல்லலாமா? ஐயோ கடவுளே. எப்பவும் எட்டு மணிக்கு மேலத்தான் சொல்வாங்களா? அட சிவனே. போலீசக் கூப்புட்டுக்கிட்டு வர மாதிரி இருக்குமா? சரி. நான் திரும்பிப் போறன். எனக்கு அந்தப் பொம்பளயப் பேசச் சொல்லன். முடிஞ்சிடிச்சின்னு நெனச்சிக்கலாமா? பழனி ஆண்டவா'' என்று சொல்லும்போது அவருடைய கையிலிருந்து நழுவி செல்போன் கீழே விழுந்துவிட்டது. அவர் சொல்லாமலேயே குமார் காரை ஓரம்கட்டி நிறுத்தினான்.

''வீட்டுக்குப் போகலாமா சார்?'' என்று குமார் கேட்டான்.

பேச முடியாததால் 'இரு' என்பது மாதிரி கையால் சைகை மட்டும் காட்டினார்.

கீழே கிடந்த போனை குமார் எடுத்துக் கொடுத்தான். முருகனுக்குப் போன் போட்டார். பிஸியாக இருந்தது. அருண்மொழிக்குப் போட்டார். பிஸியாக இருந்தது. அமராவதிக்குப் போன் போட்டார். எடுக்கவில்லை. அருண்மொழியிடமிருந்து போன் வந்தது. எடுத்துப் பேசினார்.

''என்னம்மா? நேத்து சாயங்காலமே ஸ்கிரீன் போட்டு மூடிட்டாங்களாமா? மத்த அட்டண்டருங்க சொன்னாங்களா? எல்லாரும் நேத்து ராத்திரியே முடிஞ்சிப் போச்சின்னு சொல்றாங்களா? அட ஆண்டவனே. என்னது? ரேவதியோட பெட்டு கிட்ட யாரயும் விடலியா? நர்சும், டாக்டர் மட்டும் இன்னம் வாயத் தொறக்கலியா? எட்டு மணிக்கு மேலதான் சொல்வாங்களா? போலீச அழச்சிக்கிட்டு வந்தாத்தான் பாடியத் தருவாங்களா? சரி. கூப்புடு. நான் இங்கியே இருக்கன். நான் போன ஆன்லதான் வச்சியிருக்கன்'' எப்போதும் இல்லாத அளவுக்கு அவருடைய உடம்பு ஜில்லிட்டுப் போயிற்று.

''சீட்டுல அப்பிடியே படுங்க சார்'' என்று குமார் சொன்னான். நடேசன் குழந்தை மாதிரி காரினுடைய சீட்டில் படுத்துக்கொண்டார். குமார் காரை எடுத்தான்.

வீட்டுக்கு முன் வந்து காரை நிறுத்திவிட்டு சாவியை வாங்கி வீட்டைத் திறந்தான் குமார். கைத்தாங்கலாக நடேசனை அழைத்துக்கொண்டு வந்து படுக்கையில் படுக்க வைத்தான்.

''காருல இருக்கன் சார்'' என்று சொல்லிவிட்டு வெளியே போனான். •

பகுதி நான்கு

1

‘‘என்னா தம்பி? முடிஞ்சிடிச்சா? இப்பத்தான் சொன்னாங்களா? உயிரு எத்தன மணிக்கு அடங்குச்சாம்? தெரியலியா? இதுக்குத்தான் நேத்து ராத்திரியே கையெழுத்து வாங்குனாங்களா? நான் ஒடனே ஸ்டேஷனுக்குப் போறன். போலீஸ் வந்தாதான் பாடியத் தருவாங்களா? கையோட அழச்சிக்கிட்டு வந்துடுறன். நாலு மணிக்குள்ளார வரணுமா? அதுவரைக்கும் நான் என்னா செய்யப்போறன்? ஒடனே வந்துடுவன். அந்த நாயி வருதா வல்லியான்னு நான் எதுக்குப் பாக்கப்போறன்? நானே எல்லா செலவயும் செஞ்சி போலீச அழச்சிக்கிட்டு வந்துடுறன். எம் பொண்ணே போயிட்டா. அந்த நாயி வந்து போலீசக் கூப்புட்டுக்கிட்டு வரட்டுமின்னு காவ காத்துக்கிட்டா இருக்கப்போறன்? ‘அம்மா அம்மா’ன்னு கூப்பிட்ட நம்பள ‘பாடி’ன்னு சொல்ல வச் சிட்டான் பாரு. நீ அழுவாதப்பா. நான் எதுக்கு அழுவப்போறன்? எம் பொண்ணு உசுரே அடங்கிப்போச்சி. அவ உசுரோட இருக்கணுமின்னுதான் கண்ணு இல்லாத மாதிரி, வாயி இல்லாத மாதிரி இத்தினி வருசமா இருந்தன். நீ போன வை. நான் கிளம்பிட்டன்’’ என்று சொல்லி போனை வைத்த வேகத்திலேயே கதவைப் பூட்டி னார். காரிடம் வந்து, ‘‘கார எடு குமாரு. போலீஸ் ஸ்டேஷன் போவணும்’’ என்று படபடப்புடன் சொன்னார்.

‘‘தகவல் வந்துச்சா சார்?’’

‘‘முடிஞ்சிபோச்சி குமாரு. இப்பத்தான் சொன்னாங்களாம்’’ நடேசன் அழுதார்.

‘‘ஒக்காருங்க போவலாம்.’’ குமார் காரை ஸ்டார்ட் செய்தான். நடேசன் காரில் ஏறப்போகும்போது எதிர் வீட்டு தாமோதரன் வந்து விசாரித்தார்.

‘‘என்ன சார் ஆச்சி?’’

‘‘முடிஞ்சிபோச்சி. இப்பத்தான் போன் வந்துச்சி. போலீசக் கூப்புடப் போறன்.’’

‘‘பாடி இங்க வருமா? அந்தப் பையன் வீட்டுக்குப் போவுமா?’’

‘‘இங்கதான் கொண்டாருவன்.’’

‘‘அதுக்கு அந்தப் பையன் ஒத்துக்குவானா?’’

‘‘அந்த மயிரான் என்ன ஒத்துக்கிறது? எம் பொண்ணு பொணத்த எரிக்கிறதுக்குக் கண்ட நாயிகிட்ட எல்லாம் நான் பர்மிசன் வாங்கணுமா? டைமில்ல. போலீஸ்

ஸ்டேஷனுக்குப் போவணும். வர்றன்'' என்று தாமோதரனிடம் சொல்லிவிட்டு வேக மாகக் காரில் ஏறினார்.

''நேரா போலீஸ் ஸ்டேஷனுக்கு வுடு.''

மங்கலம்பேட்டை ஆய்வாளருக்கு போன் போட்டார். அணைத்துவைக்கப்பட் டிருந்தது தெரிந்தது. என்ன செய்வது, யாரைப் பிடிப்பது என்று யோசித்தார்.

கார் வந்து காவல் நிலையத்தின் முன் நின்றது. காரை விட்டு இறங்கிய வேகத்தி லேயே உள்ளே போனார். இரண்டு போலீஸ்காரர்கள் உட்கார்ந்திருந்தனர். அவர்க ளிடம் போய், ''வணக்கம் சார். ரேவதிங்கிற எம் பொண்ணு தீக்குளிச்சிடிச்சி. இன் னிக்கு காலயில ஜிப்மர்ல இறந்துடுச்சி. போலீஸ் வந்தாதான் பாடியத் தருவாங்களாம். நாலு மணிக்கு மேல போனா பாடியத் தர மாட்டாங்களாம். அதனால யாராச்சும் எங்கூட வந்தா நல்லாயிருக்கும் சார்'' என்று நடேசன் மரியாதையாகவும் படபடப் பாகவும் சொன்னார்.

''அப்பிடியா? என்னிக்கி நடந்துச்சி?'' ராமலிங்கம் என்ற சிறப்பு உதவி ஆய்வாளர் கேட்டார்.

''இருவத்திநாலாம் தேதி சார்.''

''வெளியில வெயிட் பண்ணுங்க. எஸ்.ஐ.யும். இன்ஸ்பெக்டரும் வந்ததும் அனுப்பி டலாம்.''

''மணி ஆயிடும் சார்.''

''நீங்க இப்பத்தான் வந்து சொல்றிங்க. ஒடனே கிளம்பி வந்துட முடியுமா? எல் லாரும் பாலக்கரயில நடக்கிற சால மறியலுக்குப் போயிட்டாங்க. வரட்டும்.''

நடேசனுக்கு என்ன சொல்வது என்று தெரியவில்லை. மிகவும் பணிவாகவும், குரலை மட்டுப்படுத்தியும் சொன்னார், ''லேட்டாப் போனா பாடிய வாங்க முடியா தாம் சார்.''

''நாங்க ரெண்டு பேருதான் இருக்கோம். பாக்குறிங்கல்ல. லா அண்டு ஆர்டர் எஸ்.ஐ. வரணும். அவர் வந்தாதான் முடியும். எஃப்.ஐ.ஆர். போட்டாச்சா இல்லி யான்னு தெரியல. போடலன்னா எஃப்.ஐ.ஆர். போடணும். கொஞ்சம் வெயிட் பண்ணுங்க. சரி, ஆஸ்பத்திரிக்கி போலீசு வந்து விசாரிச்சாங்களா?''

''ரெண்டு பேரு வந்தாங்க சார்.''

''என்னிக்கி?''

''இருவத்தஞ்சாம் தேதி சார்.''

''வந்த போலீசோட பேரு தெரியுமா?''

''கணேசன்னு ஒருத்தர். சின்னப்பையனா இருந்தவரு பேரு ஆனந்தகுமார் சார்.''

''அப்பிடியா? அவங்க ரெண்டு பேரும் இன்னம் வரல. லீவா என்னான்னும் தெரி யல. சால மறியல் நடக்கிற எடத்துக்குப் போயிட்டாங்களான்னும் தெரியல. அவுங்க ரெண்டு பேரும் வந்தாதான் ஒங்க கேசோட நெலம தெரியும்.''

''அவுங்க போன் நெம்பர் தெரியுமா சார்? கொடுத்திங்கன்னா நான் பேசிப் பாக்குறன் சார்.''

''அவசரப்படாம இருங்க'' என்று சொன்ன ராமலிங்கம் பக்கத்திலிருந்த சிறப்பு உதவி ஆய்வாளர் குப்புசாமியிடம், ''கணேசனும் ஆனந்தகுமாரும் எங்க போயிருக்காங்க?'' என்று கேட்டார்.

''சாலை மறியல் நடக்கிற எடத்துக்குன்னு நெனைக்கிறன்'' எழுதிக்கொண்டே சொன்னார் குப்புசாமி.

''காலயில ஸ்கூலுக்குப் போன ப்ரி.கே.ஜி. படிக்கிற புள்ளை ஒண்ணு ஆட்டோலயிருந்து கீழ விழுந்து பஸ்ஸில அடிப்பட்டு செத்துப்போச்சி. அதுக்குத்தான் சாலை மறியல். சாலை மறியல க்ளியர் பண்ணத்தான் போயிருக்காங்க. வருவாங்க. வெயிட் பண்ணுங்க.''

''கொஞ்சம் போன் போட்டுக் கேளுங்க சார். மங்கலம்பேட்ட இன்ஸ்பெக்ட்டரு எனக்கு ரொம்ப வேண்டியவரு. அவுருதான் அன்னிக்கி உதவி செஞ்சாரு. ரெண்டு போலீச அனுப்புனாரு'' எவ்வளவு முடியுமோ அவ்வளவு பணிவாகச் சொன்னார் நடேசன். போலீஸ் உடனே வந்துவிட்டால் தன்னுடைய கவலையெல்லாம் தீர்ந்து விடும் என்பதுபோலத்தான் அவருடைய செய்கை இருந்தது.

''இப்ப நடக்குற சாலை மறியல் எப்ப முடியும்ன்னு தெரியல. அப்பறம் பதினோரு மணிக்கு போதைப் பொருள் ஒழிப்பு பேரணின்னு ஒண்ணு இருக்கு. ஸ்கூல் பசங்களோட ஊர்வலம். அது டவுனு முழுக்க சுத்தி வரும். எல்லாத்தயும் முடிச்சிட்டுத் தான் வருவாங்க. நீங்க போயி டிபன் சாப்புட்டுட்டு பொறுமயா வாங்க. வரும்போது சாட்சிக்கு நாலு பேர அழச்சிக்கிட்டு வாங்க'' என்று நிதானமாக ராமலிங்கம் சொன்னார்.

''கொஞ்சம் பாத்து செய்ங்க சார். செலவு ஒண்ணும் பிரச்சன இல்ல'' என்று நடேசன் சொன்னார். அப்போது ஆய்வாளர் அறையிலிருந்து போன் மணி அடிக்கிற சத்தம் கேட்டது. அவசரமாக எழுந்து ஆய்வாளர் அறைக்குச் சென்று போனை எடுத்து ராமலிங்கம் பேசினார். ''வணக்கம். விருத்தாசலம் போலீஸ் ஸ்டேஷன். ஐயா, சரிங்க ஐயா. ஒரு சாலை மறியல் ஐயா. அதுக்காக எல்லாரும் போயிருக்காங்க ஐயா. சொல்லிடுறங்க ஐயா'' என்று மரியாதையாகச் சொல்லி போனை வைத்துவிட்டு வந்து முன்பு போலவே நாற்காலியில் உட்கார்ந்துகொண்டார். எதையோ யோசிப்பது போல இருந்தார். பிறகு நினைவுக்கு வந்த மாதிரி கேட்டார்.

''தீக்குளிச்சப் பொண்ணுக்கு நீங்க என்னா வேணும்?''

''அப்பா சார்.''

அதற்குமேல் கேள்வி கேட்பதற்கு எதுவுமில்லை என்பதுபோல், ''வெளியில வெயிட் பண்ணுங்க'' என்று சொல்லிவிட்டு செல்போனை எடுத்துக்கொண்டு வெளியே போய்விட்டார். நடேசன் நின்றுநின்று பார்த்தார். குப்புசாமியைப் பார்த்தார். அவர் ஓயாமல் எதையோ எழுதிக்கொண்டிருந்தார்.

''சார்'' என்று நடேசன் கூப்பிட்டார்.

''வெளியில வெயிட் பண்ணுங்க.'' திரும்பிக்கூடப் பார்க்காமல் எழுதிக் கொண்டே சொன்னார் குப்புசாமி. வேறு யாராவது இருக்கிறார்களா என்று சுற்று முற்றும் பார்த்தார். போலீஸ் ஸ்டேஷனுக்குள்ளேயே இருந்த ஜெயிலில் நடுத்தர

வயதுள்ள மூன்று பையன்கள் ஜட்டியோடு உட்கார்ந்திருந்தனர். அவர்கள் மூன்று பேருடைய முகத்திலும் காவல் நிலையத்தில் இருக்கிறோம், அதுவும் ஜெயிலில் இருக்கிறோம் என்ற உணர்வோ, கவலையோ இருந்த மாதிரி தெரியவில்லை. ஜாலி யாக சினிமா தியேட்டருக்குள் உட்கார்ந்திருப்பதைப்போல் உட்கார்ந்திருந்தனர். அதைப் பார்த்ததும் அந்த இடத்தில் நிற்கக் கூடாது என்பது போல் வெளியே வந்தார். காவல் நிலையத்தின் வாசலில் நின்றுகொண்டிருந்த குமார் கேட்டான், ''என்னா சார் ஆச்சி?''

''எஸ்.ஐ. வரணுமாம், இன்ஸ்பெக்டர் வரணுமாம்'' என்று சொல்லப் பிடிக்காத விஷயத்தைச் சொல்வதுபோல் கோபத்துடன் சொன்னார்.

''ரேட்டு பேசுங்க சார். அப்பத்தான் வேல முடியும்'' குமார் சொன்னான்.

''ஸ்டேஷன் செலவுக்குத் தரன்னு சொல்லிட்டன்.''

''ஐயோ சார், போலீஸ் ஸ்டேஷனோட நடமுற ஓங்களுக்குத் தெரியல. எவ் வளவுன்னு சொன்னிங்களா?''

''இல்ல.''

''அதச் சொல்லுங்க''

''எவ்வளவுன்னு எப்பிடி போலீசுக்கிட்டப் போயி கேக்க முடியும்?''

''சார் இங்க கேக்கலன்னாத்தான் சிக்கல். கேட்டா சிக்கலே வராது'' லேசாகச் சிரித்தான் குமார்.

''நீ கேட்டுப்பாக்குறியா? எவ்வளவு கேட்டாலும் தரன்னு சொல்லு. ஒரு ரூபா கூடக் கொறைக்காத. நமக்கு போலீசு வரணும். அவ்வளவுதான்.''

''இருங்க வர்றன்.'' என்று சொல்லிவிட்டு குமார் போலீஸ் ஸ்டேஷனுக்குள் போனான். போன வேகத்திலேயே திரும்பி வந்து, ''எஸ்.ஐ. வந்ததும் சொல்றன்னு சொல்லிட்டாரு சார்'' என்று சொன்னான்.

''சாட்சிக்கு நாலு பேரு வேணுமின்னு சொன்னாங்க குமாரு.''

''ஆளு இருக்கு. வரச் சொல்லட்டுமா சார்? நம்ப பசங்க ஸ்டாண்டுல இருப் பாங்க.''

''டிரைவருங்களா?''

''ஆமாம் சார்.''

''வேணாம் குமார். நான் பாத்துக்கிறன்'' என்று சொன்ன நடேசன் மூன்று நான்கு பேருக்கு போன் போட்டார். எல்லோரிடமும், ''ஒரு கையெழுத்துப் போடணும். கொஞ்சம் போலீஸ் ஸ்டேஷனுக்கு வர முடியுமா? அப்பிடின்னா ஒடனே வாங்க.'' சாட்சிக் கையெழுத்துப் போட வர முடியுமா என்று அவர் கேட்ட ஆட்கள் எல்லோ ருமே வருகிறேன் என்று சொன்ன மாதிரிதான் அவருடைய முகம் இருந்தது. ''எஸ்.ஐ.யப் போய்ப் பாத்திட்டு வரலாமா?'' என்று கேட்டார்.

''கொஞ்ச நேரம் காருல ஒக்காருங்க சார். ஒரே படபடப்பா இருக்கிங்க. ஓங்க ளுக்கு ஏதாவது ஆயிடப்போவுது.''

''எம் பொண்ணே போயிட்டா. வயசானவன் நான் இனிமே இருந்து என்னா செய்யப்போறன்?'' நடேசனுக்குக் கண்கள் கலங்கின. அவருடைய முகத்தையும்,

அவர் அழுததையும் பார்த்த குமார், ‘‘டிராபிக்கில மாட்டிக்கிட்டா பெரிய சிக்க லாயிடும் சார். இருந்தாலும் பாப்போம். ஒக்காருங்க’’ என்று சொல்லிவிட்டு காரில் ஏறி உட்கார்ந்தான்.

கோட்டாட்சியர் அலுவலகத்தைத் தாண்டிக்கூடச் செல்ல முடியவில்லை. பாலக் கரையிலிருந்து கோட்டாட்சியர் அலுவலகம்வரை பஸ், கார், ஆட்டோ, பைக் என்று அடைத்துக்கொண்டு நின்றது. ‘‘இதுக்கு மேல போவ முடியாது சார்’’ என்று குமார் சொன்னான்.

நடேசனுக்குத் தலையே வெடித்துவிடும் போலிருந்தது. ஒரு பர்லாங் தூரம்வரை நிற்கும் நெரிசலைப் பார்த்ததும் அடக்க முடியாத அளவுக்குக் கோபம் வந்தது.

‘‘சீ. என்னா நாடு இது? நெனச்சதுக்கெல்லாம் பஸ் மறியல், சாலை மறியல்னு செஞ்சிக்கிட்டு, தனியாள் ஒருத்தனுக்கு ஏற்பட்ட இழப்ப எப்பிடி ஆயிரம் பத்தா யிரம் பேருக்கு இழப்ப ஏற்படுத்துற மாதிரி மாத்துறாங்க? நடக்க முடியாத புள்ளைய எதுக்குப் பள்ளிக்கூடத்தில சேக்குறாங்க?’’ கோபத்தில் புலம்பினார் நடேசன்.

‘‘வண்டிய எடு குமாரு. ஒரு ஓரமா போயி நின்னுக்கலாம்.’’

காரை நிறுத்தி ஒரு நிமிடம்கூட ஆகியிருக்காது. அதற்குள் குமாரின் காருக்குப் பின்னால் இருநூறு முந்நூறு மீட்டர் வரை கார், ஆட்டோ, பைக், பஸ் என்று அடைத்துக்கொண்டு நின்றுவிட்டது. நடேசனுக்கு ஆச்சரியமாக இருந்தது. அதே நேரத்தில் கோபம் கூடியது. கோபத்தைக் காட்ட முடியாமல் பரிதாபமாகக் கேட் டார், ‘‘திரும்பிப் போவ முடியுமா?’’

‘‘ஒக்காருங்க பாப்போம்’’ என்று சொல்லிக் காரை எடுப்பதற்கு முயன்றான் குமார். முன்னாலும் சரி, பின்னாலும் சரி ஐந்து பத்தடி தூரம்கூடக் காரை நகர்த்த முடியவில்லை. நொடிக்கு நொடி வாகனங்களின் எண்ணிக்கை பெருகியபடியே இருந்தது. இந்த ஊரில் இத்தனை வண்டிகளா என்று நடேசனுக்கு ஆச்சரியமாக இருந்தது. ரேவதி இறந்த கவலையைவிடப் பெரிய கவலையாக இருந்தது இந்த நெரிசலிலிருந்து எப்படித் தப்பிப்பது என்பது.

‘‘நாலு வழியிலயும் டிராபிக் ஆயிப்போச்சி. டவுனே ஜாமாயிப்போச்சி’’ என்று குமார் சொன்னான்.

‘‘நடக்கத் தெம்பு இல்லாத புள்ளையப் பள்ளிக்கூடத்தில சேத்தது தப்பு. அதோட அந்தப் புள்ளைய ஆட்டோவுல அனுப்புனது பெரிய தப்பு. நடக்க முடியாத புள் ளையப் பள்ளிக்கூடத்தில ஏன் சேத்தன்னு பெத்தவங்கள யாரும் கேக்கல. பள்ளிக் கூடத்தயும் ஒண்ணும் கேக்கல. டிரைவர் பஸ் ஏத்திக் கொன்னுட்டான்னு சாலை மறி யல் செய்யுறாங்க. ஒரு புள்ளை செத்தது கஷ்டம்தான். அதுக்காக அந்தப் புள்ளை செத்ததுக்கு எந்த விதத்திலயும் சம்பந்தமில்லாத பல ஆயிரம் பேரு சாவணும்ன்னு நெனைக்கிறது என்ன நியாயம்?’’ கோபத்தில் பொரிந்துதள்ளினார். அதற்குப் பதில் சொல்லாமல் லேசாகச் சிரிக்க மட்டுமே செய்தான் குமார். பிறகு, ‘‘பாலக்கரயில சாலை மறியல் செஞ்சாதான் நல்ல டிராபிக் ஆவும்ன்னு தெரிஞ்சே செய்றாங்க’’ என்று சொன்னான்.

''புள்ளை செத்த வருத்தத்தில செய்றாங்களா, டி.வி.யில முகம் தெரியுறதுக்காக செய்றாங்களா?'' என்று கேட்டதற்குப் பதில் சொல்லாமல், ''பாத்திட்டு வர்றன் சார்'' என்று சொன்ன குமார் நடக்க ஆரம்பித்தான்.

குமார் பக்கத்தில் இருந்தபோது பெரிய தெம்பாக இருந்தது. அவன் போனதும் நடேசனுக்கு என்னவோ போல் இருந்தது. முன்னாலும் பின்னாலும் நின்றுகொண் டிருந்த வாகனங்களைப் பார்த்தார். ஹாரன் சத்தம் தலைவலியை உண்டாக்கியது. என்ன செய்வது? ஒன்றும் செய்ய முடியாது. இருக்கையில் தலையைச் சாய்த்துக் கொண்டார்.

''புள்ளைங்க பொறந்தாலும் பிரச்சனயா இருக்கு. பொறக்கலன்னாலும் பிரச்ச னயா இருக்கு'' என்று மனம் நொந்து சொன்னார். அமராவதியினுடைய அப்பா அம்மா இறந்தது, அவருடைய அப்பா அம்மா இறந்தது, அவருடைய தம்பி இறந்த போதெல்லாம் அவர் இவ்வளவு கலக்கமடையவில்லை. நண்பர்கள், உறவினர்கள், தெரிந்தவர்கள் இறந்ததெல்லாம் ஒரு தகவலாக மட்டும்தான் அவருடைய மனதில் பதிந்திருந்தது. உறவினர்கள் இறந்தபோதும், தெரிந்தவர்கள் இறந்தபோதும் 'எல்லா ரும் ஒரு நாளக்கி சாவத்தானபோறம்?' என்று சொல்வார். அந்த வார்த்தையை இப்போது அவரால் சொல்ல முடியவில்லை.

வாகனங்களின் ஹாரன் ஒலி ஒரே நேரத்தில் அதிகமாகக் கேட்கத் தொடங்கிய சில நொடிகளில் வாகனங்கள் மெல்ல நகர ஆரம்பித்தது தெரிந்தது. மணியைப் பார்த்தார். கோட்டாட்சியர் அலுவலகத்துக்கு முன் வந்து நின்று ஒரு மணி நேரம் ஆகிவிட்டது தெரிந்தது.

குமார் ஓடிவந்து, ''ஒக்காருங்க சார்'' என்று சொல்லிவிட்டுக் காரை எடுத்தான்.

''எஸ்.ஐ.யப் போயி பாப்போமா?''

''இந்த நேரத்தில போயி பாத்தா முறச்சிடுவானுங்க சார். ஸ்டேஷனுக்கே போயிட லாம்.'' குமாரின் வார்த்தைக்கு நடேசன் மறுப்பு சொல்லவில்லை.

கார் காவல் நிலையத்தின் முன் வந்ததும் காரிலிருந்து இறங்கிக்கொண்டார் நடே சன். காரை ஓரம்கட்டி நிறுத்திவிட்டு வந்த குமார் நேராக காவல் நிலையத்துக்குள் போனான். போன வேகத்திலிலேயே திரும்பி வெளியே வந்தான். ''என்னாச்சி குமாரு?'' நடேசன் கேட்டார்.

''இன்னம் யாரும் வரல சார்.''

நடேசனுக்கு போன் வந்தது. எடுத்து பேசினார், ''ஆமாம் ராஜா. ஸ்டேஷனுக்கு முன்னாலதான் நிக்குறன். ஒடனே வா. முன்னால வந்துட்டுப் போனியா? சரி. ஒடனே வா'' என்று சொல்லிவிட்டு போனை வைத்தார். ஆய்வாளர் வருகிறாரா என்று பார்க்க ஆரம்பித்தார். கால் மணி நேரம் கழிந்திருக்கும். ஆய்வாளர் டாடா சுமோவில் வந்து இறங்கினார். அடுத்த ஐந்தாவது நிமிஷத்தில் உதவி ஆய்வாளர் பைக்கில் வந்தார். அடுத்தடுத்து நான்கு பைக்குகளில் போலீஸ்காரர்கள் வந்து இறங்கினார்கள். உடனே உள்ளே போக முயன்றவரைத் தடுத்து நிறுத்தி, ''அஞ்சு பத்து நிமிஷம் கழிச்சி போங்க சார், ஒடனே போனா ஊருல இருக்கிற டென்சன எல்லாம் ஒங்க மேல காட்டிப்புடுவானுங்க. ஒரு ஓரமா நில்லுங்க. வழியில நிக்குறத

பாத்தா 'என்னா ஏது'ன்னு கூப்புட்டு வச்சி, கத்தித் தொலைப்பானுங்க'' என்று குமார் சொன்னான். மறு வார்த்தை பேசவில்லை. போலீஸ்காரர்களின் இயல்புகளைத் தெளிவாகத் தெரிந்துவைத்திருக்கிறானே என்று ஆச்சரியப்பட்டார். காரிடம் வந்து நின்றுகொண்டார். மங்கலம்பேட்டை ஆய்வாளருக்குப் போன் போட்டார். போன் அணைத்துவைக்கப்பட்டிருந்தது தெரிந்ததும் நடேசனுக்கு முகம் செத்துப்போயிற்று. போன் மணி அடித்தது. எடுத்துப் பேசினார்.

''ஆமாம் இன்னிக்கிக் காலயிலதான் இறந்துடுச்சி. இன்னிக்கே எடுத்திடுவம். வச்சிருக்க முடியாது. ஜிப்மர விட்டுக் கிளம்பும்போது சொல்றன்'' என்று யாருக்கோ பதில் சொன்னார்.

''உள்ளாரப் போங்க சார்'' குமார் சொன்னான்.

''நீயும் வர்றியா?''

''நீங்க மட்டும் போங்க. நேரா இன்ஸ்பெக்ட்டர் ரூமுக்குப் போங்க. அப்பத்தான் வேல முடியும். முத ரூம்.''

நடேசன் தயக்கத்துடன் சென்று ஆய்வாளர் அறையின் முன் நின்றார். ''வணக்கம் சார்.''

''என்னா?'' முறைப்பது மாதிரி ஆய்வாளர் கேட்டார்.

''எம் பொண்ணு தீக்குளிச்சிடிச்சி. இன்னிக்கி காலயில இறந்திடுச்சி. போலீச அழச்சிக்கிட்டு வந்தாதான் பாடியத் தருவன்னு சொல்லிட்டாங்க காலயிலிருந்து நிக்குறன் சார்.''

''நீங்க யாரு?''

''தீக்குளிச்ச பொண்ணுக்கு அப்பா சார்.''

''எங்க இருக்கிங்க?''

''பெரியார் நகர் தெற்கில சார்.''

''என்னா செய்றிங்க?''

''மங்கலம்பேட்ட ஹையர் செகண்டரி ஸ்கூல்ல எச்.எம்.சார்''

நடேசனை ஆய்வாளர் ஆராய்வது மாதிரி மேலும்கீழும் பார்த்தார். பிறகு ''எச்.எம்.மா. நீங்க?'' என்று அசட்டையாகக் கேட்டார்.

''ஆமாம் சார்.''

ஆய்வாளர் மேசை மீது இருந்து அழைப்பு மணியை அடித்தார். வாசலில் துப்பாக்கியை ஏந்திக்கொண்டு பாராவில் இருந்த போலீஸ்காரர் ஆய்வாளர் அறையின் வாசல் முன் வந்து, ''ஐயா'' என்று சொல்லிவிட்டு விறைப்பாக நின்றார்.

''யாரு இருக்காங்க?''

''எல்லாரும் இருக்காங்க. போதை ஒழிப்பு பேரணிக்குக் கிளம்பிக்கிட்டு இருக்காங்க ஐயா.''

''லா அண்டு ஆர்டர் செல்வம் இருந்தா வரச் சொல்லு.''

''ஐயா'' என்று சொல்லிவிட்டு போய் உதவி ஆய்வாளர் அறையிலிருந்த செல்வத்தை அழைத்துக்கொண்டு வந்தார்.

‘‘இவர் என்னமோ சொல்றாரு. அத என்னான்னு பாருங்க. அப்பறம் நேத்து ராத்திரி கார்கூடல் ரோட்டுல நடந்த விபத்தில மாட்டுன ரெண்டு பேர்ல ஒரு ஆளு கடலூர் ஆஸ்பத்திரியில டெத் ஆயிட்டானாம். அந்த பாடிய யாரு வாங்கப்போறது?’’

‘‘தெரியல. பாக்குறன் சார்.’’

‘‘நான் ஊர்வலத்துக்குப் போயிட்டு வந்துடுறன். பேப்பர்ஸ ரெடி பண்ணுங்க. டி.எஸ்.பி. பேசுனா ஊர்வல பந்தோபஸ்துக்குப் போயிட்டன்னு சொல்லிடுங்க. லாக்கப்புல இருக்கிற மூணு திருட்டு நாய்களயும் நான் வந்து விசாரிச்சிக்கிறன். க்ரைம் எஸ்.ஐ. வந்ததும் எனக்குப் பேசச் சொல்லுங்க. இருக்கிற போலீச எல்லாம் முன் னாடி போவச் சொல்லுங்க.’’

‘‘சார்.’’

‘‘டிரைவர வண்டிய எடுக்கச் சொல்லுங்க.’’

‘‘சார்’’ என்று சொன்ன செல்வம் ஆய்வாளர் அறையிலிருந்து வெளியே வந்து நின்றுகொண்டு, ‘‘எல்லாரும் ஊர்வலத்துக்குப் போங்க, ஐயா கிளம்பிட்டாங்க’’ என்று சொன்னார். ஏழெட்டு போலீஸ்காரர்கள் உடனே வெளியே ஓடினார்கள். பைக்கில் ஏறிப் பறந்தார்கள். வெளியே வந்த ஆய்வாளர் டாடா சுமோவில் ஏறும்போது ஒரு பெண்ணும் ஒரு ஆளும் அழுதுகொண்டே வந்து கும்பிட்டனர். ‘‘என்ன?’’ என்று கேட்டுக் கோபப்பட்டார்.

‘‘பிளஸ் ஒன் படிச்சிக்கிட்டிருந்த எம் பொண்ண ஒரு பய இழுத்துக்கிட்டுப் போயிட்டாங்கயா’’ என்று சொல்லி அந்த பெண் அழுதாள்.

‘‘புள்ளைய ஒழுங்கா வளக்கத் தெரியல. இங்க வந்து அழுது காட்டுற. போ. அஞ்சு மணிக்கு வந்து எழுதிக்கொடு. இல்லன்னா மகளிர் காவல் நிலையத்துக்குப் போ. வெளிய போவும்போதுதான் எதிர்ல வந்து நிப்பியா?’’ என்று கேட்டுக் கத்திவிட்டு, ‘‘போ’’ என்று டிரைவரிடம் சொன்னார். கார் கிளம்பிவிட்டது.

கார் புறப்பட்டதும் செல்வம் தன்னுடைய அறைக்குள் போய் உட்கார்ந்து கொண்டார்.

என்ன செய்வது என்று தெரியாமல் அந்தப் பெண்ணும், அந்த ஆளும் காவல் நிலையத்தின் வாசலில் நின்று அழ ஆரம்பித்தனர். அவர்கள் நின்றுகொண்டிருந்த விதமும், அவர்கள் அழுத விதமும் நடேசனுடைய மனதைப் பிசைந்தது.

‘‘இப்ப இழுத்துக்கிட்டு ஓடுவானுவோ. அப்பறமா நெருப்ப வச்சிக் கொளுத்து வானுவோ’’ என்று சொல்லி முணுமுணுத்தார் நடேசன்.

நடேசனுக்கு அடுத்து என்ன செய்வது என்று தெரியவில்லை. ஒரு போலீஸ்காரரை அனுப்புவதற்கு எதற்கு இவ்வளவு பிரச்சனை செய்கிறார்கள் என்று நினைத்தார். குழப்பமாக இருந்தாலும் நடப்பது நடக்கட்டும் என்று உதவி ஆய்வாளர் செல்வம் அறையின் முன் வந்து பணிவாக நின்றார். செல்வம் யாரிடமோ செல்போனில், ‘‘இப்ப எல்லாருக்கும் செல்போன்தான் சோறு. அது ஒண்ணு இல்லாட்டி இப்ப ஒலகம் இருக்குமான்னு சந்தேகமா இருக்கு. ஒலகத்தில செல்போன் இல்லாத ஆள எண்ணிடலாம். இப்ப அதிகமான க்ரைம் செல்போனாலதான் நடக்குது. ஆமாம் ஆமாம். ரோட்டுல நடக்கிற புள்ளைங்களப் படம் எடுக்கிறது, ஆத்துலக் குளிக்கிற

பொம்பளைங்க, தெருவுல நடக்குற பொம்பளைங்கள எல்லாம் படம் எடுக்கிறது, அத நெட்டுல போட்டுக் காசு பண்றதுன்னு ஆயிடிச்சி. எல்லாம் டெக்னாலஜி சார். டீல் பண்றது பெரிய பிரச்சனதான். பாக்கலாம் சார்.''

போன் பேசி முடித்த பிறகுதான் செல்வம் வாசலில் நின்றுகொண்டிருந்த நடேச னைப் பார்த்தார். புதிதாகப் பார்க்கும் ஆளிடம் கேட்பதுபோல, ''என்னா வேணும்?'' என்று கேட்டார்.

''எம் பொண்ணு தீக்குளிச்சி இறந்துடுச்சி சார். பாடி ஜிப்மர்ல இருக்கு'' நடேசன் சொல்லி முடிப்பதற்குள்ளாகவே, ''உள்ளார வாங்க'' என்று செல்வம் சொன்னார்.

நடேசன் அறைக்குள் சென்றார்.

''யாருப்பா அங்க இருக்கிறது?'' செல்வம் கேட்டார்.

சுமதி என்ற பெண் காவலர் வந்து வாசலில் நின்றுகொண்டு பணிவாக, ''ஐயா'' என்று சொன்னாள்.

''யாரு இருக்கிறது?''

''ராமலிங்கம் ஐயாவும், குப்புசாமி ஐயாவும் இருக்காங்க. மத்தவங்க எல்லாரும் போதை ஒழிப்பு ஊர்வலத்துக்குப் பந்தோபஸ்துக்குப் போயிட்டாங்க ஐயா.''

''ராமலிங்கத்த வரச் சொல்லு.''

''ஐயா'' என்று சொல்லிவிட்டு சுமதி நேராக ராமலிங்கத்திடம் சென்று, ''ஐயா கூப்புடுறாங்க'' என்று சொன்னாள். உடனே ராமலிங்கம் எழுந்து வந்து அறையின் வாசலில் நின்றுகொண்டு, ''ஐயா'' என்று சொன்னார்.

''இவர் சொல்ற கேசு விஷயம் தெரியுமா?''

''காலயில வந்து சொன்னாரு.''

''எஃப்.ஐ.ஆர். போட்டாச்சா?''

''தெரியல. பாக்குறன்.''

''கார்கூடல் ரோட்டுல நடந்த விபத்தில செத்துப்போன ஆளோட பாடிய வாங்க ஆளு போயிருக்கா?''

''போயிட்டாங்க.''

''இந்த கேசுக்கு வாக்குமூலம் வாங்கப்போனது யாரு?''

''கணேசன் ஏட்டும், ஆனந்தகுமாரும்.''

''அவுங்க ரெண்டு பேரும் எங்க?''

''தெரியலிங்க ஐயா.''

''அவங்கதான போகணும்?''

''அவங்களும் போகலாம். ஐயா சொன்னிங்கன்னா வேற ஆளயும் அனுப்பலாம்.''

''பேப்பர்ஸ ரெடி பண்ணுங்க. போன் போட்டு அவுங்க ரெண்டு பேரயும் ஸ்டேஷ னுக்கு வரச் சொல்லுங்க.''

''ஐயா'' என்று சொல்லிவிட்டுத் திரும்பிச் சென்று ராமலிங்கம் தன்னுடைய நாற்காலியில் உட்கார்ந்துகொண்டார்.

நாற்காலியில் நன்றாகச் சாய்ந்து உட்கார்ந்த செல்வம் நெட்டி முறித்தார். கொட்டாவி விட்டார். அப்போதுதான் நினைவுக்கு வந்த மாதிரி, ''சம்பவம் எப்ப நடந்துச்சி?'' என்று சாதாரணமாகக் கேட்டார்.

''இருவத்திநாலாம் தேதி சார்.''

''எப்பிடி நடந்துச்சி?''

''தெரியல சார்.''

''நிஜமாவா?'' என்று செல்வம் கேட்ட விதம் நடேசன் சொல்வதை அவர் நம்ப வில்லை என்பது தெளிவாகத் தெரிந்தது. காவல் நிலையத்துக்குள் வந்து யார் உண் மையைப் பேசுவார்கள்?

''ஆமாம் சார்.''

''பொண்ணு எங்க இருந்துச்சி?''

''பர்மா நகர்ல சார்.''

''நீங்க எங்க இருக்கிங்க?''

''தெற்கு பெரியார் நகர்ல.''

''தீக்குளிச்ச பொண்ணுக்கு நீங்க என்னா வேணும்?''

''அப்பா.''

''நீங்க என்னாப் பண்றிங்க?''

''எச்.எம்.சார். மங்கலம்பேட்ட ஹையர் செகண்டரி ஸ்கூல்ல.''

நடேசனை ஏற இறங்கப் பார்த்தார் செல்வம். மனதில் என்ன தோன்றியதோ, ''யேய்'' என்று யாரையோ கூப்பிட்டார். பெண் காவலர் சுமதி வந்து வாசலில் நின்றுகொண்டு, ''ஐயா'' என்று சொன்னாள்.

''ஒரு சேரக் கொண்டுவந்து போடு.''

சுமதி ஒரு பிளாஸ்டிக் நாற்காலியைக் கொண்டுவந்து போட்டுவிட்டு வெளியே போனாள்.

''ஒக்காருங்க.''

நடேசன் நாற்காலியில் ஒடுங்கிப்போய் உட்கார்ந்தார்.

''சம்பவம் எப்பிடி நடந்துச்சின்னு உண்மையாவே ஒங்களுக்குத் தெரியாதா?''

''நாலு மணிக்கு போன் வந்துச்சி. அப்பதான் விசயம் எங்களுக்குத் தெரியும்.''

''ஒங்க மருமவன் என்னாப் பண்றாரு?''

''ஆட்டோ ஓட்டுறான் சார்.''

''ஒங்க பொண்ணு?''

''பி.இ. கம்ப்யூட்டர் சயின்ஸ். அண்ணா யுனிவர்சிட்டியில மெரிட்டுல படிச்சவ சார்'' என்று சொல்லும்போதே நடேசனுடைய கண்கள் கலங்கின.

''லவ் மேரேஜா?''

''. . . . .''

''கல்யாணம் நடந்துச்சா? ஓடிப்போயிட்டாங்களா?'' என்று ஏளனமாகக் கேட் டார்.

''நான்தான் கல்யாணத்த நடத்திவச்சன். சபிதா திருமண மண்டபத்திலதான் நடந்துச்சி.''

''ஓங்க பொண்ணு தீக்குளிச்சதில ஓங்களுக்கு சந்தேகம் இருக்கா?''

''. . . . .''

''சந்தேகம் இருந்தா எழுதிக் கொடுங்க. கேசு போட்டு ஒடனே ரிமாண்டு பண்ணிடலாம்.''

''வாக்குமூலம் வாங்கவந்த போலீசுகிட்ட தானா நடந்துபோச்சின்னு எழுதி கொடுத்திட்டன் சார்.''

''ஏன் அப்படி செஞ்சிங்க?'' ஆச்சரியமாகக் கேட்டார் செல்வம்.

''மனசுல அவ்வளவு காயம்.''

நடேசனுடைய முகத்தையும், அவர் உட்கார்ந்திருக்கிற, பேசின விதத்தையும் பார்த்த செல்வம், ''இப்பவும் மாத்தலாம். கேசு வேணுமா வேணாமான்னு நீங்கதான் முடிவு செய்யணும். அவுங்க ரெண்டு பேருக்கும் அடிக்கடி சண்ட வருமா?'' என்று கேட்டார்.

''தெனம் தெனம் குடிச்சிட்டு வருவான். அடிப்பான் சார்.''

''ஓங்களுக்கு எப்பிடித் தெரியும்?''

''எம் பொண்ணு என் ஒய்ஃப்கிட்ட போன்ல சொல்வா, அதனால எனக்குத் தெரியும். அதுகூட நூத்துல ஒண்ணுதான் எங்கிட்ட சொல்லுவா. நான் கோபப்படுவன்னு பாதிய மறச்சிடுவா. தெருவுல இருக்கிறவங்க, வழியில பாத்தவங்க சொல்லுவாங்க.''

''நீங்க அவங்கிட்ட சண்ட போட்டதில்லயா?''

''ஆறு வருஷத்தில அவங்கிட்ட நான் ஒரு வாத்தகூட பேசுனதில்ல. எதாயிருந்தாலும் என் ஒய்ஃப்போட சரி.''

''ஓங்களுக்கு இந்த ஒரு பொண்ணு மட்டும்தானா?''

''ஒரு பையன் இருக்கான் சார்.''

''அவுரு என்னா செய்யுறாரு?''

''மெட்ராசில டி.சி.எஸ். கம்பனியில டீம் லீடரா வேல பாக்குறான் சார்.''

''அவருக்குக் கல்யாணமாயிடிச்சா?''

''ஆயிடிச்சி.''

''அந்தப் பொண்ணு என்னாப் பண்றாங்க?''

''அதுவும் டி.சி.எஸ்.ல டீம் லீடராதான் வேல பாக்குது சார்.''

''ஓங்க பொண்ணுகூட தொடர்ந்து பேசிக்கிட்டிருந்தவங்க யாரு?''

''என் ஒய்ஃப் மட்டும்தான். என்னோட மருமகளும் அப்பப்ப போன்ல பேசும் சார்.''

''ஓங்க ஒய்ஃபும், ஓங்க மருமகளும் இப்ப எங்க இருக்காங்க?''

''ஆஸ்பத்திரியில.''

''பாண்டிச்சேரியா?''

''ஆமாம் சார்.''

''நான் அவுங்க ரெண்டு பேர்கிட்டயும் விசாரண செய்யணும்'' என்று சொன்ன செல்வம் ரொம்பவும் நிதானமாகவும் தன்மையாகவும் கேட்டார், ''இதுக்கு முன்னாடி ஸ்டேஷனுக்கு வந்திருக்கிங்களா?''

''இல்ல சார்'' என்று சொல்லும்போதே நடேசனுக்குக் கண்கள் கலங்கிவிட்டன. ''போலீஸ் ஸ்டேஷன், கோர்ட்டுன்னு போனா அசிங்கம்ங்கற ஒரே காரணத்தாலதான் எம் பொண்ண அவனுக்குக் கட்டிவச்சன். இத்தன வருசமா அவங்கூட விட்டுவச்சன். எந்த எடத்துக்கு வரக் கூடாதுன்னு நெனச்சி எல்லாத்தயும் தாங்கிக்கிட்டனோ கடசியா அந்த எடத்துக்கு வந்திட்டன்.'' அழுகை சத்தம் கேட்டு ராமலிங்கம், குப்புசாமி, சுமதி என்று எல்லோரும் வந்து செல்வத்தின் அறையின் முன் நின்று நடேசனைப் பார்த்தனர். பிறகு திரும்பிச் சென்றுவிட்டனர். எதையும் பார்க்காமல் நடேசன் அழுதுகொண்டிருந்தார்.

''ஏய்'' என்று செல்வம் சொன்னார்.

ராமலிங்கம் வந்து வாசலில் நின்றார்.

''வேற யாரும் இல்லியா?''

''சுமதி இருக்காங்க சார்.''

''வரச்சொல்லுங்க.''

ராமலிங்கம் போய்விட்டார். சுமதி வந்து வாசலில் நின்றுகொண்டு, ''ஐயா'' என்றாள்.

''தண்ணி கொண்டு வாங்க.''

சுமதி தண்ணீர் கொண்டு வந்து மேசை மீது வைத்தாள்.

''எனக்கில்ல. அங்கக் கொடு'' என்று நடேசனைக் காட்டி செல்வம் சொன்னார்.

''வேண்டாம் சார்.''

''பரவாயில்ல குடிங்க.''

சுமதி தண்ணீரைக் கொடுத்தாள். நடேசன் குடித்தார்.

''ராமலிங்கத்தக் கூப்புடு.''

''ஐயா'' என்று சொன்ன சுமதி தம்ளரை எடுத்துக்கொண்டு வெளியே போனாள்.

''அண்ணா யுனிவர்சிட்டியில படிச்ச பொண்ணு ஆட்டோ ஓட்டுறவனக் காதலிச்சி கல்யாணம் கட்டுது. இதத்தான் எல்லோரும் விதிங்கிறாங்க'' செல்வம் லேசாகச் சிரித்தார். வாசலில் வந்து நின்ற ராமலிங்கத்திடம், ''இவர் சொல்ற ஆளத் தெரியுமா?'' என்று கேட்டார்.

''ரவின்னு பேரு. ஓங்களுக்கே தெரியும் ஐயா. போன வாரம் ஆட்டோ ஸ்டேண்டுல அடிதடின்னு புடிச்சியாந்து மூணு பேர ஒக்கார வச்சீங்களே அதுல ஒருத்தன்தான் அவன். தாடி வச்சிருப்பான்.''

''ஓ, அந்த நாயா?'' செல்வம் கேலியாகச் சிரித்தார். பிறகு கேட்டார், ''பேப்பர்ஸ் என்னாச்சி?''

''ரெடி பண்ணிக்கிட்டிருக்கன்.''

''சீக்கிரம் ரெடி பண்ணுங்க. நேரமில்ல.''

''ஐயா'' என்று சொல்லிவிட்டு ராமலிங்கம் போய்விட்டார்.

போன் மணி அடித்தது. செல்போனை எடுத்துக்கொண்டே, ''நீங்களும் போங்க. போயி எழுதிக்கொடுங்க'' என்று சொல்லி நடேசனை வெளியே அனுப்பிவிட்டு செல்வம் போனில் பேச ஆரம்பித்தார்.

2

ராமலிங்கத்துக்கும் குப்புசாமிக்கும் எதிரில் இருந்த பெஞ்சில் நடேசன் உட்கார்ந்தார்.

''சாட்சிக் கையெழுத்துப் போட நாலு பேர வரச் சொன்னனே வந்துட்டாங்களா?'' என்று ராமலிங்கம் கேட்டார்.

''வந்துட்டாங்க. வெளிய நிக்குறாங்க சார்.''

''வரச் சொல்லுங்க.''

நடேசன் எழுந்து வேகமாக வெளியே வந்தார். அவர் கூப்பிட்டிருந்த ஆட்களில் அரவிந்தன் மட்டும்தான் வந்திருந்தான். மற்ற மூன்று பேரும் இல்லை என்பது தெரிந்ததும் அவருக்கு மண்டை வெடித்துவிடுவதுபோல் கோபம் உண்டாயிற்று. உடனே ராசாவுக்கு போன் போட்டு, ''என்னா தம்பி, ஒன்ன எப்ப வரச் சொன்னன்? இன்னம் வல்லியே. வர்றியா? இல்லியா? நான் வேற ஆளக் கூப்பிட்டுக்கவா? என்னது? டீக்கடயில நிக்குறியா? சரி, ஒடனே வா'' என்று சொல்லி போனை வைத்தார். ராசா எதிரிலிருந்த டீக்கடையிலிருந்து ஓடிவந்தான்.

''சதீஷ் வந்தானா?'' அரவிந்தனிடம் கேட்டார்.

''இலுப்ப மரத்துக்கிட்ட நிக்குறாரு சார்.''

''கூப்புடு, கூப்புடு'' என்று கத்தினார்.

இலுப்பை மரத்தை நோக்கி அரவிந்தன் ஓடினான். குடித்துக்கொண்டிருந்த சிகரெட்டை பாதியிலேயே போட்டுவிட்டு ஓடிவந்தான் சதீஷ். ''தேவராஜ்ங்கிற வாத்தியார வரச் சொன்னனே வந்தாரா?''

''வந்தாரு சார். இங்கதான் நின்னுக்கிட்டிருந்தாரு. எங்க போனாருன்னு தெரியல'' என்று பட்டும்படாமல் அரவிந்தன் சொன்னான்.

தேவராஜுக்கு நடேசன் போன் போட்டார். பதில் இல்லை. ''ஒரு அஞ்சு நிமிஷம் ஒரு எடத்தில நிக்க முடியல. ஓடிக்கிட்டே இருக்காரு. என்னா மனுசன்? நாட்ட ஆள்றவன்கூட இப்பிடி ஓடிக்கிட்டு இருக்க மாட்டான்'' என்று சொல்லிச் சலித்துக்கொண்டே மீண்டும் போன் போட்டார். போன் எடுக்கப்பட்டதும், ''சார் கையெழுத்துப் போட கூப்புடுறாங்க. வேல இருந்தா பாருங்க. நான் வேற ஆளப் பாத்துக்கிறன். வர்றீங்களா? சரி வாங்க, ஆனா ஒடனே வரணும். நேரமில்ல'' என்று சொல்லிப் படபடத்தார். மூன்று நான்கு நிமிஷத்திலேயே பெரியார் நகர் பக்கமிருந்து தேவராஜ் பைக்கில் வந்தார்.

''நானும் போடுறன் சார்'' என்று குமார் சொன்னான்.

''ஒனக்கு ஒண்ணும் பிரச்சன இல்லியே.''

''என்ன சார் இப்பிடிக் கேக்குறிங்க? நானும் மனுசன்தான் சார்'' குமார் கோபித்துக் கொண்டான்.

''ரொம்ப நல்லது. வா. நேரமில்ல'' என்று சொல்லிவிட்டுக் காவல் நிலையத்துக் குள் நுழையும்போது முருகன் போன் போட்டான். போனை எடுத்த வேகத்திலியே ''என்னா தம்பி? ஸ்டேஷன்லதான் இருக்கன். இப்பத்தான் சாட்சிக் கையெழுத்துப் போடக் கூப்பிட்டாங்க. லேட்டெல்லாம் ஒண்ணும் பண்ணல. இப்ப முடிஞ்சிடும். வந்துடுறன். வை. அப்பறம் ஒங்கிட்ட பேசுறன்'' வேகமாக போனை நிறுத்திவிட்டு நடந்தார்.

நடேசனையும் மற்றவர்களையும் பார்த்ததும், ''வந்துட்டிங்களா?'' என்று ராம லிங்கம் கேட்டார்.

''மணி ஆவுது சார்'' மெல்ல சொன்னார் நடேசன்.

''மொதல்ல நீங்க ஒரு வெள்ளப் பேப்பர்ல எழுதிக் கொடுங்க'' என்று சொல்லி விட்டு மேசை மீது இருந்த பைல்களிலும், மேசையின் டிரையரிலும் வெள்ளை பேப்பர் இருக்கிறதா என்று தேடினார். பேப்பர் கிடைக்கவில்லை.

''ஒங்கிட்ட வெள்ள பேப்பர் இருக்கா?'' பக்கத்து நாற்காலியில் உட்கார்ந்திருந்த குப்புசாமியிடம் கேட்டார்.

''இல்லப்பா.''

''நான் இங்கதான் பத்து பேப்பருக்கு மேல வச்சிருந்தன். எங்க போயி தொலஞ்சி துன்னு தெரியல'' சொல்லிக்கொண்டே மீண்டும் பைல்களுக்கிடையே வெள்ளை பேப்பரை ராமலிங்கம் தேட ஆரம்பித்தார்.

நடேசனுக்குப் பொறுமை போய்விட்டது. பணிவாக, ''நான் வாங்கிட்டு வரட் டுமா சார்?'' என்று கேட்டார்.

''ஒங்களுக்கு எதுக்கு சிரமம்'' என்று சொன்ன ராமலிங்கம் ஒரு நிமிஷம் யோசிப் பதுபோல் இருந்தார். பிறகு பெரிய உதவி செய்வதுபோல், ''சரி, வாங்கிட்டு வாங்க'' என்று சொன்னார்.

''ஒரு கொயர் பேப்பர் வாங்கியா'' என்று சொல்லி பணத்தைக் கொடுத்து அரவிந் தனைத் துரத்திவிட்டார். அவன் ஒரே ஓட்டமாக ஓடினான். போன வேகத்திலியே பேப்பரோடு வந்தான். பேப்பரை வாங்கிய ராமலிங்கம் ஒரு பேப்பரை எடுத்துக் கொடுத்து, ''எழுதிக் கொடுங்க'' என்று நடேசனிடம் நீட்டினார். பேப்பரை வாங்கிக் கொண்டு பெஞ்சில் உட்கார்ந்தார். எழுதுவதற்கு முயன்றார். கை நடுங்கியது. பேனா நழுவி விழுந்தது. கண்களில் கண்ணீர் இறங்கியது. தலையைக் கவிழ்த்துக்கொண் டார். போன் மணி அடித்தது. எடுத்து, ''என்ன தம்பி? ஆமாம். ஸ்டேஷன்லதான் இருக்கன். இன்னம் முடியல. இப்பத்தான் எழுதித் தரச் சொன்னாங்க. எப்பிடி எழுதித் தர்றது? சந்தேகம் இருக்குன்னா? இல்லன்னா? இதோட தல முழுகிடலாம்ன்னு சொல்றியா? இப்பவும் மாத்தி எழுதித் தர்றதின்னா தரலாமாம். அம்மாகிட்ட கேட்டு சொல்லன். வேணாங்கிறியா? நம்பளப் பொட்டப் பயலா மாத்திட்டாம்பா. சரி.

வந்துடுறன். நானா வர மாட்டன்னு சொல்றன். சரிப்பா வச்சிடு'' என்று களைப்புடன் சொல்லிவிட்டு, ''எப்படி சார் எழுதுறது?'' என்று பரிதாபமான குரலில் ராமலிங்கத் திடம் கேட்டார்.

''ஒங்க அட்ரச எழுதுங்க. தீக்குளிச்சப் பொண்ணுக்கும் ஒங்களுக்கும் என்ன ஒற வுன்னு எழுதுங்க. சம்பவம் தானா நடந்துச்சா, யாராச்சும் தூண்டுதல் செஞ்சாங் களா, யாராச்சும் கொளுத்துனாங்களா, சம்பவத்தில ஒங்களுக்கு சந்தேகம் இருந்தா, சந்தேகம் இருக்குன்னு எழுதுங்க, சந்தேகம் இல்லன்னா இல்லன்னு எழுதிக் கொடுங்க'' என்று ராமலிங்கம் சொன்னார்.

நடேசன் எழுத ஆரம்பித்தார். பேனா விரல்களுக்கிடையே நிற்காமல் ஆடியது. எழுத்துகள் உருப்பெறவில்லை. கோடுகோடாக, முட்டை முட்டையாக இருந்ததோடு ஒன்றுடன் ஒன்று வார்த்தைகள் ஏறிக்கொண்டன. அந்த இடத்திலிருந்த எல்லோரும் நடேசனையே பார்த்தனர். ஆனால், அவர் யாரையும் பார்க்கவில்லை. சரம்சரமாக அவருடைய கண்களிலிருந்து கண்ணீர் இறங்கியது.

''கொஞ்சம் ஒக்காந்திருங்க. அப்பறமா எழுதிக்கலாம்'' என்று குப்புசாமி சொன் னார்.

''நான் எழுதட்டுமா சார்'' என்று அரவிந்தன் கேட்டான். அதற்கு நடேசன் பதில் சொல்லவில்லை. சிறிது நேரம் பேசாமல் உட்கார்ந்திருந்தார். உடலின் நடுக்கத்தைக் குறைப்பதற்காக மேசையின்மீது தலையைக் கவிழ்த்துக்கொண்டார்.

''கடலூர் மாவட்டம். விருத்தாசலம் வட்டம். விருத்தாசலம் நகரம். பெரியார் நகர் தெற்கு. 414 குறிஞ்சித் தெருவில் வசித்துவரும் நடேசன் த/பெ. காசிபிள்ளை ஆகிய நான் எழுதிக் கொடுப்பது கடலூர் மாவட்டம், விருத்தாசலம் நகரம், பர்மா நகர், ரோஜாப்பூ தெருவில் வசித்து வந்த எனது மகள் ரேவதி என்பவர் 24.06.16 அன்று சமையல் செய்துகொண்டிருந்தபோது ஏற்பட்ட தீ விபத்தில் சிக்கிப் பலத்த காயமடைந்தார். அவர் விருத்தாசலம் அரசு பொது மருத்துவமனைக்குக் கொண்டு செல்லப்பட்டார். அங்கு முதல் உதவி சிகிச்சை அளிக்கப்பட்டது. பிறகு மேல் சிகிச் சைக்காக பாண்டிச்சேரி ஜிப்மர் மருத்துவமனைக்குக் கொண்டுசெல்லப்பட்டார். மருத்துவ சிகிச்சை பலனின்றி இன்று 28.06.16 அன்று காலை 8.05 மணிக்கு இறந்து விட்டார். என்னுடைய மகள் சாவில் எனக்கோ, என்னுடைய குடும்பத்தாருக்கோ சந்தேகம் இல்லை என்பதைப் பணிவுடன் தெரிவித்துக்கொள்கிறேன்.

இப்படிக்கு,
தங்கள் உண்மையுள்ள,
கா. நடேசன்

என்று எழுதி கையெழுத்துப் போடும்போது காவல் நிலையத்தில் இருக்கிறோம், தன்னைச் சுற்றி ஆட்கள் இருக்கிறார்கள் என்பதையெல்லாம் மறந்துவிட்டு நெருப்பில் விழுந்து துடிப்பதுபோல நடேசன் கதறி அழுதார்.

நடேசன் எழுதிக் கொடுத்ததை ராமலிங்கம் வாங்கிப் படித்தார். உடனே முகத் தைச் சுளித்தார். ''எந்த தேதியில கல்யாணம் நடந்துச்சி. குழந்தைங்க இருக்கா? அவுங்க பேரு என்ன? பொண்ணோட புருசன் பேரு என்னான்னு ஒரு தகவலும் இல்லாம

இருக்கு'' என்று சொன்னார். போலீஸ் என்றுகூடப் பார்க்காமல் கோபப்பட்ட நடேசன் பேப்பரைப் பிடுங்குவதுபோல் வாங்கி ராமலிங்கம் கேட்ட விஷயத்தை எழுத ஆரம்பித்தார்.

அடிக்குறிப்பு:

''என் மகள் ரேவதிக்கும் ரவி என்பவருக்கும் ஆறு ஆண்டுகளுக்கு முன்பு திருமணம் நடந்தது. என் மகளுக்கு இரண்டு குழந்தைகள் இருக்கின்றன. என் மகளுக்கு விருத்தாசலம் சபிதா திருமண மண்டபத்தில் திருமணம் நடைபெற்றது'' நடேசன் குலுங்கிக்குலுங்கி அழ ஆரம்பித்தார். அழுகையினூடே, ''சண்டாளன்'' என்று திரும்பத் திரும்ப சொன்னார்.

பேப்பரை வாங்கிய ராமலிங்கம், ''அடிக்குறிப்புன்னு போட்டு எழுதக் கூடாது சார்'' என்று பேப்பரை திருப்பிக் கொடுத்தார். அதைப் பார்த்த குப்புசாமி, ''போதும் ராமலிங்கம். கேசுன்னாத்தான பிரச்சன. இதுதான் கேசில்லயே. முடி'' என்று சொன்னதோடு நடேசனுடைய கையிலிருந்த பேப்பரை வாங்கி ராமலிங்கத்திடம் கொடுத்தார்.

''என் கையாலியே தானா நடந்துச்சின்னு எழுதவச்சிட்டானே நான் என்ன பாவம் செஞ்சனோ தெரியலியே ஆண்டவனே'' மீண்டும் வாய்விட்டு அழுதார்.

ராமலிங்கம் ஒரு சிறிய கட்டை நோட்டைக் கொடுத்து, ''சாட்சிங்க வரிசயா கையெழுத்துப் போடுங்க. முதல்ல பேரு எழுதணும். அப்பறம் அட்ரஸ் எழுதணும். கடசியில கையெழுத்துப் போடணும். செல் நம்பரையும் எழுதுங்க'' என்று சொன்னார்.

அரவிந்தன் முதல் கையெழுத்துப் போட்டான். பிறகு ராசா, சதீஷ், தேவராஜ் என்று ஒவ்வொருவரும் முகவரி எழுதிக் கையெழுத்துப் போட்டனர். அப்போது, ''நாலு பேரு போதுமா? இன்னம் ஒரு ஆளு போடலாமா?'' என்று குமார் கேட்டான்.

''ஆளு இருந்தா போடட்டும். அதுல ஒண்ணும் தப்பில்ல'' என்று ராமலிங்கம் சகாயம் செய்வதுபோல சொன்னார். உடனே குமார் நோட்டை வாங்கி, முகவரி எழுதிக் கையெழுத்துப் போட்டான். நோட்டை வாங்கிப் பார்த்த ராமலிங்கம் அடுத்த பில் புக் மாதிரி இருந்த ஒரு கட்டை நோட்டை கொடுத்து, ''அந்த நோட்டுல போட்ட மாதிரியே கையெழுத்துப் போடுங்க. வரிச மாறக் கூடாது. கையெழுத்து போட்டதும் கடசியில ரேக வையிங்க'' என்று சொன்னார். அவர் சொன்னபடியே ஐந்து பேரும் செய்தனர். பிறகு நோட்டை ராமலிங்கத்திடம் கொடுத்தனர்.

மேசை மீதிருந்த பைல்களிலும் மேசை டிராயரிலும் ராமலிங்கம் எதையோ தேட ஆரம்பித்தார். எவ்வளவு தேடியும் அவர் தேடிய பொருள் கிடைக்கவில்லை.

''என்ன தேடுற?'' என்று குப்புசாமி கேட்டார்.

''கார்பனக் காணும். இந்த எடத்தில எத வச்சாலும் காணாமப் போயிடுது. சின்ன கார்பன்தான் இருக்கு. பெரிய கார்பனக் காணும்.''

''போலீஸ் ஸ்டேஷனிலேயே கார்பன் காணாமப் போயிடிச்சி, பேப்பர் காணாமப் போயிடிச்சின்னு வெளிய சொல்லாத. நம்பளப் பாத்துக்கிட்டிருக்கிற ஆளுங்க சிரிப்பாங்க'' என்று சொன்ன குப்புசாமி தன்னுடைய மேசைமீதும், மேசை டிராயரிலும் தேடினார். கார்பன் பேப்பரைக் காணவில்லை.

நடேசன், ‘‘நான் வாங்கிட்டு வரட்டுமா சார்’’ என்று கேட்டார்.

‘‘கார்பன் இல்ல. பேப்பர் இல்ல. என்னடா ஸ்டேஷன்னு நெனைக்காதிங்க, எங்க வச்சன்னு தெரியல. ரெண்டு நாளு லீவில இருந்திட்டு வந்தன். அதான் குழப்பம்’’ என்று சொன்னார் ராமலிங்கம். அதோடு கார்பன் பேப்பரைத் தேடவும் செய்தார்.

‘‘பரவாயில்ல சார். நான் வாங்கிட்டு வர்றன்’’ நடேசன் சொன்னார்.

‘‘சரி. தம்பிய அனுப்புங்க’’ ராமலிங்கம் சொன்னார்.

கார்பன் வாங்கி வர அரவிந்தன் காவல் நிலையத்துக்கு எதிரிலிருந்த பெட்டிக் கடையை நோக்கி ஓடினான். ராமலிங்கம் மீண்டும் எதையோ தேட ஆரம்பித்தார். நடேசன் கைக்கடிகாரத்தைப் பார்த்தார். நேரம் வேகமாக ஓடிக்கொண்டிருப்பது தெரிந்தது.

‘‘சார் மணி ஆவுது’’ மரியாதையாகச் சொன்னார்.

‘‘கொஞ்சம் இருங்க. ஜிப்மருக்கு எழுத வேண்டிய பாரத்தத் தேடுறன்’’ என்று சொல்லிவிட்டு மேசை மீது இருந்த எல்லா பைல்களிலும் தேட ஆரம்பித்தார்.

‘‘இங்க வாங்க சார்’’ என்று நடேசனைக் குமார் கூப்பிட்டான். இருவரும் வெளியே கார் நிறுத்தப்பட்டிருந்த இடத்துக்கு வந்தனர்.

‘‘பணத்த கொடுத்திட்டிங்களா இல்லியா?’’ அதிகாரத்தோடு கேட்டான் குமார்.

‘‘இன்னும் கொடுக்கல. ஸ்டேஷனுக்குள்ளார வச்சி எப்பிடிப் பணத்தக் கொடுக் கிறது?’’ சின்னப் பிள்ளைப்போல் கேட்டார்.

‘‘என்னா சார் நீங்க? நேரத்த வளத்திக்கிட்டு. காசக் கெடாசுங்க. பணம் போவு லன்னா இன்னிக்கிப் பூராவும் அது இல்ல, இது இல்லன்னு தேடிக்கிட்டுத்தான் இருப் பாங்க’’ என்று நடேசனை முறைப்பதுபோல் சொன்னான் குமார்.

‘‘எவ்வளவு கேட்டாலும் கொடுக்கிறதுக்கு நான் தயாராத்தான இருக்கன். பணம் இல்லன்னு சொல்லலியே. எம் பொண்ணவிட எனக்குப் பணமா பெருசு?’’

‘‘இதயே சொல்லிக்கிட்டிருந்தா வேல ஆவுமா? ஒங்க பாக்கட்டில இருக்கிற பணம் அவுங்க பாக்கட்டுக்குப் போவணும். அப்பத்தான் வேல நடக்கும். நீங்க இங்கியே இருங்க. நான் போயிட்டு வர்றன்’’ என்று சொல்லிவிட்டு வேகமாகக் காவல் நிலையத்துக்குள் போனான். போன வேகத்திலேயே ராமலிங்கத்தை அழைத்துக் கொண்டு வெளியே வந்தான். காரிடம் வந்ததும், ‘‘ஸ்டேஷன் செலவுக்கு எவ்வளவு சார் தரணும்’’ என்று கேட்டான்.

‘‘ஒங்க விருப்பம், கொடுக்கிறதக் கொடுங்க’’ ராமலிங்கம் சொன்னார். எப்போதும் இல்லாமல் அவருடையக் குரலில் அன்பு வெளிப்பட்டது.

‘‘அஞ்சாயிரம் போதுமா சார்?’’

‘‘கொடுங்க. ஸ்டேஷன்ல செலவு இருக்கு.’’

‘‘பணத்தக் கொடுங்க சார்’’ என்று குமார் நடேசனிடம் சொன்னதும் பணத்தை ராமலிங்கத்திடம் கொடுத்தார்.

‘‘இன்னம் ஒரு ஆயிரம் கொடுங்க’’ குமார் அதிகாரத் தொனியில் சொன்னான்.

நடேசன் பணத்தைக் கொடுத்தார்.

‘‘இந்த ஆயிரத்த நீங்க தனியா வச்சிக்குங்க. லேட்டாக்காம சீக்கிரம் அனுப்புங்க. பாடிய வாங்கி இன்னிக்கே எரிச்சாவணும் சார்.’’ ராமலிங்கத்துக்கு குமார் கட்டளை போட்டான்.

‘‘நீங்க போய் சாப்புட்டுட்டு வாங்க. பேப்பர் ரெடியா இருக்கும்’’ என்று அக்கறையுடன் சொன்ன ராமலிங்கம் காவல் நிலையத்துக்குள் சென்றார்.

‘‘இத முன்னாடியே கேட்டுத் தொலைக்க வேண்டியதுதான.’’ சலிப்புடன் சொன்னார் நடேசன்.

‘‘அவுங்க கேக்க மாட்டாங்க. நாம்பதான் கேக்கணும்’’ சிரித்தான் குமார்.

‘‘நாம்பளா கேட்டா, நாம்பளா கொடுத்தா தப்பாயிடும்ன்னுதான் நான் பேசாம இருந்துட்டன். பரவாயில்ல. நீ சட்டுன்னு விஷயத்த முடிச்சிட்ட.’’

‘‘ஸ்டேஷனுக்குள்ளாரியே கொடுத்திருக்கலாம். இப்பக் கொஞ்ச நாளா ஸ்டேஷன்ல கேமராவ வச்சிட்டாங்க. அதனாலதான் அவர வெளிய அழைச்சிக்கிட்டு வந்தன். பாருங்க, இன்னும் பத்து நிமிஷத்தில பேப்பரு ரெடியாயிடும்’’ என்று நம்பிக்கையோடு சொன்னான்.

‘‘நான் முன்னாடியே இந்த எடத்துக்கு வந்திருந்தா எம் பொண்ணு உசுரோட இருந்திருப்பா.’’

‘‘அப்படியெல்லாம் சொல்லிட முடியாது சார். எல்லாருக்கும் பூமியில கொஞ்ச நாள்தான் எடம். ஒங்க பொண்ணுக்கு ஆயுள் அவ்வளவுதான்’’ என்று ஜோசியக்காரன் போல் தீர்க்கமான குரலில் சொன்னான் குமார்.

3

பைக்கில் சென்ற தமிழ்நாடு முன்னேற்றக் கழக நகரச் செயலாளர் கதிரவன், நடேசனைப் பார்த்துவிட்டுத் திரும்பி வந்து வண்டியைவிட்டு இறங்கி, ‘‘என்ன சார் இந்த எடத்தில?’’ என்று கேட்டான்.

‘‘எம் பொண்ணு தவறிடிச்சி தம்பி.’’

‘‘எப்ப சார்?’’

‘‘காலயிலதான்.’’

‘‘எப்பிடி?’’

‘‘. . . . .’’

‘‘ரேவதின்னு போஸ்டர் ஒட்டிருக்கே அதுவா?’’

‘‘போஸ்டர் ஒட்டியிருக்கா?’’

‘‘இப்பத்தான் ஆட்டோ சங்கத்துக்காரங்க பெரியார் நகர் பஸ் ஸ்டேண்டுல ஒட்டிக்கிட்டு இருக்கானுங்க. அது ஒங்க பொண்ணுன்னு தெரியாது. பாடி எங்க இருக்கு?’’

‘‘ஜிப்மர்ல. போலீஸ் போனாத்தான் பாடியத் தருவாங்களாம். அதுக்குத்தான் காலயிலிருந்து நின்னுக்கிட்டிருக்கன்.’’

''எங்கிட்ட ஒரு வாத்த சொல்லக் கூடாதா சார்? வாங்க பாப்பம்.'' நடேசனை அழைத்துக்கொண்டு காவல் நிலையத்திற்குள் போனான் கதிரவன்.

''வாங்க நகரம். எங்க ஆளயே இந்தப் பக்கம் காணும்?'' பொய்யாகச் சிரித்துக் கொண்டே ராமலிங்கம் கேட்டார்.

''இங்கதான் இருக்கன். ஸ்டேஷனுக்கு வராம எப்பிடி இருக்க முடியும்? ஆளும் கட்சியா இருந்தா தெனம் வர்ற மாதிரி இருக்கும். நாங்கதான் எதிர்க் கட்சியாக்கூட இல்லியே'' என்று சொல்லிச் சிரித்தான். பிறகு, ''யார் இருக்கா?'' என்று கேட்டான்.

''லா அண்டு ஆர்டர்.''

''பாத்திட்டு வர்றன்.'' செல்வம் அறைக்குள் நுழைந்தான் கதிரவன். தானாகவே ஒரு நாற்காலியைக் கொண்டு வந்து போட்டாள் சுமதி.

கதிரவனைப் பார்த்து, ''என்ன நகரம் ஆளப் பாத்து ஒரு வாரமாச்சே'' சிரித்துக் கொண்டே செல்வம் கேட்டார்.

''ஐயாவப் பாக்காம நான் எங்க போயிட முடியும்?''

''இன்னொண்ணு கொண்டா'' என்று சுமதியிடம் செல்வம் சொன்னார். சிறிது நேரத்தில் நாற்காலி வந்தது. கட்டாயப்படுத்தி நடேசனைக் கதிரவன் உட்கார வைத்தான். பிறகு செல்வத்திடம், ''சார்கிட்டத்தான் நான் படிச்சன். இன்னிக்கி எனக்கு ஒரு விஷயம் தெரியுதின்னா அதுக்கு இவர்தான் காரணம். இந்த மாதிரி எடத்துக்கெல்லாம் வரக்கூடிய ஆளு இல்ல. இவரோட கேசு விசயம் ஐயாவுக்குத் தெரியுமா?''

''விசாரிச்சன்.''

''ஐயா பாத்து சீக்கிரம் அனுப்புனிங்கன்னா நல்லா இருக்கும்.''

''எதுக்கு இவ்வளவு பேசுறீங்க? நீங்க ஒரு வாத்த சொன்னாப் போதாதா?''

''இவர் எங்கிட்ட சொல்லல. ரோட்டுல போனன். சார் நின்னதப் பாத்திட்டு நானாத்தான் வந்தன். பாடத்தத் தவிர மத்த விஷயம் எதா இருந்தாலும் நாம்பளா பேசுனாத்தான் பேசுவாரு.''

''சுமதி.''

''ஐயா.'' சுமதி வந்து வாசலில் நின்றாள்.

''ராமலிங்கத்த கூப்புடு.''

ராமலிங்கம் வந்து வாசலில் நின்றார்.

''பேப்பர்ஸ் என்னாச்சி?''

''ரெடியாயிக்கிட்டு இருக்கு ஐயா.''

''எத்தன மணி நேரமா?''

''இப்பத்தான் எஃப்.ஐ.ஆர் போட்டுச்சி.''

''சம்பவம் நடந்து மூணு நாளு கழிச்சித்தான் போடுறீங்களா? எஃப்.ஐ.ஆர் போடாம எப்பிடி வாக்குமூலம் வாங்க ஆளு அனுப்புனீங்க?''

ராமலிங்கம் பேசவில்லை. செல்வத்தினுடைய முகம் மாறிவிட்டது. எரித்துவிடுவதுபோல ராமலிங்கத்தைப் பார்த்தார்.

''ஒரு எஃப்.ஐ.ஆர் போட எத்தன மணிநேரம் ஆவுது? பொண்ண சாவக் கொடுத் திட்டு ஒரு ஆளு எத்தன மணி நேரம் ஸ்டேஷனில காவக் காத்துகிட்டு நிப்பான்?''

''ரெடி ஆயிடிச்சி. இன்ஸ்பெக்ட்டர் ஐயா வரட்டுமின்னு இருந்தன்.''

''இன்ஸ்பெக்ட்டருக்கும் இதுக்கும் என்ன சம்பந்தம்? முதல்ல பேட எடுத்துக் கிட்டு வாங்க.''

''ஐயா'' என்று சொல்லிவிட்டு போன ராமலிங்கம் எஃப்.ஐ.ஆர். படிவத்தையும், நடேசன் எழுதிக் கொடுத்த மனுவையும் எடுத்து குப்புசாமியிடம் கொடுத்து ''சட்டுன்னு எழுது'' என்று சொன்னார்.

''எஃப்.ஐ.ஆர். நம்பர சொல்லு.''

''காலயில கார்கூடல் ஆச்சிடண்டுக்குப் போட்டல்ல. அதோட அடுத்த நம்பர எழுது.''

குப்புசாமி எழுத ஆரம்பித்தார். ராமலிங்கம் மேசைமீது இருந்த பைல்களில் எதையோ தேட ஆரம்பித்தார். ''ஜிப்மருக்கான பாரம் எங்க போச்சுன்னு தெரியல.''

செல்வம் அறையிலிருந்து நடேசனும் கதிரவனும் வெளியே வந்தனர். ''என்ன சார் தேடுறிங்க?'' என்று கேட்டுக்கொண்டே ராமலிங்கத்தின் மேசைக்கு எதிரில் கிடந்த பெஞ்சில் உட்கார்ந்த கதிரவன் கேட்டான், ''ஜிப்மருக்கான பாரத்த காணும். நம்ப ஜி.எச்.க்குரிய பாரத்த அவனுங்க ஒத்துக்க மாட்டானுங்க'' என்று சொல்லிக் கொண்டே தேடினார். அவரோட சேர்ந்து மேசை மீதிருந்த பைல்களில் கதிரவனும் தேட ஆரம்பித்தான். ஒரு பேப்பரை எடுத்துக்காட்டி, ''இதா பாருங்க'' என்று சொல்லி ராமலிங்கத்திடம் கொடுத்தான்.

''இதுதான் நகரம்'' என்று சொல்லிச் சிரித்தபடியே பேப்பரை வாங்கி ரேவதி சம்பந்தமான தகவல்களை ஒவ்வொன்றாக நடேசனிடம் கேட்டுக்கேட்டு எழுதினார்.

தமிழக மக்கள் கட்சியின் நகரச் செயலாளர் அருள் உள்ளே வந்தான். ராமலிங்க மும் குப்புசாமியும், ''வாங்க நகரம்'' என்று ஒரே நேரத்தில் ஒரே குரலாகச் சொன் னார்கள். நடேசனைப் பார்த்த அருள் அதிர்ச்சி அடைந்த மாதிரி, ''என்னா சார் இங்க?'' என்று கேட்டான்.

''எம் பொண்ணு தவறிடிச்சி.''

''அப்பிடியா?'' என்று கேட்டான் அருள். பிறகு ராமலிங்கத்திடம், ''சார் விசயம் என்னாச்சி?'' என்று கேட்டான்.

''ரெடியாயிடிச்சி. அஞ்சி நிமிஷத்தில அனுப்பிடலாம்.''

''சார். ஒரு நிமிஷம் வாங்க.'' நடேசனை அழைத்துக்கொண்டு செல்வம் அறைக் குள் போனான்.

''சாருக்காக நீங்களும் வந்துட்டிங்களா?'' என்று கேட்டு செல்வம் சிரித்தார்.

''இவரு எங்க சாரு. கணக்குல புலி. ஓ.பி. அடிக்காத வாத்தியாரு.''

''அப்பிடியா?'' ஆச்சரியமாக செல்வம் கேட்டார்.

''தம்பி அதிகமா சொல்றாரு சார்'' என்று சன்னமான குரலில் நடேசன் சொன்னார்.

''சுமதி'' என்று செல்வம் கூப்பிட்டார். பக்கத்து அறையிலிருந்து ஓடிவந்தாள் சுமதி.

''ராமலிங்கத்த வரச் சொல்லு.''

சுமதி போய், ராமலிங்கம் வந்தார். வந்த வேகத்திலேயே, ''ரெடியா இருக்கு சார். அனுப்பிடலாம்'' என்று சொன்னார்.

''எஃப்.ஐ.ஆர். காப்பிய எடுத்துக்கிட்டு யாரு போறது?''

''வாக்குமூலம் வாங்க கணேசனும், ஆனந்தகுமாரும் போனாங்க. ஆனா இப்ப அவுங்க இல்ல.''

''வேற யாரு இருக்காங்க?''

''அப்துல்லா.''

''அவுரு பேர எழுதுங்க. அப்துல்லாவ வரச் சொல்லுங்க.''

''ஐயா.''

ராமலிங்கம் போனார். அப்துல்லா வந்து வாசலில் விறைப்பாக நின்றுகொண்டு, ''ஐயா'' என்று சொன்னான்.

''நீ எங்கூட பாண்டி வா. பார்ட்டிகிட்ட நான் விசாரிக்கணும்.''

''ஐயா.''

''எஃப்.ஐ.ஆர். காப்பிய வாங்கிக்கிட்டு வா.''

''ஐயா'' என்று சொல்லிவிட்டு ராமலிங்கத்திடம் போனான். ஒரு பேடில் வைத்துக் கொடுத்ததை வாங்கிக்கொண்டு வந்து செல்வத்தின் மேசைமீது வைத்தான் அப் துல்லா. கையெழுத்துப் போட்டார் செல்வம். பேடை எடுத்துக்கொண்டு வெளியே போனான் அப்துல்லா.

''ஸ்டேஷன் செலவுக்கு ஏதாச்சும் செய்யணுமா சார்?'' அருள் கேட்டான்.

''என்னாப் பேசுறீங்க? நீங்க சொல்றீங்க. கதிரவன் சொல்லி இருக்காரு. கதிரவனே ஒக்காந்து எஃப்.ஐ.ஆர். எழுதுறாரு'' லேசாகச் சிரித்தார் செல்வம். சிறிது நேரம் பேசாமல் இருந்தார். பிறகு நிதானமாக, ''நானும் அரசாங்க ஸ்கூல்லதான் படிச்சன். நாலு நல்ல வாத்தியாரு இருந்ததாலதான் நான் இந்த எடத்தில ஒக்காந்திருக்கிறன்'' என்று சொல்லிக்கொண்டிருக்கும்போது, கதிரவன் ஒரு பேடை எடுத்துக்கொண்டு உள்ளே வந்தான்.

''என்னா நகரம், நீங்க பேட எடுத்துக்கிட்டு வர்றீங்க?'' கிண்டலாகக் கேட்டார்.

''எங்க வாத்தியாரு சார்.''

பேடை வாங்கிக் கையெழுத்துப் போட்ட செல்வம், ''அப்துல்லா'' என்று சத்த மாகக் கூப்பிட்டார். அப்துல்லா ஓடிவந்தான்.

''பேட நீ எடுத்துக்கிட்டு வர மாட்டியா?'' என்று கேட்டுவிட்டுக் கோபத்துடன் பேடைத் தூக்கிக் கீழே போட்டார். பயந்துபோன அப்துல்லா எதுவும் பேசாமல் பேடை எடுத்துக்கொண்டு வெளியே போனான்.

''இன்ஸ்பெக்டர் வந்துட்டாரா?'' என்று அருள் கேட்டான்.

''தெரியல.''

''பாத்திட்டு வர்றன் சார்'' என்று சொல்லிவிட்டு எழுந்து ஆய்வாளர் அறைக்கு அருள் போனான். நடேசனும் வெளியே வந்தார்.

''அப்துல்லா'' என்று செல்வம் கூப்பிட்டார். உடனே அப்துல்லா வந்தான்.

''பார்ட்டிகிட்ட சொல்லி ஒரு கார் ஏற்பாடு பண்ணு. ஏ.சி. இருக்கணும். பேட எடுத்துக்க. எல்லாம் சரியா இருக்கணும். அங்க போயி அது சரியில்ல இது சரியில்லன்னா பாடிய வாங்க முடியாது. அப்பறம் நாளைக்கும் அலயணும். பேப்பர ரெண்டு முற நீ படிச்சிடணும். சீக்கிரம். இப்பவே மணி ஒண்ணு.''

''ஐயா'' என்று சொன்ன அப்துல்லா நேராக நடேசனிடம் வந்து, ''சார் ஏ.சி. கார் ஒண்ணு சொல்லுங்க. கார் வந்ததும் போயிடலாம்'' என்று சொன்னான்.

''குமாரு ஒரு ஏ.சி. உள்ள கார வரச் சொல்லு. சீக்கிரம்'' என்று குமாரிடம் நடேசன் சொன்னார். குமார் போன் போட்டு ஒரு காரை வரச் சொன்னான்.

அப்போதுதான் நினைவுக்கு வந்த மாதிரி குப்புசாமி கேட்டார், ''பாண்டிச்சேரி போலீசுலேருந்து தகவல் வந்துச்சா?''

''வல்லியே.'' காவல் நிலையம் என்றுகூடப் பார்க்காமல் ராமலிங்கம் கத்தியே விட்டார்.

''தகவல் வராம பேப்பர்ஸ ரெடி பண்ணுனது தப்பு. டைம், தேதி, பெட் நெம்பரு போடணுமில்ல. தகவல் வந்து ரெண்டு மணி நேரமாவது கழிச்சிதான போலீச அனுப்ப முடியும்?'' என்று குப்புசாமி சொன்னதும் ராமலிங்கத்தினுடைய முகம் சட்டென்று மாறியது. அவர்கள் பேசிக்கொண்டிருந்ததைக் கேட்ட நடேசனுக்கு உயிர் நின்றுவிடும்போல் இருந்தது. உடல் பற்றியெரிகிற அளவுக்குக் கோபம் வந்தது. கண்களில் கண்ணீர் திரண்டு நின்றது. ''செத்துட்டா தேவலாமுன்னு இருக்கு'' என்று சொல்லிக்கொண்டே பெஞ்சில் உட்கார்ந்துவிட்டார்.

''என்னா சார் செய்யறது?'' குமார் கேட்டான்.

''அங்க ஆஸ்பித்திரியில யாரு இருக்கறது?'' குப்புசாமி கேட்டார்.

''பொண்ணோட அண்ணன்'' குமார் சொன்னான்

''ஒடனே அவருக்கு போனப் போட்டு சொல்லு. எமர்ஜென்சி கட்டடத்த ஒட்டி தெக்கால பக்கம் ஒரு போலீஸ் பூத் இருக்கும். அங்க போயி பொண்ணு இறந்துபோன தகவலச் சொல்லச் சொல்லு. அவுங்க ஒடனே இங்க தகவல் கொடுப்பாங்க. சீக்கிரம்'' என்று குப்புசாமி சொன்னார்.

''சீக்கிரம் போனப் போடு. அங்கயிருந்து தகவல் வந்து, அந்தத் தகவல போலீசு எடுத்துக்கிட்டு போற பேப்பருல பதிஞ்சாதான் கௌம்ப முடியும். இல்லாட்டி முடியாது. மீறிட்டா சட்டச் சிக்கல் வந்துடும். இன்பர்மேஷன் இல்லாம எப்படி வந்தன்னு பாண்டிச்சேரி போலீஸ் கேப்பான். பாடியத் தர மாட்டான்.'' ராமலிங்கம் படபட வென்று சொன்னார்.

அரவிந்தன் கோபப்பட்டான், ''காச வாங்கிக்கிட்டு இந்த மாரி செய்றாங்களே'' முணுமுணுத்தான்.

''கொஞ்சம் பேசாம இரு. முடியப்போற நேரத்துல காரியத்தக் கெடுத்துப்புடாத'' என்று ராஜா சொன்னான்.

நடேசனிடம் குமார், ''ஓங்க பையன் நெம்பரக் கொடுங்க சார்'' என்று சொல்லி முருகனுடைய செல்போன் எண்களை வாங்கினான். முருனுக்கு போன் போட்டு

விஷயத்தைச் சொல்லி, ''அவசரம். அவசரம். ஓடுங்க. அங்கயிருந்து போன் வந்தா தான் நாங்க கௌம்ப முடியும்'' என்று சொன்னான்.

பத்து நிமிஷம்தான் கழிந்திருக்கும். காவல் நிலையத்துக்குப் பாண்டிச்சேரி போலீசிடமிருந்து போன் வந்தது. சுமதிதான் போனை எடுத்தாள், ''எந்த வார்டு? எந்தப் படுக்கை? பேஷண்டு பேரு, அட்மிஷன் நம்பரு, வார்டு, தேதி, நேரம், இறந்த நேரம், தேதி, இறந்திட்டாங்கன்னு சர்ட்டிபிகேட் பண்ணுன டாக்டர் பேரு'' என்று ஒவ்வொன்றாகக் கேட்டு எழுதினாள். உடனே சுமதி எழுதிய பேப்பரை வாங்கி எழுத வேண்டிய தகவல்களை ராமலிங்கம் சொல்லச்சொல்ல, கடகடவென்று குப்புசாமி எழுத ஆரம்பித்தார்.

4

நடேசனுக்கு போன் வந்தது. காவல் நிலையத்துக்குள் பேச வேண்டாம் என்று வெளியே வந்து, ''என்னா தம்பி? முடிஞ்சிடிச்சி. நான் எதுக்கு லேட் பண்ணப் போறன்? பாடிய மார்ச்சுவரிக்குக் கொண்டுகிட்டுப் போயிட்டாங்களா? சிவனே! வச்சிடு'' என்று சொல்லி போனை வைத்தார். அப்போது ஏட்டு கணேசனும் ஆனந்த குமாரும் பைக்கில் வந்து இறங்கினர்கள். நடேசனைப் பார்த்த ஆனந்தகுமார் ஒரு ஓரமாக ஒதுங்கி நின்றுகொண்டு, ''என்னாச்சி சார்?'' என்று கேட்டான்.

''காலயில முடிஞ்சிபோச்சி தம்பி.''

''ஒரு நிமிஷம் வாங்க'' என்று சொல்லிவிட்டு பத்து தப்படி தூரம் கிழக்கில் நடந்தான். நடேசன் அவனுக்குப் பின்னால் போனார். பேண்ட் பாக்கெட்டிலிருந்த மணி பர்ஸை எடுத்து அதிலிருந்து ஆயிரம் ரூபாய் நோட்டு ஒன்றை எடுத்துக்கொடுத்தான்.

''எதுக்கு தம்பி?''

''வாக்குமூலம் வாங்க வந்தப்ப நீங்க கொடுத்ததில ஏட்டய்யா எனக்குக் கொடுத்தது, என்னோட பங்கு பணம். அந்தப் பொண்ணப் பாத்த பிறகு பணம் வாங்குனதே தப்பு. இப்ப அந்தப் பொண்ணே செத்துப்போச்சி. என்னால இந்தப் பணத்த வச்சிக்க முடியாது.''

''வேணாம். வேணாம்'' என்று சொல்லி பிடிவாதமாகப் பணத்தை வாங்க மறுத்தார் நடேசன்.

''இந்தப் பணத்தில அந்தப் பொண்ணுக்கு ஒரு மால வாங்கிப் போடுங்க. இல்லன்னா பிரேத பரிசோதன செய்யும்போது, 'மார்ச்சுவரி மெட்டீரியல்ஸ் வாங்கியா'ன்னு சொல்லுவாங்க. மெடிக்கல்ல வாங்கணும். அதுக்கு வச்சிக்குங்க'' என்று நடேசனுடைய கையில் பணத்தைத் திணிக்க முயன்றான்.

''வேண்டாம் வச்சிக்க.''

''அவன நீங்க சும்மா விட்டது தப்பு. உள்ளாரப் புடிச்சிப் போட்டிருக்கணும். ஒரு பொண்ணக் கொன்னுட்டான். ரெண்டு புள்ளையத் தெருவுல வுட்டுட்டான்.

போலீஸ் ஸ்டேஷன், கோர்ட்டுக்குப் போவணுமின்னு வெக்கப்பட்டுக்கிட்டு வுட்டுட்டீங்க. மூணு உசுரவிட ஒங்க மரியாத பெருசா? நாம்பளா நெனச்சிக்கிறதுதான் மரியாத.

''ஒங்க பொண்ணு செத்துப்போச்சி. இனிமே அதுக்கு எந்தப் பிரச்சனயும் கெடயாது. அந்தப் புள்ளைங்களுக்கு இனிமேதான் எல்லாப் பிரச்சனையும். திமுரு கொண்டு காதலிப்பாங்க, புள்ளையப் பெத்துப்போட்டுட்டு செத்துடுவாங்க. இனி 'எங்கம்மா செத்துப்போச்சி, எங்கம்மா செத்துப்போச்சி'ன்னு சொல்லிசொல்லி அழுவணும். ஏங்கிஏங்கி சாவணும். அழுதா தீருற பிரச்சனயா இது? எனக்காக ஒண்ணு செய்யுங்க சார். தாய் வழியில புள்ளைங்க வளருறதுதான் நல்லது. முடிஞ்சா நீங்க அந்தப் புள்ளைங்கள வளருங்க. எம் பொண்ணே போயிட்டா. இனிமே என்னான்னு அதுங்கள அனாதயாக்கிடாதிங்க'' என்று ஆனந்தகுமார் சொன்னதற்கு நடேசன் பதில் எதுவும் சொல்லவில்லை.

''நான் காலயிலிருந்து எங்க போயிட்டு வர்றன்னு தெரியுமா? பொறந்து மூணே மணி நேரம் ஆன ஒரு பொம்பளப் புள்ளைய நம்ப ஜி.எச்.க்கு முன்னால ராத்திரி யாரோ ஒருத்தி போட்டுட்டு போயிட்டா. இப்பத்தான் அந்தப் புள்ளையத் தொட்டில் குழந்தைத் திட்டத்தில சேத்துட்டு வர்றன். ஏன் சார் இந்தப் பொம்பளைங்க இப்பிடி இருக்காங்க?''

''ஒன்னோட பக்குவம் எனக்கில்ல'' என்று சொல்லும்போதே நடேசனுக்கு அழுகை வந்துவிட்டது. சாலை என்று பார்க்காமல் அழுதார். அவருடைய மனமும், உடலும் அப்போது எல்லா வெட்கத்தையும் உதிர்த்துவிட்டிருந்தது.

''நீங்க கிளம்புங்க. யாராச்சும் பாத்தா தப்பா நெனப்பாங்க'' என்று சொன்ன ஆனந்தகுமார், நடேசனுடைய சட்டைப் பையில் ஆயிரம் ரூபாய் நோட்டை வைத்துவிட்டு வேகமாகக் காவல் நிலையத்துக்குள் போய்விட்டான்.

நடேசன் காவல் நிலையத்தின் வாசலுக்கு நடந்தார். அப்போது செல்வமும் அப்துல்லாவும் வெளியே வந்தனர். குமார் காட்டிய காரில் இருவரும் ஏறிக்கொண்டனர். வேகமாக உள்ளே ஓடிய நடேசன், கதிரவனிடமும் அருளிடமும், ''போயிட்டு வர்றன் தம்பி'' என்று சொல்லிவிட்டு வெளியே வந்தார். கூடவே வந்த கதிரவன், குமாரிடம், ''வேகமா போ தம்பி. வழியில வண்டிய நிறுத்தாதிங்க. இப்பியே மணி ஆயிடிச்சி'' என்று சொன்னான்.

ராஜா, அரவிந்தன், தேவராஜ், சதிஷ் என்று எல்லோரிடமும், ''நான் கிளம்பறன்'' என்று நடேசன் சொன்னார். உடனே நான்கு பேரும் ஒரே குரலாக, ''கிளம்புங்க முதல்ல. போயி பாடியக் கொண்டுவாங்க'' என்று சொன்னார்கள்.

கதிரவனும் அருளும் செல்வத்திடம் ஒரே குரலாக, ''எப்பிடியாச்சும் இன்னிக்கி பாடிய வாங்கணும் சார்'' என்று சொன்னார்கள்.

''ரெண்டு நகரமும் ஒண்ணா இருக்கிறது அதிசயமா இருக்கு'' என்று சொல்லி செல்வம் சிரித்தார்.

''நாங்க கட்சி வேறயா இருந்தாலும் படிச்சது ஒரே வாத்தியார்கிட்டதான் சார்'' அருள் சொன்னான். அப்போது கதிரவன் சிரிக்க மட்டுமே செய்தான்.

''போப்பா'' என்று டிரைவரிடம் செல்வம் சொன்னார். செல்வத்தின் காருக்குப் பின்னால் குமாரின் கார் ஓடத் தொடங்கியது.

5

தம்பிப்பேட்டை தாண்டி குள்ளஞ்சாவடி வந்தபோது நான்கு ஐந்து போலீஸ்காரர்கள் காரை மறித்தனர். செல்வத்தின் கார் நின்ற வேகத்திலியே கிளம்பிவிட்டது. குமார் காரை விட்டு இறங்கினான். காரிடம் வந்த போலீஸ்காரர், ''ஆர்.சி.புக்., பர்மிட், லைசென்ஸ் எல்லாத்தயும் எடுத்துக்கிட்டு வந்து ஐயாவ பாரு'' என்று சொல்லிவிட்டு அடுத்து வந்த ஒரு லாரியைக் கையைக் காட்டி மறித்தார். போலீஸ்காரர் கேட்ட எதுவுமே தன்னிடம் இல்லாத மாதிரி நின்றுகொண்டிருந்தான் குமார்.

''எதுக்கு தம்பி நிக்குற? சீக்கிரம் போயி காட்டிட்டு வா'' என்று நடேசன் சொன்னார். நேராக ஆய்வாளரிடம் போன குமார், ''முன்னால ஒரு கார்ல விருத்தாசலம் எஸ்.ஐ. போனார்ல சார். நாங்க அவர்கூடத்தான் போறம். ஜிப்மர்ல ஒரு பாடி இருக்கு. அத வாங்கத்தான் போலீச அழச்சிக்கிட்டுப் போறம். அவசரத்தில எதுவும் கொண்டு வரல'' என்று சொன்னான். குமாரை ஏற இறங்கப் பார்த்த ஆய்வாளர் நேராகக் காரிடம் வந்தார். நடேசனிடம், ''டெட் பாடி வாங்கப் போறீங்களா?'' என்று கேட்டார்.

''ஆமாம் சார்'' என்று சொல்லிவிட்டு காரைவிட்டு இறங்கினார் நடேசன்.

''யாரு?''

''எம் பொண்ணு சார்.''

''சரி ஒக்காருங்க'' என்று சொன்ன ஆய்வாளர் குமாரிடம், ''வண்டிய எடுறா'' என்று சொன்னார்.

''ஐயாவப் பாக்கணுமா சார்?''

''நீ ஒரு மயிரும் பாக்க வாணாம். நாலு மணிக்கு மேலப் போனா பாடிய தர மாட்டானுங்க. ஓடுறா...'' என்று சொன்னார் ஆய்வாளர்.

''தேங்க்ஸ் சார்'' என்று சொன்ன குமார் காரை எடுத்தான்.

கடலூர் வந்தபோது முருகனிடமிருந்து போன் வந்தது. போனை எடுத்த நடேசன், ''கடலூர் வந்துட்டம். இன்னும் அர மணி நேரத்தில ஆஸ்பத்திரியில இருப்பன். பாடிய அந்த நாயி எடுத்திட்டு போறன்னு சொல்றானா? நீ முடியாதுன்னு சொல்ல வேண்டியதுதான? சரின்னு எதுக்கு சொன்ன? என்னெ ஒரு வாத்த கேக்க வேண்டாமா? பொணமா நம்ப வீட்டுக்கு வர வேண்டாம்ன்னு அம்மா சொன்னாளா? அவ சொன்னா நீ செஞ்சிடணுமா? எம் பொண்ணு பொணத்த என் வீட்டுல போட்டு எடுக்காம, கண்ட பய வீட்டுல போட்டு எடுக்கணுமா? சாவுறதலயும்கூட அவளுக்கு அதிர்ஷ்டமில்ல. மானம்மானம்ன்னு கடைசிவர ஒதுங்கியே போறமே தம்பி'' என்று சொல்லிவிட்டு அழுதுகொண்டே போனை வைத்தார். உட்கார்ந்திருக்க முடியாமல் பின்சீட்டில் படுத்துக் கண்களை மூடிக்கொண்டார்.

செல்வத்தின் கார் நேராக பிரேதப் பரிசோதனை செய்யும் இடத்தில் போய் நின்றது. அவருடைய காருக்குப் பின்னாலே குமார் காரை ஓட்டினான்.

''சார் வந்தாச்சு'' என்று குமார் சொன்னான். காரை விட்டு இறங்கினார் நடேசன். காரைவிட்டு இறங்குவதற்குக்கூட அவருடைய உடலில் தெம்பு இல்லாமல் இருந்தது. காரிலிருந்து இறங்கிய வேகத்திலேயே செல்வமும், அப்துல்லாவும் பிரேதப் பரிசோதனை செய்யும் அலுவலகத்தில் மருத்துவர் இருக்கும் இடத்துக்குப் போனார்கள்.

நடேசனைக் கண்டதும் வேப்பமரத்தின் கீழ் நின்றுகொண்டிருந்த அமராவதி, முருகன், லட்சுமி, அருண்மொழி என்று எல்லோரும் வந்தார்கள். நடேசனைப் பார்த்து லட்சுமி அழுதாள். முருகனும், அருண்மொழியும் அழுதனர். நடேசன் மட்டும் அழவில்லை.

''பாடிய எதுக்கு அவன் வீட்டுக்குக் கொண்டுபோவணுமின்னு சொன்ன?'' என்று முருகனிடம் வேகமாகக் கேட்டார்.

''அப்பறம் சொல்றன்'' பேச்சை வளர்க்க விரும்பாத மாதிரி ஒரே வார்த்தையாகச் சொன்னான் முருகன்.

''பொணமா எம் பொண்ண என் வீட்டுல படுக்க வைக்க மாட்டன்'' என்று சொன்னாள் அமராவதி.

''எட்ட வா'' அமராவதியை முருகன் அழைத்துக்கொண்டு சற்று தள்ளிப் போய் நின்றுகொண்டான்.

பிரேதப் பரிசோதனை அலுவலக அறையிலிருந்து வெளியே வந்த செல்வம் நடேசனிடம், ''ஒங்க ஒய்ஃபக் கூப்புடுங்க. விசாரிக்கணும்'' என்று சொன்னார்.

''தம்பி அம்மாவ அழச்சிக்கிட்டு வா.''

முருகனும் அமராவதியும் வந்தனர்.

''கொஞ்சம் வாங்கம்மா'' என்று சொல்லி அமராவதியைத் தனியாக அழைத்துக் கொண்டு போனார் செல்வம். புங்க மரத்தின் நிழலில் நின்றுக்கொண்டு, ''எப்பிடிம்மா நடந்துச்சி?'' என்று கேட்டார்.

''. . . . .''

''பொதுவா எந்த எஸ்.ஐ.யும் எஃப்.ஐ.ஆர். காப்பிய எடுத்துக்கிட்டு ஆஸ்பத்திரிக்கி விசாரணக்கி வர மாட்டாங்க. நான் வந்திருக்கன். அதுக்குக் காரணம் இருக்கு. எனக்கு இந்த சாவுல சந்தேகம் இருக்கு. மங்களம்பேட்ட எஸ்.ஐ. சொல்லியிருக்காரு. உண்மய சொன்னா கேசு போடலாம்.''

''பொண்ணக் கொடுத்தன். இருவது பவுனக் கொடுத்தன். ஆறு வருசமா சாப்பாடு போட்டன். ஆட்டோ டியூ கட்டுனன். வீட்டு வாடக கொடுத்தன். ஒவ்வொரு வீடா மாறும்போது அட்வான்ஸ் பணம் கொடுத்தன். கடைசியில 'எம் பொண்ணு தானா செத்துப்போச்சி'ன்னு வாக்குமூலமும் கொடுத்திட்டன் சார்'' ஒவ்வொரு வார்த்தையும் கொஞ்சம்கூட தடுமாறாமல் நிதானமாகச் சொன்னாள் அமராவதி. பிறகு சட்டென்று வாய்விட்டு அழுதாள். முன்பின் தெரியாத ஆள் முன் அழுகிறோம் என்ற தயக்கமோ, கூச்சமோ அவளிடம் இல்லை. அழுது ஓயட்டும் என்பதுபோல பேசாமல் நின்றுகொண்டிருந்தார் செல்வம்.

''தானா சாவலன்னு நெனைக்கிறிங்களா?''

''அவன்தான் செஞ்சிட்டான். அவன் அந்த மாதிரியான ஆளுதான். தானா செஞ்சிக் கிட்டாளா? தெரியாது. ஆனா எம் பொண்ணு செத்திட்டா. எதயும் நான் கண்ணாலப் பாக்கல.''

''இப்ப நீங்க சொன்னாக்கூட போதும். கேசு ஆயிடும். அவன உள்ளாரப் புடிச்சிப் போட்டுடலாம். வாய்ப்பிருக்கு. பத்து நாளாச்சும் உள்ளார இருக்கட்டும்.''

''போலீசு, கோர்ட்டுக்குப் போறதவிட எந்தச் சிக்கலும் இல்லாம எம் பொண்ணு பொணம் சுடுகாடு போயி சேரணும் சார்'' திட்டவட்டமாகச் சொன்னாள் அமராவதி.

''நீங்க சொல்றது புரியல.''

''அவன் மேல கேசு கொடுத்தா ஒடனே அவன் உள்ளாரப் போயிடுவான். எங்களப் பொணத்த வாங்கவுட மாட்டான். எரிக்கவும் வுட மாட்டான். 'நாந்தான் பொணத்த வாங்குவன், நாந்தான் பொணத்த எரிப்ப'ன்னு சொல்லிக்கிட்டு, குடிச்சிட்டு வந்து கத்துவான். ரகள பண்ணுவான். அவனுக்கு சப்போட்டுக்கு ரெண்டு பொறுக்கி வந்து தெருவுல நிப்பானுவ. எத்தன நாளக்கி எம் பொண்ணு பொணம் இங்கியே கெடக் குறது? எம் பொண்ணு பொணம் நாறக் கூடாது. அவன் ஜெயிலுக்குப் போறதவிட எம் பொண்ணு பொணம் சுடுகாட்டுக்கு நல்ல விதமா போவணும். 'செத்தும் சித்ரவத செய்றாளே'ன்னு பேரு வாங்காம எம் பொண்ணு பொணம் சுடுகாடு போவணும் சார்.'' அமராவதியின் கண்களிலிருந்து கண்ணீர் கொட்டியது. நிற்க முடியாமல் தவித் தாள். மயங்கிக் கீழே விழுந்துவிடுவது போல் நின்றுகொண்டிருந்தாள்.

சிறிது நேரம் செல்வம் ஒன்றுமே பேசவில்லை. ஆச்சரியமாக அமராவதியைப் பார்த்தார். ரொம்பவும் களைப்பு அடைந்த மாதிரி, ''தானா நடந்துச்சின்னு எழுதிடு றன்'' என்று சொல்லி டைரியில் வைத்திருந்த வெள்ளை பேப்பரை எடுத்துக் கொடுத்து, ''இதுல கீழ ஒரு கையெழுத்துப் போடுங்க'' என்று சொன்னார். அமரா வதி கையெழுத்து என்ற பெயரில் கோடு கிழித்தாள்.

''நீங்க போங்க.''

அமராவதி கையெடுத்துக் கும்பிட்டாள்.

''அதெல்லாம் ஒண்ணும் வாணாம்'' என்று சொன்ன செல்வம், நடேசனைக் கூப்பிட்டு சாட்சிக் கையெழுத்து போடச் சொன்னார். கையெழுத்துப் போட்டு விட்டு, ''காலயில வந்து ஸ்டேஷனில பாக்குறன் சார். இங்க ஒரே கூட்டமா இருக்கு'' என்று சொன்னார்.

''எதுக்கு வந்து ஸ்டேஷனில என்னெ பாக்குறிங்க?''

''சும்மாதான் சார்.''

''கண்ணுக்குக் கண்ணான பொண்ணப் பறிகொடுத்துட்டு நிக்குறிங்க. எல்லாத்துக் கும் மேல 'கேசு வாண்டா'மின்னு பொய் வாக்குமூலம் கொடுக்குறிங்க. ஒங்ககிட்ட நான் பணம் வாங்கவா? நல்ல முடிவத்தான் எடுத்திருக்கிங்க.''

''எம் பொண்ணு உசுரோட இருந்து, அதுக்காக நான் போலீசு, கோர்ட்டுன்னு அலஞ்சாக்கூடப் பரவாயில்ல. எம் பொண்ணே இல்லாதப்ப நான் கேசு நடத்தி என்னா செய்யப்போறன்? ஸ்டேஷன்ல அடி வைக்கக் கூடாது, கோர்ட்டுல அடி

வைக்கக் கூடாதுங்கிற ஒரே காரணத்துக்காகத்தான் எம் பொண்ண ஆறு வருசமா அவங்கூட விட்டு வச்சிருந்தன். இப்பவும் அதனாலதான் விட்டுட்டுப் போறன். பீய சொந்தமின்னு யார் சார் சொல்லுவாங்க?'' நடேசன் ஆத்திரத்தையும் கண்ணீரையும் கொட்டிக்கொண்டிருந்தார். அப்போது, பிரேதப் பரிசோதனை அலுவலக அறையி லிருந்து வெளியே வந்த அப்துல்லா, ''டாக்டர் வந்துட்டாரு'' என்று சொன்னதும் அப்துல்லாவுடன் மருத்துவர் அறையை நோக்கி செல்வம் நடக்க ஆரம்பித்தார்.

''சொல்றவங்களுக்கெல்லாம் தகவல் சொல்லிட்டிங்களா?'' என்று முருகனிடம் நடேசன் கேட்டார்.

''இன்னிக்கி பாடிய வாங்க முடியுமா முடியாதான்னு ஒரு மணிவர தெரியல. போலீசு வருமா வராதான்னு தெரியல. பாடிய எடுத்துக்கிட்டுப் போனாலும் இன் னிக்கே எரிக்க முடியுமான்னு தெரியல. போலீசு வராததால ரெண்டு நாளு, மூணு நாளுன்னு பாடிய வாங்க முடியாம குந்தியிருக்காங்க. அதனால நீங்க வந்த பிறகு சொல்லிக்கிலாமின்னு இருந்தன். அப்பறம் நீங்க போலீசோட கிளம்பிட்டிங்கன்னு தெரிஞ்ச பிறகுதான் பாடிய எங்க கொண்டு போறதின்னு அந்த நாயிகிட்ட பேசு னன். இன்னிக்கு ராத்திரிக்கே பாடிய எடுக்கப் போறம்ங்கிற தகவலயும் சொன்னன்.''

''இன்னிக்கே எடுத்துக்கிட்டுப் போயி எரிச்சிட முடியுமா?''

''அவன்கிட்ட சொல்லிட்டன். ரெடி பண்ணிக்கிட்டிருக்கான்.''

''நம்ப வீட்டுல வச்சி எடுத்திருக்கலாம்.''

''இப்பவே அவன் நிதானம் இல்லாம குடிச்சிருக்கான். 'எம் பொண்டாட்டி செத்துப்போயிட்டா. இனிமே நான் எப்பிடி இருப்பன்'னு சொல்லி அழுது புரண்டு காலயில நடிச்சான். 'செத்துப்போறன் செத்துப்போறன்'னு சொல்லித் தரயில விழுந்து புரண்டு நடிச்சான். அவன்கிட்ட பேச முடியல. சொன்னதயே சொல்றான். ஔறுற மாதிரி நடிக்கிறான். அவன் நடிச்சதப் பாத்தா அவன்தான் கொளுத்திட்டான்னு யாருமே நம்ப மாட்டாங்க. பாடிய எங்க வீட்டுக்கு எடுத்துக்கிட்டுப் போறன்னு சொன்னா என்னா சொல்வான்? செத்த பிறகு என்ன கணக்கு இருக்கு? அமைதியா அவ நெருப்புல எரியணும். ஏற்கனவே எரிஞ்சிட்டா'' என்று சொன்ன முருகன் எல்லாக் கூச்சங்களையும்விட்டு குலுங்கிக்குலுங்கி அழ ஆரம்பித்தான். முருகன் அழுததைப் பார்த்ததும் நடேசனுக்கும் அழுகை வந்தது.

''யார் யாருக்கெல்லாம் சேதி சொல்லணும்?'' என்று அருண்மொழி கேட்டாள்.

''அவ கல்யாணத்துக்கே நாம்ப நெறய பேருக்குச் சொல்லல. சாவுக்கு மட்டும் எதுக்கு சொல்லணும்?'' என்று அருண்மொழியிடம் கேட்டார். அவள் வாயைத் திறக்கவில்லை.

பிரேதப் பரிசோதனை அறையிலிருந்து வெளியே வந்த, காக்கி நிற உடை அணிந் திருந்த ஒரு ஆள், ''ரேவதிங்கிற பாடியோட சொந்தக்காரங்க யாரு?'' என்று கேட் டான். உடனே முருகன், நடேசன் என்று எல்லோரும் ஓடினார்கள்.

''மெடிக்கல்ல போயி மார்ச்சுவரி சாமான்னு கேளுங்க. கொடுப்பாங்க. வாங்கிக் கிட்டு வாங்க'' என்று சொல்லிவிட்டு திரும்பி உள்ளே போய்விட்டான்.

குமாரை அழைத்துக்கொண்டு முருகன் பிரதான வாசலுக்குப் போனான்.

நடேசன் பெரிய தூங்குமூஞ்சி மரத்தின் கீழ் உட்கார்ந்தார். கூடவே வந்த லட்சுமியும் அமராவதியும் நடேசனுக்குப் பக்கத்தில் உட்கார்ந்தனர். அருண்மொழி மட்டும் நின்றுகொண்டிருந்தாள். அப்போது ஒரு கார் வந்து நின்றது. காரிலிருந்து இறங்கி அருண்மொழியினுடைய அலுவலக நண்பர்கள் ஏழெட்டுப் பேர் வந்தனர். உடனே அவர்களை நோக்கி அருண்மொழி நடந்தாள். வந்தவர்கள் எல்லோரும் அவளிடம் விசாரிக்க ஆரம்பித்தனர். பிறகு நடேசனையும், அமராவதியையும் சூழ்ந்துகொண்டு விசாரிக்க ஆரம்பித்தனர்.

நடேசன் நின்றுகொண்டிருந்த இடத்துக்குச் சற்றுத் தள்ளி மேற்கில் கூட்டம் கூட்டமாக நான்கு இடங்களில் ஆட்கள் உட்கார்ந்திருந்தனர். பிரேதப் பரிசோதனைக் கூடத்தின் வாசற்படியில் ஒரு கூட்டம் நின்றுகொண்டிருந்தது. போலீஸ்காரர்கள் உள்ளே போவதும் வெளியே வருவதுமாக இருந்தனர்.

''கூட்டம் கூட்டமா எதுக்கு ஒக்காந்திருக்காங்க?'' நடேசன் கேட்டார்.

''பொணத்த வாங்குறத்துக்காக காவக் காத்துக்கிட்டு இருக்காங்க'' என்று லட்சுமி சொன்னாள்.

''இத்தன குரூப்புமா?''

''ஒவ்வொரு குரூப்பும் ஒவ்வொரு பொணத்துக்காகக் குந்தியிருக்குது.''

''சிவனே.''

''காலயிலேருந்து இதுவரைக்கும் ஏழு பொணம் போயிருக்கு'' என்று லட்சுமி சொல்லிக்கொண்டிருக்கும்போது, ''காட்டுநெமிலி லலிதா பாடிய வாங்குறவங்க வாங்க'' என்று பிரேதப் பரிசோதனை அறையிலிருந்து வெளியே வந்த ஆள் சொன்னான். உடனே ஏழெட்டுப் பேர் கொண்ட கூட்டம் பிரேதப் பரிசோதனைக் கூடத்துக்கு ஓடியது. ஊழியர்கள் பிணத்தை வெளியே கொண்டுவந்தார்கள். ஒரு அமரர் ஊர்தி வந்து நின்றது. பிணத்தை அமரர் ஊர்தியில் ஏற்றினார்கள். அடுத்த கணம் வேன் நகர ஆரம்பித்தது. நான்கு ஐந்து பேர் அழுதுகொண்டே ஓடிப் போய் ஒரு காரில் ஏறினார்கள். கார் உடனே கிளம்பிவிட்டது. பார்ப்பதற்கு சினிமா படத்தில் வருகிற காட்சி மாதிரி இருந்தது. அந்தக் காட்சியைப் பார்த்த பிறகுதான் நடேசன் கேட்டார், ''பாடிய எடுத்துக்கிட்டு போறதுக்கு வண்டி சொல்லிருக்கா?''

''ஏற்பாடு பண்ணியிருக்கு. இந்தா மேற்கால கருப்பா நிக்குதுல்ல. அந்த வண்டிதான்'' என்று அருண்மொழி அமரர் ஊர்தியைக் காட்டினாள். அப்போது ஒரு கார் வந்து நின்றது. அதிலிருந்து முருகனுடைய நண்பர்கள் ஏழெட்டுப் பேர் வந்தார்கள். அருண்மொழியிடமும் நடேசனிடமும், அமராவதியிடமும் ரேவதி தீக்குளித்த சம்பவம் குறித்து விசாரிக்க ஆரம்பித்தனர்.

''பாடிய நம்ம வீட்டுக்கு எடுத்துக்கிட்டுப் போயிருக்கலாம். எம் பொண்ணோட பொணத்துகிட்டக்கூட என்னால பத்து நிமிஷம் தனியா இருக்க முடியல. முருகன் எதுக்கு அவசரப்பட்டு முடிவு செஞ்சான்னு தெரியல'' என்று சொல்லி நடேசன் முருகனைத் திட்டினார். பக்கத்தில் நின்றுகொண்டிருந்த லட்சுமி, ''அவனத் திட்டாதிங்க. காலயில 'அட்டண்டரக் கூப்புடு'ன்னு சொன்னதிலிருந்து அவன் அங்கியும்இங்கியும் ஓடுன ஓட்டம், நர்சப் பாக்க, டாக்டரப் பாக்கன்னு அலஞ்ச அலச்ச இருக்கே, ஓடி

ஓடி அலமோதிபோனான். 'ரேவதி செத்திட்டா'ன்னு சொன்னதும் அவன் அடிச்சிக் கிட்டதப் பாத்து, அழுததப் பாத்து ஆஸ்பத்திரியில இருந்த மொத்த சனமே கூடிப் போச்சி. 'இப்பிடியொரு அண்ணனா'ன்னு ஒரு வாய் தவறாம சொல்லுச்சி'' என்று சொல்லும்போதே அவளுக்குக் கண்களில் கண்ணீர் வந்துவிட்டது. முந்தானையால் கண்களைத் துடைத்துக்கொண்டே சொன்னாள், ''ஐ.சி.யு.வுலயிருந்து பாடிய வெளிய கொண்டாந்தது, லிப்டில ஏத்தினது, அப்பறம் அங்கிருந்து மார்ச்சுவரிக்கு ஸ்டச்சரில பொணத்த வச்சி தள்ளிக்கிட்டு வந்ததுன்னு எல்லாத்தயுமே அவன்தான் செஞ்சான். ஆஸ்பத்திரி ஆளுங்க பேருக்குத்தான் கூட வந்தாங்க.''

''அப்ப அந்த நாயி எங்க இருந்தான்?''

''அவனும் அவனோட அக்காவும் கூடத்தான் இருந்தாங்க.''

''அவுங்கள பாடிய தள்ள வுட வேண்டியதுதான?'' வெறுப்புடன் கேட்டார் நடேசன்.

''அந்தப் பொறுக்கி பாடிகிட்ட ஓடியாந்தான். அடிச்சிப் புரண்டான். 'அம்மா அம்மா'ன்னு கத்துனான். தரயில விழுந்து புரண்டான். எதுக்கும் முருகன் விடல. 'கிட்ட வராத, கிட்ட வராத'ன்னு சொல்லிட்டான். மீறி வந்தப்பலாம் நெட்டித் தள்ளிட்டான். ஒரு தடவ மூணு நாலு அடிகூட அடிச்சிட்டான். அப்பியும் அவன் ஒதுங்கிப் போவல. நானே நம்பல, ரேவதிமேல முருகன் இப்பிடி உசுரா இருப் பான்னு, எல்லாத்தயும் மனசிலியே வச்சிருந்திட்டான். தனக்காக முருகன் இப்பிடி அழுவான், ஆடுவாங்கிறத அவ உயிரோடு இருந்து பாத்திருந்தா எவ்வளவு சந் தோஷப்பட்டிருப்பா தெரியுமா? படிப்பு இருந்து, பணமிருந்து, சனங்க இருந்து எதயும் அனுபவிக்காம போயிட்டா. அதிர்ஷ்டம் கெட்டவ. அதிர்ஷ்டம் இருந்தா எதுக்கு இந்த வயசிலியே கஷ்டப்பட்டு செத்துப்போறா?'' லட்சுமி ஊமை அழுகை யாக அழுதாள்.

''அப்ப ஒங்க அக்கா எங்க இருந்தா?''

''ரேவதி செத்திட்டான்னு சொன்னதுமே மயக்கமாயி கீழ விழுந்துடிச்சி. தூக்கிக் கிட்டுப் போயி, மாத்தர மருந்தக் கொடுத்து ஊசியப் போட்டுக் கொண்டாரவே உசுரு போயிடிச்சி. நானே உசுரு அடங்கிடும்னு நெனைச்சிக்கிட்டன். அப்பிடி ஆயிப் போச்சி. ஒரு பக்கம் பொணத்த வெளிய கொண்டாரணும், ஒரு பக்கம் மயக்கம் போட்ட பொம்பளையப் பாக்கணும். இடையிலஇடையில அந்தப் பொறுக்கிப் பய பாஞ்சிபாஞ்சி அழுவறத அடக்கணும். யாருக்காக அழுவுறதின்னு தெரியல. இங்க ஓட அங்க ஓடன்னு பித்துப் புடிச்சிப்போயிடிச்சி''

செல்வமும், அப்துல்லாவும் வெளியே வந்தனர். நடேசனைக் கூப்பிட்டார் செல்வம்.

''எல்லா வேலையும் முடிஞ்சிடிச்சி. பத்து நிமிஷத்தில பாடி வெளிய வந்துடும் வாங்கிக்கிட்டுப் போயி காரியத்தப் பாருங்க. நான் நேரா சிதம்பரத்துக்குப் போயி எறங்கிட்டு வண்டிய அனுப்புறன். இவருக்கு மட்டும் ஐநூறு ரூபா கொடுத்துடுங்க'' என்று சொன்னார். உடனே ஆயிரம் ரூபாயாக எடுத்து நடேசன் அப்துல்லாவிடம் கொடுத்தார். பிறகு, ''சார் சாப்புடாம போறிங்க. அதுதான் எனக்கு வருத்தமா இருக்கு'' என்று சொன்னார்.

‘‘நாம சாப்புடுறதுக்கு வண்டிய நிறுத்தியிருந்தா இன்னிக்கி பாடிய வெளியக் கொண்டார முடியாது. நான் கார் கேட்டதும் அதுக்குத்தான். கொஞ்சம் லேட்டா நாம வந்திருந்தா நீங்க எல்லாரும் இன்னிக்கும் நாளைக்கும் இங்க கெடந்து சாவணும். ஒரு வேள சாப்புடலன்னா என்னா ஆயிடப்போவுது?’’

‘‘நான் டிரைவர்கிட்ட சாப்பாட்டுக்குப் பணம் கொடுத்திடுறன் சார்’’ என்று சொல்லிவிட்டு டிரைவரைக் கூப்பிட்டார் நடேசன்.

‘‘நோ. நான் வீட்டுல சாப்புட்டுக்கிறன். பணம் கொடுக்காதிங்க’’ கடுமையான குரலில் செல்வம் சொன்னார். பிறகு காரில் ஏறிக்கொண்டு, ‘‘வர்றன்’’ என்றார். கார் புறப்பட்டது. கார் போன திசையில் இரண்டு கைகளையும் குவித்து நடேசன் கும்பிட்டார்.

6

பிரேதப் பரிசோதனைக் கட்டடத்தின் முன் நடேசன் வந்தார். படியில் ஏறி சிறிது தூரம் முன்னால் வந்தார். மேற்குப் புறம் மருத்துவர் அறை என்று எழுதியிருந்தது. அதில் மருத்துவர்களும், மூன்று நான்கு போலீஸ்காரர்களும் உட்கார்ந்திருந்தனர். கிழக்குப் பக்கத்தில் லேசாக ஒரு கதவு திறந்திருந்தது. உள்ளே காக்கி உடையில் இரண்டு மூன்று ஆண்கள் ஏதோ செய்துகொண்டிருப்பது தெரிந்தது. கதவை லேசாக விலக்கிப் பார்த்தார். வரிசைவரிசையாகக் கல் மேடைகளில் பிணங்களைப் போட்டு வைத்திருந்தார்கள். முப்பது பிணங்களுக்கு மேல் இருக்கும். உள்ளேயிருந்த ஆளிடம் கேட்டார்.

‘‘ரேவதியோட பாடி எது?’’

‘‘இந்த கல்லு மேடையில கெடக்குதில்ல அதுதான். இப்ப வெளிய போவப் போவுது.’’

‘‘பாக்கலாமா?’’

‘‘பாருங்க.’’

நடேசன் உள்ளே போனார். முற்றிலுமாகத் தோலுரிக்கப்பட்ட ஆடு மாதிரி விரைத்துக்கொண்டு கிடந்தது ரேவதியின் உடல். ஆங்காங்கே ரத்தக் கசிவு இருந்தது. நீர் வழிந்துகொண்டிருந்தது. உடலில் ஒரு நூல் துணி இல்லை. தடதடவென்று கை கால்கள் நடுங்கின. ‘‘அம்மா’’ என்று சொல்லி முகத்தில் அடித்துக்கொண்டு கதறிஅழ ஆரம்பித்தார்.

‘‘வெளியே போங்க. இதுக்குத்தான் உள்ளார வுடுறதில்ல’’ என்று ஒரு ஆள் நடேசனை முறைத்தான். பக்கத்தில் இருந்த ஒரு ஆள் ஒரு குவாட்டர் பிராந்தி பாட்டிலைத் திறந்து அப்படியே வாயில் ஊற்றிக்கொண்டான். குடித்து முடித்துவிட்டு வந்து நடேசனை அழைத்துக்கொண்டு வந்து வெளியே விட்டான்.

நடேசன் அழுததைப் பார்த்துவிட்டு அமராவதி, லட்சுமி மட்டுமல்ல, சென்னையிலிருந்து வந்திருந்த அருண்மொழியினுடைய நண்பர்களும், முருகனுடைய நண்பர்களும் ஓடிவந்தனர். ஒதுங்கி தூரமாக ரவியோடு நின்றுகொண்டிருந்த அவனுடைய

அக்காவும், அவனுடைய நண்பர்களும் ஓடி வந்து நடேசனைச் சூழ்ந்துகொண்டு நின்றனர். ரவியைப் பார்த்தார். எங்கிருந்துதான் அவ்வளவு ஆத்திரமும் கோபமும் பொங்கிக்கொண்டு வந்ததோ? ரவியிடம் காட்டுக் கத்தலாகக் கத்தினார்.

''இப்பிடியாடா எம் பொண்ண ஒங்கிட்ட கொடுத்தன்? நாசமாப்போனவனே. உள்ளாரப் போயி எம் பொண்ணப் பாருடா. வேக வச்ச கறி மாதிரி கெடக்குறா. என் முன்னால நிக்காதடா. உசுரோட இருந்தப்பவும் ஒன்னெக் காப்பாத்திவுட்டா. செத்தும் ஒன்னெக் காப்பாத்திவுட்டுட்டா. போ. இனிமே ஒன்னெக் காப்பாத்திவுட யாருமில்ல. போ. எட்டப் போயிடு. கொல பண்ணிடுவேன். ராஸ்கல். தன்ன அறியாத பயடா நீ. நாயிடா நீ. ஒன்ன எப்பியோ கணக்கு தீத்திருக்கணும். வுட்டுட்டன். இப்ப எம் பொண்ணு போயிட்டா. இனிமே ஒங்கிட்ட என்ன பேச்சு? எம் பொண்ணு செத்து, நீ உசுரோட இருக்கிறத பாக்குற கொடுமய அனுபவிக்கப்போறனே. என்ன பாவம் செஞ்சனோ கடவுளே'' பட்பட்டென்று முகத்தில் அடித்துக்கொண்டார்.

ரவி அழுதுகொண்டே பிரேதப் பரிசோதனை அறைக்குள் போக முயன்றான். அங்கிருந்த ஆள், ''யாரும் உள்ளார வரக் கூடாது. எங்களக் கலவரப்படுத்திடுவிங்க'' என்று சொல்லிக் கதவைச் சாத்திக்கொண்டான்.

காரில் வந்த முருகன், இறங்கிய வேகத்திலேயே பிரேதத்துக்குரிய பொருள்களை எடுத்துக்கொண்டு மருத்துவர் அறைக்கு ஓடினான். பொருள்கள் இருந்த பையைக் கொடுத்தான். ''வெளிய வெயிட் பண்ணுங்க'' என்று சொன்னதும் வெளியே வந்தான். நடேசனைச் சூழ்ந்துகொண்டு எல்லோரும் கூட்டமாக நிற்பதையும் நடேசன் அழுதுகொண்டு நிற்பதையும் பார்த்துவிட்டு ஓடிவந்து, ''என்னாச்சி?'' என்று கேட்டான்.

''உள்ளப் போயி பாடிய பாத்திட்டு வந்தாரு. அதிலிருந்து அழுதுகிட்டு இருக்காரு'' என்று அருண்மொழி சொன்னாள்.

''அவர எதுக்கு உள்ளார அனுப்புனிங்க?''

''அவராதான் போனாரு.''

''அவர அழைச்சிக்கிட்டு எட்டப் போ'' என்று சொன்ன முருகன் தன்னுடைய நண்பர்கள் வந்திருப்பதை அப்போதுதான் பார்த்தான். அவர்களைப் பார்த்ததும் அவனுக்கு அழுகை வந்தது. ஒவ்வொரு ஆளாகக் கட்டிப் பிடித்துக்கொண்டு அழ ஆரம்பித்தான்.

''ரேவதிங்கிற பாடியோட சொந்தக்காரங்க வாங்க'' என்று பிரேதப் பரிசோதனைக் கூடத்திலிருந்து வெளியே வந்த ஆள் சொன்னதுதான் தாமதம்; முருகன், நடேசன் மட்டுமல்ல, அமராவதி, லட்சுமி மட்டுமல்ல, அருண்மொழியின் நண்பர்கள், முருகனுடைய நண்பர்கள், ரவி, அவனுடைய அக்கா, அவனுடைய நண்பர்கள் என்று எல்லோருமே பிரேதப் பரிசோதனைக் கூடத்தின் வாசலை நோக்கிக் கூட்டமாகப் போனார்கள்.

''பாடிய வாங்கிக்கிறது யாரு?''

''நான்'' முருகன் முன்னால் வந்தான்.

''இதுல ஒரு கையெழுத்து போடு.''

மூன்று பேப்பர்களில் முருகன் கையெழுத்துப் போட்டான். இரண்டு பேப்பர் களை எடுத்துக்கொண்டு ஒரு பேப்பரை முருகனிடம் கொடுத்தான். பிறகு, ''எங்க ளுக்கு ஏதாச்சும் கொடுங்க'' என்று கேட்டான்.

''எவ்வளவு?''

''பொணத்தோடயே இருக்கிறவங்க. வாழறவங்க நாங்க. விருப்பப்பட்டதக் கொடுங்க'' என்று அந்த ஆள் சிரித்துக்கொண்டே சொன்னான்.

முருகன் ஆயிரம் ரூபாய் எடுத்துக் கொடுத்தான். முருகனுடைய நண்பர்கள் இரண்டு மூன்று பேர் நூறு இருநூறு என்று போட்டிபோட்டுக்கொண்டு கொடுத் தனர். சிரித்துக்கொண்டே எல்லாவற்றையும் வாங்கிக்கொண்ட அந்த ஆள், பெரிதாக எல்லோருக்கும் ஒரு கும்பிடு போட்டுவிட்டு, ''இருங்க பாடியக் கொண்டாரன்'' என்று சொல்லிவிட்டு உள்ளே போனான்.

பிரேதத்தை வெளியே கொண்டுவந்தார்கள். அந்த இடத்திலிருந்த முப்பதுக்கும் மேற்பட்டவர்கள் ஒரே நேரத்தில் பிரேதத்தைப் பார்க்க முயன்றார்கள். கூட்டத்தி லிருந்த ஒரு ஆள், ''பாடி மாறி வந்திருக்கப்போவுது. பாருங்க'' என்று சொன்னான். லட்சுமியும், அருண்மொழியும் ரேவதியினுடைய பிரேதம்தானா என்று பார்த்தனர். முகத்தைத் தவிர மற்ற எல்லாப் பகுதிகளும் வெள்ளைத் துணியால் நன்றாகக் கட் டப்பட்டிருந்தன. ரேவதியின் பிரேதம்தான்.

''வண்டியக் கொண்டா'' ரவி கத்தினான். அமரர் ஊர்தி வந்து நின்றது. பிணத்தை வண்டியில் ஏற்ற முயன்றபோது, ''ஏத்தாத. ஏத்தாத. நான் பாக்கணும்'' என்று சொல்லி அமராவதி சொன்னாள்.

''வேண்டாம்மா'' முருகன் தடுத்தான்.

''கிட்ட போவாதக்கா'' லட்சுமி அமராவதியைப் பிடித்து இழுத்தாள்.

''அவங்கள விடுங்க'' என்று ஆங்காரமாகச் சொன்னாள் அருண்மொழி.

அமராவதி பிணத்திடம் வந்தாள், ''எல்லாரும் கொஞ்சம் ஒதுங்கி நில்லுங்க. அவுங்க பாக்கட்டும்'' என்று அருண்மொழி சொன்னாள். அமராவதி, பிணத்தி னுடைய முகத்திலிருந்து கால்வரை இரண்டு கைகளாலும் ஆசையுடன் கைக் குழந்தையை தடவிப்பார்ப்பதுப்போல் தடவிப்பார்த்தாள். பிணத்தின் முகத்தோடு தன்னுடைய முகத்தை வைத்து அழுத்தினாள்.

''தூங்கிட்டியா அம்மா? தூங்கு. இனி ஒனக்கு எந்த தொந்தரவும் இல்ல. தப்பு செஞ்சிட்டோமேன்னு இனி நீ அழுவ மாட்ட. எந்த நாயும் இனி ஒன்ன அடிக்க முடியாது. ஒதைக்க முடியாது. இனி அடிக்குப் பயந்துகிட்டு எதுத்த வீடு, பக்கத்து வீடுன்னு நீ ஓடி ஒளிய வேண்டியதில்ல. அம்மாவுக்குத் தெரிஞ்சிடுமோன்னு எதயும் நீ மனசுல போட்டு மறைக்க வேண்டியதில்ல. 'எங்கம்மாகிட்ட சொல்லிடா திங்க'ன்னு யாருகிட்டயும் கெஞ்ச வேண்டியதில்ல.''

''போதும் வாம்மா. எந்திரிம்மா'' என்று முருகன் சொன்னான்.

''இனி எந்த நாயும் ஒம் மூஞ்சியில காறித் துப்பாது. எந்தப் பொறுக்கி பேசுறக் கெட்ட வாத்தயும் ஒங் காதுல விழாது. இனிமே எம் பொண்ணுக்குத் தூக்கம்தான்.

இனி அவ வாய் பேசாது. ஒடம்பு அசயாது. அவ நிழலு மண்ணுல விழாது. நீ பள்ளிக் கூடம் போனப்ப சாயங்காலம் வந்துடுவன்னு இருந்தன். நீ காலேஜுக்கு படிக்கப் போனப்ப லீவுக்கு வருவன்னு இருந்தன். இப்ப நீ எங்கம்மா போயிருக்க? நீ செத் துட்டன்னு தெரிஞ்சதிலிருந்து நான் கவலப்படுறத வுட்டுட்டன். அழுவுறதயும் வுட் டுட்டன்.''

''எட்ட வாக்கா. பொணம் போயி சேரட்டும்'' லட்சுமி அமராவதியின் கையைப் பிடித்து இழுத்தாள்.

''ஒன் சாவுக்காகக் காத்திருக்க வச்சிட்டியே. ஒன் உசுரு அடங்குனா நல்லதுன்னு என் வாயாலியே சொல்ல வச்சிட்டியே. நீ சாவலடி, என் தங்கமே. ஒன்னோட அம்மா நான் செத்தாத்தான் நீ சாவ. என் உசுரு இருக்க மட்டும் நீ என் நெஞ்சில இருப்பம்மா. எம் பொண்ணே நல்லாத் தூங்கு.''

''அம்மா.'' முருகன் கத்தினான்.

''அவங்கள அழ விடுங்க'' என்று அருண்மொழி சொன்னாள்.

''இப்ப என் நெஞ்சு கடலப்போல குதிக்கல. நெருப்பப்போல எரியல. நீ தூங் கிட்டல்ல. அதனாலதான் என் நெஞ்சு அடங்கிப்போச்சி. ஒடம்பு குளுந்துபோச்சி. நான் எதுவும் செய்யல. என்னால எதுவும் செய்ய முடியல.''

''இங்கியே மணி அஞ்சி ஆயிடிச்சி. பாடிய எடுத்துக்கிட்டுப் போயி எரிக்க வாணாமா?'' என்று ரவியுடன் வந்திருந்த அன்பு சொன்னான்.

''நீ யாருடா மயிரான்? எல்லா மயிரானும் வாய மூடிட்டு இருக்கணும். பொணத் துக்கு சொந்தக்காரங்க நாங்க. கண்ட நாயெல்லாம் பேசக் கூடாது. அவுங்க அழு வட்டும். அந்த வீட்டுல வந்து எங்களால அழுவ முடியாது.'' அருண்மொழி ஆத்திரத் துடன் சொன்னாள்.

''யேய், யாரும் பேசக் கூடாது'' என்று ரவி சத்தமாகச் சொன்னான்.

''ஒன் சாவுக்காக நாலு நாளாக் குந்தியிருக்க வச்சிட்டியே. நீ சாவுலம்மா. ஒன் னோட பயம் செத்துப்போச்சி. இனிமே ஒனக்குப் பசி இல்ல. தாகம் இல்ல. தூங் கும்மா. சொகமாத் தூங்கு. இனி ஒனக்கென்ன ராசாத்தி. தங்கமாத் தூங்கு. எல்லா ருக்கும் எடம் இருக்கு. ஆனா, நீ ஒதுங்கி நிக்க மட்டும் இந்த ஒலகத்தில, பூமியில ரவ எடமில்லாமப் போயிடிச்சி. ஒங்கப்பாவும் ஒங்கண்ணனும் நாலு நாளா நிக்குற கோலத்த நீ பாக்கலயே. தம்பி, உன் தங்கச்சி தூங்கிட்டாடா. ஒலகத்தில எந்தத் தாய்க்கும் தாம் புள்ளைய இந்தக் கோலத்தில பாக்குற வரம் வேண்டாம்ண்டா ஈசா.''

''வாம்மா'' என்று முருகன் அமராவதியைப் பிடித்துத் தூக்கிக்கொண்டு போய் காரில் உட்காரவைத்தான். பிணத்தை அமரர் ஊர்தியில் ஏற்றினார்கள். வண்டி புறப்பட்டது. அமரர் ஊர்திக்குப் பின்னால் குமாரின் கார் சென்றது. அதற்கடுத்து ரவியின் கார். அடுத்தடுத்து முருகனுடைய நண்பர்கள் வந்த கார். கடைசியாக அருண் மொழியினுடைய நண்பர்களின் கார் புறப்பட்டது. சவ ஊர்வலம் ஆரம்பித்தது. அவசரச் சிகிச்சைப் பிரிவுக் கட்டடத்திடம் கார் வந்தபோது அமராவதி திரும்பிப் பார்த்தாள்.

அப்போது, அவசரச் சிகிச்சைப் பிரிவுக் கட்டடத்தின் முன் வந்து நின்ற ஆம்புலன்ஸிலிருந்து தீக்குளித்த பெண்ணொருத்தியை இறக்கி ஸ்ட்ரெச்சரில் வைத்துத் தள்ளிக்கொண்டு போவது தெரிந்தது.

பின்னுரை

தங்க. ஜெயராமன்

சம்பவம் என்று ஒன்று வேண்டுமென்றால் கதைக்கு வெளியே ஒரேயொரு சம்பவம். கதைக்கு வெளியே நிகழ்ந்து நாவலுக்கு உள்ளே வரும் சம்பவம் அது. அதை வாசகர்கள் நேரில் காண்பதில்லை. பாத்திரங்கள் சொல்வதன் வழியாகத்தான் அதை வாசகர்கள் அறிவார்கள். அந்தச் சம்பவம் எப்படி நடந்தது என்றும் வாசகர்கள் தெரிந்துகொள்ள முடியாது. ரேவதி தீக்குளித்துவிட்டாள். இல்லை, ரவி அவளைக் கொளுத்திவிட்டான். அதுவும் இல்லை, ரேவதி சமைக்கும்போது தற்செயலாக நடந்தது. இப்படிச் சில ஊக முடிச்சுகள் நெருடலாம். ஆனால், அவற்றைச் சாமர்த்தியமாக இறுக்கி, அவற்றை அவிழ்க்கும் துடிப்பைத் தூண்டி, அதைக் கொண்டு நகரவில்லை இந்த நாவல். இது கதையை விழுங்கிச் செரிக்கத் திறனில்லாமல், அதை இழுத்துக் கொண்டு நகரும் நாவல் அல்ல.

சம்பவங்களையும், அவற்றின் வலுவையும் ஒதுக்கித்தள்ளி வேறொரு புலத்தில் வளரும் இந்த நாவலுக்குச் சம்பவத்தின் விவரங்கள் எதற்கு? அவற்றின் உண்மையும் பொய்மையும் ஏன் விசாரணைக்கு உள்ளாக வேண்டும்? இவற்றைக் கடந்த மற்றொரு மெய்யை, நமக்கு என்றைக்குமே பிடிபடாத மெய்யை, நாம் எப்போதும் போல் தேடுகிறோம். சம்பவம் குறித்து யார்யார் என்ன சொன்னர்கள், எப்படி நடந்து கொண்டார்கள், ஒவ்வொருவரும் மற்றவர்கள் எப்படி நடந்துகொள்ள வேண்டும் என்று நினைத்தார்கள்—இவைதான் நாவல். வாசகர்களாகிய நாம் இவற்றில் எதை ஏற்கலாம், நிச்சய புத்தியோடு எதை மறுக்கலாம் என்றெல்லாம் நமக்குத் தோன்றாது. பாத்திரங்கள் ஒவ்வொன்றின் நிலைப்பாடும் அபத்தம் என்று தோன்றும். ஆனால், நமக்கும் ஒரு நிலைப்பாடு சாத்தியப்படாது. நாம் ஒட்டிக்கொண்டிருந்த தர்ம, நியாயக் கோட்பாடுகளிலிருந்து பெரும் காற்றில் நாம் உதிர்ந்துவிட்டது போன்ற உணர்வு நமக்கு.

'ரவி தன்னைத் தீ வைத்துக் கொளுத்தினான்' என்றுதான் ரேவதி சொல்ல வேண்டும்; அவனிடம் அவள் பட்ட வாதனைகளுக்கு அவள் அப்படித்தான் சொல்வாள். ரேவதியின் அப்பா நடேசன், அம்மா அமராவதி, அண்ணன் முருகன் இன்னும் எல்லா உறவினர்களின் எதிர்பார்ப்பும் இதுதான். அவள் அப்படிச் சொல்லவில்லை என்பதால் அவர்கள் ஏமாந்தார்களா? அப்படி ஒரு ஏமாற்றம் அங்கே இல்லை. தங்களின் பழி உணர்ச்சிக்கு அவர்களே கூசுவதை அவ்வப்போது அவர்கள் புத்திக்குத் தோன்றும் கௌரவத் தர்க்கத்தைப் பேசி மறைக்கிறார்கள். ''எம் பொண்ணே

இல்லாதப்ப நான் கேசு நடத்தி என்னா செய்யப்போறேன்? ஸ்டேஷன்ல அடி வைக்கக் கூடாது, கோர்ட்டுல அடி வைக்கக் கூடாதுங்கற ஒரே காரணத்துக்காகத் தான் எம் பொண்ண ஆறு வருஷமா அவங்கூட விட்டுவச்சிருந்தன். இப்பவும் அதனாலதான் விட்டுட்டுப் போறன்.'' ரேவதியின் தந்தை நடேசன் தன்னை இப் படிச் சமாதானப்படுத்திக்கொண்டு, மற்றவர்களுக்கும் நியாயப்படுத்துகிறார். கருவிக் கொண்டே இருந்த உறவினர்கள் ''வாழ்வதற்கும் அதிர்ஷ்டம் வேண்டும்'' என்ற விளக்கத்துக்குள் ஒளிந்துகொள்கிறார்கள். ''இன்னும் ஒரு மணி நேரம் முடியட்டும் அவனப் பாத்துக்கிறன்'' என்று பல்லைக் கடிக்கும் ரேவதியின் தமையன் முருகன், ''செத்துப்போன பிறகு சவம் அவன் வீட்டுக்குப் போகனுமா, நம்ம வீட்டுக்குப் போகனுமான்னு என்ன கணக்கு இருக்கு? அமைதியா அவ நெருப்புல எரியணும். ஏற்கனவே எரிஞ்சிட்டா'' என்று சொல்லிக் குலுங்கி அழுகிறான். வஞ்சம் பெரிதல்ல, கௌரவம்தான் பெரிது என்ற ஞான வைராக்கியப் போர்வையை அவர்கள் போர்த்திக் கொண்டாலும் அம்மணமாகத் தெரிகிறார்கள்.

தன்னுடைய பெருந்தன்மையை ரவி உணரட்டும் என்றுதான் 'தற்செயல் நிகழ்வு' என்ற பொய்யை ரேவதி சொன்னாளா? அப்படி ஒரு சுயபெருமிதக் குற்றத்தை அவ ளிடம் காண முடியாது. ரேவதி தன் அம்மாவிடம், ''நடந்ததெல்லாம் ஆச்சிடண்டு, விட்டுத்தள்ளு. யாரயும் குத்தம்சொல்லாத. யாரையும் திட்டாத. நான் வீட்டுக்கு வந்ததும் வேலக்கிப் போவணும். அவ்வளவுதான். அதுதான் எனக்கு இப்ப ஆச.'' இவள் பிழைத்தா வரப்போகிறாள்? பாவம், இது என்ன புது ஞானம் என்று நமக்குத் தோன்றுகிறதா அல்லது அவள் பேச்சு மனிதகுலத்தின் விட்டுப் போகாத நப்பாசை யாக நமக்கு ஒலித்து நாம் விக்கித்துப்போகிறோமா?

ரேவதியும் ரவியும் இலக்கியங்கள் கண்ட லட்சியக் காதலர்கள் அல்ல. மருத்துவ மனையில் அம்மாவிடம் பேசும் ரேவதி, ''மூணு நாலு நாளே பாத்த ஒரு பொண் ணோட பேர நெஞ்சிலயும், ரெண்டு கையிலயும் ஒருத்தன் பச்சகுத்திக்குவானா? அதத் தான் ரவி செஞ்சான். அவன் கொஞ்சம் மெண்டலும்மா. நான் லூசு'' என்று சொல் கிறாள். காதலைப் பற்றிய பகடி இலக்கியத்தின் சுயவிழிப்பு மொழியை இந்தக் காதலி பேசுகிறாள். அவன்தான் உனக்கு ஏற்றவன் என்பதற்கு ஒரேயொரு காரணத்தை மட் டும் எனக்குச் சொல்லு என்று கேட்ட அம்மாவிடம், ''சொல்லத் தெரியல'' என்று சொன்னவளும் இந்த ரேவதிதான்.

ரவி ஆட்டோ ஓட்டுகிறான். லட்சியக் காதலுக்கு அது ஒரு குறையல்ல. ''அவனுக்கு ஆட்டோ சுத்தமாக இருக்க வேண்டும். ஆட்டோவில் செட்பண்ணி யிருக்கிற டேப்ரிக்கார்டர் சத்தமாகப் பாட வேண்டும். எல்லாவற்றையும்விட முக் கியமானது ஹாரன் நன்றாகவும், சத்தமாகவும் அடிக்க வேண்டும். ஹாரனில் கை வைத்தாலே அவனுடைய ஆட்டோ வருகிறது என்று தெருவில் எல்லோருக்கும் தெரிய வேண்டும் என்பது அவனுடைய ஆசை.'' கதாநாயகனைப் பகடி இலக்கிய மொழி யில்தான் நாவல் இப்படி விவரிக்கிறது. இவர்கள் ஆசை நிறைவேறித் திருமணம் செய்துகொண்டு சுகிக்க வேண்டும் என்று வாசகர்களாகிய நமக்கு எப்போதும் இலக் கியத்தில் பழகியதுபோல் நினைக்கத் தோன்றுவதில்லை.

காதலன் ரவியின் சுயவிழிப்பு எந்த மொழியில் வெளிப்படுகிறது? ‘‘அவள என்னிக்கிப் பாத்தேனோ அன்னிக்கே என்னெ சனியன் புடிச்சிட்டான்.’’ ‘‘என்னோட வாழ்க்கையில நான் செஞ்ச பெரிய தப்பு அவளக் கல்யாணம் கட்டுனதுதான்.’’ பிறகு எப்படித்தான் இவர்கள் சேர்ந்துகொண்டார்கள்? ரேவதி இதைப் புரிந்துகொண்ட விதத்தை அவளே அம்மாவிடம் சொல்கிறாள்: ‘‘நொய்டாவுக்கு ட்ரெயினிங் போகச் சொல்லி ஆர்டர் வந்த அன்னிக்கித்தான் ரவி வந்து நம்ப வீட்டு வாசப்படியில நின்னுக்கிட்டு பிளேடால கையக் கிழிச்சிக்கிட்டான். நீ சத்தம் போட்டு அழுத. ஆர்டரக் கிழிச்சுப் போட்டுட்டன். நொய்டாவுக்கு நான் போயிருந்தா நெலம மாறியிருக்கலாம். அன்னிக்கிப் பாத்து ரவி வந்து ஏன் நம்ப வீட்டுக்கு முன்னாடி நின்னுக்கிட்டு கையக் கிழிச்சிக்கிட்டான்?’’

இலக்கியத்தில் புதிது என்று எதுவும் இல்லை. புதிது என்பதெல்லாம் மனித அனுபவத்துக்கு அப்பாற்பட்ட புரியாதவையாக இருக்கும். தனக்கு முன்னர் வந்த காவியங்களோடு ஏதோ ஒரு வகையில் தொடர்புபடுவதால்தான் இந்தக் காதல் கதையும் தன்னை அர்த்தப்படுத்திக்கொள்கிறது. அன்றைக்குப் பேசிய ஒன்றை மீண்டும் இன்றைக்குப் பேசுவதால் அப்படிப் பேசப்படுவது விசித்திரமான மறுவரையறைக்கு உள்ளாகிறது.

சங்க இலக்கியத்தில் காதலன் வரவுக்கு ஏங்கித் தவித்திருக்கும் காதலியின் ‘அவத்தை’யைத்தான் படித்திருப்பீர்களே! ‘‘நீ இப்ப எதயெல்லாம் தொலச்சியிருக்கன்னு தெரியுமா?’’ என்று தோழி ரேவதியைக் கேட்கும் அருண்மொழி, ‘‘சிரிப்பில்ல. பேச்சில்ல. குறும்புத்தனம் இல்ல. மேக்கப் இல்ல. நீ நீயா இல்ல’’ என்று ஒவ்வொன்றாகச் சொல்கிறாள். பதினெட்டாம் நூற்றாண்டு ஆங்கில இலக்கியத்திலிருந்து நம் சங்க இலக்கியம்வரை இந்த அவத்தை காலத்தை ஒட்டி, தேசத்தை ஒட்டி எத்தனையோ வடிவங்களை எடுத்திருக்கும்.

‘ரேவதிக்குக் கிரகக் கோளாறாக இருக்குமோ’ என்று தாய் அமராவதி சந்தேகப்படுகிறாள். அதுதான் காரணம் என்றால், பரிகாரம் செய்து நிவர்த்தி செய்துவிடலாம் என்று நம்புகிறாள். கழுதூர் சுந்தரமூர்த்திதான் இதற்குச் சரியான ஜோசியக்காரன் என்று ரேவதியின் ஜாதக நோட்டை எடுத்துக்கொண்டு அவனிடம் செல்கிறாள். அவனும் ரேவதியின் ஜாதகத்தில் புதன் உச்சம் பெற்றிருப்பதால் அவள் கல்யாணம் ‘ஓகோன்னு’ நடக்கும் என்று சொல்கிறான். கண்ணனின் ஆடையைக் கொண்டு இவளுக்கு விசிறிவிடுங்கள். அப்போதுதான் இந்த நோய் தணியும். நீங்கள் கட்டுவிச்சி சொல்லைக் கேட்டு எதையாவது செய்துகொள்ளும் இறைச்சியும் தூவாதீர்கள் என்று அவத்தையிலிருக்கும் பெண்ணின் அன்னைக்கு நோய் தணிக்கும் வழியைச் சொல்வதை வைணவ இலக்கியத்தில் படித்திருப்பீர்கள். கலைப் படைப்பு ஒவ்வொன்றும் மற்றொன்றின் மறுவடிவம்.

புராணங்களில் வரும் சம்வாதங்களைப் படித்திருப்பீர்கள். அருண்மொழிக்கும் ரவிக்கும் அப்படியொரு சம்வாதம். அவனை நேருக்கு நேராக இரண்டு கேள்வி கேட்க வேண்டும் என்று அருண்மொழி அவனிடம் பேசுகிறாள். தனக்கும் கட்சி பேசத் தெரியும் என்று அவனும் ஒரு வக்கீல்போல் பேசுகிறான். மனித சரித்திரத்தில் இது

ஓயவே ஓயாதா? பேசி, பயணித்து, மீண்டும் துவங்கிய இடத்துக்கே வந்து மறுபடியும் இந்த விவாதப் பயணத்தில் நுழைந்து—இப்படியே உழன்றுகொண்டிருப்பதைத் தவிர மனித இனத்துக்கு வேறென்ன முடியும்?

சம்பவம் பாத்திரங்களுக்கு நிகழவில்லை. பாத்திரங்களை நிகழ் களமாக்கிச் சம்ப வம் தன்னைத்தானே நிகழ்த்திக்கொள்ளும் பயங்கரம் இது. பாத்திரங்கள் அதற்கு வெறும் சாக்கு. நிகழ்வுகளுக்கு மனிதர்களின் பங்கு என்று எதுவுமே இல்லையோ? ஆனாலும், விளைவுகளுக்குக் காரணங்களைத் தேடிக் கண்டுவிட்ட சுகத்திலிருந்து யாரும் விடுபட முடியாது போலிருக்கிறது. 'அவனை அப்போதே போலிஸில் பிடித்துக் கொடுத்திருக்க வேண்டும்', 'விவாகரத்து செய்து அப்போதே ரேவதியை அழைத்துக்கொண்டு வந்திருக்க வேண்டும்.' உறவினர்களெல்லாம் இப்படி எங்கே தவறு நடந்தது என்று ஒரு அபத்தத் துல்லியத்தோடு பேசுகிறார்கள். ஆனால், ரேவதி யைப் போல் தங்களைக் கொளுத்திக்கொண்டவர்கள் மருத்துவமனைக்கு வந்து கொண்டேயிருக்கிறார்கள். மலர் என்ற பெண் இப்படிக் கொளுத்திக்கொண்ட தன் பெண்ணுக்காக அங்கே உட்கார்ந்திருக்கிறார். தங்கம்மாள் என்ற மற்றொருவர் உறவுப் பெண்ணுக்காக வந்திருக்கிறார். ரேவதியின் எதிர்வீட்டுப் பெண்கள் இதே போன்று மற்றொரு சம்பவத்தைச் சொல்கிறார்கள். மருத்துவமனையில் ''ஆம்புலன்ஸ் வருகிற சத்தம் கேட்டது. இரவு என்பதால் ஆம்புலன்ஸின் சத்தம் தெளிவாகக் கேட்டது. ...பெட்டிக்குள் தாறுமாறாக அள்ளிப் போட்ட பொருள்கள் மாதிரி பெண்கள் உட்கார்ந்துகொண்டும் படுத்துக்கொண்டும் கால்களை நீட்டிப்போட்டுக் கொண்டும் இருந்தனர். பார்ப்பதற்கு மாய உலகம் போன்று இருந்தது.'' நமது புரித லின் கேவலத்தைத்தான் இந்த 'மாயம்' காட்டுகிறது. ''எம்மவ நெருப்புல வெந்து போயிட்டா'' என்று மலர் சொல்லும்போது ரேவதியும் நெருப்பில் வெந்துபோனது நீண்டுகொண்டே இருக்கும் சங்கிலியில் ஒரு கண்ணிதான் என்று ஆகிறது.

ஆம்புலன்ஸ் சத்தம் ஓய்வதில்லை. நிமிடத்துக்கு நிமிடம் ஆம்புலன்ஸ் வந்து கொண்டேயிருக்கிறது ''அப்போது ஆம்புலன்ஸ் ஒன்று வந்து நிற்கிற சத்தம் கேட் டது. ஒவ்வொரு ஆம்புலன்ஸ் வருகிறபோதும், போகிறபோதும் கேட்கிற சத்தத் தால் அமராவதிக்கு நெஞ்சுத் துடிப்பின் வேகம் கூடியது.'' ''ஸ்ட்ரெச்சரில் இருந்த பெண்ணைப் பார்த்ததும் ''ஐயோ சாமி இப்படி வெந்துபோயிருக்கிறாளே'' என்று அமராவதி சொன்னாள். ''இப்பத்தான் ஒண்ணு செத்துச்சி. பொணம்கூட இன்னம் வெளியே போவல. எடம் காலியா இருக்கக் கூடாதுன்னு அடுத்து ஒண்ணு வந்துடுச்சி'' என்று தங்கம்மாள் சொல்கிறார்.

ரேவதியின் சடலத்தைப் பெற்றுக்கொண்டு எல்லோரும் செல்லும்போதும் முற் றிலுமாக எரிந்துபோன ஒரு பெண்ணை ஏற்றிக்கொண்டு வந்த ஆம்புலன்ஸ் அவசரச் சிகிச்சைப் பிரிவுக் கட்டடத்தின் முன் வந்து நிற்கிறது. மனிதர்களின் புரிந்துகொள் ளும் முயற்சி இதற்கு முன் நின்றுகொண்டு என்ன சாதித்துவிட முடியும்? விதி என்று ஒருவர், மானத்துக்கு அஞ்சினேன் என்று மற்றொருவர், பழிதீர்க்க வேண்டும் என்று இன்னொருவர்—இப்படி ஆளுக்கு ஒரு எதிர்வினை மூலையில் நுழைந்துகொண்டு அடுத்தவர் ஒளிந்துகொள்ள என்ன மூலை கிடைத்தது என்று எட்டிப் பார்க்கிறார்கள்.

இருவரில் ஒருவர் இறந்தால்தான் பிரச்சினைக்குத் தீர்வு வரும் என்று ரேவதி நாவலின் துவக்கத்திலேயே சொல்லிவிடுகிறாள். அவளுக்கு மரணம் வாய்த்துவிடுகிறது. ஆனால், தீர்வு வரவில்லை. எரிந்துபோன இன்னொரு பெண் ஆம்புலன்ஸில் வந்து நிற்கிறாளே! பின்னர் தீர்வு எப்படி வரும்?

வீட்டுக்குப் பிணம் வந்து சேரவில்லை. அதற்குள் ரவியின் நண்பர்கள் கண்ணீர் அஞ்சலி சுவரொட்டிகளை ஊரெங்கும் ஒட்டிவிடுகிறார்கள். ரேவதி தன் அண்ணனோடு பேசும்போதும், அமராவதி தன் பெண்ணின் சடலத்தைத் தடவித்தடவிப் புலம்பும்போதும் இவ்வளவு அபத்தங்களையும் கிழித்துக்கொண்டு நமக்குக் கண்ணீர் முட்டுகிறது. திரும்பிப் பார்க்க மாட்டேன் என்று ஆண்டுக் கணக்கில் தங்கையைப் புறக்கணித்திருந்தான் முருகன். மகளைத் திருமணம் செய்துகொடுத்து அத்தோடு ஒதுங்கிக்கொண்டார் தந்தை நடேசன், இவர்கள் எல்லோரோடும் தன் மரணத்தின் மூலம் சமரசம் கண்டுவிட்டாள் ரேவதி. ''எம் பொண்ணா நீ?'' என்று நாவலின் துவக்கத்தில் கத்தும் அமராவதி, தன் மகள் இறந்ததும் அவள் உடலை ஆசையுடன் கைக் குழந்தையைத் தடவிப்பார்ப்பதுபோல் தடவி முகத்தோடு முகம் வைத்து, ''தூங்கிட்டியா அம்மா? தூங்கு. இனி ஒனக்கு எந்தத் தொந்தரவும் இல்ல. தப்பு செஞ்சுட்டோமேன்னு இனி நீ அழுவ மாட்ட'' என்று அழுகிறாள். இது என்ன அபத்தம் என்று நினைக்கும்போதே நம்மை மௌனமாக்கும் சோகத்தையும் உணர்கிறோம். நாம் புரிந்துகொள்ள முடியாதவற்றையெல்லம் வார்த்தைச் சட்டங்களுக்குள் உவகை, அச்சம், நகை என்று தனித்தனியாக அடைத்து ஒழுங்குபடுத்திக்கொண்டிருக்கிறோமா? பிரிந்து நிற்காமல் ஒன்றன் மீது ஒன்றாய்ப் படரும் ரேகைகள்தானோ மனித உணர்வுகளெல்லாம்! உணர்வுகளை அனுபவிக்கும் மையம் ஒன்று எப்போதுமே உள்ளதா? அல்லது, அவ்வப்போது வரும் உணர்வு வெள்ளங்கள்தான் 'நான்' என்று உருவாகி அதே கணத்தில் மற்றொரு 'நான்' என்பதற்கு வழிவிட்டு மறைகிறதா?

நாவலில் உணர்வு என்றும், சிந்தனை என்றும் ஒவ்வொன்றும் தன்னைத் தனித்தனியாக அடையாளம் காட்டிக்கொண்டு வருவதில்லை. இரண்டின் கலவை என்றும் எதையும் சொல்ல முடியாது. அங்கே இருப்பது ஒரு அனுபவத்தின் முழுமை, உண்மையான மனித அனுபவத்தின் முழுமை என்றுதான் சொல்கிறார்கள். வெறும் சிந்தனை நாவலாகாது என்பதைப் போலவே உணர்வு மட்டுமே நாவலாகாது. 'செல்லாத பணம்' என்ற படைப்பில் மனித அனுபவத்தின் முழுமை உண்டு. நமக்குத் தெரிந்த சிந்தனைச் சட்டகத்துள் அதைக் கொண்டுவந்து ஒழுங்குபடுத்திவிட முடியாது. இந்த அனுபவத்தின் முழுமையிலும் ஒரு சிந்தனை, தார்மீக நிலைப்பாடு போன்றவை தெரியலாம். ஆனால், சிந்தனையின் வழக்கமான தன்மையைக் கொண்டிருப்பவை அல்ல. சிந்தனையின் மெய்வருத்தம் அனுபவத்தின் முழுமையைச் சிதைத்து விடாதவாறு பார்த்துக்கொள்வதுதான் 'செல்லாத பணத்தின்' சிறப்பு. இலக்கியத்தின் தன்மையும் அதுவேதான். நாவல் சமூகப் பிரச்சினைகளைப் பேசும். அவற்றை எப்படிப் பேசுகிறதோ அதில்தான் இலக்கியம் தரும் அனுபவத்தின் முழுமை இருக்கிறது, பிரச்சினைகளின் தீர்வில் அல்ல. இன்றைக்கும் நினைக்கவே இனிக்கும் இந்தத் திரைப் படப் பாடலைச் சொல்லிப்பாருங்கள்: ''காற்று வந்ததும் கொடி அசைந்ததா, கொடி

அசைந்ததும் காற்று வந்ததா?'' இந்தப் பிரச்சினைக்குத் தீர்வைச் சொல்லியா பாடல் தன் இலக்கிய அழகைச் சம்பாதித்துக்கொண்டது? 'செல்லாத பணம்' அங்கே உள்ள பிரச்சினைக்கு ஒரு கேள்வி வடிவம் கொடுத்திருந்தால்கூட அந்த அனுபவம் முறிந்த பாலாகியிருக்கும். எந்தக் கணத்திலும் இந்த அனுபவம் கேள்வியாகவும், தீர்வாகவும் முறிந்துவிடலாம் என்ற அச்சத்துடன், காற்றில் படபடக்கும் இலையாக நமக்கு முழு அனுபவத்தைக் கடத்திக்கொண்டிருக்கிறது 'செல்லாத பணம்'.

இந்த நாவலின் மொழியிலும் உலகம் பற்றிய ஒரு பார்வை, அந்த மொழிக்கே உரிய பார்வை உண்டு. மனித வாழ்வைப் பற்றிய ஒரு பார்வை இல்லாத மொழி எந்தப் பண்பாட்டில் இருக்கிறது? மொழியின் கட்டமைப்பில், சொற்களின் பொருட் கூறுகளில், அதன் இலக்கணப் பரப்பில், இலைமறை காயாக உலகம் பற்றிய பார்வை ஒன்று இருப்பதைப் பார்க்கலாம். விஸ்தாரமான மொழிதான் அனுபவத்தை வடி கட்டாமல் தர வல்லது என்று நினைப்பதில் சிக்கல் உண்டு. இந்த நினைப்பு அனு பவத்துக்கு ஒரு பொதுமையை ஏற்றிக் காட்டுகிறது. அனுபவத்துக்குப் பொதுமை ஏது? களிம்பாகக் கப்பிக்கொண்டிருக்கும் பொதுமையைத் தேய்த்துத்தேய்த்து அனு பவத்தை அவரவர் அனுபவமாக விளக்குவதுதானே இலக்கியம்! மொழியைக் கொண்டுதான் என்றைக்குமே நழுவிக்கொண்டிருக்கும் அனுபவத்தை அவ்வப்போது கொஞ்சமேனும் பிடித்துக்கொள்கிறோம். இப்படிப் பொதுமை கழிந்த அனுபவத்தின் முழுமையைப் பிடித்துக்காட்டுவதுதான் இந்த நாவலின் மொழி. ●

கடலூர் மாவட்டத்தைச் சேர்ந்த இமையத்தின் இயற்பெயர் அண்ணாமலை. இவர் பள்ளி ஆசிரியராகப் பணிபுரிகிறார்; விவசாயக் குடும்பத்தில் பிறந்தவர்.

விருதுகள்

- 1994ஆம் ஆண்டுக்கான அக்னி அக்ஷர விருது.
- 1994ஆம் ஆண்டுக்கான தமிழ்நாடு முற்போக்கு எழுத்தாளர் சங்க விருது.
- 2002ஆம் ஆண்டுக்கான இந்திய அரசின் பண்பாட்டுத் துறையின் இளநிலை ஆய்வு நல்கை.
- 2010ஆம் ஆண்டுக்கான தமிழக அரசின் தமிழ்த்தென்றல் திரு.வி.க. விருது.
- 2016ஆம் ஆண்டுக்கான எஸ்.ஆர்.எம். பல்கலைக்கழகத் தமிழ்ப் பேராயத்தின் புதுமைப்பித்தன் படைப்பிலக்கிய விருது (கொலைச் சேவல் - சிறு கதைத் தொகுப்பு).
- 2016ஆம் ஆண்டுக்கான ஆனந்த விகடன் விருது (நறுமணம் - சிறுகதைத் தொகுப்பு).
- 2018ஆம் ஆண்டுக்கானதி இந்து லிட் ஃபார் லைஃப் தமிழின் ஜெயகாந்தன் விருது.
- 2018ஆம் ஆண்டுக்கான கனடா இலக்கியத் தோட்டத்தின் இயல் விருது.
- 2020ஆம் ஆண்டுக்கான சாகித்ய அகாடமி விருது (செல்லாத பணம் - நாவல்).
- 2022ஆம் ஆண்டுக்கான குவெம்பு ராஷ்டிரிய புரஸ்கார் தேசிய விருது. (மறைந்த கன்னடக் கவிஞர் குவெம்பு நினைவாக நிறுவப்பட்ட இந்த விருதைப் பெற்ற முதல் தமிழ் எழுத்தாளர் இமையம் என்பது குறிப்பிடத் தக்கது.)